AF761575

ವಿವೇಕಾನಂದ ಕಾಮತ್

ಸಿವಿಲ್ ಇಂಜಿನಿಯರಿಂಗ್‌ನಲ್ಲಿ ಡಿಪ್ಲೊಮಾ ಪಡೆದಿರುವ ಕಾಮತರು ಮೂಲತಃ ಚಿಕ್ಕಮಗಳೂರು ಜಿಲ್ಲೆಯ ಕಳಸದವರು. ಪ್ರಸ್ತುತ ಮಂಗಳೂರಿನಲ್ಲಿ ನೆಲೆಸಿದ್ದಾರೆ. ಸಮಕಾಲಿನ ಕನ್ನಡ ಕಾದಂಬರಿಕಾರರಲ್ಲಿ ವಿವೇಕಾನಂದ ಕಾಮತರದ್ದು ಚಿರಪರಿಚಿತ ಹೆಸರು. ಜೀವನದ ಸೂಕ್ಷ್ಮ ಸಂಗತಿಗಳನ್ನು ಜನಸಾಮಾನ್ಯರಿಗೂ ಸಂಹವನಗೊಳ್ಳುವಂತೆ ಕಾದಂಬರಿ ರಚಿಸುವಲ್ಲಿ ಅವರು ಸಿದ್ಧ ಹಸ್ತರು. ಇವರ ಮೊದಲ ಕಾದಂಬರಿ 1996ರಲ್ಲಿ ಮಲ್ಲಿಗೆ ಮಾಸಪತ್ರಿಕೆಯಲ್ಲಿ ಪ್ರಕಟವಾಯಿತು. ಈ ಮೂರು ದಶಕಗಳ ಅವಧಿಯಲ್ಲಿ ಸರಾಸರಿ ವರ್ಷಕ್ಕೆ ಎರಡರಂತೆ ಕಾದಂಬರಿ ರಚಿಸಿರುವ ಇವರು ಕಥೆಗಾರರೂ ಹೌದು. ಇವರ ಕೆಲವು ಕಿರುಕಾದಂಬರಿಗಳು ಮಾಸಪತ್ರಿಕೆಗಳಲ್ಲಿ ಪ್ರಕಟವಾಗಿವೆ. ಕಾದಂಬರಿಗಳು ಕನ್ನಡದ ಬಹುತೇಕ ಪತ್ರಿಕೆಗಳಲ್ಲಿ ಧಾರವಾಹಿಗಳಾಗಿ ಪ್ರಕಟವಾಗಿವೆ ಮತ್ತು ಬಹುತೇಕ ಎಲ್ಲವೂ ಪುಸ್ತಕ ರೂಪದಲ್ಲಿ ಪ್ರಕಟವಾಗಿವೆ. ಇವರ 'ಸ್ವೀಕಾರ' ಕಾದಂಬರಿ ಸಂಸ್ಕೃತ ಭಾಷೆಗೆ ಅನುವಾದಗೊಂಡು ಸಂಸ್ಕೃತ ಮಾಸ ಪತ್ರಿಕೆ ಸಂಭಾಷಣಾ ಸಂದೇಶದಲ್ಲಿ ಧಾರವಾಹಿಯಾಗಿ ಪ್ರಕಟವಾಗಿ ನಂತರ ಪುಸ್ತಕ ರೂಪದಲ್ಲೂ ಹೊರ ಬಂದಿದೆ. ಕೆಲವು ಕಥೆಗಳು ಅನ್ಯ ಭಾಷೆಗೆ ಅನುವಾದವಾಗಿವೆ.

ಪ್ರಸ್ತುತ ಕಾದಂಬರಿ ಆರೋಹಣ.

ಆಧುನಿಕ ಜಗತ್ತಿನಲ್ಲಿ ಕುಸಿಯುತ್ತಿರುವ ಜೀವನ ಮೌಲ್ಯಗಳು ಮತ್ತು ಶಿಕ್ಷಣ ವ್ಯವಸ್ಥೆಯ ಬಗ್ಗೆ ಬೆರಳು ತೋರಿಸುವ ವಸ್ತು ಹೊಂದಿದೆ.

ಆರೋಹಣ

ವಿವೇಕಾನಂದ ಕಾಮತ್

ವೀರಲೋಕ

ವೀರಲೋಕ ಬುಕ್ಸ್ ಪ್ರೈ.ಲಿ.
207, 2ನೇ ಮಹಡಿ, 3ನೇ ಮೇನ್, ಚಾಮರಾಜಪೇಟೆ
ಬೆಂಗಳೂರು-560018. ಮೊಬೈಲ್: 70221 22121
ಇಮೇಲ್: veeralokabooks@gmail.com
ವೆಬ್‌ಸೈಟ್: www.veeralokabooks.com

AROHANA
A novel written by **Vivekananda Kamath**

Published by:
VEERALOKA BOOKS PVT. LTD.
207, 2nd Floor, 3rd Main
Chamarajpet, Bengaluru-560018

Mobile:	+91 7022122121
E-mail:	veeralokabooks@gmail.com
Website:	www.veeralokabooks.com

Price:	Rs. 190/-
Pages:	156
First Impression:	2023
Paper used:	70 GSM NS Maplitho
Book size:	1/8th Demy
ISBN:	978-93-94942-95-0

Cover page illustration by:
Godavari D.S.

Inner pages design by:
Vijaya Vikram

ವೀರಲೋಕ crew

Anand Rach
Anantha Kunigal
RajVishnu
Govind Vishnu
Vishwajith
Mamatha
Parvathi
Sai Raghav

ಅರ್ಪಣೆ

ವಿದ್ಯಾರ್ಥಿ ಜೀವನದ
ಎಲ್ಲಾ ಗುರುಗಳಿಗೆ..

ಆರೋಹಣಕ್ಕೂ ಮುನ್ನ...

ಮನುಷ್ಯ ಮಹತ್ವಾಕಾಂಕ್ಷೆಗಳ ರೆಕ್ಕೆಗಳನ್ನು ಕಟ್ಟಿಕೊಂಡು ಕಲುಷಿತ ವ್ಯವಸ್ಥೆಯೊಳಗೆ ಇಳಿದಾಗ ಆ ಗಾಳಿ ಅವನನ್ನು ಅಪ್ಪುವುದು ಸಹಜ. ಅದನ್ನು ಸಾಧಿಸುವ ಭರದಲ್ಲಿ ಅವನು ಪರಿಸ್ಥಿತಿಗಳೊಂದಿಗೆ ರಾಜಿ ಮಾಡಿಕೊಳ್ಳಬೇಕಾಗುತ್ತದೆ. ಆ ನಿಟ್ಟಿನಲ್ಲಿ ಅವನಿಗೆ ತಾನು ಕಲಿತ ವಿದ್ಯೆ, ಮೌಲ್ಯಗಳ ಪ್ರಜ್ಞೆಯೂ ಮುಖ್ಯ. ಇಂದಿನ ಶಿಕ್ಷಣ ವ್ಯವಸ್ಥೆ ಬರೀ ಧನ ಸಂಪಾದನೆಯ ಸೂತ್ರವಾಗಷ್ಟೇ ಉಳಿದು ಹೋಗಿದೆಯೇ..?

ಇಲ್ಲಿ ಮೌಲ್ಯಗಳ ಮುಂದೆ ವ್ಯಾಪಾರ, ಆಮಿಷ, ಸ್ವಾರ್ಥ, ಪ್ರತಿಷ್ಠೆ ಎಲ್ಲವೂ ಮುಖಾಮುಖಿಯಾಗಿದೆ.

ಇದು ಗುರು ಶಿಷ್ಯನ, ತಂದೆ ಮಗನ, ಎರಡು ತಲೆಮಾರುಗಳ ನಡುವೆ ಬದಲಾದ ಮನಸ್ಥಿತಿಗಳ ಅಂತರದ ಕಥೆ.

ಒಳಗಿನ ಆರೋಹಣದ ಕಥೆ.

ಇದು ನನ್ನ ಹೃದಯಕ್ಕೆ ಹತ್ತಿರವಾದ ಕಾದಂಬರಿ.

ಕೃತಜ್ಞತೆಗಳು

* ವೀರಲೋಕ ಪ್ರಕಾಶನಕ್ಕೆ ಈ ಕಾದಂಬರಿ ಬರೆಯಲು ಕಾರಣಕರ್ತರಾದ ಶೋಭಾ ರಾವ್ ಮೇಡಮ್ ಅವರ ಸಹೃದಯತೆಗೆ,
* ನನ್ನ ಬರವಣಿಗೆಯ ಮೇಲೆ ಸದಾ ವಿಶ್ವಾಸ ತೋರಿಸುವ ಮಾನ್ಯಶ್ರೀ ವೀರಕಪುತ್ರ ಶ್ರೀನಿವಾಸ ಅವರಿಗೆ,
* ವೀರಲೋಕ ಪ್ರಕಾಶನ ತಂಡದ ವ್ಯವಸ್ಥಾಪಕರಾದ ಅನಂತ ಕುಣಿಗಲ್ ಮತ್ತು ಸಮಸ್ತ ತಂಡಕ್ಕೆ,
* ಮುಖಪುಟ ರಚಿಸಿದ ಶ್ರೀಮತಿ ಗೋದಾವರಿ ಮೇಡಂ ಮತ್ತು ಅಚ್ಚುಕೂಟ ಮಾಡಿಕೊಟ್ಟ ವಿಜಯ ವಿಕ್ರಮ್ ಅಡಿಗ ಅವರಿಗೆ,
* ಕನ್ನಡ ಮಾಣಿಕ್ಯ ತಂಡದ ಸಮಸ್ತ ಸ್ನೇಹ ಬಳಗಕ್ಕೆ,

* ಮಡದಿ ಚಿತ್ರಾ ಮತ್ತು ಮಕ್ಕಳಾದ ಪ್ರಥಮ್ ಮತ್ತು ಆದರ್ಶ್ ಇವರ ಸಹಕಾರಕ್ಕೆ,
* ವಿಶ್ವಾಸವಿರಿಸಿ ಕೊಂಡು ಓದುವ ಓದುಗ ಪ್ರಭುಗಳಿಗೆ ..

ಹೃತ್ಪೂರ್ವಕ ಕೃತಜ್ಞತೆಗಳು.

ವಿವೇಕಾನಂದ ಕಾಮತ್
ಮಂಗಳೂರು
ಮೊಬೈಲ್: 9880029547
vivekanandakamath9@gmail.com

ಪ್ರಕಾಶಕರ ನುಡಿ

ವೀರಲೋಕಕ್ಕೀಗ ಭರ್ತಿ ಒಂದೂವರೆ ವರ್ಷ. ಈ ಅವಧಿಯಲ್ಲಿ ಅದರ ಹತ್ತು ಹಲವು ಹೊಸತನಗಳನ್ನು ಕನ್ನಡಿಗರು ಮೆಚ್ಚಿ ಹರಸಿದ್ದಾರೆ. ನವೆಂಬರ್ ತಿಂಗಳೊಂದರಲ್ಲೇ ದಾಖಲೆಯ ಪುಸ್ತಕ ಮಾರಾಟ ಮಾಡಿದ್ದೇವೆ. ಆ ಮೂಲಕ ಕನ್ನಡ ಪುಸ್ತಕ ಲೋಕದಲ್ಲಿ ಉದ್ಯಮವಿದೆ ಎಂಬುದನ್ನು ಜಗಜ್ಜಾಹೀರುಗೊಳಿಸಿದ್ದೇವೆ. ಸಾಂಪ್ರದಾಯಿಕ ಶೈಲಿಯ ಪುಸ್ತಕ ಲೋಕವನ್ನು ಶತಮಾನಗಳಿಂದ ನಾವು ಕಾಣುತ್ತಲೇ ಬರುತ್ತಿದ್ದೇವೆ. ಕಲೆ, ಸಾಹಿತ್ಯವು ಪೋಷಕರ ಮರ್ಜಿಯಲ್ಲೇ ಇನ್ನೆಷ್ಟು ದಿನ ಉಳಿಯಬೇಕು? ಅದು ಉದ್ಯಮದ ರೂಪ ಪಡೆದು ತನ್ನ ಕಾಲ ಮೇಲೆ ತಾನು ನಿಲ್ಲಲೇಬೇಕು. ಗ್ರಂಥಾಲಯ ಖರೀದಿ, ಸರ್ಕಾರದ ಅನುದಾನ, ಪ್ರಕಾಶಕನ ಮುಲಾಜುಗಳಿಲ್ಲದೆ ಲೇಖಕ ಉಳಿಯುವಂತಾಗಬೇಕು. ಪುಸ್ತಕಲೋಕವು ಪುಸ್ತಕೋದ್ಯಮವಾಗಬೇಕಾದ ಅನಿವಾರ್ಯತೆ ಈಗ ಎಂದಿಗಿಂತಲೂ ಹೆಚ್ಚಿದೆ. ಹಾಗಾದಾಗ ಮಾತ್ರ ಹೊಸತನ ಇಲ್ಲಿ ತರಲು ಸಾಧ್ಯ. ಹೊಸತನವಿದ್ದಾಗ ಕಟ್ಟಕಡೆಯ ಓದುಗನನ್ನೂ ತಲುಪಬಹುದು, ಹೊಸ ಓದುಗರ ಸೃಷ್ಟಿಗೆ ಕಾರಣವಾಗಬಹುದು. ಅದೇ ನಾವೂ ನೀವು ಮಾಡಬಹುದಾದ ನೈಜ ಕನ್ನಡ ಸಾಹಿತ್ಯದ ಕೆಲಸ. ಈ ಕಾರಣದಿಂದಲೇ ನಾವೀಗ ರಾಜ್ಯದ ಮೂವತ್ತೂ ಜಿಲ್ಲೆಗಳಲ್ಲಿ ಪುಸ್ತಕದ ಅಂಗಡಿ ತೆರೆಯುವ ಯೋಚನೆ ಹೊಂದಿದ್ದೇವೆ. ಶಾಲೆ, ಕಾಲೇಜುಗಳಲ್ಲಿ ಪುಸ್ತಕ ಬಿಡುಗಡೆ ಸಮಾರಂಭಗಳನ್ನು, ಪ್ರತಿ ಜಿಲ್ಲೆಯಲ್ಲೂ ಪುಸ್ತಕ ಮೇಳಗಳನ್ನು ಆಯೋಜಿಸಲು ಸಂಕಲ್ಪಿಸುತ್ತಿದ್ದೇವೆ.

ಇದೀಗ 2024ನೇ ವರ್ಷವನ್ನು ಸ್ವಾಗತಿಸಲು ಸಜ್ಜಾಗುತ್ತಿದ್ದೇವೆ. ಅದರ ಜೊತೆ ಡಿಸೆಂಬರ್ 31ರಂದು "ಸಾಹಿತ್ಯ ಬಂಧನ" ಎಂಬ ವಿಭಿನ್ನ ಕಾರ್ಯಕ್ರಮದಲ್ಲಿ ಏಳು ಪುಸ್ತಕಗಳನ್ನು ಓದುಗರಿಗರ್ಪಿಸಿ ಸಂಭ್ರಮಿಸುತ್ತಿದ್ದೇವೆ. ಇದೇ ಕ್ರಮದಲ್ಲಿ ಬಿಡುಗಡೆಗೊಳ್ಳುತ್ತಿರುವ ವಿವೇಕಾನಂದ ಕಾಮತ್ ಅವರ "ಆರೋಹಣ" ಕೃತಿ ಕೂಡ ಒಂದು. ಅರವತ್ತಕ್ಕೂ ಹೆಚ್ಚು ಕಾದಂಬರಿಗಳನ್ನು ಬರೆದ ಕೀರ್ತಿ ಈ ಲೇಕಕರದ್ದು. ಪ್ರಸ್ತುತ ಕಾದಂಬರಿಯಲ್ಲಿ ಆದರ್ಶ

ಶಿಕ್ಷಕನಾಗಿರುವ ತಂದೆಯ ಮೌಲ್ಯಗಳು ಒಂದೆಡೆಯಾದರೆ, ಅದೇ ದಾರಿಯಲ್ಲಿ ನಡೆದುಬಂದ ಮಗನ ವ್ಯಾಪಾರಿಕ ಆಲೋಚನೆಗಳು ಬೇರೆಯಾಗಿರುತ್ತವೆ. ಇಬ್ಬರು ಬದುಕಿನಲ್ಲಿ ಆರಿಸಿಕೊಂಡ ದಾರಿ ಒಂದೇಯಾದರೂ.. ನೋಡುವ ದೃಷ್ಟಿಕೋನಗಳು ಬೇರೆ ಬೇರೆ. ಲೇಖಕರು ಹೇಳುವಂತೆ ಇದು ಬರಿ ಅಪ್ಪ ಮಗನ ಕತೆ ಅಲ್ಲ, ಎರಡು ತಲೆಮಾರುಗಳ ನಡುವೆ ಬದಲಾದ ಮನಸ್ಥಿತಿಗಳ ಅಂತರದ ಕತೆ.

ಈ ಕೃತಿಯನ್ನು ಓದುವ ಸುಖ ನಿಮ್ಮದಾಗಲಿ.

ಪ್ರೀತಿಯಿಂದ,
ವೀರಕಪುತ್ರ ಶ್ರೀನಿವಾಸ
ಪ್ರಕಾಶಕ, ವೀರಲೋಕ ಬುಕ್ಸ್

ಅಧ್ಯಾಯ–1

ಗ್ರಂಥಾಲಯದಲ್ಲಿ ಕುಳಿತು ಅಂದಿನ ಪತ್ರಿಕೆಯನ್ನು ತಿರುವಿ ಹಾಕುತ್ತಿದ್ದೆ. ಇತ್ತೀಚೆಗೆ ಮನೆಯ ಈ ಕೋಣೆಯೇ ನನಗೆ ಸರ್ವಸ್ವವಾಗಿದೆ. ಇಲ್ಲಿನ ಏಕಾಂತ, ಇಲ್ಲಿನ ಮೌನ, ಪುಸ್ತಕಗಳ ಸಾಂಗತ್ಯ, ಅವುಗಳು ನೀಡುವ ವಿಚಾರಗಳು, ಅವುಗಳ ಅಪರಿಚಿತ ಲೋಕವನ್ನು ನನ್ನ ಮನಸ್ಸು ಪರಿಭ್ರಮಿಸಿ ಹಿತ ದೊರಕಿಸಿಕೊಳ್ಳುತ್ತದೆ. ಅಮ್ಮನ ಮಡಿಲಿನಲ್ಲಿ ನಿಶ್ಚಿಂತೆಯಾಗಿ ಮಲಗುವ ಕಂದನಂತೆ ನಾನೂ ಈ ಪುಸ್ತಗಳ ನಡುವೆ ಕಳೆದು ಹೋಗುತ್ತೇನೆ. ಅಧ್ಯಾಪನ ವೃತ್ತಿಯಲ್ಲೇ ಜೀವನವನ್ನು ಸವೆಸಿ ಬಂದ ನನಗೆ, ಪುಸ್ತಕಗಳ ಸಾಂಗತ್ಯ ಹೊಸದೇನೂ ಅಲ್ಲ. ಈಗ ನಿವೃತ್ತಿ ಪಡೆದ ಬಳಿಕ ಮನರಂಜನೆಗೆ, ಹೊತ್ತು ಕಳೆಯಲು, ಮತ್ತು ಕ್ರಿಯಾಶೀಲವಾದ ಮನಸ್ಥಿತಿಯನ್ನು ಉಳಿಸಿಕೊಳ್ಳಲು ಇವುಗಳನ್ನೇ ಅವಲಂಬಿಸುವಂತಾಗಿದೆ. ಮತ್ತು ಇದು ನನ್ನ ಪ್ರಿಯವಾದ ಹವ್ಯಾಸವೂ ಹೌದು.

ಬಾಗಿಲು ತಟ್ಟಿದ ಸದ್ದಿಗೆ ನೋಟವೆತ್ತಿದೆ.

ಸೊಸೆ ಮೀರಾ, "ಮಾವ... ನಿಮ್ಮನ್ನು ಕೇಳಿಕೊಂಡು ಯಾರೋ ಬಂದಿದ್ದಾರೆ..." ಎಂದು ಮೆಲುದನಿಯಲ್ಲಿ ತಿಳಿಸಿ ಸರಿದು ಹೋದಳು. ನಾನು ಎದ್ದು ಬಂದು ಗ್ರಂಥಾಲಯದ ಕಿಟಕಿಯಾಚೆ ಕಾಣುತ್ತಿದ್ದ ಮನೆಯ ಗೇಟಿನ ಕಡೆಗೆ ನಡೆದು, ಬಂದವರು ಯಾರೆಂದು ಕುತೂಹಲಕ್ಕೆ ಕಣ್ಣು ಹಾಯಿಸಿದಾಗ, ಅಲ್ಲಿ ನಿಂತಿದ್ದ ವ್ಯಕ್ತಿ ಪರಿಚಿತವೆನ್ನಿಸಿತು. ಕ್ರಮೇಣ ಮನಸ್ಸಿಗೆ ಆ ನೀಳಕಾಯದ ಆಕೃತಿ ನನ್ನ ಶಿಷ್ಯ ಧನಪಾಲನೆಂದು ಹೊಳೆದು ಮನಸ್ಸು ಮುದಗೊಂಡಿತು.

ಪ್ರತಿಸಲ ಗುರು ಪೂರ್ಣಿಮೆಗೆ ನನ್ನ ಆಶೀರ್ವಾದ ಪಡೆಯಲು ಬರುವ ಧನಪಾಲ ಯಾಕೋ ಕಳೆದ ವರ್ಷ ಬಂದಿರಲಿಲ್ಲ. ಅದರ ಹಿಂದಿನ ಸಲ ಬಂದಾಗಲೇ ನಾನು ಎಂದಿನಂತೆ ವರ್ಷಗಳಿಂದ ರೂಢಿಸಿಕೊಂಡು ಬಂದ ಅವನ ಈ ರಿವಾಜನ್ನು ಸ್ವೀಕರಿಸಲು ನಿರಾಕರಿಸಿದ್ದೆ,

"ನಾನು ನಿನ್ನ ಗುರುವಾಗಿ ನನ್ನ ಕರ್ತವ್ಯ ಮಾಡಿದ್ದೇನೆ... ನಿನ್ನ ಭಾವನೆಯನ್ನು ನಾನು ಗೌರವಿಸುತ್ತೇನೆ...ಇನ್ಮೇಲೆ ಪ್ರತೀ ವರ್ಷ ಬರುವ ಕಷ್ಟ ತಗೋಬೇಡ... ಫೋನ್ ಮಾಡು ಬೇಕಾದರೆ..." ಎಂದಿದ್ದೆ.

ಹಾಗಾಗಿ ಈತ ಕಳೆದ ಸಲ ಬಂದಿರಲಿಲ್ಲ ಎಂದುಕೊಂಡಿದ್ದೆ. ಆದರೆ ಇವನು ಮೊಂಡ...! ಕೇಳುವವನಲ್ಲ. ಮತ್ತೆ ಬಂದಿದ್ದಾನೆ.

ಈತ ಎಷ್ಟೋ ವರ್ಷಗಳ ಹಿಂದೆ ನನ್ನ ಶಿಷ್ಯನಾದವನು...! ನನ್ನ ಮಗ ವಾಸುವಿನ ಸಹಪಾಠಿ... ಈತ ಕಲಿತು ದೂರ ಹೋದರೂ ನನ್ನನ್ನು ಮರೆತಿಲ್ಲ. ಪ್ರತೀ ವರ್ಷ ಗುರುಪೂರ್ಣಿಮೆಯ ದಿನ, ಮರೆಯದೇ ನನ್ನನ್ನು ಹುಡುಕಿಕೊಂಡು ಬಂದು ಪ್ರೀತಿಯಿಂದ ಮಾತನಾಡಿಸಿಕೊಂಡು ಹೋಗುತ್ತಿದ್ದ...! ಸಂಸ್ಕಾರವೆಂದರೆ ಇದು...! ಈತನಂತೆ ನಾನು ತನ್ನ ಅಧ್ಯಾಪಕ ವೃತ್ತಿಯ ಅವಧಿಯಲ್ಲಿ ಅದೆಷ್ಟು ಮಂದಿಗೆ ವಿದ್ಯೆ ಕಲಿಸಿಲ್ಲ...?! ಕಾಲದ ಹರಿವಿನೊಂದಿಗೆ ಅವರೆಲ್ಲರೂ ಕಲಿತು ಸರಿದು ಹೋಗಿ ಎಲ್ಲೋ ತಂತಮ್ಮ ನೆಲೆ ಕಂಡುಕೊಂಡಿದ್ದಾರೆ. ಕೆಲವರು ನನಗೆ ಮನಸ್ಸಿನಲ್ಲಿ ಸ್ಥಾನ ಕೊಟ್ಟರು. ಕೆಲವರು ಹೃದಯದಲ್ಲಿ...! ಈತ ಮಾತ್ರ ಅಂತರಂಗದಲ್ಲಿ ನನ್ನನ್ನು ಇಟ್ಟುಕೊಂಡಿದ್ದಾನೆ. ಇಷ್ಟು ವರ್ಷಗಳು ಕಳೆದರೂ ಈ ಧನಪಾಲನಲ್ಲಿ ನನ್ನ ಬಗ್ಗೆ ಅದೇ ವಿಧೇಯತೆ, ಪ್ರೀತಿ, ಗೌರವ, ನಿಷ್ಠೆ. ನಾನು ಕೋಣೆಯಿಂದ ಬಂದು ಧನಪಾಲನನ್ನು ಒಳಗೆ ಬರಮಾಡಿಕೊಂಡೆ. ಅವನು ಬರುವಾಗ ಎಂದಿನಂತೆ ತಂದ ಹಣ್ಣುಗಳನ್ನು ನೀಡಿ ಕಾಲು ಮುಗಿದು ನಂತರ ಕೈ ಕಟ್ಟಿ ದೂರ ನಿಂತ.

"ಕೂತ್ಕೋ... ಧನಪಾಲ... ಹೇಗಿದ್ದೀಯಾ...?" ಎಂದು ಪ್ರೀತಿಯಿಂದ ವಿಚಾರಿಸಿಕೊಂಡೆ. ಧನಪಾಲ ಎದುರಿನ ಆಸನದಲ್ಲಿ ಮುಜುಗರದಿಂದ ಮುದುರಿಕೊಂಡೇ ಭಯಭಕ್ತಿಯಿಂದ ಕುಳಿತುಕೊಂಡ.

"ಯಾಕೋ ಇಷ್ಟೆಲ್ಲಾ ಕಷ್ಟ ತಗೋತೀಯಾ...? ಹೋದ ಸಲನೇ ಹೇಳಿದ್ನಲ್ವಾ...? ಇದೆಲ್ಲಾ ಬೇಡವೆಂದು...?" ಎಂದೆ ಆಕ್ಷೇಪದ ದನಿಯಲ್ಲಿ.

"ಗುರುಗಳೇ... ನಿಮ್ಮ ಕೃಪೆಯಿಂದ ಒಳ್ಳೇ ವಿದ್ಯಾರ್ಥಿಯಾಗಿ ಮುಂದುವರೆದೆ... ನನ್ನಂತೆ ಹಾದಿ ತಪ್ಪಿದ ಎಷ್ಟೋ ವಿದ್ಯಾರ್ಥಿಗಳಿಗೆ ಸರಿಯಾದ ಮಾರ್ಗದರ್ಶನ ತೋರಿಸಿದವರು ನೀವು... ನೀವು ಮರೆತರೂ ನಾವು ನಿಮ್ಮನ್ನು ಮರೆಯಬಾರದು... ಇವತ್ತು ನಿಮ್ಮ ಕೃಪೆಯಿಂದ ಒಳ್ಳೇ ಉದ್ಯೋಗ ಪಡೆದು ನೆಲೆ ಕಂಡಿದ್ದೇವೆ... ನಿಮ್ಮನ್ನು ಸದಾ ಸ್ಮರಿಸುತ್ತೇನಾದರೂ ಗುರು ಪೂರ್ಣಿಮೆಯ ದಿನ, ನಿಮ್ಮನ್ನು ಕಾಣಲು ನೆಪವಷ್ಟೇ... ಆದರೆ ಕಳೆದ ವರ್ಷ ನನ್ನ ಆರೋಗ್ಯ ಕೆಟ್ಟಿತು... ಆಸ್ಪತ್ರೆ ವಾಸ, ನಂತರ ವಿಶ್ರಾಂತಿ ಎಂದು ಆ ದಿನ ನನಗೆ ಬರಲಾಗಲಿಲ್ಲ. ಆದರೆ ಮನಸ್ಸು ತಡೆಯಲಿಲ್ಲ. ಇಷ್ಟು ವರ್ಷಗಳಿಂದ ನಡೆಸಿಕೊಂಡು ಬಂದ ಪರಿಪಾಠ... ಈ ಸಲ ಗುರು ಪೂರ್ಣಿಮೆಯ ದಿನ

ಬರಲಾಗದೇ ಮನಸ್ಸು ತಳಮಳಿಸುತ್ತಿತ್ತು... ಈಗ ಆರೋಗ್ಯ ಸುಧಾರಿಸಿದೆ... ಅದಿಕ್ಕೇ ಬಂದೆ..." ಅವನು ದೇಹದಲ್ಲಿ ತುಂಬಾ ಸೊರಗಿರುವುದು ಮೇಲ್ನೋಟಕ್ಕೇ ಎದ್ದು ಕಾಣುತ್ತಿತ್ತು. ಅಷ್ಟು ಕಷ್ಟದಲ್ಲಿಯೂ ನನ್ನನ್ನು ನೋಡಲು ಬಂದ ಧನಪಾಲನ ಪ್ರೀತಿಗೆ ನನ್ನ ಮನಸ್ಸು ಮೂಕವಾಯಿತು. ಒಬ್ಬ ಶಿಷ್ಯ ತನ್ನ ಗುರುವಿನ ಮೇಲೆ ಇಷ್ಟು ವರ್ಷಗಳಾದರೂ ಅದೇ ಗೌರವ, ಆದರ ಇರಿಸಿಕೊಂಡಿದ್ದಾನೆ ಎಂದರೆ ತಾನು ತನ್ನ ಕರ್ತವ್ಯವನ್ನು ಸರಿಯಾಗಿ ನಿರ್ವಹಿಸಿದ್ದೇನೆಂಬ ಸಾರ್ಥಕ ಭಾವವೂ ನನ್ನಲ್ಲಿ ಮೂಡಿತು.

'ಇದಕ್ಕಿಂತ ಹೆಚ್ಚಿಗೆ ಗುರುವಾಗಿ ತನಗೆ ಬೇರೇನು ಬೇಕು...' ಎನಿಸಿ ಹೃದಯ ತುಂಬಿ ಬಂದಿತು.

ಮೀರಾಗೂ ಈ ದೃಶ್ಯ ಪ್ರತೀ ವರ್ಷ ಕಾಣ ಸಿಗುವುದರಿಂದ ಆಕೆ ನಸು ನಗುತ್ತಲೇ ಉಪಹಾರ ತಂದಿತ್ತು ಧನಪಾಲನ ಬಳಿ ಔಪಚಾರಿಕವಾಗಿ ಮಾತನಾಡಿಸಿ, ಮತ್ತೆ ತನ್ನ ಕೆಲಸಗಳಲ್ಲಿ ನಿರತಳಾದಳು.

ಕುಶಲೋಪರಿಯ ನಂತರವೂ ಧನಪಾಲ ಎದ್ದು ಹೋಗದೇ ಏನೋ ಹೇಳಲು ಹವಣಿಸುತ್ತಿದ್ದದ್ದು, ಅವನ ತಳಮಳ ಅವನ ಅಂಗಭಾವದಲ್ಲಿ ಕಂಡು, "ಏನಾದರೂ ಹೇಳುವುದಿತ್ತೇ ಧನಪಾಲ...?" ಎಂದು ವಿಚಾರಿಸಿದೆ.

"ಅದೂ... ಹೌದು...! ನಿಮ್ಮಿಂದ ಒಂದು ಸಹಾಯ ಆಗಬೇಕಿತ್ತು ಗುರುಗಳೇ... ಹೇಗೆ ಕೇಳುವುದೆಂದು..." ಎಂದು ಮತ್ತೆ ಮಾತು ನಿಲ್ಲಿಸಿದ. ನಾನು ಪ್ರಶ್ನಾರ್ಥಕವಾಗಿ ಅವನತ್ತ ದಿಟ್ಟಿಸಿದೆ.

ಧನಪಾಲ ತುಸು ಹಿಂಜರಿಕೆಯಿಂದಲೇ ತನ್ನ ಅಪೇಕ್ಷೆಯನ್ನು ಹೊರಗೆಡವಿದ.

"ಅದೂ... ನನ್ನ ಮಗನದ್ದು ಈ ವರ್ಷ ಹತ್ತನೇ ತರಗತಿ ಮುಗಿಯುತ್ತದೆ... ನಿಮ್ಮ ಆದರ್ಶ ಕಾಲೇಜಿನಲ್ಲಿ ನನ್ನ ಮಗನಿಗೊಂದು ಸೀಟು ದೊರೆತರೆ ನನಗೆ ಅತ್ಯಂತ ಖುಷಿಯಾಗುತ್ತದೆ... ಇಲ್ಲಿ ಬಂದು ಹೀಗೆ ಕೇಳುವುದು ಸರಿಯಲ್ಲವೆಂದು ನನಗೆ ಗೊತ್ತು... ಆದರೆ ಅವನ ಅಪ್ಪನಾಗಿ ಅವನ ಭವಿಷ್ಯದ ದೃಷ್ಟಿಯಿಂದ ಯೋಚಿಸುವಾಗ ನಾನು ಸ್ವಾರ್ಥಿಯಾಗಿ ಬಿಡುತ್ತೇನೆ..." ಆತ ಮಾತು ಮುಗಿಸಿದಾಗ ನನ್ನ ಮುಖ ಬಿಳಚಿಕೊಂಡಿತು.

"ಆರೋಗ್ಯ ಏರುಪೇರಾಗಿ ಇದ್ದ ಉಳಿತಾಯವೆಲ್ಲವೂ ಖರ್ಚಾಗಿ ಹೋಗಿದೆ... ಹಾಗಾಗಿ ಫೀಸ್‌ನ ವಿಚಾರದಲ್ಲಿ ರಿಯಾಯಿತಿ ದೊರೆತರೆ ತುಂಬಾ ಉಪಕಾರವಾಗುತ್ತದೆ... " ಎಂದು ನುಡಿದು ಕೈ ಮುಗಿದ. ಅವನ ವಿನಂತಿಯಲ್ಲಿ ದೀನತೆಯೂ, ಮುಜುಗರವೂ ಎದ್ದು ಕಾಣುತ್ತಿತ್ತು.

ನಾನು ಮೌನ ಧರಿಸಿ ಕುಳಿತಿದ್ದೆ. ಇಂಥ ಒಂದು ಬಿನ್ನಹ ಧನಪಾಲನ ಮೂಲಕ ಬರಬಹುದೆನ್ನುವ ಕಲ್ಪನೆ ನನಗಿರಲಿಲ್ಲ. ಮುಖ್ಯವಾಗಿ ವಾಸುವಿನ

ಕಾಲೇಜಿನ ಚಟುವಟಿಕೆಗಳ ಬಗ್ಗೆ ನಾನು ತಲೆ ಹಾಕುವುದನ್ನು ಬಿಟ್ಟು ಯಾವುದೋ ಕಾಲವಾಗಿತ್ತು.

"ನನ್ನ ಮಗನಿಗೆ ಅದೇ ಕಾಲೇಜು ಬೇಕೆಂಬುದು ಹೆಬ್ಬಯಕೆ... ಮತ್ತು ಅಲ್ಲಿ ಕಲಿತರೆ ಅವನ ಜೀವನ ನಿಶ್ಚಿತವಾಗಿ ಒಂದು ನೆಲೆ ಕಾಣುತ್ತದೆ ಎಂಬುದು ನಿಚ್ಚಳವಾದ ಸತ್ಯ... ಅದರೆ ಫೀಸ್ ಕೊಡುವ ವಿಚಾರದಲ್ಲಿ ನಾನು ಸೋತು ಹೋಗಿದ್ದೀನಿ... ಇದೊಂದು ಉಪಕಾರ ನೀವು ಮಾಡಿದರೆ... ನನ್ನ ಜೊತೆ ನನ್ನ ಮಗನೂ ನಿಮಗೆ ಜೀವನ ಪರ್ಯಂತ ಕೃತಜ್ಞನಾಗಿರುತ್ತಾನೆ..." ಎಂದು ಧನಪಾಲ ದೀನವಾಗಿ ನುಡಿದು ಕೈ ಮುಗಿದ.

"ನನ್ನ ಕೈಲಿ ಏನಾಗುತ್ತದೋ... ನೋಡುತ್ತೇನೆ... ಭರವಸೆಯಂತೂ ಕೊಡಲಾರೆ. ಆದರೆ ಖಂಡಿತವಾಗಿ ಪ್ರಯತ್ನ ಮಾಡುತ್ತೇನೆ..." ಎಂದೆ.

"ನೀವು ಹೇಳಿದರೆ ವಾಸು ಇಲ್ಲವೆನ್ನುವುದಿಲ್ಲ... ನಿಮ್ಮನ್ನೇ ನಂಬಿದ್ದೇನೆ ಗುರುಗಳೇ... ದಯವಿಟ್ಟು ನನ್ನ ಕೈ ಬಿಡಬೇಡಿ..." ಎಂದು ಕೈ ಮುಗಿದು ನನ್ನ ಮೇಲೆ ದೊಡ್ಡ ನಂಬಿಕೆಯ ಹೊರೆ ಹೊರೆಸಿ ಹೊರಟು ಹೋದ. ಅವನ ಮಾತುಗಳು ನನ್ನನ್ನು ಧರ್ಮಸಂಕಟಕ್ಕೆ ಈಡು ಮಾಡಿತು. ಟ್ರಸ್ಟ್‌ನ ಸದಸ್ಯನಾಗಿದ್ದರೂ ಎಂದೂ ಅಲ್ಲಿನ ಆಡಳಿತ ವಿಷಯಕ್ಕೆ ತಲೆ ಹಾಕಿದವನಲ್ಲ. ಆದರ್ಶ ಕಾಲೇಜಿನ ಆಡಳಿತದಲ್ಲಿ ನನ್ನ ಹಸ್ತಕ್ಷೇಪವೇ ಇರಲಿಲ್ಲ. ತೋರುತ್ತೇನೆಂದರೂ ನನ್ನ ಮಗನಿಗೆ ಅದು ಇಷ್ಟವಾಗುವುದಿಲ್ಲವೆಂದು ನಾನು ಬಲ್ಲೆ. ಮತ್ತು ನೈತಿಕವಾಗಿ ಅದು ನನಗೆ ಸಾಧ್ಯವೂ ಆಗದ ಮಾತಾಗಿತ್ತು.

ಅಲ್ಲೇ ಇದ್ದ ಮೀರಾಳಿಗೆ ಎಲ್ಲವೂ ಅರ್ಥವಾಗಿತ್ತು. ಆಕೆ ಮಾತನಾಡದೇ ಪರಿಸ್ಥಿತಿಯ ಕಾವನ್ನು ಇನ್ನಷ್ಟು ಹೆಚ್ಚಿಸಿದಳು. ನಾನು ಮೌನವಾಗಿ ಮತ್ತೆ ನನ್ನ ಅಂತರಂಗದ ಕೋಣೆಯೊಳಗೆ ಬಂದು ಕುಳಿತುಕೊಂಡೆ. ನಂತರ, ಯಾವ ಪುಸ್ತಕಕ್ಕೂ ಕೈ ಹಚ್ಚಬೇಕೆನ್ನಿಸಲಿಲ್ಲ. ಧನಪಾಲನ ಆರ್ದ್ರತೆ, ಅವನು ನನ್ನ ಮೇಲೆ ಇಷ್ಟು ವರ್ಷಗಳಿಂದ ಇರಿಸಿಕೊಂಡಿದ್ದ ಗೌರವ, ಅವನ ಅಸಹಾಯಕತೆ, ಮಗನ ಭವಿಷ್ಯದ ಕಾಳಜಿ, ನಾನು ಸಹಾಯ ಮಾಡಿಯೇನು ಎಂಬ ಒಂದು ನಿರೀಕ್ಷೆ ಎಲ್ಲವೂ ಆ ಕ್ಷಣಕ್ಕೆ ಕಾಡಿತ್ತು.

ಆದರ್ಶ ಅಕಾಡೆಮಿ...!

ವಾಸು.

ಹೆಚ್ಚು ಕಲಿಯುತ್ತೇನೆಂದು ಅವನು ಅಪೇಕ್ಷಿಸಿದಾಗ ಆಗಷ್ಟೇ ಪತ್ನಿಯನ್ನು ಕಳೆದುಕೊಂಡು ಒಂಟಿಯಾಗಿದ್ದ ನನಗೆ ಮಗನನ್ನೂ ಶಿಕ್ಷಣದ ಹೆಸರಿನಲ್ಲಿ ದೂರ ಮಾಡಿಕೊಳ್ಳಲು ಸಾಧ್ಯವಿರಲಿಲ್ಲ. ಜೊತೆಗೆ ಆರ್ಥಿಕ ಪರಿಸ್ಥಿತಿಯೂ ಅಷ್ಟು ಅನುಕೂಲವಾಗಿರಲ್ಲ. ಮೌಲ್ಯಗಳನ್ನು ನೆಚ್ಚಿಕೊಂಡು ಜೀವನ ಸವೆಸಿದ ನಾನು ಇದ್ದುದ್ದರಲ್ಲೇ ಸಂತೃಪ್ತಿ ಹೊಂದಿದ್ದೆ. ಸಣ್ಣ ಶಾಲೆಯ ಅಧ್ಯಾಪನ ವೃತ್ತಿ ಉದರ

ಪೋಷಣೆಗೆ ಸಾಕಾಗಿತ್ತು. ಜೀವನದ ಅಗತ್ಯಗಳನ್ನು ಬರುವ ಆದಾಯಕ್ಕಷ್ಟೇ ಸೀಮಿತ ಮಾಡಿಕೊಳ್ಳುವುದು ನನ್ನ ಪತ್ನಿಗೂ ಅಭ್ಯಾಸವಾಗಿತ್ತು. ಹಾಗಾಗಿ ಭವಿಷ್ಯಕ್ಕೆಂದು ಏನೂ ಉಳಿತಾಯವಿಲ್ಲದೇ ಭಗವಂತ ಕಾಪಾಡಿಯಾನು ಎಂಬ ಬರವಸೆಯಲ್ಲಿ ಜೀವನ ಕಳೆದು ಹೋಗಿತ್ತು. ಪತ್ನಿ ಅಸೌಖ್ಯವಾಗಿ ಅಕಾಲಿಕವಾಗಿ ಮಡಿದಾಗ ಊರಿನವರು ವಿಶ್ವಾಸ ತೋರಿಸಿ ಅಂತ್ಯಕ್ರಿಯೆಯ ಎಲ್ಲಾ ವಿಧಿಗಳನ್ನು ಸ್ವಯಂ ಪ್ರೇರಣೆಯಿಂದ ನೋಡಿಕೊಂಡಿದ್ದರು. ತಮ್ಮ ಮಕ್ಕಳಿಗೆ ವಿದ್ಯಾದಾನ ಮಾಡಿದ ಮೇಷ್ಟ್ರು ಎಂಬ ವಿಶ್ವಾಸಕ್ಕೆ ಅವರು ತೋರಿದ ವಿಶ್ವಾಸ ಮರೆಯಲಾಗದಂಥದ್ದು. ಬೇಡದೇ, ದಿಕ್ಕು ತೋಚದೇ ನಿಂತಾಗ ಬಂದು ಉದಾರವಾಗಿ ಸಹಕಾರ ನೀಡಿದ್ದರು.

ಆದರೆ ಸ್ವಂತ ಮಗ ವಾಸುವಿನ ಭವಿಷ್ಯದ ಬಗ್ಗೆ ನಾನು ಯೋಚಿಸಿರಲೇ ಇಲ್ಲ. ಹೌದು,, ಅವನ ವಿಷಯದಲ್ಲಿ ನಾನು ಸೋತಿದ್ದೆ. ಪತ್ನಿಯನ್ನು ಕಳೆದುಕೊಂಡು ಮನಸ್ಸು, ಮನೆ ಬರಿದಾದ ಹೊತ್ತಲ್ಲಿ ಮಗನೂ ಕಲಿಕೆಯ ನೆಪದಲ್ಲಿ ದೂರಾದರೆ... ತನಗೆ ಯಾರಿದ್ದಾರೆ...? ಊರ ದಾನಿಗಳಲ್ಲಿ ವಿನಂತಿಸಿದರೆ ಅವನ ವಿಧ್ಯಾಭ್ಯಾಸಕ್ಕೆ ರಾಜಧಾನಿಯಲ್ಲಿ ವ್ಯವಸ್ಥೆ ಮಾಡಲು ಕಷ್ಟವೇನಿರಲಿಲ್ಲ. ಆದರೆ ಯಾರ ಮುಂದೆಯೂ ಇದುವರೆಗೂ ಕೈಯ್ಯೊಡ್ಡದ ಜೀವಕ್ಕೆ ಆತ್ಮಾಭಿಮಾನದ ಮುಂದೆ ಮಗನ ಭವಿಷ್ಯವೂ ಮಹತ್ವದೆನ್ನಿಸಿರಲಿಲ್ಲ.

ಅವನನ್ನು ಕರೆದು ನಾನು ಮನಸ್ಸು ಬಿಚ್ಚಿ ಮಾತನಾಡಿದ್ದೆ. ವಾಸು ಅರ್ಥ ಮಾಡಿಕೊಂಡಿದ್ದ. ಇತರ ವಿದ್ಯಾರ್ಥಿಗಳಿಗೆ ಭವಿಷ್ಯ ಕಲ್ಪಿಸುವ ಭರದಲ್ಲಿ ನನ್ನ ಮಗನ ಭವಿಷ್ಯವನ್ನು ಕಡೆಗಣಿಸಿದ್ದು ಬದುಕಿನ ವ್ಯಂಗ್ಯವೋ, ಪುತ್ರ ವಾತ್ಸಲ್ಯದ ಮೋಹದ ಹಂಗೋ... ಅರಿಯಲೇ ಇಲ್ಲ. ಅದರೆ ಅದೊಂದು ಅಪರಾಧಿ ಪ್ರಜ್ಞೆ ಇಂದಿಗೂ ಅವನು ಎದುರು ಬಂದು ನಿಂತಾಗ ಕಾಡುವುದು ಸುಳ್ಳಲ್ಲ. ಹಾಗಾಗಿ ಅವನೇನೇ ಹೇಳಿದರೂ ಮೌನವಾಗಿ ಒಪ್ಪಿ ಬಿಡುವುದು ನನಗೆ ದೌರ್ಬಲ್ಯವೂ, ಅಭ್ಯಾಸವೂ ಆಗಿದೆ.

ನಂತರ ನನಗೆ ಮನೆಪಾಠದ ತರಗತಿಗಳನ್ನು ತೆಗೆಯಲು ಆಗದಾಗೆಲ್ಲಾ ವಾಸುವಿಗೆ ಹೇಳುತ್ತಿದ್ದೆ. ಆಸಕ್ತಿಯಿಂದ ಅವನೂ ಪಾಠಗಳನ್ನು ಬೋಧಿಸುತ್ತಿದ್ದ. ವಿದ್ಯಾರ್ಥಿಗಳು ಹೆಚ್ಚಿದಂತೆಲ್ಲಾ ಮತ್ತೊಂದು ಕೋಣೆಯಲ್ಲಿ ಅವನು ಮನೆಪಾಠಗಳನ್ನು ತೆಗೆದುಕೊಳ್ಳುತ್ತಿದ್ದ. ಪೋಷಕರಿಗೆ ಹೊರೆ ಆಗುವಷ್ಟು ಹೆಚ್ಚಿನ ಶುಲ್ಕ ವಿಧಿಸದೇ ಮಕ್ಕಳಿಗೆ ನೆರವಾಗಲೆಂಬ ನಮ್ಮ ಧ್ಯೇಯಕ್ಕೆ ಅಪಾರ ಪೋಷಕರ ಗೌರವ ದೊರಕಿತ್ತು. ಕಡೆಗೆ ಜಾಗದ ಮತ್ತು ಸಮಯದ ಕೊರತೆಯ ಕಾರಣ, ಹೆಚ್ಚಿನ ವಿದ್ಯಾರ್ಥಿಗಳನ್ನು ನಿರ್ವಹಿಸಲಾಗದೇ ಕೈ ಬಿಡಬೇಕಾಯಿತು. ರಾತ್ರಿಯ ತನಕವೂ ಮಕ್ಕಳಿಗೆ ಮನೆ ಪಾಠ ನಡೆಯುತ್ತಲೇ ಇರುತ್ತಿತ್ತು. ಇದೆಲ್ಲವನ್ನೂ ಸೂಕ್ಷ್ಮವಾಗಿ ಅಭ್ಯಸಿಸಿದ ಮಗ ನನ್ನ ಬಳಿ ಸಲಹೆ

ಕೇಳಿದ್ದ. ಅವನಿಗೂ ಒಂದು ನೆಲೆ ದೊರಕಿಸಿಕೊಡಬೇಕಿತ್ತು. ಯಾವುದೋ ಮಳಿಗೆಯ ಮಹಡಿಯ ಮೇಲೆ ಅವನ ಕನಸಿನ ಆದರ್ಶ ಟ್ಯೂಶನ್ ಸೆಂಟರ್ ಶುರುವಾಯಿತು. ನಾನೂ ನಿತ್ಯ ಅಲ್ಲೇ ಹೋಗಿ ಪಾಠ ಕಲಿಸ ತೊಡಗಿದೆ. ಶಾಲೆಯಂತೆ ಅದೂ ಕೂಡಾ ಒಂದು ದಿನಚರಿಯಾಗಿ ಬಿಟ್ಟಿತು. ಸಂಜೆ ಪಾಠಕ್ಕೆ ಅವನು ಹೊರಗಿನ ಅಧ್ಯಾಪಕರನ್ನು ನೇಮಿಸಿದ. ಒಂದು ಶಾಲೆ ಹೇಗೆ ಕಾರ್ಯ ನಿರ್ವಹಿಸುತ್ತದೋ, ಅದೇ ಮಾದರಿಯಲ್ಲಿ ವಾಸುವಿನ ಟ್ಯೂಶನ್ ಸೆಂಟರ್ ಕಾರ್ಯ ನಿರ್ವಹಿಸತೊಡಗಿತು. ಮನೆ ಪಾಠ ಹೇಳಿ ಕೊಡುವಾಗಿನ ಆಪ್ತತೆ ಇಲ್ಲಿ ಕಳೆದು ಹೋಗಿದೆ ಎನಿಸಿತ್ತು. ಎಲ್ಲೋ ಏನೋ ದಿಕ್ಕು ತಪ್ಪುತ್ತಿದೆ ಎಂದು ಅಂತರಂಗಕ್ಕೆ ಅನ್ನಿಸತೊಡಗಿತ್ತು. ಮಗ ವಾಸು ತಪ್ಪದೇ ತಿಂಗಳಾರಂಭದ ದಿನ ನನ್ನ ಅಕೌಂಟಿಗೆ ಗೌರವಧನ ಜಮೆ ಮಾಡಿ ಬಿಡುತ್ತಿದ್ದ.

"ನನಗ್ಯಾಕೋ ಹಣ... ಇದು ನಮ್ಮದೇ ಸಂಸ್ಥೆ ಅಲ್ಲವೇ... ನಾನು ಪರಕೀಯನೇ...?" ಎಂದಾಗ,

"ನಿಮ್ಮ ಜಾಗದಲ್ಲಿ ಬೇರೆಯವರು ಕಲಿಸುವುದಾದರೆ ಅವರಿಗೆ ಸಂಬಳ ನೀಡಬೇಕಿತ್ತಲ್ಲವೇ...? ಈಗಲೂ ಈ ಸಂಸ್ಥೆಗೆ ಗೌರವ ಇರೋದು ನಿಮ್ಮ ಹೆಸರಿನಿಂದಲೇ... ಬೇಡ ಎನ್ನಬೇಡಿ..." ಎಂದಿದ್ದ.

ಬೇರೆ ಮಾತಿಗೆ ಅವಕಾಶ ಇರಲಿಲ್ಲ. ಕಾಲಕ್ರಮೇಣ ಆ ಸಂಸ್ಥೆಗೆ ಹೆಸರು, ಕೀರ್ತಿ ಬಂದಿತ್ತು.

ಒಂದು ದಿನ ವಾಸು ಬಂದು ಗಂಭೀರವಾಗಿ,

"ಅಪ್ಪಾ... ಇಷ್ಟು ದಿನ ನೀವು ಈ ಸಂಸ್ಥೆಗಾಗಿ ಬಹಳಷ್ಟು ಮಾಡಿದ್ದೀರಿ... ಇನ್ನು ನೀವು ವಿಶ್ರಾಂತಿ ತೆಗೆದುಕೊಳ್ಳಿ... ಈ ಆದರ್ಶ ಸಂಸ್ಥೆ ಇನ್ನು ನನ್ನ ಕೂಸು..." ಎಂದಿದ್ದ ನನಗೆ ಅದರಿಂದ ಬೇರ್ಪಡಲು ಮನಸ್ಸಿರಲಿಲ್ಲ. ನನ್ನ ಇಷ್ಟದ ಕೆಲಸ, ನನ್ನ ಪ್ರೀತಿಯ ವಿದ್ಯಾರ್ಥಿಗಳ ಒಡನಾಟವನ್ನು ಕಳೆದುಕೊಳ್ಳಲು ನನಗೆ ಮನಸ್ಸಿರಲಿಲ್ಲ. ಆದರೆ ಮಗನ ಮಾತಿಗೆ ವಿರುದ್ಧವಾಗಿ ಆಡಲಾರದೇ ಸುಮ್ಮನಾಗಿದ್ದೆ.

ಗುರುವಾಗಿ, ವಿದ್ಯಾರ್ಥಿಗಳ ಶ್ರೇಯಸ್ಸೇ ನನ್ನ ಮೊದಲ ಆದ್ಯತೆ ಆಗಿದ್ದರೂ ಕೂಡಾ, ದಿನದ ಅಂತ್ಯದಲ್ಲಿ ನಾನೊಬ್ಬ ತಂದೆಯೆನ್ನುವುದು ಸುಳ್ಳಲ್ಲ. ಅವನ ಮನಸ್ಸಿಗೆ ನೋಯಿಸಲು ಇಚ್ಛಿಸದೇ ಒಪ್ಪಿಕೊಂಡಿದ್ದೆ. ಮರ ಹಣ್ಣು ಕೊಡಲಾರಂಭಿಸಿದ ಬಳಿಕ ಇಷ್ಟು ಕಾಲ ಕಾಂಡವನ್ನು ಸಂರಕ್ಷಿಸಿ ಬಲಿತ ತೊಗಟೆಯ ಹಂಗು ಇರುವುದಿಲ್ಲ. ಎಲ್ಲರಿಗೂ ಹಣ್ಣುಗಳ ಮೇಲಷ್ಟೇ ಕಣ್ಣು...!

ಹಾಗೆಂದು ನಾನು ಕುರುಡು ಮೋಹವಿರಿಸಿಕೊಂಡ ಆ ಗುರು ದ್ರೋಣಾಚಾರ್ಯನಲ್ಲ. ವಾಸು, ಮತಿ ಭ್ರಷ್ಟನಾದ ಅಶ್ವತ್ಥಾಮನೂ ಅಲ್ಲ. ಬದುಕಿನ ಯುದ್ಧದಲ್ಲಿ ಅವನು ಜಯ ಸಾಧಿಸಲು ಅವನಿಗೆ ಬೇಕಾದ ವಿದ್ಯೆ,

ದಾರಿ ತೋರಿಸಲು ನಾನು ಅಸಮರ್ಥನಾಗಿದ್ದೆ. ಆದರೆ ವಾಸು ಸೋಲಲಿಲ್ಲ. ತನ್ನ ಇತಿಮಿತಿಗಳ ಚಕ್ರವ್ಯೂಹಗಳನ್ನು ಅವನು ಬೇಧಿಸಿದ್ದ. ನೆಲೆ ಕಾಣುವ ಹಾದಿ ಮಾಡಿಕೊಂಡು ಗೆದ್ದು ಹೊರಬಂದಿದ್ದ. ಅದರ ಫಲವೇ ಆದರ್ಶ ಅಕಾಡೆಮಿ. ಈಗ ರಾಜ್ಯದ ಅಗ್ರ ಸ್ಥಾನದಲ್ಲಿರುವ ವಿದ್ಯಾ ಸಂಸ್ಥೆ ಎಂದು ಮಾನ್ಯತೆ ಪಡೆದಿರುವ ಸಂಸ್ಥೆ. ಖುಷಿ ಎಂದರೆ ಅವನು ನನ್ನ ಹಾದಿಯಲ್ಲೇ ನಡೆದು ಬಂದಿದ್ದು. ವಿದ್ಯಾರ್ಥಿಗಳ ಭವಿಷ್ಯಕ್ಕೆ ದಾರಿ ಮಾಡಿಕೊಡುವ ನಿಟ್ಟಿನಲ್ಲಿ ನಡೆದದ್ದು. ನನ್ನ ಕನಸಿನ ಚುಕ್ಕಾಣಿ ಹಿಡಿದು ಮುಂದೆ ಸಾಗಿದ್ದು. ವಿದ್ಯಾರ್ಥಿಗಳ ಬದುಕಿನಲ್ಲಿ ಬೆಳಕು ಮೂಡಿಸಲು ದೀವಿಗೆ ಹಿಡಿದು ನಿಂತಿದ್ದು...!

ನಾನು ಪ್ರೀತಿಯಿಂದ ಬಡ ವಿದ್ಯಾರ್ಥಿಗಳಿಗೆಂದು ಆರಂಭಿಸಿದ ಆ ಪುಟ್ಟ ಗೂಡು ಈಗ ನನ್ನ ಮಗನ ಆಡಳಿತದಲ್ಲಿ ಹೆಮ್ಮರವಾಗಿ ದೊಡ್ಡ ಸಂಸ್ಥೆಯಾಗಿ ಅನೇಕ ವಿದ್ಯಾರ್ಥಿಗಳ ಭವಿಷ್ಯ ಕಲ್ಪಿಸುವ ನೆಲೆಯಾಗಿ ಬೆಳೆದಿದೆ. ಎರಡು ವರ್ಷಗಳು ಇಲ್ಲಿ ಕಲಿತು ಮಕ್ಕಳು ತಮ್ಮ ಆಸಕ್ತಿಯ ಹಾದಿ ಹಿಡಿದು ಮುಂದಿನ ಭವಿಷ್ಯದ ರೆಕ್ಕೆ ಕಟ್ಟಿಕೊಂಡು ಹಾರಿ ಬಿಡುತ್ತಾರೆ. ಇಲ್ಲಿರುವ ಆ ಎರಡು ವರ್ಷಗಳಿಗೆ ಆ ಕನಸಿನ ರೆಕ್ಕೆಗಳು ಬಲಿಯಲು ಬೇಕಾದ, ತೆರೆದ ಆಗಸದಲ್ಲಿ ತಮ್ಮದೇ ಪಥ ಕಂಡುಕೊಳ್ಳಲು, ಅವರ ಆಸಕ್ತ ಕ್ಷೇತ್ರಗಳಿಗೆ ಬೇಕಾದ ತರಬೇತಿ, ಶಿಸ್ತು, ಶಿಕ್ಷಣದ ಹೊಣೆ ಆದರ್ಶ ಅಕಾಡೆಮಿಯದ್ದು. ಆ ನಿಟ್ಟಿನಲ್ಲಿ ಮಗನ ಸಂಸ್ಥೆ ರಾಜ್ಯದ ಬೇಡಿಕೆಯ ಸಂಸ್ಥೆಯಾಗಿ ಬೆಳೆದು ನಿಂತಿರುವುದು ನಿಜಕ್ಕೂ ಒಂದು ಹೆಮ್ಮೆಯ ಸಂಗತಿ. ಈ ಸಂಸ್ಥೆಯಲ್ಲೇ ಕಲಿಯಬೇಕೆಂದು ಬಯಸಿ ರಾಜ್ಯದ ಎಲ್ಲಾ ಮೂಲೆಗಳಿಂದ ಪೋಷಕರು ತಮ್ಮ ಮಕ್ಕಳ ಭವಿಷ್ಯದ ಕಾಳಜಿಯಿಂದ ಇಲ್ಲಿಗೆ ತಂದು ದಾಖಲಿಸುತ್ತಾರೆ. ಎಲ್ಲೋ ಮನೆಯ ನಾಲ್ಕು ಗೋಡೆಗಳ ನಡುವೆ ಆತ್ಮೀಯತೆ ಮತ್ತು ಸೇವಾ ಮನೋಭಾವದಿಂದ ಆರಂಭಿಸಿದ ಸಂಸ್ಥೆ ಈಗ ನಗರದ ಹೊರ ವಲಯದ ದೊಡ್ಡ ವಿಸ್ತೀರ್ಣದ ಜಾಗದಲ್ಲಿ ಬೃಹತ್ ಕಟ್ಟಡದಲ್ಲಿ ತಲೆಯೆತ್ತಿ ನಿಂತಿದೆ. ಆ ಸಂಸ್ಥೆ ಈಗ ನನ್ನ ಹೆಜ್ಜೆಗುರುಗಳೇ ಕಳೆದುಹೋದಷ್ಟು ಬದಲಾಗಿದೆ. ಕಾಲದ ಹೊಡೆತದಲ್ಲಿ, ಆಧುನಿಕತೆಯ ಭರಾಟೆಯಲ್ಲಿ ಪರಿಸ್ಥಿತಿಗಳು ಬದಲಾಗಿ ಹೋಗಿವೆ. ವಾಸು ಈಗ ನನ್ನ ಕೈಗೇ ಸಿಗದಷ್ಟು ಬಿಡುವಿರದ ಮನುಷ್ಯನಾಗಿದ್ದಾನೆ. ಅವನ ಜೀವನ ಹೀಗೆ ಸಿನಿಮೀಯ ರೀತಿಯಲ್ಲಿ ಬದಲಾಗಬಹುದು, ಅವನ ಸಾಮರ್ಥ್ಯಗಳು ನನ್ನ ಕಲ್ಪನೆಗೂ ಮೀರಿದ ಮಟ್ಟವನ್ನು ಹೊಂದಿದ್ದವೆಂದು ಸ್ವತ: ನನಗೇ ಅರಿವಿರಲಿಲ್ಲ. ಅವನ ಅಂತರ್ಮುಖತ್ವದಲ್ಲಿ, ಮೌನದಲ್ಲಿ ಏನೇನು ಅಡಗಿತ್ತೋ, ನಾನು ಗಮನ ಹರಿಸಲೇ ಇಲ್ಲ. ಪ್ರತಿಯೊಬ್ಬ ತಂದೆಯಂತೆ ಮಗನ ಏಳಿಗೆಯನ್ನು ಹೆಮ್ಮೆಯಿಂದ ಆನಂದಿಸುವ ತಂದೆಯ ಸ್ಥಿತಿ ನನ್ನದು. ಅವನ ಛಲ, ಪರಿಶ್ರಮ, ಸಾಹಸ ಪ್ರವೃತ್ತಿ ಅವನನ್ನು ಈ ಸ್ಥಾನಕ್ಕೆ ತಂದು ನಿಲ್ಲಿಸಿದೆ. ವಾಸುವಿಗೆ ನನ್ನ

ಬಗ್ಗೆ ಅಪಾರ ಗೌರವವಂತೂ ಇದೆ. ತಂದೆಗಿಂತಲೂ ಅವನು ನನ್ನನ್ನು ಶಿಕ್ಷಕನಾಗಿ ನೋಡುತ್ತಾನೇನೋ ಎಂದು ಕೆಲವೊಮ್ಮೆ ಅನ್ನಿಸಿ ಬಿಡುತ್ತದೆ. ಆ ಅಂತರ ಬಹುಶ: ಎಲ್ಲಾ ತಂದೆ ಮತ್ತು ಗಂಡು ಮಕ್ಕಳಲ್ಲಿ ಇದ್ದೀತು. ಬೆಳೆಯುವ ವಯಸ್ಸಿನಲ್ಲಿ ತಾಯಿಯನ್ನು ಕಳೆದುಕೊಂಡು ಅವನು ತನ್ನ ಮನದ ಭಾವನೆಗಳನ್ನು ಹಂಚಿಕೊಳ್ಳಲು ಯಾರೂ ಇಲ್ಲದೇ ಹೇಗೆ ಆ ಹಂತಗಳನ್ನು ದಾಟಿದನೋ...! ಮಗನ ಈ ವಿಷಯದಲ್ಲೂ ನಾನು ಕುರುಡಾಗಿದ್ದೆ. ಪತ್ನಿಯ ವಿಯೋಗವನ್ನು ನಾನು ಮಕ್ಕಳ ಕಲಿಸುವ ನೆಪದಲ್ಲಿ ಕಳೆದುಕೊಂಡೆ. ಆದರೆ ವಾಸು ಏನು ಮಾಡಿದನೋ... ಅವನಿಗೆ ನಾನು ಎಂದೂ ಸಮಯ ಕೊಡಲೇ ಇಲ್ಲ. ಆ ಅಂತರ ಈಗಲೂ ನಮ್ಮಿಬ್ಬರ ನಡುವೆ ಇದ್ದೀತು. ಅಗತ್ಯತೆಗಷ್ಟೇ ಸಂಹವನ ಸೀಮಿತವಾಗಿದೆ. ಅವನೂ ಏನೂ ಹೇಳಿಕೊಳ್ಳದಷ್ಟರ ಮಟ್ಟಿಗೆ ಬೆಳೆದಿದ್ದಾನೆ, ಆರ್ಥಿಕವಾಗಿಯೂ, ಬೌದ್ಧಿಕವಾಗಿಯೂ, ಅನುಭವದಲ್ಲೂ. ಅವನ ಓಡಾಟ ಈಗ ದೊಡ್ಡ ವ್ಯಕ್ತಿಗಳ ನಡುವೆ. ಕೆಲವು ಮಂತ್ರಿಗಳೂ ಇವನಿಗೆ ಆಪ್ತರು. ಅವರನ್ನು ಮನೆಗೂ ಕೆಲವೊಮ್ಮೆ ಉಪಹಾರಕ್ಕೆ ಕರೆದು ಸತ್ಕರಿಸುತ್ತಾನೆ. ಸಾಮಾಜಿಕವಾಗಿಯೂ ದೊಡ್ಡ ಮಟ್ಟದಲ್ಲಿ ಏರಿರುವ ವಾಸುವಿನ ಬಗ್ಗೆ ಹೆಮ್ಮೆ ಪಡಲೇ, ನಮ್ಮಿಂದ ಮಾನಸಿಕವಾಗಿ ದೂರವಾಗಿದ್ದಾನೆ ಎಂದು ಕಳವಳ ಪಡಲೇ ಕೆಲವೊಮ್ಮೆ ಅರ್ಥವಾಗುವುದಿಲ್ಲ. ಹಾಗಾಗಿ ಧನಪಾಲನ ಬೇಡಿಕೆಯನ್ನು ಈಡೇರಿಸಿ ಕೊಡುತ್ತೇನೆಂಬ ನಂಬಿಕೆ ನನಗೇ ಇರಲಿಲ್ಲ.

ಅಧ್ಯಾಯ-2

ತಂದೆಯಾಗಿ ನಾನೇ ಮಗನ ಬಳಿ ಅಂತರ ಸೃಷ್ಟಿಸಿಕೊಂಡಿರುವಾಗ ಇನ್ನು ಸಹಪಾಠಿಯಾಗಿ ಧನಪಾಲ ವಾಸುವಿನ ಬಳಿ ತನ್ನ ಕೋರಿಕೆಯಿಡಲು ಹಿಂಜರಿದದ್ದು ಸಹಜವೇ. ವ್ಯಕ್ತಿ ಸಾಮಾಜಿಕವಾಗಿ ಉನ್ನತಿಗೆ ಏರಿದಂತೆಲ್ಲಾ ತನ್ನವರಿಂದ ದೂರವಾಗುತ್ತಾನೆಯೇ...? ಏಕೋ ಈ ಪ್ರಶ್ನೆ ಗಾಢವಾಗಿ ಕಾಡಿತ್ತು. ವಾಸು ನನ್ನ ಬಳಿ ಮುಕ್ತವಾಗಿ ಮಾತನಾಡಿ ಯಾವ ಕಾಲವಾಯಿತು...! ಅವನು ಅವನದ್ದೇ ಲೋಕದಲ್ಲಿ ಮಗ್ನ. ನನಗೆ ತೀರಾ ಅಪರಿಚಿತವಾದ ಲೋಕವದು. ಅಲ್ಲಿ ಸಂಚರಿಸಲು ನನಗೆ ಇಷ್ಟವೂ ಇಲ್ಲ. ವಾನಪ್ರಸ್ಥದಲ್ಲಿರುವ ನನಗೆ ಆ ಲೌಕಿಕವಾದ ಸಂಗತಿಗಳು ಬೇಡವೆಂದೇ ನಾನು ತಟಸ್ಥನಾಗಿದ್ದೆ. ಯಾವುದೇ ರೀತಿಯ ಸಣ್ಣ ಘರ್ಷಣೆಗೂ ಒಳಗಾಗದ ತಟಸ್ಥ ನೀರಿನಂತೆ ನನ್ನನ್ನು ನಾನು ಹಿಡಿದಿಟ್ಟುಕೊಂಡಿದ್ದೆ. ಜೀವನದಲ್ಲಿ ಯಾವ ಧಕ್ಕೆಗೂ ಆಸ್ಪದವಿರಲಿಲ್ಲ. ಹೀಗಿರುವಾಗ ಧನಪಾಲನ ಕೋರಿಕೆಯನ್ನು ವಾಸುವಿನ ಮುಂದೆ ಹೇಗಿಡಲಿ...? ಅವನು ಒಪ್ಪಿಯಾನೇ...? ತಿರಸ್ಕರಿಸುವನೇ...? ಅಥವಾ ತಾನು ಕೇಳುವುದು ಸರಿಯಾಗುತ್ತದೆಯೇ...?

ಧನಪಾಲನ ಆರ್ದ್ರ ನೋಟ, ಅಸಹಾಯಕತೆ ನನ್ನ ಕಣ್ಣ ಮುಂದೆ ಬಂದಿತ್ತು. ಪ್ರತೀ ತಂದೆಯಂತೇ ಅವನೂ ಮಗನ ಭವಿಷ್ಯದ ಬಗ್ಗೆ ನೂರಾರು ಕನಸುಗಳನ್ನು ಹೊತ್ತಿದ್ದಾನೆ... ಅದು ಸಹಜ ಕೂಡಾ... ಹಾಗಿರುವಾಗ ಮಾನವೀಯ ನೆಲೆಯಲ್ಲಿ ತಾನೊಂದು ಪ್ರಯತ್ನ ಮಾಡಬೇಕು... ತನ್ನ ಮಾತನ್ನು ವಾಸು ತಳ್ಳಿ ಹಾಕುವವನಲ್ಲ...' ಎನ್ನುವ ನಂಬಿಕೆ ಇತ್ತು.

ಮೆಲ್ಲನೇ ಕೆಳಗಿಳಿದು ಬಂದಾಗ ಕೆಲಸದಲ್ಲಿ ಮಗ್ನಳಾಗಿದ್ದ ಮೀರಾ ತಲೆಯೆತ್ತಿ, "ಏನಾದ್ರೂ ಬೇಕಿತ್ತಾ ಮಾವ...?" ಎಂದಳು.

"ವಾಸು ಬಂದರೆ ನನಗೆ ತಿಳಿಸು... ಸ್ವಲ್ಪ ಮಾತನಾಡುವುದಿದೆ..." ಎಂದೆ.

ಬರೀ ಗೋಣಾಡಿಸಿದಳು. ಯಾವ ವಿಷಯ ಎಂದು ಅವಳಿಗೆ ಹೊಳೆದಿರಬೇಕು. ಆದರೂ ತನ್ನ ಭಾವನೆಗಳನ್ನು ಅವಳು ಹೊರ ಹಾಕಲಿಲ್ಲ. ಅವಳಿಗೆ ಹಾಗೆ ಬದುಕುವುದು ಅಭ್ಯಾಸವಾಗಿದೆ ಎಂದು ನನಗೆ ಅರಿವಿದೆ. ಕೇಳಿದರೆ ಅಥವಾ ತೀರಾ ಅನಿವಾರ್ಯವಿದ್ದರೆ ಮಾತ್ರ ಅವಳು ಮಾತನಾಡುತ್ತಾಳೆ. ಎಷ್ಟೊಂದು ಲವಲವಿಕೆಯ ಹುಡುಗಿಯಾಗಿದ್ದಳು ಈ ಮೀರಾ. ಪಕ್ಕದೂರಿಗೆ ಹೋದಾಗ ಅಲ್ಲಿನ ಅಧ್ಯಾಪಕರ ಮಗಳಾದ ಇವಳನ್ನು ಕಂಡಾಗ ಒಂದೇ ನೋಟಕ್ಕೆ ಅಕ್ಕರೆ ಮೂಡಿತ್ತು. ಅಳೆದು ತೂಗಿ ನೋಡಿದಾಗ ನಮ್ಮ ಮನೆಗೆ ಹೇಳಿ ಮಾಡಿಸಿದ ಹುಡುಗಿ ಎನಿಸಿತ್ತು. ಅವಳು ಪಾದರಸದಂತೆ ಚುರುಕು ಎಂದು, ಮನೆಯನ್ನು ಅಚ್ಚುಕಟ್ಟಾಗಿ ಸಂಭಾಳಿಸಿಕೊಂಡು ಹೋಗುತ್ತಾಳೆ ಎಂದು ನಾನೇ ನೋಡಿ, ಒಪ್ಪಿ ವಾಸುವಿಗೆ ತೋರಿಸಿ ಮಾಡಿಸಿದ ಸಂಬಂಧ. ಅವನೂ ಒಪ್ಪಿಗೆ ನೀಡಿದ್ದ. ಸುಸೂತ್ರವಾಗಿ ಮದುವೆ ನಡೆದು ಹೋಗಿತ್ತು. ಆರಂಭದಲ್ಲಿ ಮನೆ ತುಂಬಾ ಓಡಾಡಿಕೊಂಡಿದ್ದ ಹುಡುಗಿ ಬರುಬರುತ್ತಾ ಏಕೋ ಗಂಭೀರಳಾಗಿದ್ದಳು. ಗಂಡು ಮಗ ಹುಟ್ಟಿದ ಬಳಿಕ ಮಗನೇ ಅವಳ ಪ್ರಪಂಚವಾಗಿತ್ತು. ವಾಸು ಹುಟ್ಟು ಹಾಕಿದ ಅಕಾಡೆಮಿ ಇಟ್ಟಿದ್ದ ಹೆಸರನ್ನೇ ಮಗನಿಗೂ ಇಟ್ಟಿದ್ದ... ಮೀರಾ ಮನೆಗೆ ಕಾಲಿಟ್ಟ ಫಳಿಫೆಯೋ ಅಥವಾ ಆದರ್ಶ ಹುಟ್ಟಿದ ನಂತರವೋ, ವಾಸುವಿನ ಬದುಕು ಆರೋಹಣದ ಹಾದಿ ಹಿಡಿದಿತ್ತು. ಅವನ ಓಡಾಟ ಹೊರಗೆ ಹೆಚ್ಚಾಗಿದ್ದು ಮನೆಗೆ, ಮನೆಯವರಿಗೆ ಸಮಯ ನೀಡುವುದು ಕಡಿಮೆಯಾಗಿತ್ತು. ಅದೇ ಕಾರಣವೋ ಏನೋ, ಮೀರಾ ಅಂತರ್ಮುಖಿಯಾಗಿದ್ದಳು. ಅವಳ ಮೌನ ಕ್ರಮೇಣ ಗಾಂಭೀರ್ಯ ಎನಿಸಿಕೊಂಡಿತ್ತು, ಆದರ್ಶನ ಲಾಲನೆ ಪಾಲನೆಯೇ ಅವಳ ಜಗತ್ತಾಗಿತ್ತು. ಈ ಹೊಸ ಮನೆ ಕಟ್ಟಿ ಇಲ್ಲಿಗೆ ಬಂದ ನಂತರವೂ ಸಂಬಂಧಗಳು ಬದಲಾಗಲಿಲ್ಲ. ವಾಸು ಹೆಚ್ಚು ಸಮಾಜಮುಖಿಯಾಗಿ ಗುರುತಿಸಿಕೊಳ್ಳುತ್ತಿದ್ದ. ಅವನು ಅದನ್ನು ಹೆಚ್ಚು ಇಷ್ಟ ಪಡುತ್ತಿದ್ದನೆಂಬ ಕಾರಣಕ್ಕೇ ಅವನು ಆ ಚಟುವಟಿಕೆಗಳಲ್ಲಿ ಹೆಚ್ಚು ತೊಡಗಿಸಿಕೊಳ್ಳುತ್ತಿದ್ದ. ಎಷ್ಟೋ ಸಲ ವಾಸುವನ್ನು ಕರೆದು ಕುಳ್ಳಿರಿಸಿ ಮನೆಗೆ, ಪತ್ನಿ ಮಗನಿಗೆ ಸಮಯ ಕೊಡು ಎಂದು ಹೇಳಬೇಕೆಂದು ಕೊಳ್ಳುತ್ತೇನೆ. ಅಲ್ಲದೇ ಆ ನೆಪದಲ್ಲಿ ನಾನೂ ಅವನೊಂದಿಗೆ ಕುಳಿತು ಮಾತನಾಡಲು ಆಸ್ಪದವಾಗುತ್ತದೆ ಎಂದುಕೊಳ್ಳುತ್ತೇನೆ. ನಾವಿಬ್ಬರೂ ಜೊತೆಗೆ ಕುಳಿತು ಮನಬಿಚ್ಚಿ ಮಾತನಾಡಿ ಯುಗವಾಯಿತೇನೋ...! ಮದ್ದೂರಿನ ಹಳೆಯ ಮನೆಯಲ್ಲಿ, ಕೆಂಪು ಗಾರೆಯ ನೆಲದ ಮೇಲೆ ಚಾಪೆ ಹಾಕಿ ಕುಳಿತು ಜೊತೆಗೆ ಗಂಜಿ,

ಉಪ್ಪಿನಕಾಯಿ ಉಂಡ ದಿನಗಳು ಎಷ್ಟೋ ಖುಷಿ ನೀಡುತ್ತಿದ್ದವು. ಆಗ ಕನಿಷ್ಟ ಜೊತೆಯಲ್ಲಾದರೂ ಇರುತ್ತಿದ್ದೆವು. ಎಲ್ಲಾ ಕೆಲಸಗಳನ್ನು ಹಂಚಿಕೊಂಡು ಮಾಡಿ ಮುಗಿಸಿ ಬಿಡುತ್ತಿದ್ದೆವು. ಸ್ವಲ್ಪ ಹೊತ್ತು ಅಂಗಳದಲ್ಲಿ ತಣ್ಣಗೆಯ ಗಾಳಿಗೆ ಮೈಯ್ಯೊಡ್ಡಿ ಚಂದಿರನ ನೋಡುತ್ತ, ತಾರೆಗಳ ಮಿನುಗುವುದನ್ನು ನೋಡುತ್ತಾ ಮನಸ್ಸಿಗೆ ಆಹ್ಲಾದವನ್ನು ತುಂಬಿಕೊಂಡು ಸುಖ ಅನುಭವಿಸುತ್ತಾ ಹೊರಗಿನ ಹಜಾರದಲ್ಲಿ ನಿದ್ದೆಯ ಮಡಿಲಿಗೆ ಜಾರುತ್ತಿದ್ದೆವು. ಕಣ್ತುಂಬಾ ನಿದ್ದೆ, ಸರಳ ಜೀವನ ಅಭ್ಯಾಸವಾಗಿತ್ತು. ಆಗಲೂ ಹೆಚ್ಚು ಸಂಹವನ ನಮ್ಮ ನಡುವೆ ಇರದಿದ್ದರೂ ಮನಸ್ಸುಗಳು ಬೆರೆತಿದ್ದವು. ವಾಸು ಜೊತೆಗೆ ಇದ್ದಾನೆಂಬ ಸಮಾಧಾನ ಇತ್ತು.

ಆದರೆ ಈಗ...? ಹತ್ತಿರವಿದ್ದರೂ ಮನಸ್ಸಿಗೆ ದೂರ.

ಇದೇ ಪರಿಸ್ಥಿತಿ ಮೀರಾಳಿಗೂ ಇರಬಹುದು... ಆದರೆ ಬಾಯಿ ಬಿಟ್ಟು ಹೇಳಲಾರಳೇನೋ...? ನನಗಿಂತಲೂ ವಾಸುವನ್ನು ನೆಚ್ಚಿಕೊಂಡು ಬಂದ ಅವಳಿಗೆ ಆಸೆಗಳು ನೂರಿರಬಹುದು... ಅವಳ ಮೌನಕ್ಕೆ ಇದೇ ಕಾರಣವಿರಬಹುದೇ...?

ಏಕೋ ಅವಳನ್ನು ಎದುರಿಸಲು ಕಷ್ಟವಾಯಿತು. ಇನ್ನು ಪ್ರಶ್ನಿಸುವ ನೈತಿಕತೆಯೇ ಇರಲಿಲ್ಲ. ಅಲ್ಲಿಂದ ಕದಲಿದೆ. ಸೋತ ಭಾವ ಮೈ ಮನಸ್ಸು ವ್ಯಾಪಿಸಿ ಖಿನ್ನನಾಗಿಸಿತು.

ಮೊಮ್ಮಗ ಆದರ್ಶ ಬೆಳಿಗ್ಗೆ ಶಾಲೆಗೆ ಹೋದರೆ ಸಂಜೆ ಮನೆಗೆ ಬರುತ್ತಿದ್ದ. ಮತ್ತೆ ಮನೆಪಾಠ ಎಂದು ಹೋದರೆ ಕತ್ತಲು ಕವಿದ ಬಳಿಕ ಹಿಂದಿರುಗುತ್ತಿದ್ದ. ಮತ್ತೆ ಶಾಲೆಯ ಬಾಕಿ ಕೆಲಸಗಳಿದ್ದರೆ ಮಾಡಿ ಉಂಡು ಮಲಗಿದರೆ ಬೆಳಿಗ್ಗೆಯಿಂದ ಮತ್ತದೇ ದಿನಚರಿ.

ನಮ್ಮ ಕಾಲದ ಶಿಕ್ಷಣ ಇಷ್ಟು ಒತ್ತಡದಾಯಕವೇನಾಗಿರಲಿಲ್ಲ. ಪಠ್ಯದ ಜೊತೆಗೆ ಪಠ್ಯೇತರ ಚಟುವಟಿಕೆಗಳಿಗೂ ಅಷ್ಟೇ ಮಹತ್ವ ಇರುತ್ತಿತ್ತು. ಇಷ್ಟು ಸಣ್ಣ ವಯಸ್ಸಿನ ಮಕ್ಕಳ ಮೇಲೆ ಕಲಿಕೆಯ ಹೆಸರಿನಲ್ಲಿ ಇಷ್ಟೆಲ್ಲಾ ಹೇರುವ ಅಗತ್ಯವಾದರೂ ಏನಿದೆ...? ಪಾಠದಲ್ಲಿರುವುದನ್ನು ಗ್ರಹಿಸುವ, ಅರ್ಥೈಸಿಕೊಳ್ಳುವ ಮುಗ್ಧ ಮನಸ್ಸುಗಳ ಮೇಲೆ ಇದೆಂಥ ಹೊರೆ ಎನಿಸುತ್ತಿತ್ತು. ಮಗನ ಕಲಿಕೆಯ ವಿಷಯದಲ್ಲಿ ವಾಸು ಬಹಳ ಕಟ್ಟುನಿಟ್ಟಾಗಿದ್ದ. ಕಳೆದ ಸಲದ ಪರೀಕ್ಷೆಯಲ್ಲಿ ಆದರ್ಶ ಸ್ವಲ್ಪ ಕಡಿಮೆ ಅಂಕ ಗಳಿಸಿದ್ದನೆಂದು ಅವನ ಮೇಲೆ ಕೂಗಾಡಿದ್ದ.

"ನನ್ನ ಮಗ ನೀನು... ಅದು ಹೇಗೆ ಕಡಿಮೆ ಮಾರ್ಕ್ಸ್ ತಗೊಂಡೆ...? ನನ್ನ ಮರ್ಯಾದೆ ಏನಾಗಬೇಕು...? ನಿನಗೆ ಟ್ಯೂಶನ್‌ಗೆ ಹಾಕಿಯೂ ಕಡಿಮೆ ಯಾಕೆ...? ಈ ಥರ ಆದರೆ ನಂತರ ಕಷ್ಟವಾಗುತ್ತೆ... ನೀನು ಯಾವಾಗಲೂ

ದಿ ಬೆಸ್ಟ್ ಇರಬೇಕು...! ಏನಾದರೂ ಸಾಧಿಸುವ ಹಸಿವು, ಛಲ ಇರದಿದ್ದರೆ ಮನುಷ್ಯ ಉಪಯೋಗವಿಲ್ಲ..." ಎಂದು ಹರಿ ಹಾಯ್ದಿದ್ದ.

ಹೇಳುವುದನ್ನೇ ತುಸು ಮೃದುವಾಗಿ ಬೇರೆ ರೀತಿಯಲ್ಲಿ ಹೇಳಿದ್ದರೆ ಚೆನ್ನಾಗಿರುತ್ತದೆ ಎನಿಸಿತ್ತು. ಪ್ರಯತ್ನವನ್ನು ಪಡದೇ ಸೋತರೆ ಆ ಮಾತುಗಳನ್ನು ಸ್ವೀಕರಿಸಬಹುದಿತ್ತು. ಆದರೆ ಪ್ರಯತ್ನಗಳ ಹೊರತಾಗಿಯೂ ದೊರಕದಿದ್ದರೆ ಏನು ಮಾಡಲು ಸಾಧ್ಯ...? ತಂದೆಯ ಕಠಿಣ ಮಾತುಗಳಿಗೆ ಆದರ್ಶ ಸಹಜವಾಗಿಯೇ ಮುದುಡಿ ಹೋಗಿದ್ದ. ಅದನ್ನು ಗ್ರಹಿಸಿ ನಾನು ನಾಲ್ಕು ಸಮಾಧಾನದ ಮಾತುಗಳನ್ನು ಆಡಲು ಹೋದಾಗ ಅದನ್ನು ಆಲಿಸುವ ಸಹನೆ ಕಳೆದುಕೊಂಡಿದ್ದ.

"ಅಜ್ಜ... ಪ್ಲೀಸ್... ನೀವು ಇನ್ನು ನನಗೆ ಬುದ್ಧಿ ಹೇಳಲು ಬರಬೇಡಿ... ಅಪ್ಪ ಬಯ್ದಿದ್ದೇ ಸಾಕು... ಶಾಲೆ, ಟ್ಯೂಶನ್, ಮನೆ ಬಿಟ್ಟರೆ ಎಲ್ಲಾದರೂ ಹೋಗುತ್ತೀನಾ ನಾನು...? ಎಲ್ಲರ ಬುದ್ಧಿವಂತಿಕೆ ಒಂದೇ ಥರ ಇರುತ್ತಾ...? ನನಗೆ ಈ ಕಲಿಕೆಯ ವ್ಯವಸ್ಥೆಯ ಮೇಲೆ ಜಿಗುಪ್ಸೆ ಬಂದು ಬಿಟ್ಟಿದೆ... ಈ ಪುಸ್ತಕದ ಓದಿನಿಂದ ನಾಳೆ ನಮ್ಮ ಭವಿಷ್ಯಕ್ಕೆ ಒಂದು ರೂಪಾಯಿಯ ಪ್ರಯೋಜನ ಇಲ್ಲ... ಇದನ್ನು ಯಾಕೆ ಹೇರುತ್ತಾರೋ ಗೊತ್ತಿಲ್ಲ... ಇದನ್ನು ಯಾರೂ ಬದಲಾಯಿಸಲು ಸಾಧ್ಯವಿಲ್ಲವಾ...?"

ಅವನ ಪ್ರಶ್ನೆಗೆ ಉತ್ತರವಿಲ್ಲದೆ ತಡಬಡಾಯಿಸಿದ್ದೆ.

"ನಾನು ಅಪ್ಪನ ಒತ್ತಾಯಕ್ಕೆ ಓದುತ್ತೇನೆ... ನನಗೆ ಸಾಮರ್ಥ್ಯ ಇದೆ... ಅದನ್ನು ನಿರೂಪಿಸುತ್ತಿದ್ದೇನೆ... ಆದರೆ ನನಗಾಗಿ ಅಲ್ಲ. ಅಪ್ಪನಿಗಾಗಿ... ನನ್ನ ಅಂಕೆಗಳು ಅವರ ಪ್ರತಿಷ್ಠೆಯ ಸಂಕೇತವಾಗಿದೆ... ಆದರೆ ಕೆಲವೇ ಪ್ರಶ್ನೆಗಳನ್ನು ಉತ್ತರಿಸಿ ದೊರೆತ ಅಂಕಗಳು ನಮ್ಮ ಸಾಮರ್ಥ್ಯದ ಅಳತೆಗೋಲೇ... ಹೇಳಿ ಅಜ್ಜ...? ಜೀವನವನ್ನು ಅವು ನಿರ್ಧರಿಸುವುದು ಹಾಸ್ಯಾಸ್ಪದ... ಆದರೆ ವ್ಯವಸ್ಥೆಯೇ ಹಾಗಿದೆ... ಶಿಕ್ಷಣ ಹಣಕ್ಕೆ ಅಂದರೆ ಸಂಬಳಕ್ಕೆ ಪರಿವರ್ತಿಸಬೇಕು... ಶಿಕ್ಷಣದ ಉದ್ದೇಶ ಅಲ್ಲಿಗೆ ಸೀಮಿತವಾಗಿದೆ..."

ನಾನು ದಿಗ್ಮೂಢನಾಗಿ ಆದರ್ಶನ ಕಡೆಗೆ ನೋಡಿದೆ. ನನ್ನ ಮೊಮ್ಮಗ, ನನ್ನ ಮಡಿಲಲ್ಲಿ ಆಡಿ ಬೆಳೆದ ಮಗು ಇಷ್ಟು ಪ್ರೌಢನಾಗಿದ್ದು ಯಾವಾಗ...? ನನಗೇಕೆ ಇವನ ಈ ಆಳ ಅರ್ಥವಾಗಲಿಲ್ಲ... ಗೋಚರಿಸಲಿಲ್ಲ...? ಬದುಕಿನ ವ್ಯಂಗ್ಯವೆಂದರೆ ಇದೇ ಏನು...? ಅಪ್ಪ ನಡೆಸುವ ಅಕಾಡೆಮಿಯಲ್ಲಿ ಕೇವಲ ಪರೀಕ್ಷೆಯಲ್ಲಿ ಅಂಕ ಗಳಿಸಲು ಎಲ್ಲಾ ರೀತಿಯಲ್ಲಿ ಸಜ್ಜು ಗೊಳಿಸುತ್ತಾರೆ... ಎರಡು ವರ್ಷಗಳು, ಆ ಮಕ್ಕಳು... ತಪ್ಪಸ್ಸಿನ ರೀತಿಯಲ್ಲಿ ಮನಸ್ಸನ್ನು ಏಕಾಗ್ರ ಚಿತ್ತದಿಂದ ಶಿಕ್ಷಣಕ್ಕೆ ಗಮನ ಕೊಡಬೇಕು... ಅಲ್ಲಿಂದ ದೊರೆತ ಅಂಕಗಳ ಮೂಲಕ ಅವುಗಳು ತಮ್ಮ ಇಚ್ಛೆಯ ತಾಂತ್ರಿಕವೋ, ವೈದ್ಯಕೀಯವೋ

ಆಯ್ದುಕೊಂಡು ಬದುಕಿನಲ್ಲಿ ನೆಲೆ ಕಾಣಲು ಯತ್ನಿಸುತ್ತಾರೆ... ಒಂದು ಉದ್ಯೋಗ ದೊರೆಸಿಕೊಳ್ಳಲು ಈ ಒತ್ತಡವನ್ನು ಸಹಿಸಿಕೊಳ್ಳಲೇ ಬೇಕಿದೆ... ಈ ವ್ಯವಸ್ಥೆಗೆ ಸ್ವತ: ಆದರ್ಶನಿಂದ ವಿರೋಧವಿದೆ...!

ಇದು ನಡೆದುಕೊಂಡು ಬಂದಿರುವುದೇ ಹೀಗಿರುವ ಕಾರಣ ಅವನ ಉದ್ರಿಕ್ತತೆಯನ್ನು ಪ್ರೋತ್ಸಾಹಿಸುವ ಮನಸ್ಸು ಮಾಡದೇ, "ಅಪ್ಪ ಹೇಳೋದು, ಮಾಡ್ತಿರೋದು ನಿನ್ನ ಭವಿಷ್ಯದ ದೃಷ್ಟಿಯಿಂದ...ಅಲ್ವಾ ಕಂದಾ...? ಸ್ವಲ್ಪ ಸಹಿಸಿಕೋ... ನೀನು ಒಳ್ಳೆಯ ತಿಳುವಳಿಕೆ ಇರುವ ಹುಡುಗ... ಅರ್ಥ ಮಾಡಿಕೋ..." ಎಂದು ಸಂತೈಸಿದೆ. ಅವನಿಂದ ಯಾವ ಪ್ರತಿಕ್ರಿಯೆಯೂ ಬರಲಿಲ್ಲ. ಮೌನವಾಗಿ ಹೊರ ಬರುವಾಗ ಅವನ ದನಿ ಹಿಂಬಾಲಿಸಿತು, "ನಮ್ಮಪ್ಪನ ಅಕಾಡೆಮಿಗೆ ನಾನು ಸೇರುವುದಿಲ್ಲ... ಸರ್ಕಸ್‌ನ ಪ್ರಾಣಿಗಳಾದರೂ ಸ್ವಲ್ಪ ಉಸಿರಾಡುತ್ತಾರೆ... ಇಲ್ಲಿ ಅದಕ್ಕೂ ಅವಕಾಶ ಇಲ್ಲ... ತುಂಬಾ ಡ್ರಿಲ್ ಮಾಡುತ್ತಾರೆ... ನನಗೆ ಅದು ಸಾಧ್ಯವೇ ಇಲ್ಲ... ನೀವೇ ಅಪ್ಪನಿಗೆ ಹೇಳಿಬಿಡಿ... ಪ್ಲೀಸ್..." ಎಂದ.

ನಾನು ನಿಂತಲ್ಲೇ ತಿರುಗಿ ನೋಡಿದೆ. ಅಸಹಾಯಕನಂತೆ ನಿಂತಿದ್ದ ಅವನನ್ನು ಕಂಡು ಮರುಕವೆನಿಸಿತು.

ನಾನು ಏನೂ ಹೇಳದೇ ಅವನ ಕೋಣೆಯಿಂದ ಹೊರ ಬಂದಿದ್ದೆ. ಆ ಬಿಂಬ ಕಣ್ಣಿಗೆ ಕಟ್ಟಿ ಹಾಕಿದಂತೆ ಇನ್ನೂ ಹಾಗೇ ಇತ್ತು.

ಒಂದು ಕಡೆ ಧನಪಾಲನ ಮಗನಿಗೆ ಸೀಟು ಬೇಕೆಂಬ ಅಪೇಕ್ಷೆ... ಆದರೆ ಸ್ವತ: ವಾಸುವಿನ ಮಗನಿಗೆ ಅಲ್ಲಿ ಕಲಿಯಲು ಆಸಕ್ತಿಯೇ ಇಲ್ಲ... ಎಂಥ ವೈರುಧ್ಯ ಇದು...? ವಾಸು ಮಗನ ಇಚ್ಛೆಗೆ ತಲೆಬಾಗುವನೇ...? ನನ್ನ ಕೋರಿಕೆಯನ್ನು ಮನ್ನಿಸುವನೇ...?

'ಬದುಕಿನ ರೀತಿ ವಿಚಿತ್ರ... ಬೇಕು ಎಂದವರಿಗೆ ಪ್ರಯಾಸ ಪಡಬೇಕು... ಬೇಡ ಎಂದವರಿಗೆ ನಿರಾಯಾಸವಾಗಿ ಎಲ್ಲವೂ ದೊರಕುತ್ತದೆ...!'

ದಿನವಿಡೀ ವಾಸು ನನಗೆ ಮಾತನಾಡಲು ಸಿಗಲಿಲ್ಲ. ರಾತ್ರಿ ಮನೆಗೆ ತಡವಾಗಿ ಬಂದಿದ್ದ. ಆ ವೇಳೆಯಲ್ಲಿ ನಾನು ಮಲಗಿದ್ದೆ. ಮರುದಿನ ಅವನು ಹೊರಡುವ ತನಕವೂ ಹಾಲ್‌ನಲ್ಲಿ ಕಾದು ಕುಳಿತೆ. ಅವನು ಉಪಹಾರ ಮುಗಿಸಿ ಹೊರಗೆ ಬಂದಾಗ ನಾನು ಕಾದು ಕುಳಿತದ್ದು ಅರಿವಾಗಿ, "ಏನಪ್ಪಾ... ಏನಾದರೂ ಮಾತನಾಡಲು ಇತ್ತೇ...?" " ಎಂದು ತನಗೆ ಹೊತ್ತಾಯಿತೆನ್ನುವಂತೆ ಕೈ ಗಡಿಯಾರ ನೋಡಿಕೊಂಡ.

"ಹೌದೋ ವಾಸು... ನಿನ್ನಿಂದ ಒಂದು ಸಹಾಯ ಆಗಬೇಕು..." ಎಂದೆ ತುಸು ಹಿಂಜರಿಕೆಯ ದನಿಯಲ್ಲಿ. ಇಂಥ ಸಂದಿಗ್ಧತೆ ಇದೇ ಮೊದಲ ಬಾರಿ ಅನುಭವಿಸುತ್ತಿದ್ದೆ.

ಅವನು ಮೌನವಾಗಿ ನನ್ನ ಮಾತು ಆಲಿಸಲು ಸನ್ನದ್ಧನಾಗಿ ನಿಂತ. ನೇರವಾಗಿ ವಿಷಯಕ್ಕೆ ಬಂದೆ.

"ಅದೇ...ನಿನ್ನ ಸಹಪಾಠಿ... ಧನಪಾಲನ ಮಗನಿಗೆ ನಿನ್ನ ಕಾಲೇಜಿನಲ್ಲಿ ಒಂದು ಸೀಟು ಬೇಕಿತ್ತು... ಆದರೆ... ಫೀಸು ಕೊಡಲು ಶಕ್ತಿ ಇಲ್ಲವೆಂದ... ಏನೋ ಅನಾರೋಗ್ಯ ಸಮಸ್ಯೆಯಾಗಿ ಕೈ ಬರಿದಾಯಿತಂತೆ..."

ನನ್ನ ಮಾತು ಮುಗಿಸುವ ಮುನ್ನವೇ ವಾಸು ತುಸು ಗಡುಸಾಗಿ, "ಆಗಲ್ಲಪ್ಪಾ... ಹಣ ಕೊಡದೇ ಶಿಕ್ಷಣ ಬೇಕು ಎಂದರೆ ಹೇಗೆ ಸಾಧ್ಯ...? ಅವನು ಮನೆಗೆ ಬಂದಿದ್ದನಾ...?" ಎಂದು ಅಸಮಾಧಾನದಿಂದ ಕೇಳಿದ. ನಾನು ಹೌದೆನ್ನುವಂತೆ ತಲೆಯಾಡಿಸಿದೆ.

"ಮೀರಾ..." ಎಂದು ಪತ್ನಿಯನ್ನು ಕೂಗಿ ಕರೆದ. ಮೀರಾ ಪತಿಯ ಸ್ವರದ ಏರಿಳಿತದಲ್ಲೇ ಅವನ ಮನೋಭಾವವನ್ನು ಅರಿಯುವಷ್ಟು ನಿಪುಣೆಯಾಗಿದ್ದಳು. ಅವಳು ಅಳುಕುತ್ತಾ ಎದುರು ಬಂದಾಗ, "ಈ ಧನಪಾಲನನ್ನು ಮನೆಯೊಳಗೆ ಯಾಕೆ ಸೇರಿಸಿದೆ...? ಆ ಸೆಕ್ಯೂರಿಟಿಯವನಿಗೆ ಸೇರಿಸಬೇಡ... ಎಂದು... ಹೇಳು..."

ನಾನು ಮಧ್ಯೆ ಬಾಯಿ ಹಾಕಿ, "ಪ್ರತೀ ವರ್ಷ ಗುರು ಪೂರ್ಣಿಮೆಗೆ ನನ್ನನ್ನು ಗೌರವಿಸಲು ಬರುತ್ತಾನೆ... ಹಾಗೇ ಎಂದುಕೊಂಡೆವು ವಾಸು..."

"ಅದೆಲ್ಲಾ ಬರೀ ತೋರಿಕೆ ಅಪ್ಪಾ... ಒಳಗೆ ಬೇರೆನೇ ಇರುತ್ತೆ... ನೀವು ಪಾಪ ಮುಗ್ಧರು... ನೀವು ಸುಲಭವಾಗಿ ಮರುಳಾಗುತ್ತೀರಾ... ಎಲ್ಲರನ್ನೂ ನಿಮ್ಮದೇ ದೃಷ್ಟಿಕೋನದಿಂದ ಅಳೆಯುತ್ತೀರಿ... ಆದರೆ ಲೋಕ ಹಾಗಿಲ್ಲ... ತುಂಬಾ ಬದಲಾಗಿದೆ... ನೀವು ಅಲ್ಲೇ ಹಳೆಯ ನಿಲ್ದಾಣದಲ್ಲೇ ನಿಂತಿದ್ದೀರಿ... ಅಷ್ಟೇ... ಆಗಲ್ಲಾ ಎಂದು ಹೇಳಿ ಬಿಡಿ..." ಎಂದನು ನಿಷ್ಠೂರವಾಗಿ.

"ಮನೆಯೊಳಗೆ ಬಿಟ್ಟು ಕೊಡಬೇಡಿ... ಆಗ ಅವನಿಗೆ ಉತ್ತರ ಹೇಳುವ ಪ್ರಮೇಯವೇ ಬರುವುದಿಲ್ಲ..." ಎಂದು ಖಡಾಖಂಡಿತವಾಗಿ ನುಡಿದ.

"ಅವ್ನು... ನಿನ್ನ ಸಹಪಾಠಿ... ಕಣೋ...! ಪಾಪ ಕಷ್ಟ ಇರುತ್ತೆ... ಸಹಾಯ ಮಾಡಿದರೆ ನಾವೇನೂ ಬಡವರಾಗುವುದಿಲ್ಲ... ತುಂಬಾ ಆಸೆ ಇಟ್ಕೊಂಡು ಬಂದಿದ್ದಾನೆ... ಅಲ್ದೇ... ವಿದ್ಯೆಗೆ ಸಹಾಯ ಮಾಡಿದರೆ ದೇವರು ಮೆಚ್ಚುತ್ತಾನೆ... ಇಲ್ಲ ಅನ್ನಬೇಡ..." ಎಂದು ಆಗ್ರಹಿಸಿದೆ.

"ಸ್ನೇಹಕ್ಕೆ ಬೆಲೆ ಕೊಡಲು... ನಿಭಾಯಿಸಲು ನಾನೇನೂ ಕೃಷ್ಣನೂ ಅಲ್ಲ... ಅವನು ಸುಧಾಮನೂ ಅಲ್ಲ... ಇದು ಕಲಿಯುಗ... ಅಪ್ಪಾ... ನೀವು ನನ್ನನ್ನು ಧರ್ಮ ಸಂಕಟಕ್ಕೆ ಸಿಲುಕಿಸಬೇಡಿ... ನಾನು ಒರಟಾಗಿ ಮಾತನಾಡಿದರೆ... ನಿಮಗೆ ಮನಸ್ಸು ನೋಯುತ್ತೆ.... ಅದು ನನಗೆ ಇಷ್ಟವಿಲ್ಲ... ನಾಳೆ ಆದರ್ಶನನ್ನೂ ನಾನು ನನ್ನ ಅಕಾಡೆಮಿಗೆ ಸೇರಿಸುವಾಗ ಹಣ ಕಟ್ಟಿಯೇ ಸೇರಿಸುತ್ತೇನೆ...

ಅದು ಒಂದು ಸಂಸ್ಥೆ ಅಪ್ಪ... ಅಲ್ಲಿ ಕಾನೂನುಗಳಿವೆ... ಲೆಕ್ಕ ಪತ್ರಗಳಿವೆ... ನನ್ನ ವೈಯುಕ್ತಿಕ ಹಸ್ತಕ್ಷೇಪ ಇರುವುದಿಲ್ಲ... ಎಲ್ಲರಂತೆ ನಾನು ಕೂಡಾ ಅಲ್ಲಿ...! ಎಲ್ಲಾ ವ್ಯವಹಾರಗಳೂ ಸಂಸ್ಥೆಯ ಹೆಸರಿನಲ್ಲೇ ಜರಗುತ್ತದೆ... ನೀವು ಅರ್ಥ ಮಾಡಿಕೊಳ್ಳುತ್ತೀರೆಂದು ಭಾವಿಸುತ್ತೇನೆ... ಇನ್ನು ಈ ವಿಚಾರದಲ್ಲಿ ಇನ್ನು ಮಾತುಕತೆ ಬೇಡ..." ಎಂದು ನಿರ್ದಾಕ್ಷಿಣ್ಯವಾಗಿ ನುಡಿದು ಹೊರಟು ಹೋದ.

ಮೀರಾ ಮೌನವಾಗಿ ಒಳ ಸರಿದರೆ... ಕೋಣೆಯ ತುಂಬಾ ವ್ಯಾಪಿಸಿಕೊಂಡ ಮೌನ ನನ್ನನ್ನು ಇರಿಯತೊಡಗಿತು. ಮಗನಾಗಲೀ, ಸೊಸೆಯಾಗಲೀ ಅಪರಿಚಿತರೆನ್ನುವಂತೆ ಭಾಸವಾಯಿತು. ಇಷ್ಟು ದೊಡ್ಡ ಮನೆಯಲ್ಲಿ ಅಸಹಾಯಕತೆಯಿಂದ ಎಲ್ಲಿ ಸಾಂತ್ವನ ಬಯಸಲಿ ಎಂದು ತೋಚದೇ ದಿಕ್ಕೆಟ್ಟಂತಾಗಿತ್ತು. ವಾಸು ಮಾತು ಕೇಳಲಿಲ್ಲ ಎಂಬ ನೋವಿಗಿಂತ ಧನಪಾಲನಿಗೆ ಹೇಗೆ ಮುಖ ತೋರಿಸುವುದೆಂಬ ಕಸಿವಿಸಿಯೇ ಹೆಚ್ಚಾಗಿತ್ತು. ಆದರ್ಶನ ಇಚ್ಛೆಗೆ ವಿರುದ್ಧವಾಗಿ ದಾಖಲಿಸಲಿರುವ ವಾಸುವಿನ ನಿರ್ಧಾರವನ್ನು ಹೇಗೆ ತಡೆಯುವುದು...? ಧನಪಾಲನ ಮಗನಿಗೆ ಅಲ್ಲಿ ಸೀಟು ಬೇಕೆಂದರೆ ದೊರಕಿಸಿಕೊಳ್ಳಲು ಸಾಧ್ಯವಾಗುತ್ತಿಲ್ಲ... ಇನ್ನು ಆದರ್ಶನಿಗೆ ಬೇಡವೆಂದರೂ ಅನಾಯಾಸವಾಗಿ ದೊರಕುತ್ತಿದೆ...!

ಬಹಳ ದಿನಗಳ ನಂತರ ವಾಸುವನ್ನು ಮಾತನಾಡಿಸಿದ್ದರೂ, ಅದು ಹೀಗೆ ಪರ್ಯವಸನಗೊಂಡಿದ್ದರ ಬಗ್ಗೆ ವ್ಯಥೆಯೂ ಮೂಡಿತು.

ಅಲ್ಲಿಂದ ನನ್ನ ಗ್ರಂಥಾಲಯದ ಕೋಣೆಗೆ ಬಂದು ನನ್ನ ಆಸನದಲ್ಲಿ ಕುಳಿತುಕೊಂಡೆ. ಯಾವ ಪುಸ್ತಕವನ್ನೂ ಕೈಗೆತ್ತಿಕೊಳ್ಳಬೇಕೆನ್ನಿಸದೇ ಚಡಪಡಿಕೆ ಕಾಡಿತ್ತು. ಅದು ಇನ್ನಷ್ಟು ಮೇರೆ ಮೀರುವಂತೆ, ಧನಪಾಲನ ಕರೆಯೂ ಮೊಬೈಲ್‌ಗೆ ಬಂದಾಗ ಎತ್ತಿಕೊಳ್ಳಲಾರದೇ ನಾನು ಇನ್ನಷ್ಟು ಕುಬ್ಜನಾದಂತೆ ಭಾಸವಾಯಿತು. ಸದಾ ಆತ್ಮಗೌರವದಿಂದ ಎದೆಯುಬ್ಬಿಸಿ, ಕಣ್ಣಲ್ಲಿ ಕಣ್ಣಿಟ್ಟು ನೇರವಾಗಿ ಮಾತನಾಡುವಂತೆ ಮಾಡುವ ಆತ್ಮ ಶಕ್ತಿ ಇಂದು ನನ್ನಲ್ಲಿರಲಿಲ್ಲ. ವಾಸು ನಿರಾಕರಿಸಿದ ಎಂದು ಧನಪಾಲನಲ್ಲಿ ಒಂದು ನಿಮಿಷದಲ್ಲಿ ಹೇಳಿಬಿಡಬಹುದಿತ್ತು. ಅದರೆ ಧನಪಾಲನ ದೃಷ್ಟಿಯಲ್ಲಿ ನನ್ನತನವನ್ನು ನಾನು ಕಳೆದುಕೊಳ್ಳುತ್ತೇನೆ. ನನ್ನ ಮೇಲಿರಿಸಿದ್ದ ಗೌರವ, ನಂಬಿಕೆ, ಭರವಸೆ ಎಲ್ಲವೂ ಮಣ್ಣುಪಾಲಾಗುತ್ತದೆ... ಅದಕ್ಕೂ ಹೆಚ್ಚಾಗಿ ಅವನ ಮಗನ ಭವಿಷ್ಯ...! ವಾಸು ನೋಡಿದರೆ ಮಾತನಾಡುವ ಸ್ಥಿತಿಯಲ್ಲೇ ಇಲ್ಲ... ಇನ್ನು ರಾಜಿಯಾಗುವುದು ದೂರದ ಮಾತು...! ಧನಪಾಲ ತನ್ನ ಕಾರ್ಯ ಸಾಧಿಸಲು ಅಡ್ಡ ಹಾದಿ ಹಿಡಿದಿದ್ದಾನೆಂಬ ಅವನ ಅಪವಾದ ಅವನ ಸ್ಥಾನದಲ್ಲಿ ಸರಿಯಾಗೇ ಇದೆ... ಧನಪಾಲ ನನ್ನನ್ನು ಈ ಬಿಕ್ಕಟ್ಟಿನಲ್ಲಿ ಹಾಕಬಾರದಿತ್ತು... ನನ್ನನ್ನು ಈ ರೀತಿ ಬಳಸಬಾರದಿತ್ತು... ಈಗ ಮಗನ ಮುಂದೆಯೇ ತಂದೆ

ಅಂಗಲಾಚಿ ನಿಲ್ಲುವಂತಾಗಿದೆ... ಆದರೆ ವಾಸು ಅದನ್ನು ಒಪ್ಪಿಕೊಂದರೆ ಸರಿ ಹೋಗುತ್ತಿತ್ತು... ಆದರೆ ಇದು ಸಾಧ್ಯವಾಗುವ ಲಕ್ಷಣ ಕಾಣುವುದಿಲ್ಲ...! ಇದು ಅಧಿಕಾರದ ಮುಂದೆ ದೈನ್ಯತೆ ನಿಂತಂತೆ, ಫಲ ಕೊಡುವ ವೃಕ್ಷದ ಮುಂದೆ ಹಸಿವು ನಿಂತಂತೆ... ಯಾಚನೆ ಯಾವಾಗಲೂ ಪ್ರಯಾಸವೇ... ಹಾಗಾಗಿಯೇ ಧನಪಾಲ ನನ್ನ ಮೊರೆ ಹೋಗಿರಬಹುದು...!

ಇದನ್ನು ಪರಿಹರಿಸುವ ಬಗ್ಗೆ ತೋಚದೇ ಕಂಗೆಟ್ಟೆ. ರಾತ್ರಿಯಿಡೀ ನಿದ್ದೆ ಬರಲಿಲ್ಲ. ಹಾಸಿಗೆ ಅಡಿಯಲ್ಲಿನ ಮುಳ್ಳು ಚುಚ್ಚಿದಂತೆ ಚಡಪಡಿಸಿದೆ. ಏಕೋ ಧನಪಾಲನ ಕರೆ ಸ್ವೀಕರಿಸದೇ ಇದ್ದದ್ದು ನನಗೆ ಅತೀ ನಾಚಿಕೆಗೇಡಿತನದ ಸಂಗತಿಯಾಗಿತ್ತು. ಅವನ ದೃಷ್ಟಿಯಲ್ಲಿ ಈ ಗುರು ಲಘುವಾಗಿ ಬಿಟ್ಟನಲ್ಲ ಎಂಬ ಅಪರಾಧಿ ಪ್ರಜ್ಞೆ ಕಾಡಿತು.

ಎದ್ದು ಕುಳಿತು ನೀರು ಕುಡಿದೆ. ಬಾಯಾರಿಕೆಯೋ, ಬಳಲಿಕೆಯೋ... ಮನೋ ವೇದನೆಯೋ ಒಂದೂ ಅರ್ಥವಾಗಲಿಲ್ಲ. ಕೋಣೆ ತುಂಬಾ ಎಷ್ಟೇ ಅಲೆದರೂ ಮನಸ್ಸಿಗೆ ಸ್ಥಿಮಿತ ದೊರಕಲಿಲ್ಲ. ಈ ಅಶಾಂತತೆಯೊಂದಿಗೆ ಒಪ್ಪಂದ ಮಾಡಿಕೊಳ್ಳಲಾಗಲೇ ಇಲ್ಲ.

ನನ್ನ ಬದುಕಿನ ಹಿನ್ನೋಟಕ್ಕೆ ಮನಸ್ಸು ಓಡಿತು. ಮಕ್ಕಳ ಭವಿಷ್ಯಕ್ಕೆ ಸದಾ ತುಯ್ದಾಡಿದವನು ತಾನು... ಜಾತಿ, ಮತ, ಧರ್ಮ ಎಂದು ನೋಡದೇ ಸರಕಾರಿ ಶಾಲೆಯ ಇತಿಮಿತಿಗಳ ನಡುವೆ ಪ್ರತೀ ಮಕ್ಕಳ ಕಾಳಜಿಯೇ ನನ್ನ ಬದುಕಿನ ಧ್ಯೇಯವಾಗಿತ್ತು... ಇಂದಿನ ಮಕ್ಕಳು ನಾಳೆಯ ಪ್ರಜೆಗಳು... ಭವ್ಯ ಭಾರದದ ಭವಿಷ್ಯ ಇಂದಿನ ಮಕ್ಕಳ ಕೈಯ್ಯಲಿದೆ ಎಂದು ನಂಬಿ ಅದಕ್ಕಾಗಿ ಸದಾ ಟೊಂಕ ಕಟ್ಟಿ ನಿಂತವನು ತಾನು...! ಆ ಮಕ್ಕಳೆಲ್ಲರೂ ಬೆಳೆದು ಎಲ್ಲಿ ಹೋದರೋ... ಎಲ್ಲಿ ಹಣ್ಣು ನೀಡುತ್ತಿರುವರೋ... ಕಾಲದೊಂದಿಗೆ ನನ್ನ ಧ್ಯೇಯ ಮುಸುಕಾಯಿತೇಕೆ...? ದೈಹಿಕ ಶಕ್ತಿ ಕುಸಿದರೂ ಮನೋ ಬಲ ಇನ್ನೂ ತನ್ನಲ್ಲಿ ಇದೆಯಲ್ಲವೇ...? ಒಬ್ಬ ವಿದ್ಯಾರ್ಥಿ ಆಸೆ ಪಟ್ಟು ಕೇಳಿರುವುದನ್ನು ತಾನು ಕಡೆಗಣಿಸಿ ಹೇಗೆ ಬದುಕಲಿ...? ಈ ಅಪರಾಧಿ ಪ್ರಜ್ಞೆ ನನಗೆ ಸದಾ ಕಾಡದೇ ಇರದು... ತಾನು ಏನಾದರೂ ಮಾಡಲೇ ಬೇಕು...' ಎಂದುಕೊಂಡೆ. ಆ ಮಬ್ಬು ಕತ್ತಲಲ್ಲೂ ನನಗೆ ಒಂದು ದಾರಿ ಗೋಚರಿಸಿತು.

ಅಧ್ಯಾಯ–3

ಬೆಳಗೆದ್ದು ಮೊದಲು ಮಾಡಿದ ಕೆಲಸವೆಂದರೆ ಧನಪಾಲನಿಗೆ ಕರೆ ಮಾಡಿದ್ದು. ಆದರ್ಶ ಕಾಲೇಜಿನ ಬಳಿ ಹನ್ನೊಂದು ಗಂಟೆಗೆ ಬರಲು ತಿಳಿಸಿದೆ. ಬರುವಾಗ ಅವನ ಮಗನ ಅಂಕಪಟ್ಟಿ ಇತ್ಯಾದಿಗಳನ್ನು ತರಲು ಹೇಳಿದೆ. ನಾನು ಆ ವೇಳೆಗೆ ಹೊರಟು ಅಣಿಯಾಗಿ ಬಂದಾಗ ಮೀರಾ, "ಹೊರಗೆ ಹೊರಟ್ರಾ ಮಾವ...? ಕಾರು ಇಲ್ಲ... ಫೋನ್ ಮಾಡಿ ತರಿಸಲಾ...?" ಎಂದು ಕೇಳಿದಳು.

"ಬೇಡಾ ಮೀರಾ...ಆಟೋದಲ್ಲೇ ಹೋಗ್ತೀನಿ..." ಎಂದು ಹೇಳಿ ಹೊರ ಬಂದೆ. ಅವಳ ಮುಖದಲ್ಲಿ ಹಲವು ಪ್ರಶ್ನೆಗಳು ಗೋಚರಿಸಿದರೂ ನಾನು ಉತ್ತರಿಸಲು ಹೋಗಲಿಲ್ಲ. ಹೊರ ಬಂದು ಆಟೋ ಹಿಡಿದು ನೇರವಾಗಿ ಆದರ್ಶ ಅಕಾಡೆಮಿಗೆ ಬಂದೆ. ಅಲ್ಲಿ ನನಗಾಗಿ ಧನಪಾಲ ಮತ್ತವನ ಮಗ ಕಾಯುತ್ತಿದ್ದರು. ಧನಪಾಲ ಮಗನನ್ನು ಪರಿಚಯಿಸಿದ. ಆತ ಕಾಲು ಹಿಡಿದು ನಮಸ್ಕರಿಸಿದಾಗ, "ಚೆನ್ನಾಗಿ ಕಲಿತು ಕೀರ್ತಿವಂತನಾಗು..." ಎಂದು ಆಶೀರ್ವದಿಸಿದೆ. ಮೂವರೂ ಮುಖ್ಯದ್ವಾರದ ಒಳಗೆ ಹೆಜ್ಜೆ ಹಾಕುತ್ತಾ ಬಂದೆವು. ನಾವು ನಡೆಯುವ ಹಾದಿಯ ಇಕ್ಕೆಲದಲ್ಲೂ ಸಣ್ಣ ಉದ್ಯಾನ. ಬಲಬದಿಗೆ ತುಸು ದೂರದಲ್ಲಿ ದೊಡ್ಡ ಮೈದಾನ. ಸ್ಟೇಡಿಯಮ್ ಮಾದರಿಯಲ್ಲಿ ಕುಳಿತು ವೀಕ್ಷಿಸಲು ಮಾಡಿದ ಮೆಟ್ಟಿಲುಗಳು. ಇನ್ನು ಮುಂದೆ ನಡೆದು ಬಂದರೆ ವಿಸ್ತಾರವಾಗಿ ತಲೆಯೆತ್ತಿ ನಿಂತ ನಾಲ್ಕು ಅಂತಸ್ತಿನ ಅಕಾಡೆಮಿ ಕಟ್ಟಡ. ಈ ಕಟ್ಟಡದ ಆರಂಭದ ದಿನಗಳಲ್ಲಿ ಹತ್ತಾರು ಬಾರಿ ಕಾರ್ಯಕ್ರಮದ ಅತಿಥಿಯಾಗಿ ಆಗಮಿಸಿದ್ದಿದೆ. ಬರುಬರುತ್ತಾ ಅದೂ ಅಪರೂಪವಾಗಿದೆ.

ಇಷ್ಟು ದೊಡ್ಡ ಕಟ್ಟಡದ ಹಿಂದೆ ಇರುವ ಧೀಶಕ್ತಿ ವಾಸುವಿನದ್ದು. ಅವನ ಸಾಮರ್ಥ್ಯ ನೆನೆದರೆ ನಿಜಕ್ಕೂ ಬೆರಗಾಗುತ್ತದೆ. ಸಾತ್ವಿಕವಾಗಿ ನನ್ನೊಡನೆ ಕುಳಿತು ಏನೂ ಮಾತನಾಡದೇ ವಿಧೇಯ ಮಗನಾಗಿದ್ದ ವಾಸುವಿನಲ್ಲಿ ಇಷ್ಟೊಂದು ಶಕ್ತಿ

ಅಡಗಿತ್ತೇ...? ಹೇಗೆ ಸಾಧಿಸಿದ ಇದನ್ನು...? ನಾನಂತೂ ವಿದ್ಯೆ, ಸಂಸ್ಕಾರವನ್ನು ಬಿಟ್ಟು ಏನೂ ನೀಡಿರಲಿಲ್ಲ. ಒಂದು ರೂಪಾಯಿ ಹಣ ಅವನ ಕೈಗೆ ಹಾಕಿರಲಿಲ್ಲ. ಏನು ಪಡೆದನೋ, ಏನು ದಕ್ಕಿಸಿಕೊಂಡನೋ, ಈಗೇನು ಗಳಿಸಿದನೋ ಅದೆಲ್ಲವೂ ಅವನ ಸ್ವಸಾಮರ್ಥ್ಯದಿಂದ.

ಆ ಬಗ್ಗೆ ಅವನ ತಂದೆಯಾಗಿ ನಿಜಕ್ಕೂ ಹೆಮ್ಮೆ ಇದೆ. ಅವನನ್ನು ಮಗನಾಗಿ ಮಾತ್ರ ನಾನು ಕಂಡಿರಬೇಕು... ಹಾಗಾಗಿ ಅವನು ಬೇರೆ ಮುಖಗಳು ನನಗೆ ಗೋಚರಿಸಲೇ ಇಲ್ಲವೇನೋ...!

ಇಷ್ಟೆಲ್ಲಾ ಸಾಧಿಸಬೇಕೆಂದರೆ ಒಂದು ಕಿಚ್ಚು ಇರಬೇಕಲ್ಲವೇ...? ಮನುಷ್ಯನಿಗೆ ಏನೇ ಸಾಧಿಸಬೇಕೆಂದರೆ ಅವನಿಗೆ ಗುರಿ ಇರಬೇಕು... ಅದನ್ನು ಸಾಧಿಸಿಕೊಳ್ಳುವ ನಿಶ್ಚಿತ ಹಾದಿಯಲ್ಲಿ ಒಂದು ಅವಿರತ ಪ್ರಯತ್ನ ಇರಬೇಕು... ಸಿಕ್ಕ ಅವಕಾಶಗಳನ್ನು ತನ್ನ ಗುರಿ ಸಾಧನೆಯನ್ನು ಯಶಸ್ವಿಗೊಳಿಸಿಕೊಳ್ಳುವಲ್ಲಿ ಸಮರ್ಥವಾಗಿ ಬಳಸಿಕೊಂಡು ಆರೋಹಣದ ಹಾದಿ ಹಿಡಿಯಬೇಕು... ಎಡವಿ ಬಿದ್ದರೂ ಕುಗ್ಗದೆ ಮರಳಿ ಯತ್ನವ ಮಾಡಬೇಕು... ವಿಚಲಿತಗೊಳ್ಳಬಾರದು...! ಇದೆಲ್ಲವನ್ನೂ ಅಳವಡಿಸಿಕೊಳ್ಳಲು ಒಂದು ದೃಢ ಸಂಕಲ್ಪ ಬೇಕು...!' ವಾಸುವಿನಲ್ಲಿ ಇದೆಲ್ಲವೂ ಇತ್ತೇ...?

ವಾಸುವನ್ನು ಅರಿತುಕೊಂಡಿದ್ದೇನೆ ಎಂದುಕೊಂಡರೂ ಅವನು ಅಪರಿಚಿತನಾಗಿಯೇ ಕಾಣುತ್ತಾನೆ. ಅವನ ಬದುಕಿನ ಈ ಆರೋಹಣದ ಹಾದಿಯಲ್ಲಿ ಅವನು ಮುಂದಕ್ಕೆ, ಎತ್ತರಕ್ಕೆ ಶಿಖರವನ್ನು ತಲುಪುತ್ತಾ ನಾವೆಲ್ಲವೂ ಹಿಂದೆ ಅಥವಾ ಕೊನೆಯಲ್ಲಿ ಉಳಿದು ಬಿಟ್ಟೆವೇ...?

ಹಾಗೆ ಯೋಚಿಸುತ್ತಾ ಕಟ್ಟಡದ ಹೆಬ್ಬಾಗಿಲ ಬಳಿ ಬಂದು ನಿಂತಾಗ ಒಳಗೆ ಪ್ರವೇಶಾಂಗಣದಲ್ಲಿ ತಾಯಿ ಶಾರದೆಯ ಮಂದಸ್ಮಿತ ಮೂರ್ತಿ ಇತ್ತು. ಆಕೆಗೆ ಕೈಮುಗಿದು ಒಳಗೆ ವ್ಯವಹಾರಿಕ ಕಚೇರಿಯನ್ನು ತಲುಪಿದಾಗ ಅಲ್ಲಿದ್ದವರು ನನ್ನ ಗುರುತು ಹಿಡಿದು ಎದ್ದು ನಿಂತು ಗೌರವ ಸೂಚಿಸಿದರು.

ಬಂದ ಕಾರಣ ತಿಳಿಸಿದೊಡನೆ ಮುಂದಿನ ಕೆಲಸಗಳು ಕ್ಷಿಪ್ರಗತಿಯಲ್ಲಿ ಜರುಗಿತು. ಧನಪಾಲ ಮತ್ತು ಅವನ ಮಗ ಇಬ್ಬರೂ ಪ್ರಾಂಶುಪಾಲರ ಕೋಣೆಗೆ ತೆರಳಿ ಮಾತನಾಡಿ ತಮಗೆ ಬೇಕಾದ ವಿಷಯವನ್ನು ಆಯ್ಕೆ ಮಾಡಿಕೊಂಡು ಸೀಟೂ ಖಾತ್ರಿ ಮಾಡಿಕೊಂಡು ಗೆಲುವಿನಿಂದಲೇ ಹೊರ ಬಂದರು. ಅವರೊಡನೆ ಪ್ರಾಂಶುಪಾಲರೇ ಖುದ್ದು ಬಂದು ಮಾತನಾಡಿಸಿದರು.

"ಹುಡ್ಗ ಬುದ್ಧಿವಂತ ಸರ್. ಒಳ್ಳೇ ಸ್ಕೋರ್ ಮಾಡಿದ್ದಾನೆ... ಅವನಿಗೆ ನಿಮಗೆ ತೊಂದರೆ ಕೊಡುವ ಅಗತ್ಯವೇ ಇರಲಿಲ್ಲ... ಅವನಿಗೆ ಈ ಸಂಸ್ಥೆಯ ದಾಖಲಾತಿಗೆ ಬೇಕಾದ ಎಲ್ಲಾ ಅರ್ಹತೆಯೂ ಇದೆ..." ಎಂದು ಶ್ಲಾಘಿಸಿದರು.

ನಾನು ಅವರಿಗೆ ಧನ್ಯಾವಾದಗಳನ್ನು ತಿಳಿಸಿ ಅವರ ಕೆಲಸ ಮುಂದುವರೆಸಲು ಹೇಳಿದೆ. ಆತ ನಿರ್ಗಮಿಸಿದ ನಂತರ ಕಚೇರಿಗೆ ತೆರಳಿ ಕಟ್ಟಬೇಕಾದ ಶುಲ್ಕವನ್ನು ವಿಚಾರಿಸಿ ನಾನೇ ಚೆಕ್ ಬರೆದು ಕೊಟ್ಟೆ.

“ಸರ್... ಅದೂ ವಾಸುದೇವ ಸರ್‌ಗೆ ಹೇಳದೇ...” ಎಂದು ಚೆಕ್ ಪಡೆಯಲು ಆತ ಅನುಮಾನಿಸಿದಾಗ, “ನಾನು ಹೇಳಿದ್ದೀನಿ... ನೀವು ಚಿಂತೆ ಮಾಡಬೇಡಿ...” ಎಂದು ಒತ್ತಿ ಹೇಳಿದೆ. ನಂತರ ಅವರು ರಸೀದಿ ಬರೆದು ಕೊಟ್ಟರು. ಆ ಹುಡುಗನ ಪ್ರವೇಶಾತಿ ಅವನಿಚ್ಛೆಯಂತೆ ಆಗಿ ಹೋಯಿತು. ತಂದೆ ಮಗ ಇಬ್ಬರೂ ಬಹಳ ಹರುಷದಲ್ಲಿದ್ದರು.

ಧನಪಾಲ ಮತ್ತು ಅವನ ಮಗ ಇಬ್ಬರೂ ಕಾಲಿಗೆ ನಮಸ್ಕರಿಸಿ ಕೃತಜ್ಞತೆ ಸಲ್ಲಿಸಿದರು. ನನಗೂ ಇದೊಂದು ಸಾರ್ಥಕ ಭಾವ ಮೂಡಿಸಿದ ಕ್ಷಣವಾಗಿತ್ತು. ಎಷ್ಟೋ ವರ್ಷಗಳಿಂದ ಎಲ್ಲೋ ಏನೋ ಅಪರಿಪೂರ್ಣತೆ, ಏನೋ ಕೈ ಕಟ್ಟಿ ಹಾಕಿದಂಥ ಅಸಹಾಯಕತೆ, ಏನೋ ವಿಧವಾದ ಖಾಲಿತನ, ಚಡಪಡಿಕೆಗೆ ಒಂದು ದಡ ದೊರಕಿದಂತೆ ಭಾಸವಾಗಿತ್ತು. ಅವರ ಖುಷಿ ಕಂಡು ಧನ್ಯತೆ ಮೂಡಿತ್ತು. ಆ ಹುಡುಗ ತನಗೆ ದೊರೆತ ಈ ಅವಕಾಶವನ್ನು ಖಂಡಿತವಾಗಿ ಸಮರ್ಪಕವಾಗಿ ಬಳಸಿಕೊಳ್ಳುವನೆಂಬ ನಂಬಿಕೆ ನನಗೆ ಮೂಡಿತ್ತು. ಅವರನ್ನು ಕಳಿಸಿದ ಬಳಿಕ ನಾನು ಇಡೀ ಕಾಲೇಜಿಗೆ ಒಂದು ಸುತ್ತು ಹಾಕಿ ಬರಲು ಹೊರಟೆ. ನಾಲ್ಕು ಅಂತಸ್ತಿನ ಕಟ್ಟಡದಲ್ಲಿ ಕಲಿಸುತ್ತಿದ್ದದ್ದು ಪದವಿಪೂರ್ವ ಶಿಕ್ಷಣ ಮಾತ್ರ. ಅದರಲ್ಲಿ ಇದ್ದ ವಿಷಯಗಳ ಸಂಯೋಜನೆಗಳಲ್ಲಿ ಬಹಳ ಆಯ್ಕೆಗಳಿದ್ದು, ಒಂದೊಂದು ತರಗತಿಗಳಿಗೂ ಹಲವು ಬ್ಯಾಚ್‌ಗಳಿದ್ದವು. ನೋಡುನೋಡುತ್ತಾ ಶಿಕ್ಷಣ ಇಷ್ಟು ಪ್ರಾಮುಖ್ಯತೆ ಪಡೆದು ಮುನ್ನಲೆಗೆ ಬಂದು ಬಿಟ್ಟಿತು... ಎಲ್ಲರೂ ರೇಸ್‌ನಲ್ಲಿ ಬಿದ್ದವರಂತೆ ಓಡುತ್ತಿದ್ದಾರೆ... ಶಿಕ್ಷಣವನ್ನು ಪಡೆಯುವುದು ಅದನ್ನು ಒಂದು ನೌಕರಿ ಪಡೆದು ಧನ ರೂಪದಲ್ಲಿ ಗಳಿಕೆಯಾಗಿ ಪರಿವರ್ತಿಸಲು ಎಂಬಷ್ಟಕ್ಕೇ ಸೀಮಿತವಾಗಿದೆ. ಹಾಗೆ ನೋಡಲು ಹೋದರೆ ಶಿಕ್ಷಣ ಆರಂಭವಾಗುವುದೇ ಈ ಕಾಲೇಜಿನ ಆವರಣದಿಂದ ಹೊರ ಬಿದ್ದು ಸ್ವತಂತ್ರವಾಗಿ ಬದುಕಲು ಆರಂಭಿಸಿದ ಮೇಲೆ... ಆಗ ಬದುಕು, ಈ ಸಮಾಜವೇ ನಮಗೆ ಎಲ್ಲವನ್ನೂ ಕಲಿಸುತ್ತದೆ.

ಆದರೆ ಈ ಆದರ್ಶ ಅಕಾಡೆಮಿಯ ಎಲ್ಲಾ ತರಗತಿಗಳು ಹೊರಗಡೆಯಿಂದ ಗಮನಿಸಿದಾಗ ಗಂಭೀರವಾಗಿ ಕಲಿಕೆಯಲ್ಲಿ ಮುಳುಗಿದ್ದವು. ವಿಷಯಗಳು ತಲೆಯೊಳಗೆ ಬಲವಂತವಾಗಿ ತುಂಬುವಂತೆ, ವಿದ್ಯಾರ್ಥಿಗಳಿಗೆ ಹೇರಲ್ಪಡುವಂತೆ ತೋರಿತು. ಮಕ್ಕಳು ಶಿಕ್ಷಣವನ್ನು ಆನಂದಿಸಬೇಕೇ ಹೊರತು ಶಿಕ್ಷೆಯಂತೆ ಬಲವಂತವಾಗಿ ಅನುಭವಿಸಬಾರದು... ಇಲ್ಲಿನ ವಿದ್ಯಾರ್ಥಿಗಳ ಮುಖದ

ಮೇಲೆ ಏನೋ ಒಂದು ಗಂಭೀರ ಛಾಯೆ ಇದೆ... ಒಂದು ಹರುಷವಿಲ್ಲ, ಗೆಲುವಿಲ್ಲ... ಆನಂದವಿಲ್ಲ...!

ಯಾವುದೇ ಒಂದು ಹಸಿರು ಪ್ರಕೃತಿಯ ತಾಣ, ಗದ್ದೆ, ಬಯಲು, ತೋಟ ಮೇಲ್ನೋಟಕ್ಕೆ ಚಂದವಾಗಿ ಕಾಣಬಹುದು... ಆದರೆ ಅದಕ್ಕೆ ಜೀವಂತಿಕೆ ತುಂಬುವುದು ಅದನ್ನು ಆಶ್ರಯಿಸಿ ಬರುವ ಹಕ್ಕಿಗಳಿಂದ, ಪುಟ್ಟ ಪ್ರಾಣಿ, ಪಕ್ಷಿ ಕೀಟಗಳಿಂದ. ಅದರ ಕಲರವದ ಸದ್ದು ಇಲ್ಲದೇ ಹೋದರೆ ಆ ನೋಟ ಎಷ್ಟು ನಿರ್ಜೀವವೆನಿಸುತ್ತದೆ...!

ಯಾಕೋ ವಾಸುವನ್ನು ಕಂಡು ಮಾತನಾಡುವುದು ಬೇಡವೆನಿಸಿ ಹಾಗೇ ಆಟೋ ಹಿಡಿದು ಮನೆಯ ಕಡೆಗೆ ಸಾಗಿದೆ.

ರಾತ್ರಿ ಮನೆಗೆ ಹಿಂತಿರುಗಿದ ವಾಸು ನನ್ನನ್ನು ಅರಸಿಕೊಂಡು ನನ್ನ ಕೋಣೆಗೆ ಬಂದ. ಅವನು ಬರುವಾಗಲೇ ಅಸಮಾಧಾನವನ್ನು ಹೊತ್ತು ಬಂದಿದ್ದ. ಅದರ ಹಿನ್ನಲೆ ಅರಿವಾಗಿ ಅವನೇ ಮಾತನಾಡಲಿ ಎಂಬಂತೆ ಪ್ರಶ್ನಾರ್ಥಕವಾಗಿ ಅವನತ್ತ ದಿಟ್ಟಿಸಿದೆ.

"ಕಡೆಗೂ ನಿಮ್ಮ ಉದ್ದೇಶ ಈಡೇರಿಸಿಕೊಂಡಿರಿ... ಅಕಾಡೆಮಿಗೆ ಬಂದಿದ್ರಂತೆ... ನನ್ನ ನೋಡದೇ ಹಾಗೇ ಹೋಗಿಬಿಟ್ಟಿರಿ..." ಆಕ್ಷೇಪಣೆ ಇತ್ತು ಅವನ ಧ್ವನಿಯಲ್ಲಿ.

"ನೀನು ಬ್ಯುಸಿ ಇರ್ತೀಯಲ್ಲ... ನಿನಗೆ ತೊಂದರೆ ಕೊಡುವುದು ಬೇಡವೆಂದು..."

"ನಿಮ್ಮ ವೈಯುಕ್ತಿಕ ಹಣ ನೀಡಿ... ಆ ಧನಪಾಲನ ಮಗನನ್ನು ಅಡ್ಮಿಶನ್ ಮಾಡಿಸುವ ಅಗತ್ಯ ಏನಿತ್ತು...?"

ಅವನು ತನ್ನ ಅಸಹನೆಯನ್ನು ಹತ್ತಿಕ್ಕುತ್ತಾ ಮಾತನಾಡುತ್ತಿರುವುದು ನನಗೆ ಅರ್ಥವಾಗುತ್ತಿತ್ತು.

" ಆ ಹುಡುಗ ಇದೇ ಕಾಲೇಜು ಬೇಕು ಅಂತ ಬಯಸಿದ್ದ... ಕೊಡಿಸಿದೆ... ನಿನಗೆ ಕೇಳಿದೆ... ನೀನು ಮನಸ್ಸು ಮಾಡಲಿಲ್ಲ... ನನಗೆ ಮನಸ್ಸು ಕೇಳಲಿಲ್ಲ... ಅದಿಕ್ಕೆ ನಾನೇ ಈ ನಿರ್ಧಾರ ಮಾಡಿದೆ... ನಿನಗೆ ಯಾವ ನಷ್ಟವೂ ಇಲ್ಲವೆಂದು ಭಾವಿಸುತ್ತೇನೆ..."

ವಾಸು ಅವಡುಗಚ್ಚಿ, "ನೀವು ಮುಂಚಿನಿಂದಲೂ ಹೀಗೇ ತಾನೇ..." ಎಂದವನು "ಮನೆಗೆ ಮಾರಿ... ಪರರಿಗೆ ಉಪಕಾರಿ..."

ಅವನು ಮುಂಚೆ ಎಂದೂ ಹೀಗೆಲ್ಲಾ ಜರಿದವನಲ್ಲ. ಮೊದಲ ಬಾರಿಗೆ ಹೀಗೆ ಮುಖಾಮುಖಿಯಾಗಿ ಖಂಡಿಸಲು ನಿಂತಿದ್ದ. ಅವನ ಬಾಯಿಂದ ಹೀಗೆ ಬಂದು ಮಾತು ಸಹಜವಾಗಿಯೇ ನನ್ನ ಆತ್ಮಕ್ಕೆ ಘಾಸಿ ನೀಡಿತ್ತು. ಅದನ್ನು ಅರಗಿಸಿಕೊಳ್ಳಲು ಕಷ್ಟವಾಯಿತು.

"ನೀವು ಕಾಲೇಜಿಗೆ ಬಂದೂ ನನ್ನ ಮಾತನಾಡಿಸದೇ... ರೌಂಡು ಹೊಡೆದು ಹಾಗೇ ಹೋಗಿದ್ದನ್ನು ಗಮನಿಸಿ... ಉಳಿದವರು ಬಾಯಿಗೆ ಬಂದ ಹಾಗೆ ಮಾತನಾಡ್ತಿದ್ದಾರೆ... ನಮ್ಮಿಬ್ಬರ ನಡುವೆ ಏನೋ ಸರಿ ಇಲ್ಲವೆನ್ನುವ ಅರ್ಥದಲ್ಲಿ... ಅಲ್ಲದೇ ಯಾರೋ ಅಸಹಾಯಕರಿಗೆ ಫೀಸ್ ನಿಮ್ಮ ಕೈಯ್ಯಿಂದ ಕಟ್ಟಿ ಮಹಾನ್ ಎನಿಸಿಕೊಂಡಿರಿ..."

"ಇದರಲ್ಲಿ ನಿನಗೆ ಅವಮಾನ ಆಗುವಂಥದ್ದು ಏನಿದೆ ವಾಸು...? ನನಗೆ ಅನ್ನಿಸಿದ್ದನ್ನು ನಾನು ಮಾಡುವುದರಲ್ಲಿ ತಪ್ಪೇನಿದೆ...? ಯಾರಿಗೋ ನನ್ನಿಂದ ಸಹಾಯ ಆಗುವುದಾದರೆ ಅದು ನನಗೆ ಖುಷಿ ನೀಡುತ್ತದೆ... ಅಲ್ಲದೇ ವಿದ್ಯೆಯ ವಿಷಯದಲ್ಲಿ ನಾನು ಹಿಂದೇಟು ಹಾಕುವವನಲ್ಲ... ನನ್ನ ಪೆನ್ಷನ್ ಹಣ ನಾನು ನೀಡಿದ್ದೇನೆ..."

"ಹೌದೌದು... ಅಪ್ಪ... ನಿಮಗೆ ಊರಿನ ಮಕ್ಕಳ ಭವಿಷ್ಯದ ಚಿಂತೆ ಬಹಳ... ಸ್ವಂತ ಮಗನ ಬಗ್ಗೆ ಎಲ್ಲಿದೆ ಹೇಳಿ... ಅಮ್ಮ ತೀರಿಕೊಂಡಾಗ, ಓದಲು ಹೊರಟಿದ್ದ ನನ್ನನ್ನು ಇಲ್ಲೇ ಕಟ್ಟಿ ಹಾಕಿದಿರಿ... ನನ್ನನ್ನೂ ಸಹ ಆ ಮಕ್ಕಳ ವಿದ್ಯೆ ಕಲಿಸಲು ಹಚ್ಚಿದಿರಿ... "

"ವಿದ್ಯಾ ದಾನ ದೊಡ್ಡದೋ ವಾಸು..." ನನ್ನ ಮಾತು ಮುಂದುವರೆಸಲು ವಾಸು ಆಸ್ಪದ ನೀಡಲಿಲ್ಲ.

"ಸಾಕು ಬಿಡಿ ಅಪ್ಪಾ... ನನಗೆ ಇನ್ನು ಉಪದೇಶ ನೀಡಬೇಡಿ... ಅದನ್ನು ಕೇಳಿ ಕೇಳಿ ಸಾಕಾಗಿದೆ ನನಗೆ... ನಿಮ್ಮ ಈ ಅತಿಯಾದ ಸೇವಾ ಮನೋಭಾವ ಇದ್ಯಲ್ವ... ಅದೇ ನಮಗೆ ಕಷ್ಟವಾಗಿದ್ದು...!"

ಅವನ ಮಾತಿಗೆ ದಂಗಾಗಿ, "ಏನಾಯ್ತು... ಅದರಿಂದ...?"

"ಯಾಕಪ್ಪ... ಮರೆತು ಹೋಯಿತೇ...? ಅಮ್ಮ ಖಾಯಿಲೆ ಬಿದ್ದರೂ ನಿಮ್ಮ ಬಳಿ ಚಿಕಿತ್ಸೆಗೆ ಹಣವಿರಲಿಲ್ಲ... ಅಸಹಾಯಕನಾಗಿ ಅಮ್ಮ ಇಂಚಿಂಚಾಗಿ ಕರಗುವುದನ್ನು ನೋಡುತ್ತಾ ಏನೂ ಮಾಡಲಾಗದ ಅಸಹಾಯಕತೆಯಲ್ಲಿ ಒದ್ದಾಡುತ್ತಿದ್ದವನು ನಾನು... ನೀವು, ನಿಮಗೇನೂ ಅದರಿಂದ ಬಾಧೆಯೇ ಇಲ್ಲವೆನ್ನುವಂತೆ ನಿರುಮ್ಮಳವಾಗಿ ಆ ಮಕ್ಕಳ ಮುಂದೆ ಪುಸ್ತಕ ಹಿಡಿದು ತಲ್ಲೀನರಾಗಿ ಬಿಡುತ್ತಿದ್ದಿರಿ... ಅಷ್ಟೇ ಏಕೆ...? ಅಮ್ಮ ತೀರಿದಾಗಲೂ ಅವಳ ಅಂತ್ಯಕ್ರಿಯೆ ಖರ್ಚು ಊರಿನವರೇ ಭರಿಸಿದರು... ನೀವು ಸಂಬಂಧವೇ ಇಲ್ಲದಂತೆ ನಿಂತು ಬಿಟ್ಟಿದ್ದರಲ್ಲಾ...? ಯಾರೋ ಮಕ್ಕಳು ಶಾಲೆಗೆ ಬರದೇ ಇದ್ದರೆ ನೀವು ಹುಡುಕಿಕೊಂಡು ಹೋಗಿ... ಅವರ ಮನೆಯರನ್ನು ಓಲೈಸಿ ಶಾಲೆಗೆ ಕರೆತರುತ್ತಿದ್ದಿರಿ... ಅಸಹಾಯಕ ಮಕ್ಕಳಿಗೆ ಸ್ಕಾಲರ್ ಶಿಪ್ ಕೊಡಿಸಲು ಓಡಾಡುತ್ತಿದ್ದಿರಿ... ಅಷ್ಟು ಕಾಳಜಿ ಮನೆಯವರ ಬಗ್ಗೆ ಏಕೆ ಇರಲೇ ಇಲ್ಲ... ಅಪ್ಪಾ...? ನಾವು ನಿಮ್ಮ ಜವಾಬ್ದಾರಿಯಲ್ಲವೇ...?"

ನಾನು ಧಿಗ್ಭ್ರಾಂತನಾಗಿ ನಿಂತಿದ್ದೆ. ಇಷ್ಟು ವರ್ಷಗಳು ಕಳೆದರೂ ಅವನಲ್ಲಿ ಈ ಪ್ರಶ್ನೆಗಳು ಒಳಗೇ ಕುದಿಯುತ್ತಿದ್ದು, ಇಂದು ಸ್ಫೋಟಿಸಿತ್ತು. ನನಗೆ ನಿಂತ ನೆಲವೇ ಕುಸಿದಂತೆ ಭಾಸವಾಗಿತ್ತು.

"ಅಮ್ಮನ್ನ ಕಳೆದುಕೊಂಡೆ... ನಾನು ಇದ್ದೂ ನಿಮಗೆ ಇಲ್ಲದಂತೆ ಲೆಖ್ಖ... ನನಗೂ ನಿಮ್ಮಂತೆ ಪರೋಪಕಾರಿಯಾಗಿ ಮಾಡಲು ಹೊರಟಿರಿ... ನೀವು ಮಾಡಿದರ ಫಲ ನಿಮಗೇನು ಸಿಕ್ತು... ನೀವು ಅಷ್ಟು ಕಲಿಸಿದ ಮಕ್ಕಳು ಈಗೆಲ್ಲಿದ್ದಾರೆ...? ಏನು ಮಾಡುತ್ತಿದ್ದಾರೆ...? ನಿಮ್ಮನ್ನು ಸ್ಮರಿಸಿಕೊಳ್ತಾರಾ...? ಆದರೆ ಅವರ ಭವಿಷ್ಯ ತೀಡುವ ಓಟದಲ್ಲಿ ನಿಮ್ಮವರನ್ನು ಬಿಟ್ಟು ನೀವು ತುಂಬಾ ಮುಂದೆ ಹೋಗಿದ್ರಿ... ನಾನೆಷ್ಟು ಅನಾಥ ಪ್ರಜ್ಞೆ ಅನುಭವಿಸಿದೆ ಎಂದು ಅನುಭವಿಸಿದ ನನಗೆ ಮಾತ್ರ ಗೊತ್ತು... ಅಮ್ಮ ಇರಲಿಲ್ಲ... ನೀವು ಇದ್ದೂ ಇಲ್ಲದಂತಿದ್ರಿ... ತಪಸ್ವಿಯ ಥರ... ನಿಮ್ಮದೇ ಲೋಕದಲ್ಲಿ ನೀವು ಮಗ್ನ... ನಿಮ್ಮ ನಿರ್ಲಿಪ್ತತೆಯ ಎದುರು ನನ್ನ ಪ್ರಶ್ನೆಗಳಿಗೆ ಸ್ವರವೇ ಬರುತ್ತಿರಲಿಲ್ಲ... ಆದರೆ ಈ ಬದುಕು ನನ್ನದಲ್ಲ ಎನಿಸಿತ್ತು... ಅದಕ್ಕೆ ನಾನು ನನ್ನ ದಾರಿ ಹುಡುಕಿಕೊಂಡೆ... ಈ ಆದರ್ಶ ಅಕಾಡೆಮಿ ತೆರೆದೆ... ನೀವು ಅಲ್ಲೇ ಇದ್ದಿದ್ದರೆ... ನಾನು ಅದನ್ನು ಚಾರಿಟೇಬಲ್ ಟ್ರಸ್ಟ್ ಆಗಿ ಮಾಡಬೇಕಿತ್ತು..."

ಒಡಲಲ್ಲಿ ಇಟ್ಟುಕೊಂಡಿದ್ದ ಅಷ್ಟೂ ಅಸಹನೆಯನ್ನು ಇಂದು ವಾಸು ಹೊರಗೆ ಕಾರಿದ್ದ. ಹೀಗೆ ನನ್ನೆದುರು ನಿಂತು ಗಟ್ಟಿಸಿ ಮಾತನಾಡುವಷ್ಟು ಅವನಲ್ಲಿ ಆತ್ಮಬಲ ಬಂದಿದೆ ಎಂದಾದರೆ ಅದು ಅವನಲ್ಲ, ಅವನೊಳಗಿನ ಅಹಂಭಾವವೇ ಮಾತನಾಡಿಸುತ್ತಿದೆ.

ತಾನು ಗೆದ್ದಿದ್ದೇನೆ ಎಂಬ ಭಾವ, ಉಳಿದವರ ಸಾಧನೆಯನ್ನು ಕೇವಲವಾಗಿ ಪರಿಗಣಿಸುತ್ತದೆ.

"ಇನ್ನೂ ಏನಾದರೂ ಹೇಳಲು ಉಳಿದಿದ್ದರೆ ಹೇಳಿ ಬಿಡು... ಏಕೆಂದರೆ ಈಗಾಗಲೇ ಬಹಳಷ್ಟು ಹೇಳಿಬಿಟ್ಟಿದ್ದೀಯಾ... ಈಗ ನನ್ನ ದೇಹದ ಮತ್ತು ಮನಸ್ಸಿನ ಶಕ್ತಿ ಉಡುಗಿ ಹೋಗಿದೆ... ಮೈಯ್ಯಲ್ಲಿ ಮೊದಲಿನ ಕಸುವು ಇಲ್ಲ... ಹಣ್ಣೆಲೆ ಕಂಡು ಆಡಿಕೊಳ್ಳೋದು ಸಹಜ... ನನ್ನ ತಪ್ಪುಗಳು ಇನ್ನೂ ಇದ್ದರೆ ಹೇಳಿ ಬಿಡು... ಅದನ್ನೂ ಆಲಿಸೋಣ... ನನಗೂ ಬದುಕಿನ ಈ ಕೊನೆಗಾಲದಲ್ಲಿ ಆತ್ಮವಿಮರ್ಶೆಗೆ ಅನುವಾಗುತ್ತದೆ... ಬೇರೆ ಮಕ್ಕಳ ಉತ್ತರ ಪತ್ರಿಕೆಗಳನ್ನು ತಿದ್ದುತ್ತ, ಅವರಿಗೆ ಮೌಲ್ಯಮಾಪನ ಮಾಡುತ್ತಾ ನಾನು ನನ್ನ ಬದುಕಿನಲ್ಲಿ ಅನುತ್ತೀರ್ಣನಾದೆನಾ...?"

"ಅಪ್ಪ... ಹೇಳೋಕೆ ಸುಮಾರಿದೆ... ಆದರೆ ತಡೆದುಕೊಳ್ಳುವ ಚೈತನ್ಯ ನಿಮಗಿರಬೇಕಲ್ಲವೇ...? ಕಾಲ ಮುಂದೆ ಸಾಗಿದೆ... ಮತ್ತೆ ಹೋಗಿ ಆ ತಪ್ಪುಗಳನ್ನು ಸರಿಪಡಿಸಲು ಸಾಧ್ಯವಾಗಿದ್ದರೆ ಮಾತನಾಡಿ ಪ್ರಯೋಜನವಿದೆ... ಇಲ್ಲವಾದರೆ ಈಗ ಏನು ಉಪಯೋಗ...?" ವಾಸು ಅಸಡ್ಡೆಯಿಂದ ನುಡಿದ.

"ಇರಲಿ... ಹೇಳು... ನಿನ್ನ ಮಾತುಗಳು ನಾನು ಕಿವಿಗೊಡಲೇ ಇಲ್ಲವೆನ್ನುವ ನಿನ್ನ ಆರೋಪವಿದೆಯಲ್ಲವೇ...? ಈಗಲಾದರೂ ಅದನ್ನು ಆಲಿಸೋಣ... ಸರಿಪಡಿಸಲಾಗದೇ ಹೋದರೂ ನಾನು ಮಾಡಿದ್ದ ತಪ್ಪುಗಳ ಅರಿವು ನನಗೆ ಆಗಬೇಕು..." ಎಂದಾಗ ಬಾಗಿಲಲ್ಲಿ ನಿಂತ ಮೀರಾ ಪತಿಯನ್ನು ತಡೆದಳು, "ಸಾಕು ಬಿಡಿ... ಯಾಕೆ ಹೀಗೆಲ್ಲಾ ಮಾತನಾಡುತ್ತಿದ್ದೀರಿ...?"

ವಾಸು ಪತ್ನಿಯೆಡೆಗೆ ಉರಿಗಣ್ಣಿನಿಂದ ನೋಡಿದ. ನಂತರ ತಂದೆಯ ಕಡೆಗೆ ತಿರುಗಿದವನು, "ನಿಮ್ಮ ತಪ್ಪುಗಳನ್ನು ಹೇಳಿ ಎಂದರಲ್ಲವೇ...?" ಎಂದವನು ಮೀರಾಳ ಕಡೆಗೆ ಬೆರಳು ತೋರಿಸಿ, "ನನಗೆ ಇಷ್ಟವಿಲ್ಲದ ಹುಡುಗಿಯನ್ನು ತಂದು ನನಗೆ ಮದುವೆ ಮಾಡಿಸಿ ಬಿಟ್ಟಿರಿ... ನನಗೆ ಒಂದು ಮಾತು ಕೂಡ ಕೇಳಲೇ ಇಲ್ಲ ನೀವು... ಇವಳು ಕಲಿತಿದ್ದಾಳಾ... ಬರೀ ಮನೆ ಸಂಭಾಳಿಸಿಕೊಂಡು ಹೋದರೆ ಸಾಕೇ...? ನಾನು ಸಾರ್ವಜನಿಕ ಕಾರ್ಯಕ್ರಮಳಿಗೆ ಇವಳನ್ನು ಹೇಗೆ ಕರೆದುಕೊಂಡು ಹೋಗಲಿ...? ಇವಳಿಗೆ ಸರಿಯಾಗಿ ಮಾತನಾಡಲು ಬರುತ್ತದೆಯೇ...? ನನ್ನ ದೊಡ್ಡ ದೊಡ್ಡ ಸ್ನೇಹಿತರ ಪತ್ನಿಯರು ಹೇಗಿದ್ದಾರೆ ಗೊತ್ತೇ...?"

ನನಗಿಂತಲೂ ಆ ಮಾತುಗಳು ಮೀರಾಳನ್ನು ಆಘಾತಕ್ಕೊಳಪಡಿಸಿತ್ತು. ತೀರಾ ವಿಚಲಿತನಾಗಿದ್ದ ವಾಸು ಇಂದು ಹೆಚ್ಚೇ ಮಾತನಾಡಿದ್ದ. ಮೀರಾಳ ಮುಖ ಅವಮಾನದಿಂದ ಕಪ್ಪಡರಿ ಹೋಗಿತ್ತು. ಪತಿಯ ಉಪೇಕ್ಷೆಗೆ ಅವನ ತೀರಾ ಕೆಲಸದ ಒತ್ತಡ ಕಾರಣವೆಂದೇ ಭಾವಿಸಿ ಅನುಸರಿಸಿಕೊಂಡು ನಡೆಯುತ್ತಿದ್ದ ಅವಳಿಗೆ ಆಕೆ ಒಲ್ಲದ ಸಂಗಾತಿ ಎಂದು ಅರಿವಾದಾಗ ಅವಳಿಗೆ ಸಿಡಿಲೆರಗಿದಂತಾಗಿತ್ತು.

ದಾಂಪತ್ಯದ ಇಷ್ಟು ವರ್ಷಗಳ ನಂತರ ಈ ಮಾತು ಬಂದಿದ್ದು ಸ್ವೀಕರಿಸಲೇ ಕಷ್ಟವಾಗಿತ್ತು.

ಅವನು ಅಲ್ಲಿಂದ ದೊಡ್ಡ ಹೆಜ್ಜೆಗಳನ್ನು ಹಾಕುತ್ತಾ ನಿರ್ಗಮಿಸಿದರೂ, ಅವನು ಆಡಿದ ಮಾತುಗಳು ನಮ್ಮೊಳಗೆ ಕೋಲಾಹಲವನ್ನೇ ಸೃಷ್ಟಿಸಿತ್ತು. ನನ್ನ ಮತ್ತು ಮೀರಾಳ ಪರಿಸ್ಥಿತಿ ಭಿನ್ನವೇನೂ ಆಗಿರಲಿಲ್ಲ.

ಇಷ್ಟವಿಲ್ಲದೆಯೂ ಸಂಬಂಧವನ್ನು ಅವನು ರೂಢಿಸಿಕೊಂಡು ಬಂದಿದ್ದನೆಂದು ಅವನು ಸ್ಪಷ್ಟವಾಗಿ ತಿಳಿಸಿದ್ದ.

ಮೀರಾ ಏನೂ ಮಾತೂ ಆಡದೇ ಅಲ್ಲಿಂದ ತೆರಳಿದ್ದಳು. ಅವಳ ಹೃದಯಕ್ಕಾದ ಪ್ರಹಾರವನ್ನು ನಾನು ಅರ್ಥ ಮಾಡಿಕೊಂಡೆ. ಇಷ್ಟು ವರ್ಷಗಳ ದಾಂಪತ್ಯದ ಅಸ್ತಿತ್ವವೇ ಅರ್ಥಹೀನವೆನಿಸಿರಬೇಕು ಅವಳಿಗೆ.

ಇನ್ನು ನನಗೂ ವಾಸುವಿನ ಮಾತುಗಳನ್ನು ಅರಗಿಸಿಕೊಳ್ಳಲು ಕಷ್ಟವೇ ಆಗಿತ್ತು.

ಅಸಲಿಗೆ ವಾಸು ಹೇಳಲು ಹೊರಟಿರುವುದು ಏನು...? ಅವನನ್ನು ನಿಜಕ್ಕೂ ನಾನು ಕಡೆಗಣಿಸಿರಲಿಲ್ಲ. ಹಾಗಾಗಿದ್ದರೆ ಅವನು ಗಾಳಿ ತಿಂದು, ನೀರು ಕುಡಿದು ಬೆಳೆದನೇ...? ಮನೆಯಲ್ಲೊಂದು ವಿದ್ಯಾರ್ಥಿ ಕಲಿತರೆ ಆ ಮನೆ ಉದ್ಧಾರವಾಗುತ್ತದೆ ಎಂದು ನಂಬಿದವನು ನಾನು. ಆ ಮೂಲಕ ಸಮಾಜ ಸುಧಾರಿಸುತ್ತದೆ. ದೇಶ ಪ್ರಗತಿ ಹೊಂದುತ್ತದೆ. ಹಳೆಯ ಕಾಲದವರಾದ ನಾವು ಕೇವಲ ನಾನು, ನನ್ನ ಮನೆ ಎಂದು ಮಾತ್ರ ಭಾವನೆಗಳನ್ನು, ಆಶಯಗಳನ್ನು ಸಂಕುಚಿಸಿ ನೋಡದೇ ಬದುಕಿದವರು... ಕೂಲಿ ಕಾರ್ಮಿಕರ ಮಕ್ಕಳು ಅವರಂತೇ ಮುಂದೆ ಕಷ್ಟ ಕಾರ್ಪಣ್ಯದ ಬದುಕು ಸಾಗಿಸುವುದು ಬೇಡವೆಂದು ಅವರ ಮನೆಗಳಿಗೆ ಹೋಗಿ ಒತ್ತಾಯದಿಂದ ಶಾಲೆಗೆ ಎಳೆದು ತರುತ್ತಿದ್ದೆ... ಅವರಿಗೆ ಸಿಗಬೇಕಾದ ಸವಲತ್ತುಗಳನ್ನು, ವಿದ್ಯಾರ್ಥಿ ವೇತನವನ್ನು ದೊರಕಿಸಿ ಕೊಡುತ್ತಿದ್ದೆ... ಆ ಮೂಲಕ ಅವರ ಶಿಕ್ಷಣ ಅವರ ಪೋಷಕರಿಗೆ ಹೊರೆಯಾಗದೇ ಹಾಗಾದರೂ ಅವರು ತಮ್ಮ ಮಕ್ಕಳಿಗೆ ಶಾಲೆಗೆ ಕಳಿಸಲಿ ಎಂಬುದೇ ಅದರ ಉದ್ದೇಶವಾಗಿತ್ತು.

ನನ್ನ ಈ ಸೇವಾ ಮನೋಭಾವ ವಾಸುವಿನಲ್ಲೂ ಬೆಳೆಯಲಿ ಎಂದು ಆಶಿಸಿದ್ದೆ. ಮನುಷ್ಯ ಜನ್ಮ ಸಾರ್ಥಕಗೊಳ್ಳುವುದು ಯಾವಾಗೆಂದರೆ, ನಮ್ಮ ಕೈಲಾದ ಸಹಾಯ ಹಸ್ತ ನೀಡಿದಾಗ,... ಅದೂ ಪ್ರತಿಫಲಾಪೇಕ್ಷೆ ಇಲ್ಲದೇ. ನಾನು ಮಕ್ಕಳಿಗೆ ಬರೀ ಶಿಕ್ಷಣವಲ್ಲದೇ ನೈತಿಕ ಶಿಕ್ಷಣಗಳು, ಮೌಲ್ಯಗಳನ್ನೂ ಬೋಧಿಸುತ್ತಿದ್ದೆ. ನಾನು ಯಾವುದೇ ಪ್ರತಿಫಲವನ್ನು ಅಪೇಕ್ಷಿಸಿ ಅದಾವುದನ್ನೂ ಮಾಡಿರಲಿಲ್ಲ. ನನ್ನ ಕೈಲಾದ ಸಹಾಯ ಮಾಡುವುದು ನನ್ನ ಕರ್ತವ್ಯ ಮತ್ತು ಧರ್ಮ ಎಂದು ಸಂಕಲ್ಪ ತಳೆದು ಅದರಂತೇ ನಡೆದವನು ನಾನು...!

ಆದರೆ ಇತರರಿಗೆ ಹಣ್ಣು ನೀಡುತ್ತಾ, ಸ್ವತ: ನಾನು ಇರಿಸಿಕೊಂಡ ಹಣ್ಣೇ ಕೊಳೆತು ಹೋಯಿತೇ...?

ಇದೇಕೆ ಸಿಹಿಯಾಗಲಿಲ್ಲ...?!

ಆದರ್ಶ ಅಕಾಡೆಮಿ ಎಂಬ ದೊಡ್ಡ ಸಾಮ್ರಾಜ್ಯದ ರೂವಾರಿ ಎಂಬ ಮನ್ನಣೆ, ಕೀರ್ತಿ ವಾಸುವನ್ನು ಬದಲಿಸಿತೇ...?

ಎಲ್ಲದರಲ್ಲೂ ಲೋಪ, ದೋಷಗಳನ್ನೇ ಅವನ ಕಣ್ಣುಗಳಿಗೆ ಕಾಣಿಸುತ್ತಿದೆಯೆಂದಾದರೆ ಎಲ್ಲದರಲ್ಲೂ ತಾನು ಮೇಲು ಎಂಬ ಭಾವನೆ ಅವನಲ್ಲಿ ಬಲವಾಗಿ ಮೂಡಿದೆ. ಏನೋ ದೊಡ್ಡದನ್ನು ಸಾಧಿಸಿದ್ದೇನೆ ಎಂಬ ಗೆಲುವಿನ ಭಾವ ಅವನ ಮಾತಿನಲ್ಲಿ ಎದ್ದು ಕಾಣುತ್ತಿತ್ತು.

ಅಹಂಭಾವ ಮೂಡಿದೆ ಎಂದಾದರೆ ಮನುಷ್ಯನ ವ್ಯಕ್ತಿತ್ವಕ್ಕೆ ಅದು ಗೆದ್ದಲು ಹಿಡಿದ ಹಾಗೆ. ಅವನನ್ನೇ ಅದು ತಿನ್ನುತ್ತದೆ.

ಅಧ್ಯಾಯ-4

ರಾತ್ರಿ ಊಟ ಮಾಡಬೇಕೆನ್ನಿಸಲಿಲ್ಲ. ನಿದ್ದೆ ಏಕೋ ಬಳಿಗೆ ಸುಳಿಯಲು ಮನಸ್ಸು ಬಿಡಲಿಲ್ಲ. ಎಷ್ಟೇ ಕಣ್ಮುಚ್ಚಿ ನಿದ್ರಿಸಲು ಯತ್ನಿಸಿದರೂ ಭೀಷ್ಮನ ಶರಶಯ್ಯೆಯಂತೆ ವಾಸು ಎತ್ತಿದ ಪ್ರಶ್ನೆಗಳ, ಆರೋಪಗಳ ಮೇಲೆ ಮಲಗಿದಂತೆನ್ನಿಸಿ ವೇದನೆಯಿಂದ ಬಳಲುತ್ತಾ ಬೆಳಗಿಗಾಗಿ ಕಾತರಿಸಿದೆ. ಆ ಕತ್ತಲು, ನನ್ನನ್ನು ತಿವಿಯುವಂತೆ ಭಾಸವಾಗುತ್ತಿತ್ತು. ನಾನೆಂದೂ ನನಗೆ ಆತ್ಮವಂಚನೆ ಮಾಡಿಕೊಂಡು ಬದುಕಲಿಲ್ಲ. ಸತ್ಯದ ಹಾದಿಯಲ್ಲೇ ನಡೆದಿದ್ದೆ. ನನ್ನ ದೃಷ್ಟಿಯಲ್ಲೂ ನಾನೇನೂ ತಪ್ಪು ಮಾಡಿರಲಿಲ್ಲ. ದಿಂಬಿಗೆ ತಲೆಯೊಡ್ಡಿದೊಡನೇ ನಿದ್ದೆ ಆವರಿಸಿ ಬಿಡುತ್ತಿತ್ತು. ಇನ್ನು ನಾನು ಸೋತಿದ್ದೆಲ್ಲಿ...? ಮಗನಾಗಿ ಅವನಲ್ಲಿ ನನ್ನ ಬಗ್ಗೆ ಹಲವು ನಿರೀಕ್ಷೆಗಳು ಇದ್ದಿರಬಹುದು... ಅವನಿಗೂ ಏನೇನೋ ಮಹತ್ವಾಕಾಂಕ್ಷೆಗಳಿದ್ದಿರಬಹುದು... ಅದೆಲ್ಲವೂ ಸಾಧ್ಯವಾದಾಗ ಸಹಜವಾಗಿಯೇ ಅವನ ದೃಷ್ಟಿಯಲ್ಲಿ ನಾನು ಅಸಮರ್ಥನಾಗಿರಬಹುದು... ಅವನು ಎಂದೂ ತನ್ನ ಮನದಿಂಗಿತವನ್ನು ನನ್ನಲ್ಲಿ ಹೇಳಿಕೊಂಡಿದ್ದೇ ಇಲ್ಲ... ಅಥವಾ ನಾನೇ ಅದೆಲ್ಲವೂ ಅವನಿಗೇನು ಒಳಿತೆಂದು ಬಲ್ಲವನಾಗಿ ನಾನೇ ನಿರ್ಧರಿಸಿ, ಅವನಿಗೆ ತನ್ನ ಆಯ್ಕೆಗಳನ್ನು ಆಯ್ದುಕೊಳ್ಳಲು ಆಸ್ಪದವೇ ನೀಡಲಿಲ್ಲವೇ...? ಈಗೇನಿದ್ದರೂ ಈ ಪ್ರಶ್ನೆಗಳು, ಅದರ ಉತ್ತರಗಳು ನಿರರ್ಥಕ. ಕಾಲ ಮುಂದೋಡಿಯಾಗಿದೆ. ಕಳೆದುಹೋದದ್ದರ ಬಗ್ಗೆ ಚಿಂತಿಸಿ ಫಲವಿಲ್ಲ. ಕೈಲಿರುವುದನ್ನು ಸಂಭಾಳಿಸಬೇಕಿದೆ. ಜತನ ಮಾಡಬೇಕಿದೆ. ತಾನಂತೂ ಉದುರಿ ಹೋಗುವ ಹಣ್ಣೆಲೆ. ಆದರೆ, ಮೀರಾ ಮತ್ತು ವಾಸು ಜೊತೆಗೆ ಬಾಳಿ ಬದುಕಬೇಕಾದವರು... ಅವರುದ್ದಕ್ಕೂ ಜೀವನವಿದೆ. ಅಪ್ಪ ಎಂಬ ಬಂಧಕ್ಕೆ, ಮಕ್ಕಳು ಏನೇ ಗಾಯ ಮಾಡಿದರೂ ಮಾಗಿಸುವ, ಉದಾರವಾಗಿ ಮನ್ನಿಸುವ ಒಂದು ದ್ರವ್ಯ ನಂಟಿಗಿದೆ. ಆದರೆ... ಮೀರಾ...ಆಕೆ ಹೇಗೆ ಮರೆತಾಳು... ಅವನಾಡಿದ ಮಾತುಗಳು...?

ಅವಳನ್ನು ನೋಡಲು ಮೆಲ್ಲನೆ ಕೆಳಗಿಳಿದು ಬಂದಾಗ ಅವಳು ಅಡುಗೆ ಮನೆಯಲ್ಲಿದ್ದಳು. ನನ್ನ ನೋಡುತ್ತಲೇ ಕಣ್ತಪ್ಪಿಸಿ ಕೆಲಸದಲ್ಲಿ ನಿರತಳಾದಂತೆ ನಟಿಸಿದಳು. ತನ್ನ ದುರ್ಬಲತೆಯನ್ನು ತೋರುವುದು ಅವಳಿಗೂ ಬೇಕಾಗಿರಲಿಲ್ಲ. ಅದನ್ನು ಕೆದಕಿ ಇನ್ನಷ್ಟು ಘಾಸಿ ಮಾಡಲು ನನಗೂ ಬೇಡವೆನಿಸಿತು.

ಮೀರಾಳ ಮೌನ ಮತ್ತು ಗಾಂಭೀರ್ಯಕ್ಕೆ ವಾಸುವಿನ ಈ ವಿಮುಖತೆಯೇ ಕಾರಣವೇ...? ನಿರ್ಲಕ್ಷಿತಳಂತೆ ಭಾಸವಾದಾಗ ಅವಳಾದರೂ ಯಾರಲ್ಲಿ ತೋಡಿಕೊಳ್ಳಬೇಕು...? ವಾಸು ತನ ಮನಸ್ಥಿತಿಯನ್ನು ಹೊರಗಿನ ಚಟುವಟಿಕೆಗಳಲ್ಲಿ ಮರೆಯಬಹುದು...? ಮೀರಾಳಿಗೆ ಒಳಗೇ ನುಂಗಿಕೊಂಡು ಬದುಕುವುದು ಕರಗತವಾಗಿರಬೇಕು.

ಹಾಗೆ ನೋಡಿದರೆ ಪ್ರತಿಯೊಬ್ಬರ ಅಂತರಂಗದಲ್ಲೂ ನಮಗೆ ಅರಿವಿರದ ಮತ್ತೊಂದು ವಿಪ್ಲವ ಇರುತ್ತದೆ. ನಾವು ನೋಡಲಿಚ್ಛಿಸುವ, ಅವರು ತೋರಿಸಲಿಚ್ಛಿಸುವ ನೋಟವಷ್ಟೇ ನಮಗೆ ಕಾಣುತ್ತದೆ. ಬದುಕು ನಾವು ಊಹಿಸಿದಂತೆ ಸರಳ ರೇಖೆಯಲ್ಲ. ಎಚ್.ಎಸ್.ವಿ ಅವರ ಕವಿತೆಯಂತೆ ಇಷ್ಟು ಕಾಲ ಒಟ್ಟಿಗಿದ್ದು ಎಷ್ಟು ಬೆರೆತರೂ, ಅರಿತೆವೇನು ನಾವು ನಮ್ಮ ಅಂತರಾಳವ... ಎನ್ನುವಂತೆ, ಇಷ್ಟು ಸಮಯ ಒಂದೇ ಮನೆಯ ಗೋಡೆಗಳ ನಡುವಿದ್ದೂ ಕೂಡಾ ನಮ್ಮ ನಡುವೆ ಈ ಅವ್ಯಕ್ತ ಗೋಡೆಗಳಿವೆ. ಅದನ್ನು ನಾವು ಅರಿಯಲು, ಕೆಡವಲು ಯತ್ನಿಸಲೇ ಇಲ್ಲ. ವಾಸುವಿನ ಆಕ್ಷೇಪಣೆಗಳೇ ಬೇರೆ... ಮೀರಾಳ ಅಸಹಾಯಕತೆಯೇ ಬೇರೆ... ಇನ್ನು ಮೊಮ್ಮಗ ಆದರ್ಶನ ಅಳಲು ಬೇರೆಯದ್ದು... ಇವೆಲ್ಲದರ ನಡುವೆ ತನ್ನ ತುಯ್ದಾಟವೇ ಬೇರೆ ಬಗೆಯದು. ಕೊಕ್ಕೆಗೆ ಸಿಲುಕಿ ತೊಳಲಾಡುವ ಮೀನಿನಂತೆ ಮನುಷ್ಯ ಕೂಡಾ ತನ್ನದೇ ಪರಿಸ್ಥಿತಿಗಳ ಕೊಂಡಿಗೆ ಸಿಲುಕಿ ತಳಮಳಿಸುತ್ತಾನೆ.

ಎಲ್ಲರೂ ಸೇರಿ ಉಪಹಾರ ಸೇವಿಸುವಾಗ ಇವತ್ತು ದಿವ್ಯ ಮೌನವಿತ್ತು. ವಾಸು ಉಪಹಾರ ಮುಗಿಸಿ ಏಳುವಾಗ ಮಗನೆಡೆಗೆ ತಿರುಗಿ, "ಆದರ್ಶ... ನಿನ್ನ ಸರ್ಟಿಫಿಕೇಟ್ಸ್ ರೆಡಿ ಮಾಡಿಕೋ... ನೀನು ಅಕಾಡೆಮಿ ಅರ್ಜಿ ತುಂಬಲು..." ಎಂದ ಆದೇಶಿಸುವಂತೆ.

ಆದರ್ಶ ಒಂದು ಕ್ಷಣ ನಿರುತ್ತರನಾದ. ನಂತರ ಅವನ ಮುಖಭಾವ ಬದಲಾಯಿತು.

"ಅಪ್ಪಾ... ನಾನು ಆದರ್ಶ ಅಕಾಡೆಮಿ ಸೇರೋದಿಲ್ಲ... ನನಗೆ ಆ ಕಾಲೇಜ್ ಬೇಡ..." ಎಂದು ತನ್ನ ನಿಲುವನ್ನು ದೃಢವಾದ ಸ್ವರದಲ್ಲಿ ಹೊರಗೆಡವಿದ. ಮಗನಿಂದ ಇಂಥ ಪ್ರತಿಕ್ರಿಯೆ ನಿರೀಕ್ಷಿಸಿರದ ವಾಸುವಿಗೆ ಆಘಾತವಾಗಿತ್ತು. ಒಂದು ಕ್ಷಣ ಅವಕ್ಕಾದವನು, ನಂತರ ಸಾವರಿಸಿಕೊಂಡು,

"ಮತ್ತೆ...? ಏನು ಮಾಡಬೇಕೂಂತ ಇದ್ದಿಯಾ...? ನನ್ನ ಮಗನಾಗಿ ನೀನು ಬೇರೆ ಕಾಲೇಜಿಗೆ ಹೇಗೆ ಸೇರಲು ಸಾಧ್ಯ...?"

"ಯಾಕೆ ಸೇರಬಾರದು...ಅಪ್ಪ...? ನಿಮ್ಮ ಮಗನಾಗಿ ನಾನು ಅದೇ ಕಾಲೇಜು ಸೇರಬೇಕು ಅಂತ ನಿಯಮ ಏನಿದೆ...?" ಆದರ್ಶ ನೇರವಾಗಿ ಪ್ರಶ್ನಿಸಿದಾಗ ವಾಸುವಿನ ಮುಖ ವಿವರ್ಣವಾಗಿತ್ತು. ನಾನು ಮತ್ತು ಮೀರಾ ಅನಿರೀಕ್ಷಿತವಾಗಿ ಕಾವೇರಿದ ಈ ಸನ್ನಿವೇಶಕ್ಕೆ ಮೂಕ ಪ್ರೇಕ್ಷಕರಾಗಿ ಕುಳಿತಿದ್ದೆವು.

"ನಮ್ಮ ಕಾಲೇಜು ಏನಾಗಿದೆ... ಅದಕ್ಕೆ ಇಷ್ಟು ಹೆಸರಿದೆ... ರಾಜ್ಯದ ಎಲ್ಲಾ ಕಡೆಯಿಂದ ವಿದ್ಯಾರ್ಥಿಗಳು ಹಾತೊರೆಯುತ್ತಾರೆ... ಇಲ್ಲಿ ಸೇರಿಕೊಂಡರೆ ತಮ್ಮ ಮಕ್ಕಳ ಭವಿಷ್ಯ ಖಂಡಿತವಾಗಿಯೂ ನೆಲೆ ಕಾಣುತ್ತದೆ ಎಂದು ಪೋಷಕರು ನಂಬಿದ್ದಾರೆ... ಅಂಥದ್ದರಲ್ಲಿ ನೀನೇಕೆ ಬೇಡ ಅಂತಿದ್ದೀಯಾ...?"

ಆದರ್ಶ ಮಾತನಾಡಲಿಲ್ಲ.

ವಾಸು ತಾಳ್ಮೆ ಕಳೆದುಕೊಂಡು, "ಯಾಕೆ ಸುಮ್ಮಿದ್ದೀಯಾ... ಮಾತನಾಡು...?"

"ಅಪ್ಪ... ನಾನು ಹೇಳಿದರೆ ನಿನಗೆ ಬೇಸರವಾಗಬಹುದು..." ಎಂದ.

"ಪರ್ವಾಗಿಲ್ಲ... ಹೇಳು... ಅದೇನು ಅಂತ ನನಗೂ ಗೊತ್ತಾಗಬೇಕು..."

"ಅಪ್ಪ... ಆದರ್ಶ ಅಕಾಡೆಮಿಯಲ್ಲಿ ಶಿಕ್ಷಣ ಅನ್ನೋದು ಮಕ್ಕಳಿಗೆ ಅಲ್ಲಿ ಶಿಕ್ಷೆ ಥರ ಆಗುತ್ತೆ... ಬೆಳಿಗ್ಗೆಯಿಂದ ರಾತ್ರಿವರೆಗೂ, ಮನೆ ಸೇರಿದ ಮೇಲೂ ಓದು, ಬರಿ, ಕಲಿ, ಅಸೈನ್‌ಮೆಂಟು ಅಂತ ಮಕ್ಕಳನ್ನು ಹುರಿದು ಹಾಕುತ್ತೀರಿ... ತೊಂಭತ್ತು ಪರ್ಸೆಂಟ್ ಮೇಲೆ ಗಳಿಸಿರುವ ವಿದ್ಯಾರ್ಥಿಗಳನ್ನೇ ದಾಖಲಿಸಿಕೊಂಡು ಅವರನ್ನು ತೊಂಭತ್ತೊಂಭತ್ತು ಪರ್ಸೆಂಟ್‌ಗೆ ತಂದು ನಿಮ್ಮ ಅಕಾಡೆಮಿ ಸಾಧಿಸಿದೆ ಎಂದು ಬೀಗುತ್ತೀರಿ... ಮೂವತ್ತೈದು ಗಳಿಸಿದ ವಿದ್ಯಾರ್ಥಿಗಳನ್ನು ಸೇರಿಸಿ ಅವರನ್ನು ತೊಂಭತ್ತು ಗಳಿಸುವಂತೆ ನೀವು ಮಾಡುವುದಿಲ್ಲ... ಇದರಲ್ಲಿ ಹೆಚ್ಚುಗಾರಿಕೆ ಏನಿದೆ...? ಹಿಂದಿನ ವರ್ಷ ಒಬ್ಬ ವಿದ್ಯಾರ್ಥಿ ನಿಮ್ಮ ಶಿಕ್ಷೆಯ ಕಾಟ ತಡೆಯಲಾರದೇ, ಪೋಷಕರ ಒತ್ತಡ ನೀಗಿಸಲಾರದೇ ಆತ್ಮಹತ್ಯೆ ಮಾಡಿಕೊಂಡಿದ್ದು ಮರೆತು ಹೋಯಿತೇ...?"

ವಾಸು ಸ್ತಂಭೀಭೂತನಾಗಿ ನಿಂತಿದ್ದ.

ಕಳೆದ ವರ್ಷ ಆದರ್ಶ ಅಕಾಡೆಮಿಯ ಹಾಸ್ಟೆಲ್‌ನಲ್ಲಿ ಓರ್ವ ವಿದ್ಯಾರ್ಥಿ ತನಗೆ ವಿದ್ಯೆ ತಲೆಗೆ ಹತ್ತುತ್ತಿಲ್ಲವೆಂದೂ, ಅಪ್ಪ ಅಮ್ಮನಲ್ಲಿ ಕ್ಷಮೆ ಕೋರಿ ನೇಣು ಹಾಕಿಕೊಂಡು ಅಸು ನೀಗಿದ್ದ. ಇಡೀ ರಾಜ್ಯದಲ್ಲಿ ಸುದ್ದಿಯಾಗಿ ಘಟನೆ ಬಳಿಕ ತಣ್ಣಗಾಗಿತ್ತು.

ಅದನ್ನು ಆಲಿಸುತ್ತಲೇ ನನಗೂ ಆದರ್ಶನನ್ನು ಅಂಥ ಸ್ಥಿತಿಯಲ್ಲಿ ನೆನೆದು ಜೀವ ಕಂಪಿಸಿತು.

"ನನ್ನ ಮಗ ಚಿಕ್ಕವನು ಅಂತ ಭಾವಿಸಿದ್ದೆ... ನಿನ್ನ ಉಜ್ವಲ ಭವಿಷ್ಯವನ್ನು ದೃಷ್ಟಿಯಲ್ಲಿಟ್ಟುಕೊಂಡು ನಿನ್ನ ಬದುಕಿನ ನಿರ್ಧಾರಗಳನ್ನು ತೆಗೆದುಕೊಳ್ಳುವುದು ನಿನ್ನ ಅಪ್ಪನಾಗಿ ನಾನು ತೆಗೆದುಕೊಳ್ಳುವುದು... ಅದರಲ್ಲೇ ನಿನ್ನ ಹಿತ ಇದೆ..."

"ಆದರೆ ನನಗೆ ಅದು ಬೇಡ ಅಪ್ಪ... ಪ್ಲೀಸ್... ಇದು ನನ್ನ ಬದುಕು... ನನ್ನ ಆಯ್ಕೆ ಆಗಬೇಕು... ಎಲ್ಲರೂ ಇಂಜಿನಿಯರ್ಸ್, ಡಾಕ್ಟರ್ಸ್ ಆದರೆ ಬೇರೆ ಕೆಲಸ ಯಾರು ಮಾಡುತ್ತಾರೆ...?"

"ನೀನು ಅವೆರಡೂ ಆಗುವುದು ಬೇಡ... ನೀನು ಮುಂದೆ ನನ್ನ ಈ ಅಕಾಡೆಮಿ ನೋಡಿಕೊಂಡು ಹೋಗಬೇಕು... ಅದು ನಾಳೆ ನಿನ್ನದೇ ಜವಾಬ್ದಾರಿ..."

"ಇಲ್ಲ ಅಪ್ಪ... ಅದು ನನಗೆ ಬೇಡ... ಆ ಮಕ್ಕಳ ಮುಖ ನೋಡಿದರೆ ನನಗೆ ಸಂಕಟ ಆಗುತ್ತೆ... ಸರ್ಕಸ್‌ನಲ್ಲಿ ಪ್ರಾಣಿಗಳನ್ನು ಪಳಗಿಸುವ ರೀತಿ ಅಲ್ಲಿ ಅವರ ಸ್ವಾತಂತ್ರವನ್ನು ಕಿತ್ತುಕೊಂಡು ಕಲಿಸ್ತಾರೆ... ನನ್ನನ್ನು ನಾನು ಆ ಸ್ಥಾನದಲ್ಲಿ ಊಹಿಸಲೂ ಸಾಧ್ಯವಿಲ್ಲ... ಪ್ಲೀಸ್... ನನ್ನ ಬಿಟ್ಟು ಬಿಡಿ..." ಆದರ್ಶ ಕೈ ಮುಗಿದು ನಿರಾಕರಿಸುವಂತೆ ನುಡಿದ.

ವಾಸು ತಾಳ್ಮೆ ಕಳೆದುಕೊಂಡ, "ನೀನು ಹೀಗೆ ಹೇಳಲು ಸಾಧ್ಯನೇ ಇಲ್ಲ... ಏನಾಗ್ತಿದೆ ಈ ಮನೇಲಿ... ಎಲ್ಲರೂ ನನ್ನ ವಿರುದ್ಧ ದಂಗೆ ಎದ್ದಿದ್ದಾರಾ...? " ಎಂದು ನನ್ನೆಡೆಗೆ ತೀಕ್ಷ್ಣವಾಗಿ ನೋಡುತ್ತ,

"ಅಪ್ಪ... ಏನಾಗ್ತಿದೆ...? ಆದರ್ಶ್‌ಗೆ ಬುದ್ಧಿ ಹೇಳಿ... ಅವನಿಗೆ ಮನವರಿಕೆ ಮಾಡಿ..." ಎಂದ.

ನಾನು ಸಮಾಧಾನದಿಂದ, "ಅವ್ನಿಗೆ ಏನು ಇಷ್ಟ ಇದೆಯೋ ಅದನ್ನೇ ಮಾಡಲಿ ಬಿಡು ವಾಸು... ಬಲವಂತಕ್ಕೆ ಕರೆದುಕೊಂಡು ಹೋಗಿ ದಾಖಲಿಸಿಯೂ ಅವನು ಕಲಿಯದಿದ್ದರೆ ಏನು ಮಾಡುತ್ತೀಯಾ...?" ಎಂದೆ.

ಅವನು ರೇಗುತ್ತಾ, "ಇದನ್ನೇ ಅವನ ತಲೇಲಿ ತುಂಬಿ, ಅವನು ನನ್ನ ವಿರುದ್ಧ ಮಾತನಾಡುವ ಹಾಗೆ ಆಗಿದೆ... ನೀವೆಲ್ಲಾ ನನ್ನ ಶತ್ರುಗಳಾಗಿ ಬಿಟ್ಟಿದ್ದೀರಿ..." ಎಂದು ಕನಲಿದ.

ನಾನು ಅವನ ಮನಸ್ಸಿನ ಉದ್ರಿಕ್ತತೆ ಅರಿತು ಮೌನ ತಾಳಿದೆ.

"ಯಾರೋ ಗೊತ್ತಿಲ್ಲದ ಹುಡುಗನಿಗೆ ನೀವೇ ಕರೆದುಕೊಂಡು ಹೋಗಿ ಆದರ್ಶ ಅಕಾಡೆಮಿಗೆ ಸೇರಿಸ್ತೀರಿ... ಆದರೆ ನಿಮ್ಮ ಮೊಮ್ಮಗನಿಗೆ ಅದು ಬೇಡವೆನ್ನುತ್ತಿದ್ದೀರಿ... ಇದು ಬಹಳ ಚೆನ್ನಾಗಿದೆ..." ವಾಸು ವ್ಯಂಗ್ಯವಾಗಿ ಜರಿದ.

"ವಾಸು... ಅದು ಹಾಗಲ್ಲ... ಆ ಧನಪಾಲನ ಮಗನಿಗೆ ಅದೇ ಕಾಲೇಜು ಬೇಕು ಎಂದು ಹೆಬ್ಬಯಕೆ ಇತ್ತು... ಅವನು ಆಸಕ್ತಿಯಿಂದ ಕಲಿಯುತ್ತಾನೆ... ನಮ್ಮ ಆದರ್ಶನ ಆಯ್ಕೆಗಳು ಬೇರೆ... ಅವನಿಗೆ ಇಷ್ಟವಿಲ್ಲದ್ದನ್ನು ಒತ್ತಾಯ ಮಾಡಿ ಕೊಡುವುದರಿಂದ ಏನೂ ಪ್ರಯೋಜನವಿಲ್ಲ... ತಮಗೆ ದೊರೆತ ಯಾವುದೇ ಅವಕಾಶದ ಮೌಲ್ಯ ಮತ್ತು ಬೆಲೆ, ಅದರ ಅರ್ಹತೆ ಪಡೆದವರು ಅರಿತರೆ ಮಾತ್ರ ಅದಕ್ಕೊಂದು ಅರ್ಥ... ಇಲ್ಲದಿದ್ದರೆ ಅಪಾತ್ರ ದಾನವಾಗುತ್ತೆ...

ಆದರ್ಶನ ಬದಲು ಆ ಸೀಟು ಬೇರೆ ಯಾರಿಗಾದರೂ ವಿದ್ಯಾರ್ಥಿಗೆ ಸಿಕ್ಕರೆ ಅವನ ಭವಿಷ್ಯಕ್ಕೊಂದು ದಾರಿ ಆಗುತ್ತದಲ್ವಾ ವಾಸು...?"

ನನ್ನ ಮಾತು ವಾಸುವಿಗೆ ರುಚಿಸಲಿಲ್ಲ.

"ನೀವು ಯಾವತ್ತೂ ನಿಮ್ಮ ಮನೆಯವರಿಗೆ ಸಲ್ಲಲೇ ಇಲ್ಲ... ಬಿಡಿ ಅಪ್ಪ... ನಿಮ್ಹತ್ರ ಮಾತನಾಡುವುದೇ ವ್ಯರ್ಥ..." ಅಸಮಾಧಾನ ವ್ಯಕ್ತ ಪಡಿಸುತ್ತಾ ವಾಸು ಅಲ್ಲಿಂದ ನಿರ್ಗಮಿಸಿದ.

ಪ್ರಶಾಂತ ಕೊಳಕ್ಕೆ ಕಲ್ಲೆಸೆದು ಅದರ ಮೇಲೆ ತರಂಗಗಳೆದ್ದಂತೆ ಮನೆಯ ವಾತಾವರಣ ಕದಡಿ ಹೋಗಿತ್ತು. ಮನೆಯವರ ಎಲ್ಲರ ಮನಸ್ಸುಗಳಲ್ಲೂ ತಮ್ಮದೇ ಆದ ಅಂತರ್ಗತವಾದ ಒಂದು ತುಮುಲವಿತ್ತು.

ನಾನು ಕಾಲೆಳೆದುಕೊಂಡು ಬಂದು ನನ್ನ ಗ್ರಂಥಾಲಯಕ್ಕೆ ಸೇರಿಕೊಂಡೆ. ಪುಸ್ತಕ ಹಿಡಿದು ಕುಳಿತರೂ ಒಂದಕ್ಷರ ಓದಲಾಗಲಿಲ್ಲ. ವಾಸುವಿನ ವರ್ತನೆ ನನಗೆ ಜೀರ್ಣಿಸಿಕೊಳ್ಳಲೇ ಆಗುತ್ತಿರಲಿಲ್ಲ.

ಸ್ವತ: ತಂದೆಯ ಸ್ಥಾನದಲ್ಲಿ ನಿಂತುಕೊಂಡು ಮಗನ ಭವಿಷ್ಯದ ಬಗ್ಗೆ ತಾನೇ ನಿರ್ಧಾರ ತೆಗೆದುಕೊಳ್ಳುವ ಹಂತಕ್ಕೆ ವಾಸು ಬಂದು ನಿಂತಿದ್ದ. ಹಿಂದಿನ ರಾತ್ರಿಯಷ್ಟೇ ನನ್ನ ಮೇಲೆ ಆಕ್ಷೇಪಣೆಯ ಮಳೆ ಸುರಿಸಿ ಹೋದ ವಾಸು ಅಪ್ಪನಾಗಿ ಈಗ ಅದೇ ತಪ್ಪು ಮಾಡುತ್ತಿಲ್ಲವೇ...? ಮಗನ ಒಳಗಿನ ದನಿ ಅವನಿಗೆ ಕೇಳಿಸುತ್ತಿಲ್ಲವೇಕೆ? ಅವನ ನಿರ್ಧಾರದಲ್ಲಿ ಅಪ್ಪನೆಂಬ ಮೋಹವೇ ಹೆಚ್ಚು ಕೆಲಸ ಮಾಡುತ್ತದೆ. ಮಗನ ಭವಿಷ್ಯದ ಚಿಂತೆ, ಕಾಳಜಿಯೇ ಈ ನಿಲುವಿಗೆ ಕಾರಣವೆಂದು ನಾನು ಅರ್ಥ ಮಾಡಿಕೊಳ್ಳಬಲ್ಲೆ. ಆದರೆ ವಾಸುವಾಗಲೀ, ಆದರ್ಶನಾಗಲೀ ಇದು ಅರ್ಥ ಮಾಡಿಕೊಳ್ಳಬೇಕಾದರೆ ಕಾಲ ಸರಿಯಬೇಕು... ಪಕ್ವವಾಗಬೇಕು...! ಅಲ್ಲಿವರೆಗೂ ಈ ಅಂತರ ಇದ್ದದ್ದೇ.

ಅಪ್ಪ ಮಗನಿಂದ ದೂರವಾಗುವುದೋ, ಅಥವಾ ಇಬ್ಬರಲ್ಲೂ ಅಂತರ ಶುರುವಾಗುವುದೇ ಇಂಥ ನಿರ್ಣಾಯಕ ಹಂತಗಳಲ್ಲಿ. ಮಗ ಎಲ್ಲಿ ತಪ್ಪು ಹೆಜ್ಜೆಯಿರಿಸಿ ಬದುಕು ಹಾಳು ಮಾಡಿಕೊಳ್ಳುವನೋ ಎಂಬ ಭಯ ಕಾಳಜಿಗೆ ಅಪ್ಪ ತನ್ನದೇ ನಿರ್ಧಾರಗಳನ್ನು ಮಗನ ಮೇಲೆ ಹೇರಲು ಹೋದರೆ, ಅಪ್ಪ ತನಗೆ ಒಲ್ಲದ ಬದುಕು ನೀಡುತ್ತಿದ್ದಾನೆ, ತನ್ನ ಆಸೆ ಅನಿಸಿಕೆಗಳಿಗೆ ಬೆಲೆ ಇಲ್ಲವೆಂದು ಮಗ ನೊಂದುಕೊಳ್ಳುವಂತಾಗುತ್ತದೆ. ನಂತರ ಇದೇ ಅಂತರ ಎಲ್ಲಾ ವಿಷಯಗಳಲ್ಲಿ ಋಣಾತ್ಮಕವಾಗಿಯೇ ಕೆಲಸ ಮಾಡುತ್ತದೆ.

ವಾಸುವಿಗೂ ಬಹುಶ: ತನ್ನ ಬಗ್ಗೆ ಕಹಿ ಇದೇ ಹಂತಗಳಿಂದ ಶುರುವಾಗಿರಬಹುದು. ಬೆಳೆಯುವ ಹಂತಗಳಲ್ಲಿ ಮಗನನ್ನು ಸ್ನೇಹಿತನಂತೆ ನೋಡಿಕೊಳ್ಳಬೇಕಂತೆ. ನಾನು ಹಾಗೆ ಮಾಡಲಿಲ್ಲ. ಅವನಿಗೆ ಮಗನಾಗಿ ನೋಡಿದಕ್ಕಿಂತಲೂ ಗುರು ಸ್ಥಾನದಲ್ಲಿ ನಿಂತು ಅವನನ್ನು ತೀಡಲು

ಪ್ರಯತ್ನಿಸಿದ್ದೇ ಹೆಚ್ಚು. ನನ್ನ ಆದೇಶ, ಉಪದೇಶಗಳಡಿಯಲ್ಲಿ ಅವನ ಭಾವನೆಗಳನ್ನು, ಆಸೆ ಆಕಾಂಕ್ಷೆಗಳನ್ನು ಅವನು ಕೊಂದಿರಬಹುದು. ಸಮಾಧಿ ಮಾಡಿರಬಹುದು. ಅದೇ ನಿನ್ನೆಯ ದಿನ ಹುದುಗಿಕೊಂಡ ಭಾವಗಳೆಲ್ಲವೂ ಆಸ್ಫೋಟಗೊಂಡಿದ್ದು. ಅವನಿಗೆ ಅವನದ್ದೇ ಆದ ಸಮರ್ಥನೆಗಳಿರಬಹುದು. ತಪ್ಪು ಎಂದಲ್ಲ. ಅವನ ಸ್ಥಾನದಲ್ಲಿ ನಿಂತಾಗ ಅವನಿಗೆ ಅದು ಸರಿಯಾಗಿ ಕಂಡಿರಬಹುದು. ಆದರೆ ನನ್ನ ಪರಿಸ್ಥಿತಿಯಲ್ಲಿ ಅದಕ್ಕಿಂತಲೂ ಮಿಗಿಲಾಗಿ ನಾನು ಅವನಿಗೆ ಬೇರೇನೂ ಮಾಡಲು ಸಾಧ್ಯವಾಗಿರಲಿಲ್ಲ. ಅದು ನನ್ನ ಅಸಹಾಯತೆಯೋ, ಅಸಮರ್ಥತೆಯೋ. ದ್ರೋಣ ಅಶ್ವತ್ಥಾಮನಿಗಿಂತಲೂ ಅರ್ಜುನನಿಗೆ ಕಲಿಸಿ ಗುರುವೆನಿಸಿಕೊಂಡ. ಅರ್ಜುನನಿಗಿಂತಲೂ ಅಶ್ವತ್ಥಾಮನಿಗೆ ಅಧಿಕ ಅವಕಾಶಗಳಿತ್ತು. ಅಧಿಕಾರವೂ ಇತ್ತು. ಆದರೆ ಅವನು ಅದನ್ನು ಸೂಕ್ತವಾಗಿ ಬಳಸಿಕೊಳ್ಳಲಿಲ್ಲ.

ಇಲ್ಲೂ ವಾಸು ತನ್ನ ಅರ್ಥ ಮಾಡಿಕೊಳ್ಳಲು ಸೋತನೇ, ಅಥವಾ ತಾನೇ ಅವನಿಗೆ ಬದುಕನ್ನು ಅರ್ಥ ಮಾಡಿಸಿಕೊಡಲು ಗುರುವಾಗಿ ಸೋತೆನೇ...?

ಇಂದು ವಾಸುವಿನ ಈ ವ್ಯಕ್ತಿತ್ವ ತನ್ನ ಸೋಲೇ ಅಲ್ಲವೇ...?

ನಿನ್ನೆಯ ದಿನ ವಾಸು ಆಡಿದ ಮಾತುಗಳಲ್ಲಿ ಅವನು ಗೆದ್ದನೆಂಬ ಭಾವವಿತ್ತು. ಅವನು ಗೆದ್ದದ್ದು ಎಲ್ಲಿ...? ಅವನ ಅರ್ಥದಲ್ಲಿ ಗೆಲುವೆಂದರೇನು...? ಅದರ ಪರಿಭಾಷೆ ಏನು...?

ನಾನು ಗುರುವಾಗಿ ಮಕ್ಕಳಲ್ಲಿ ಮಾನವೀಯತೆ, ದಯೆ, ಕರುಣೆ, ಮೌಲ್ಯಗಳು, ನೈತಿಕತೆಯನ್ನು ಈ ಎಳೆಯ ಹಂತದಲ್ಲಿ ಬಿತ್ತಲು ಯತ್ನಿಸಿದೆ. ಈ ಪ್ರಾಥಮಿಕ ಹಂತದಲ್ಲಿ ಇವುಗಳ ಸಾರ ಪಡೆದು ನಾಳೆ ಬೆಳೆದು ಹೆಮ್ಮರವದಾಗ ಸಮಾಜಕ್ಕೆ ಸಿಹಿಯಾದ ಹಣ್ಣುಗಳನ್ನು ನೀಡುವ ಮರಗಳಾಗಬಹುದೆಂಬ ಕಾಳಜಿ ನನ್ನದಾಗಿತ್ತು.

ಆದರೆ ವಾಸುವಿನಲ್ಲಿ ಅದೇಕೆ ಆ ಗುಣಗಳು ಬೇರೂರಲಿಲ್ಲ. ಅವನಲ್ಲೂ ಅದೇ ಸಾರ ಬಿತ್ತಿದ್ದೆ. ಆದರೆ ಬೆಳೆ ಮಾತ್ರ ಬೇರೆಯದು. ವಿದ್ಯೆ ಕಲಿಸಲು ನಾನು ಎಂದೂ ಧನದ ಲಾಭ ಪಡೆಯಲು ಹೋಗಲಿಲ್ಲ. ಅದಕ್ಕೆ ಇಂತಿಷ್ಟೇ ನೀಡಬೇಕೆಂದು ಅದಕ್ಕೆ ಬೆಲೆ ಕಟ್ಟಲು ಹೋಗಲಿಲ್ಲ. ಎಷ್ಟೋ ಮಕ್ಕಳು ಹಣ ನೀಡಲಾಗದೇ ಹಾಗೇ ಕಲಿತು ಹೋಗುತ್ತಿದ್ದರು. ಅದಕ್ಕೆ ನಾನೆಂದೂ ಮಹತ್ವ ನೀಡಿದ್ದಿಲ್ಲ. ಆದರೆ ನಿನ್ನೆ ಧನಪಾಲನ ಮಗನಿಗೆ ಆದರ್ಶ ಅಕಾಡೆಮಿಗೆ ಹೋದಾಗ ಅಲ್ಲಿ ನೀಡಿದ ಫೀಸ್ ನಿಜಕ್ಕೂ ಹೆಚ್ಚೆಂದು ನನಗೆ ತೋರಿತ್ತು. ಅನುಕೂಲಸ್ಥರಿಗೆ ಮಾತ್ರ ಈ ಶಿಕ್ಷಣ ಸಾಧ್ಯ. ಪ್ರತಿಭಾವಂತ ವಿದ್ಯಾರ್ಥಿಗಳು ಈ ಮೊತ್ತ ನೀಡಲು ಅಶಕ್ತರಾದವರು ಏನು ಮಾಡಬೇಕು...? ಇದೇ ಕಾರಣಕ್ಕೆ ಧನಪಾಲ ನನ್ನ ಮೊರೆ ಹೋಗಿರಬಹುದೆಂದು ನನಗೆ ತೋರಿತ್ತು.

ನನ್ನ ಗುಂಗಿನಲ್ಲಿರುವಾಗಲೇ ಆದರ್ಶ ಮತ್ತು ಮೀರಾ ಒಳ ಬಂದಿದ್ದರು. ಆದರ್ಶನಿಗೆ ಏನು ಮಾಡಬೇಕೆಂಬ ಕಳವಳವಿತ್ತು.

"ಅಪ್ಪ ಒತ್ತಾಯ ಮಾಡಿದರೆ ನಾನು ಏನು ಮಾಡಲಿ...? ನನಗೆ ಆರ್ಟ್ಸ್ ತಗೊಂಡು ಮಾಸ್ ಕಮ್ಯುನಿಕೇಷನ್ ಮಾಡಬೇಕೂಂತ ಇದೀನಿ... ಆದರ್ಶ ಅಕಾಡೆಮಿ ಆಡಳಿತ ನನ್ಗೆ ಬೇಡಾ... ಅಪ್ಪ ಮಾಡಿದ್ದನ್ನು ನಾನು ಮುಂದುವರೆಸಲು ಸಾಧ್ಯವಿಲ್ಲ ನನಗೆ...! ನನಗೆ ಸ್ವತಂತ್ರ ಜೀವನ ಬೇಕು... ನನ್ನ ವ್ಯಕ್ತಿತ್ವವನ್ನು ನಾನೇ ರೂಪಿಸಿಕೊಳ್ಳಬೇಕು..." ಆದರ್ಶನ ಮಾತಿನಲ್ಲಿ ಖಚಿತತೆ ಇತ್ತು. ಅದು ನನಗೆ ಇಷ್ಟವಾಯಿತು ಕೂಡಾ. ಮನುಷ್ಯ ತನ್ನ ಸರಿ ತಪ್ಪುಗಳಿಂದಲೇ ಬದುಕನ್ನು ಕಂಡುಕೊಳ್ಳುತ್ತಾ ಅದರೊಂದಿಗೆ ತನ್ನನ್ನು ರೂಪಿಸಿಕೊಳ್ಳುತ್ತಾ ಹೋಗುತ್ತಾನೆ. ಈಗಿನ ಕಾಲದ ಮಕ್ಕಳ ಈ ಸ್ವತಂತ್ರ ಮನೋಭಾವ ಮತ್ತು ಆತ್ಮವಿಶ್ವಾಸ, ಹೊರಗೆ ಜಗತ್ತು ಅವರಿಗಾಗಿ ತೆರೆದುಕೊಂಡ ಬಗೆಯ ಪ್ರತಿಫಲವೆನಿಸಿತು.

ಅಪ್ಪನ ಕಟ್ಟುನಿಟ್ಟು ಅರಿತಿದ್ದ ಆದರ್ಶನಿಗೆ ಅವರನ್ನು ಎದುರು ಹಾಕಿಕೊಂಡು ಮುಂದುವರೆಯಲು ಸ್ವಲ್ಪ ಅಳುಕುತ್ತಿದ್ದ. ತಾನು ನಡೆಯುವ ಹಾದಿಗೆ ಅಪ್ಪನ ಸಹಕಾರ ಸಿಗಲಿ ಎಂಬುದು ಅವನ ಸಹಜ ಆಸೆಯಾಗಿತ್ತು. ಅವರು ಒಪ್ಪದೇ ಹೋದರೇ ಮುಂದೇನು ಮಾಡಬೇಕೆಂಬ ಆತಂಕ ಅವನನ್ನು ಕಾಡುತ್ತಿತ್ತು. ಅವನಿಗೆ ಸುತಾರಾಂ ಅಪ್ಪನ ಅಕಾಡೆಮಿಗೆ ಸೇರಲು ಇಚ್ಛೆಯಿರಲಿಲ್ಲ. ಅದಕ್ಕಾಗಿ ಅಜ್ಜನ ಮೊರೆಗೆ ಬಂದಿದ್ದ.

"ನಾನೇನು ಹೇಳಲಿ...ಕಂದ...? ನಿನಗೆ ಗೊತ್ತಲ್ಲ... ನಿನ್ನ ಅಪ್ಪನನ್ನು ಹೇಗೋ ಒಪ್ಪಿಸಲು ಪ್ರಯತ್ನಿಸೋಣ... ಅದೊಂದೇ ನಮಗಿರುವ ದಾರಿ..." ಎಂದು ಆ ಕ್ಷಣಕ್ಕೆ ಸಂತೈಸಿದೆ.

"ಇಲ್ಲದೇ ಹೋದರೆ...ಏನು ಮಾಡುವುದು...?" ಆದರ್ಶನ ಪ್ರಶ್ನೆ ಕೂಡಲೇ ಹೊರಬಂದಿತ್ತು. ಆ ಸಾಧ್ಯತೆಯೇ ಹೆಚ್ಚೆಂದು ತೋರಿತ್ತು ಅಲ್ಲಿದ್ದವರಿಗೆಲ್ಲರಿಗೂ.

ಯಾರೂ ಮಾತನಾಡಲಿಲ್ಲ.

"ಬೇರೆ ಕಾಲೇಜಿಗೆ ಸೇರಲು ನನ್ಗೆ ಹಣ ಸಹಾಯ ಮಾಡ್ತೀರಾ...? ನೀವು ಹೇಗೂ ಆ ಧನಪಾಲರ ಮಗನಿಗೆ ಫೀಸ್ ಕಟ್ಟಿದ್ದೀರಂತಲ್ವಾ...? ನನಗೂ ಹಾಗೇ ಸಹಾಯ ಮಾಡುತ್ತೀರಾ...?"

ನನ್ನ ಉದಾರತೆ ನನ್ನನ್ನು ಇಂಥ ಬಿಕ್ಕಟ್ಟಿಗೆ ಸಿಲುಕಿಸಬಹುದೆಂಬ ಅರಿವು ನನಗಿರಲಿಲ್ಲ.

"ಹಣದ ಪ್ರಶ್ನೆಯೇ ಅಲ್ಲ ಕಂದ... ನಿನ್ನ ಅಪ್ಪನ ವಿರೋಧ ಕಟ್ಟಿಕೊಳ್ಳಬೇಕು... ಈಗಲೇ ಮನೆಯಲ್ಲಿ ಒಂದು ಸಣ್ಣ ಯುದ್ಧ ಆಗಿದೆ... ಅದರಿಂದ ಭೂತಕಾಲದ ಪ್ರಶ್ನೆಗಳೆಲ್ಲವೂ ಎದ್ದು ಬಂದಿವೆ... ಇನ್ನು ನಿನಗೆ

ನಾನು ಸಹಕರಿಸಿದರೆ...ನೀನು ಅವನ ಮಗ...ನಿನ್ನ ಬಗ್ಗೆ ಅವನಿಗೆ ಬಹಳಷ್ಟು ಕನಸುಗಳಿವೆ... ಅದಕ್ಕೆ ವಿರುದ್ಧವಾಗಿ ನಾನು ನಡೆದುಕೊಂಡರೆ ಅವನನ್ನು ಎದುರಿಸಿ ನಾನು ಹೇಗೆ ನಿಲ್ಲಲಿ... ಈಗ ನನ್ನಲ್ಲಿ ಆ ಶಕ್ತಿ ಇಲ್ಲ... ಹಾಗೆಂದು ನಿನ್ನ ಜೊತೆ ನಾನು ಇಲ್ಲವೆಂದು ಭಾವಿಸಬೇಡ... ನಾವೆಲ್ಲರೂ ಸೇರಿ ಮಾತನಾಡೋಣ..." ಎಂದು ಸಮಾಧಾನದ ಪ್ರಯತ್ನ ಮಾಡಿದೆ.

ಆದರ್ಶನಿಗೆ ನನ್ನ ಮಾತು ರುಚಿಸಲಿಲ್ಲ. ಅವನು ಅರೆ ಮನಸ್ಸಿನಿಂದಲೇ ಅಲ್ಲಿಂದ ನಡೆದ.

ಇಷ್ಟು ಹೊತ್ತು ಮೌನವಾಗಿದ್ದ ಮೀರಾ, "ನನಗೂ ಬೇರೆ ಆಯ್ಕೆಗಳಿದ್ದಿದ್ದರೆ ಚೆನ್ನಾಗಿರುತಿತ್ತು ಮಾವ... ಇಷ್ಟು ದಿನಗಳು ನಾನು ಕೂಡ ಗಂಡ, ಮನೆ, ಮಗ–ಇದಿಷ್ಟೇ ನನ್ನ ಜಗತ್ತು ಎಂದುಕೊಂಡು ಜೀವಿಸಿದೆ... ನನ್ನದು ಎಂಬ ಪ್ರತ್ಯೇಕತೆ ನನಗೆಂದೂ ಕಾಡಲೇ ಇಲ್ಲ... ಇದೆಲ್ಲವೂ ನನ್ನ ಕರ್ತವ್ಯ... ನನ್ನದು ಎಂದು ಭಾವಿಸಿದಾಗ ಇದೇ ಸರ್ವಸ್ವವಾಯಿತು... ಇವರ ಸಾಧನೆಯಲ್ಲಿ ನಾನು ಹರ್ಷ ಪಟ್ಟೆ... ನನ್ನ ಮಗ ಬೆಳೆದಂತೇ ನಮ್ಮ ಅಕಾಡೆಮಿ ಕೂಡಾ ನೋಡ್ತಾ ನೋಡ್ತಾ ಅದೂ ವಿಸ್ತಾರಗೊಂಡಿತು... ಈ ಮನೆ ಕಟ್ಟುವಾಗಲೂ ಪ್ರತಿಯೊಂದು ಇಟ್ಟಿಗೆಯಲ್ಲೂ ನನ್ನ ಎಷ್ಟೋ ಕನಸಿತ್ತು... ಇವೆಲ್ಲವೂ ಸಾಕಾರಗೊಂಡ ಬಳಿಕವೂ ನಾನು ಎಲ್ಲೂ ಸಲ್ಲಲಿಲ್ಲ ಎಂಬ ನೋವು ನನ್ನನ್ನು ತಿವಿಯುತ್ತಿದೆ ಮಾವ... ನನಗೆ ಬೇರೆ ಆಯ್ಕೆಗಳಿದೆಯೇ...? ನನ್ನ ಅಸ್ತಿತ್ವದ ಪ್ರಶ್ನೆ ಇದು... ನಾನೇನು ಮಾಡಲಿ... ಹೇಳಿ...?" ಮೀರಾ ನೊಂದು ನುಡಿದಾಗ ಅವಳನ್ನು ಸಂತೈಸುವ ಬಗೆ ತೋಚಲಿಲ್ಲ.

"ಅವನೇನೋ ತಲೆಬಿಸಿಯಲ್ಲಿ ಹಾಗೆ ನುಡಿದಿದ್ದಾನೆ... ನೀನು ಹೀಗೆ ನೊಂದುಕೊಂಡರೆ ಹೇಗಮ್ಮಾ...?" ಎಂದೆ.

"ಹೌದು ಮಾವ... ನಾವು ನೊಂದುಕೊಳ್ಳಬಾರದು... ಮನೆಗೆ ಶ್ರೇಯಸ್ಸಲ್ಲ... ಆ ಹಕ್ಕೂ ನಮಗೆ ಇಲ್ಲ... ಎಲ್ಲಾ ಭಾವನೆಗಳನ್ನು ಅದುಮಿರಿಸಿಕೊಂಡು ಒಳಗೆ ಉಸಿರುಗಟ್ಟುತ್ತಿದ್ದರೂ ಹೊರಗೆ ನಗುವ ನಟನೆ ಮಾಡಬೇಕು... ಇಷ್ಟು ವರ್ಷಗಳ ಬಳಿಕವೂ ಅವರಿಗೆ ನನ್ನ ಕೈ ಹಿಡಿದುದ್ದರ ಬಗ್ಗೆ ಅಸಮಾಧಾನವಿದೆ ಎಂದರೆ... ಅವರೆಂದೂ ನನ್ನ ಸ್ವೀಕರಿಸಲೇ ಇಲ್ಲವೆಂದು ತಾನೇ ಅರ್ಥ... ಒಪ್ಪಂದದ ಬದುಕು ನನ್ನೊಡನೆ ಬದುಕಿದ್ದರು... ಈ ಮಾತುಗಳು ನನಗೆ ಜೀರ್ಣಿಸಿಕೊಳ್ಳಲೇ ಆಗುತ್ತಿಲ್ಲ ಮಾವ... ನೀವು ಮದುವೆಯ ಸಂದರ್ಭದಲ್ಲಿ ಅವರ ಒಪ್ಪಿಗೆ ಕೇಳಬೇಕಿತ್ತು..." ಮೀರಾ ಕಣ್ಣಾಲಿಗಳನ್ನು ತುಂಬಿಕೊಂಡು ನುಡಿದಾಗ ಅವಳ ಕಣ್ಣಿನಲ್ಲೂ ಅಪರಾಧಿಯಾಗಿ ನಿಂತಂತೆ ಭಾಸವಾಗಿ ತತ್ತರಿಸಿ ಹೋದೆ.

ಅಧ್ಯಾಯ–5

ಈ ಮನೆಯ ಸಂಬಂಧಗಳ ಬಂಧ ಗಟ್ಟಿಯಾಗಿದೆ ಎಂದೇ ಭಾವಿಸಿದ್ದೆ. ಇದುವರೆಗೂ ಈ ನಿಟ್ಟಿನಲ್ಲಿ ಯೋಚಿಸಬೇಕಾದ ಅಗತ್ಯ ಬಂದಿರಲಿಲ್ಲ. ಎಲ್ಲವೂ ಸರಿಯಾಗಿದೆ ಎಂದೇ ನೆಮ್ಮದಿಯಾಗಿದ್ದೆ. ಅದರೆ...ಈಗ...?

ಯಾವುದೋ ಒಂದು ತಂತು ಕಡಿದರೂ ಉಳಿದೆಲ್ಲವೂ ತಾನಾಗೇ ಕಳಚಿ ಬೀಳುವಂತಾಗಿದೆ. ಒಳಗಿನ ಬಿರುಕುಗಳು ತನಗೆ ಕಾಣಲೇ ಇಲ್ಲ ಅಥವಾ ನನಗೆ ನೋಡುವ ಆಸ್ಪದ ದೊರಕಲಿಲ್ಲ. ಈ ಬಂಧ ಮತ್ತೆ ಸರಿ ಪಡಿಸಬೇಕು. ಹೊಸದಾಗಿ ಕಟ್ಟಬೇಕು. ನನ್ನ ಕೈಲಾದ ಪ್ರಯತ್ನ ಮಾಡಲೇ ಬೇಕು. ಎಲ್ಲರ ಕಣ್ಣಿನಲ್ಲಿ ತಪ್ಪಿತಸ್ಥ ನಾನು. ನನ್ನ ತಪ್ಪುಗಳನ್ನು ಸರಿಪಡಿಸಲಾಗದೇ ಹೋದರೂ ಸುಧಾರಿಸಬಹುದು. ಮನಸ್ಸಿನ ಕಹಿಗಳನ್ನು ಅಳಿಸಬಹುದು.

ಅಶ್ವತ್ಥಾಮನಿಗೂ ದ್ರೋಣನ ಬಗ್ಗೆ ಬಹಳಷ್ಟು ಆಕ್ಷೇಪಣೆಗಳಿದ್ದವು. ಅರ್ಜುನನಿಗೆ ದೊರಕಿದ ವಿದ್ಯೆ, ಪ್ರಾಮುಖ್ಯತೆ ತನಗೆ ನೀಡಿಲ್ಲವೆಂದೇ ನೋವಿತ್ತು. ಅವನಿಗೆ ಅಲ್ಲಿ ಮಾನ್ಯತೆ ದೊರಕದಾಗ ಅವನು ಕೌರವರ ಕಡೆ ವಾಲಿದ್ದ. ನಂತರ ಅವರದ್ದೇ ಗುಣಗಳ ಪ್ರಭಾವಕ್ಕೊಳಗಾಗಿ ಧರ್ಮದ ಹಾದಿಯನ್ನೇ ಮರೆತಿದ್ದ. ದ್ರೋಣ ಅಸಹಾಯಕತೆಯಿಂದ ಅರ್ಜುನನ ವಿರುದ್ಧ ಯುದ್ಧಕ್ಕೆ ನಿಂತರೂ ಅವನ ಮನಸ್ಸು ಆತ್ಮ ಖಂಡಿತವಾಗಿಯೂ ಶಿಷ್ಯನ ಗೆಲುವೇ ಹಾರೈಸಿರಬೇಕು. ಗುರು ಎಂದೂ ಲಘುವಾಗುವುದಿಲ್ಲ. ಆತ ತನ್ನ ಆತ್ಮ ಸಾಕ್ಷಿಗೆ ದ್ರೋಹ ಬಗೆದುಕೊಳ್ಳುವುದಿಲ್ಲ. ಹಾಗಾಗಿ ದ್ರೋಣ ಅರ್ಜುನನಿಗೆ ತನಗಿಂತಲೂ ಶ್ರೇಷ್ಠನಾಗಿ ಬೆಳೆಯುವಂತೆ ವಿದ್ಯೆ ಧಾರೆಯೆರೆದ. ಎಲ್ಲರನ್ನೂ ಒಂದೇ ಥರದಲ್ಲೇ ಕಲಿಸಿದರೂ ಅರ್ಜುನನಿಗೆ ಅವನ ಅರ್ಹತೆಯಿಂದ ಹೆಸರು ಬಂದಿತು... ಅರ್ಜುನನಾದವನು ಒಬ್ಬನೇ.

ನಾನೂ ಕಲಿಸುವಾಗ ಯಾವ ವಿದ್ಯಾರ್ಥಿಯನ್ನೂ ಆತನ ಗ್ರಹಿಕೆಯ ಮಟ್ಟ, ಜಾತಿ, ಧರ್ಮ, ಮೇಲು ಕೀಳು ಎಂದು ಬೇಧ ಭಾವ ತೋರಲಿಲ್ಲ. ಎಂದೂ ಗುರು ಎಂಬ ಪಟ್ಟಕ್ಕೆ ಲೋಪ ಬರುವಂತೆ ನಡೆದುಕೊಳ್ಳಲಿಲ್ಲ. ಅಂಥ ಶ್ರೇಷ್ಠ ವೃತ್ತಿ ದೊರಕಿದ್ದು ನನ್ನ ಭಾಗ್ಯವೆಂದೇ ಬಗೆಯುತ್ತೇನೆ. ಗುರುವೆಂದರೆ ಕತ್ತಲಿನಿಂದ ಬೆಳಕಿನೆಡೆಗೆ, ಅಜ್ಞಾನದಿಂದ ಸುಜ್ಞಾನಕ್ಕೆ ದಾರಿ ತೋರಿಸುವವನು. ಬರಿಯ ಶಿಕ್ಷಣಕ್ಕೆ ಮಾತ್ರ ಮಹತ್ವ ನೀಡದೇ ಪ್ರತೀ ಮಕ್ಕಳ ವ್ಯಕ್ತಿತ್ವವನ್ನೂ ಧನಾತ್ಮಕವಾಗಿ ರೂಪಿಸಲು ಯತ್ನಿಸಿದವನು.

ನಾನು ವಾಸುವಿನ ಬಳಿ ಮಾತನಾಡಲೆಂದೇ ಮತ್ತೆ ಆದರ್ಶ ಅಕಾಡೆಮಿಗೆ ಹೊರಟೆ. ಹಿಂದಿನ ದಿನ ಮುದ ನೀಡುತ್ತಿದ್ದ ಅದೇ ನೋಟ ಇಂದು ಬೇರೆಯೇ ಭಾವದಲ್ಲಿ ಕಂಡಿತು. ವ್ಯಕ್ತಿಗಳು ಅಥವಾ ದೃಶ್ಯ ನಮಗೆ ಕಾಣುವುದು ನಮ್ಮ ಮನಸ್ಸಿನ ಭಾವಕ್ಕನುಗುಣವಾಗಿ. ಮುಂಚೆ ಇದ್ದ ಆಪ್ತತೆ, ಅಭಿಮಾನ ಇಂದೇಕೋ ಮೂಡಲಿಲ್ಲ. ನೇರವಾಗಿ ವಾಸುವಿನ ಕ್ಯಾಬಿನ್ ಹೊಕ್ಕೆ. ಅವನು ಯಾರ ಜೊತೆಗೋ ಮಾತನಾಡುತ್ತಿದ್ದವನು ನನ್ನನ್ನು ಕಂಡು ಅವರನ್ನು ಹೊರಗೆ ಕಳಿಸಿದ.

ಅವನು ಹೇಳದಿದ್ದರೂ ನಾನು ಅವನೆದುರು ಕುಳಿತುಕೊಂಡೆ. ಅವನು ಎದ್ದು ಕ್ಯಾಬಿನ್ ಬಾಗಿಲನ್ನು ಲಾಕ್ ಮಾಡಿದ. ಇಂಟರ್‌ಕಾಮ್‌ನಲ್ಲಿ ಕಾರ್ಯದರ್ಶಿಗೆ ಯಾರನ್ನೂ ಒಳ ಬಿಡದಂತೆ ಆದೇಶಿಸಿದ. ನಂತರ ನನ್ನ ಕಡೆ ತಿರುಗಿ, "ಇವತ್ತು ಏನು ಬಂದಿರಿ... ಅಪ್ಪ...? ನನಗೆ ಅದೇ ಮಾತು ಪುನರಾವರ್ತಿಸಲು ಬೇಡ... ಅಷ್ಟು ಸಹನೆ ನನ್ನಲ್ಲಿ ಉಳಿದಿಲ್ಲ..." ಎಂದ ನೇರವಾಗಿ.

"ಮಾತನಾಡದೇ ಹೋದರೆ ಸಂಬಂಧಗಳು ಸುಧಾರಣೆ ಆಗುವುದಿಲ್ಲ ವಾಸು... ಆ ಅಭಿಪ್ರಾಯ ಬೇಧಗಳು ನಮ್ಮೊಳಗೇ ನಮ್ಮ ಪೂರ್ವಾಗ್ರಹದ ಬೆಂಕಿಯಲ್ಲಿ ಬೇಯುತ್ತಾ ಸುಟ್ಟು ಹಾಕುತ್ತದೆ... ಅದಕ್ಕೂ ಮುಂಚೆ ಮಾತನಾಡಿದರೆ ಅದನ್ನು ಜೀವಂತವಾಗಿ ಉಳಿಸಿಕೊಳ್ಳಬಹುದು... ನಾವೆಲ್ಲರೂ ನಮ್ಮ ನಮ್ಮ ದಾರಿಯಲ್ಲಿ ತುಂಬಾ ದೂರ ಕ್ರಮಿಸಿ ಬಂದಿದ್ದೇವೆ... ತೊರೆದು ಬಂದ ಹಾದಿಯಲ್ಲಿ ಮತ್ತೆ ಜೀವನದ ಬಂಡಿಯನ್ನು ನಿಲ್ಲಿಸಿ ಎಳೆಯಲಾಗದಲ್ವಾ... ಹಾಗಾಗಿ... ಮುಂದಿನ ಹಾದಿ ಸುಗಮ ಮಾಡಿಕೊಳ್ಳುವುದಷ್ಟೇ ನಮ್ಮ ಕೈಲಿ ಉಳಿದಿರೋದು... ನಿನಗೆ ಅದಕ್ಕೆಲ್ಲಾ ಸಮಯ ಇಲ್ಲ ಎಂದು ಗೊತ್ತು... ಅದಿಕ್ಕೇ ನಾನೇ ಸರಿಪಡಿಸಿಕೊಳ್ಳುವ ಉದ್ದೇಶದಿಂದ ನಿನ್ನಲ್ಲಿಗೆ ಬಂದಿದ್ದೇನೆ..."

ವಾಸು ಮಾತನಾಡದೇ ಅವನ ಖುರ್ಚಿಗೊರಗಿ ಕುಳಿತು ನೀಳಾವಾದ ಉಸಿರು ದಬ್ಬಿದ. ಅವನು ಹೇಳಲು ತೊಳಲಾಡುತ್ತಿದ್ದಂತೆ ಕಂಡಿತು. ಮಡುಗಟ್ಟಿದ ಭಾವನೆಗಳು ಕುದಿಯನ್ನಷ್ಟೇ ಉಂಟು ಮಾಡುತ್ತದೆ. ಅದರಿಂದ ಉಂಟಾದ ಪ್ರಕ್ಷುಬ್ಧತೆ ಅವನ ವ್ಯಕ್ತಿತ್ವವನ್ನು ಹಾನಿಗೊಳಿಸುತ್ತದೆ.

"ವಾಸು... ನಿನ್ನೊಳಗೆ ಏನೇನಿದೆ ಹೇಳಿಬಿಡು... ಯಾವುದು ಸರಿ, ಯಾವುದು ತಪ್ಪು... ಮಾತನಾಡೋಣ... ಮಂಥನ ನಡೆದುಹೋಗಲಿ... ನಿನ್ನೊಳಗಿನ ವಿಷವೆಲ್ಲವೂ ಹೊರಗೆ ಬರಲಿ... ನಿನ್ನ ತಂದೆ ನಾನು... ಅದೆಲ್ಲವನ್ನೂ ನುಂಗಿ ಬಿಡುತ್ತೇನೆ... ಹಾಗಾದರೂ ನಿನ್ನ ಮನಸ್ಸು ನಿರ್ಮಲ ಮಾಡಿಕೋ... ವಿಷದ ನಂತರ ಅಮೃತ ಬಂದಂತೆ ಇನ್ನಾದರೂ ಎಲ್ಲವೂ ಸರಿ ಹೋಗಲಿ... ಈ ಹುದ್ದೆ, ಸ್ಥಾನ, ಯಶಸ್ಸು ಎಲ್ಲವನ್ನೂ ಕಳಚಿಕೊಂಡು ಬರಿಯ ವಾಸುವಾಗಿ ನೋಡು... ನನಗೆ ಆ ವಾಸು ಬೇಕು... ಆ ವಾಸು ಎಲ್ಲೋ ಕಳೆದುಹೋಗಿದ್ದಾನೆ... ನನಗೆ ನನ್ನ ಮಗ ವಾಸು ಬೇಕು..." ನಾನು ಆರ್ದ್ರವಾಗಿ ನುಡಿದೆ.

"ಅವನನ್ನು ನೀವೇ ಕೊಲೆ ಮಾಡಿ ಬಿಟ್ಟಿದ್ದೀರಿ ಅಪ್ಪ... ಮೌಲ್ಯ, ಶಿಸ್ತು, ಆದರ್ಶ, ದಯೆ, ನೈತಿಕತೆ ಅಂತ ಹೇರುತ್ತಾ ಹೇರುತ್ತಾ ಆ ವಾಸು ಉಸಿರುಗಟ್ಟಿ ಸತ್ತೇ ಹೋದ... ಅರ್ಧಂಬರ್ಧ ಊಟ, ಯೌವ್ವನದ ಯಾವುದೇ ಆಸೆಗಳು ಈಡೇರದಾಗ ಹುಟ್ಟಿದ ಒಂದು ಸಾತ್ವಿಕ ಸಿಟ್ಟು, ಎಲ್ಲವನ್ನೂ ಮೆಟ್ಟಿ ನಿಲ್ಲಬೇಕೆಂಬ ಹಠ... ಇರುವ ಸಂಪನ್ಮೂಲಗಳನ್ನೇ ಹೇಗೆ ಬಳಸಿಕೊಂಡು ಬೆಳೆಯಬೇಕೆನ್ನುವ ಜಾಣ್ಮೆ ನನ್ನ ಈ ಮಟ್ಟಕ್ಕೆ ತಂದು ನಿಲ್ಲಿಸಿತು... ನನಗೆ ಯಾವ ತಪ್ಪೂ ಕಾಣುತ್ತಿಲ್ಲ... ಈ ಜೀವನ ಬೇಕು ಅಂತ ಆಸೆ ಪಟ್ಟಿದ್ದೆ... ಅದು ನನಗೆ ಸಿಕ್ಕಿದೆ... ನಿಮ್ಮ ನೆರಳಲ್ಲೇ ಇದ್ದಿದ್ದರೆ... ನಾನ್ನಿನ್ನೂ ಅದೇ ಹಳೆಯ ಮನೆಯಲ್ಲಿ ಅದೇ ನಾಲ್ಕು ಮಕ್ಕಳಿಗೆ ಪುಕ್ಕಟೆಯಾಗಿ ಪಾಠ ಹೇಳಿಕೊಡುತ್ತಾ ಅದೇ ಜೀವನ ಬಾಳುತ್ತಿದ್ದೆ..."

ನಾನು ಮಾತು ಮರೆತವನಂತೆ ಕುಳಿತಿದ್ದೆ.

"ಅಪ್ಪ... ನನ್ನ ಮಾತು ಒರಟೆನಿಸಬಹುದು... ನಿಮ್ಮನ್ನು ದೂರುವುದೂ ಅಲ್ಲ ಅದು... ನನ್ನ ಕುದಿ ಹೊರಗೆ ಬಂದಿತಷ್ಟೇ... ವಸುಧೈವ ಕುಟುಂಬಕಂ ಕಾಲ ಅಲ್ಲ ಇದು... ಅದು ನಿಮ್ಮ ಕಾಲಕ್ಕೇ ಮುಗೀತು... ಆ ಧನಪಾಲನ ಮಗನಿಗೆ ನೀವ್ಯಾಕೆ ಹಣ ನೀಡಲು ಹೋದಿರಿ...? ಅವನು ಬೇರೆ ವ್ಯವಸ್ಥೆ ಮಾಡಿಕೊಳ್ಳುತ್ತಿದ್ದ... ನಾನು ಇಲ್ಲಿ ಚಾರಿಟೇಬಲ್ ಸಂಸ್ಥೆ ನಡೆಸುತ್ತಿಲ್ಲ... ಎಲ್ಲಾ ಲೆಕ್ಕ ಪತ್ರಗಳೂ ಕರಾರುವಕ್ಕಾಗಿರಬೇಕು... ಹಾಗಾಗಿ... ನಿಮ್ಮ ಹಣ ಪಡೆಯಲೇ ಬೇಕಿದೆ... ಯಾರು ಕೊಟ್ಟರೂ ಸರಿಯೇ..." ಎಂದ.

"ಆ ಮಾತು ಬಿಡು... ಮೀರಾ ಬಗ್ಗೆ ಹೇಳು... ಯಾಕೆ ಹಾಗೆ ಹೇಳಿ ಅವಳ ಮನಸ್ಸು ನೋಯಿಸಿದೆ...?"

"ಇರುವ ವಿಚಾರವೇ ಅದು... ನನಗೆ ಒಳಗೊಂದು ಹೊರಗೊಂದು ಮಾತನಾಡಿ ಅಭ್ಯಾಸವಿಲ್ಲ..."

"ಕೆಲವು ವಿಚಾರಗಳು ಇನ್ನೊಬ್ಬರಿಗೆ ನೋಯುವಂಥದ್ದಾದರೆ ಆಡದೇ ಉಳಿಯುವುದು ಲೇಸು ಕಣೋ... ಅದು ಸೂಕ್ಷ್ಮ ಗ್ರಹಿಕೆ... ಇಷ್ಟು ದಿನ ಇಲ್ಲದ್ದು ಯಾಕೆ ಈವಾಗ ಬಂತು... ನಿನಗೆ ಅವಳನ್ನು ಮದುವೆ ಆಗುವುದು ಇಷ್ಟವಿರದಿದ್ದರೆ ನನ್ನಲ್ಲಿ ಹೇಳಬಹುದಿತ್ತಲ್ಲವೇ...?"

"ನೀವು ಬರುವಾಗಲೇ ನಿಗದಿ ಮಾಡಿಕೊಂಡೇ ಬಂದರೆ ನಾನೂ ಇಲ್ಲವೆನ್ನಲು ಎಲ್ಲಿ ಸಾಧ್ಯ ಇತ್ತು...? ಆಗಿನ್ನೂ ನಾನು ಬದುಕಿನಲ್ಲಿ ನೆಲೆ ಕಂಡಿರಲಿಲ್ಲ..."

"ಈಗ ನೆಲೆ ಕಂಡು ಒಂದು ಹಂತಕ್ಕೆ ಬಂದ ನಂತರ ಎಲ್ಲಾದರಲ್ಲೂ ಕೊರತೆ ಕಾಣುತ್ತಿದೆ ಅಲ್ಲವೇ...? ಇದು ನಿನ್ನ ಖುರ್ಚಿಯ ಹಿರಿಮೆ ಮಾತನಾಡುತ್ತಿದೆ ವಾಸು..."

ನನ್ನ ಸಂಯಮ ಮೀರಿ ನನ್ನ ದನಿ ಕಾವೇರಿತು. ಅವನು ಮಾತನಾಡಲಿಲ್ಲ.

"ಮೀರಾ ಇಷ್ಟು ದಿನ ನಿನ್ನ ಮನೆಗಾಗಿ ತನ್ನ ಜೀವನ ಸವೆಸಿದ್ದಾಳೆ... ನೀನು ಈ ಆದರ್ಶ ಅಕಾಡೆಮಿಯನ್ನು ಬೆಳೆಸುವಾಗ ಮನೆಯನ್ನು ನಿರ್ಲಕ್ಷಿಸಿದರೆ ಅವಳು ಅದನ್ನು ಸಂಭಾಳಿಸಿದ್ದಾಳೆ... ಅದನ್ನು ಮರೆಯುವಂತಿಲ್ಲ ನೀನು... ಈಗ ಎಲ್ಲವೂ ಒಂದು ಹಂತಕ್ಕೆ ಬಂದ ಮೇಲೆ ಹೀಗಾಡುವುದು ಸರಿಯೇ...? ಅವಳನ್ನು ನಾಲ್ಕು ಗೋಡೆಗಳ ಒಳಗಷ್ಟೇ ಸೀಮಿತವಾಗಿಸಿದ ನೀನು ಈಗ ಅವಳು ಸಾಮಾಜಿಕವಾಗಿ ತೆರೆದುಕೊಳ್ಳಲು ಲಾಯಕ್ಕಾಗಿ ಉಳಿದಿಲ್ಲವೆಂದು ಆಕ್ಷೇಪಿಸುವುದು ಎಷ್ಟು ಸರಿ...? ಅವಳನ್ನು ನೀನು ಮುಂಚಿನಿಂದಲೂ ಈ ಸಂಸ್ಥೆಯ ಚಟುವಟಿಕೆಗಳಲ್ಲಿ ಪಾಲ್ಗೊಳ್ಳಲು ಅವಕಾಶ ನೀಡಬೇಕಿತ್ತು... ಅವಳೂ ಬದಲಾಗುತ್ತಿದ್ದಳು . ನೀನು ಅದಕ್ಕೆ ಆಸ್ಪದವನ್ನೇ ನೀಡದೇ ಈಗ ಹೀಗೆ ಮಾತನಾಡಿದರೆ ಸರಿಯೇ...? ಈಗಲೂ ಕಾಲ ಮಿಂಚಿಲ್ಲ... ಇನ್ನಾದರೂ ಆ ತಪ್ಪು ಸುಧಾರಿಸಿಕೋ..."

"ಶಿಕ್ಷಕರ ಮಕ್ಕಳಾಗಿ ಹುಟ್ಟಿದರೆ ಏನು ಕಷ್ಟ ಗೊತ್ತಾ...? ಜೀವನ ಪರ್ಯಂತ ಅವರಿಂದ ಪಾಠ ಹೇಳಿಸಿಕೊಳ್ತಾ ಇರಬೇಕು... ಉಪದೇಶವೇ ಆಯ್ತು ಅಪ್ಪ ನಿಮ್ದು... ನನಗೆ ನಾಟಕ ಆಡಲು ಬರುವುದಿಲ್ಲ... ಏನಿದ್ದರೂ ನೇರ... ಅಷ್ಟೇ... ಅದಿಕ್ಕೇ ನಾನು ನನ್ನ ಹೆಚ್ಚಿನ ಸಮಯವನ್ನು ಹೊರಗೇ ಕಳೆಯುತ್ತೇನೆ..." ವಾಸು ನುಡಿದಾಗ ಆತ ಬಹಳ ದೂರ ಸಾಗಿದ್ದಾನೆ ಎನಿಸಿತು.

ವಾಸುವಿನ ಮನಸ್ಥಿತಿ ಈಗ ನನಗೆ ಚೆನ್ನಾಗಿ ಅರ್ಥವಾಗಿತ್ತು. ಈಗ ಅವನು ಸಂಬಂಧಗಳಿಗಿಂತಲೂ ತನ್ನ ಸ್ಥಾನ, ಮಾನ ಗೌರವಕ್ಕೆ ಹೆಚ್ಚು ಆದ್ಯತೆ ನೀಡುತ್ತಿರುವುದರಿಂದ ನಮ್ಮ ಮಾತು, ಬಂಧ ಎಲ್ಲವೂ ನಗಣ್ಯವೆನಿಸುತ್ತಿರಬಹುದು. ತಾನೇನೋ ಮಹತ್ತರವಾದುದ್ದನ್ನು ಸಾಧಿಸಿದ್ದೇನೆ ಎಂಬ ದುರಭಿಮಾನ ಮೂಡಿದರೆ... ತಾನೇ ಗೌರವಾನ್ವಿತ ಅಥವಾ ಮೇಲು

ಎಂದುಕೊಂಡರೆ ಆತನಿಗೆ ಬೇರೊಬ್ಬನಿಗೆ ಗೌರವ ನೀಡಬೇಕೆಂದು ಅನ್ನಿಸುವುದು ಕಷ್ಟವೇ. ಇದಕ್ಕೆ ಸಂಬಂಧಗಳ ಗೊಡವೆಯೂ ಇರುವುದಿಲ್ಲ. ವಾಸು ಮುಂಚೆ ನನ್ನೆದುರು ನಿಂತು ಮಾತನಾಡಲೂ ಅಳುಕುತ್ತಿದ್ದವನು ಈಗ ನಿರ್ದಾಕ್ಷಿಣ್ಯವಾಗಿ ಮುಖಕ್ಕೆ ಹೊಡೆದಂತೆ ಮಾತನಾಡುತ್ತಾನೆ. ಅವನು ಕುಳಿತ ಭಂಗಿ, ಠೀವಿ, ಮಾತಿನಲ್ಲಿನ ಗತ್ತು ಅವನ ಮನಸ್ಸಿನ ಮಾತು ಹೇಳುತ್ತದೆ. ನನಗೆ ಮಗನೊಡನೆ ಮಾತನಾಡುತ್ತಿದ್ದೇನೆಂಬ ಭಾವನೆಯೇ ಬರುತ್ತಿಲ್ಲ. ಯಾರೋ ಮೂರನೆಯ ವ್ಯಕ್ತಿಯ ಜೊತೆ ಏನೋ ಔಪಚಾರಿಕವಾಗಿ ಮಾತನಾಡುತ್ತಿರುವಂತೆ ಭಾಸವಾಗಿ ಕಡೆಗೆ ಬಂದ ಉದ್ದೇಶವೇ ಮರೆತು ಹೋಗಿ ಎಲ್ಲವೂ ಖಾಲಿ ಎನಿಸಿ ಹಾಗೇ ಕುಳಿತುಬಿಟ್ಟೆ.

ಕೈ ಅಳತೆ ಹತ್ತಿರದಲ್ಲಿ ಅವನು ಕುಳಿತಿದ್ದರೂ ಮಾನಸಿಕವಾಗಿ ಬಹಳ ದೂರ ಸಾಗಿದ್ದಾನೆ ಎನಿಸಿತು. ಇಬ್ಬರ ನಡುವಿನ ಅವ್ಯಕ್ತ ಗೋಡೆಯನ್ನು ಅವನು ಕೆಡವಲೇ ಸಿದ್ಧನಿಲ್ಲ. ಅವನು ಆ ಗೋಡೆಯ ಒಳಗೆ ಹಿತ ಕಾಣುತ್ತಿದ್ದಾನೆ... ವಿಜೃಂಭಿಸುತ್ತಿದ್ದಾನೆ... ಶಿಖರ ತಲುಪಿದ ಕೀರ್ತಿ ಪತಾಕೆ ಹಾರಿಸುತ್ತಿದ್ದಾನೆ... ಗೆಲುವಿನ ಕಥೆಗಳು ಬರೆಯುತ್ತಿದ್ದಾನೆ...

ಅದಾವುದೂ ತಮಗೆ ಎಟುಕಲು ಆಗದೆಂಬಂತೆ ಅಂತರ ಕಾಯ್ದುಕೊಂಡರೆ ಅವನು ತಮಗೆ ಒಲಿಯನು.

ಖಿನ್ನ ಭಾವದಲ್ಲೇ ನಾನು ಎದ್ದು ನಿಂತೆ. ಮಾತನಾಡುವುದು ಇದ್ದರೂ ಯಾವುದೂ ಬೇಡವೆನಿಸಿತು. ಎದ್ದು ಬಾಗಿಲ ಕಡೆ ನಡೆದು ತಿರುಗಿ ನೋಡಿದೆ. ದೊಡ್ಡ ಹವಾನಿಯಂತ್ರಿತ, ಆಧುನಿಕವಾಗಿ ವಿನ್ಯಾಸಗೊಂಡ ಕೊಠಡಿಯಲ್ಲಿ ವಾಸು ಯಾವುದೋ ಸಿಂಹಾಸನದಲ್ಲಿ ಕುಳಿತ ರಾಜನಂತೆ ಕುಳಿತಿದ್ದ. ಈ ಮುಖಕ್ಕೀಗ ಮುಖವಾಡವೂ, ಹೃದಯಕ್ಕೆ ನವಿರು ಭಾವನೆಗಳನ್ನು ಅಂಟಿಕೊಳ್ಳದಂಥ ಕವಚವೂ ಬಂದಿದೆ ಎನಿಸಿತು. ಅವನು ಸ್ವಿಚ್ ಅದುಮಿದೊಡನೆ ಬಾಗಿಲು ತೆರೆದುಕೊಂಡಿತು,. ನಾನು ಹೊರ ಬಂದ ಬಳಿಕವೇ ಒಂದಷ್ಟು ನಿರಾಳತೆ ಅನುಭವಿಸಿದೆ.

***

ಮನೆಗೆ ಹೊರಗಿನ ಅಡುಗೆಯವರು ಬಂದಿದ್ದಾರೆಂದರೆ ವಿಶೇಷ ಅತಿಥಿಗಳ ಆಹ್ವಾನವಿದೆ ಎಂದು ಗೊತ್ತಾಗಿಬಿಡುತ್ತದೆ. ಅವರನ್ನು ವಾಸುವೇ ಎಷ್ಟು ಜನ, ಏನು ಅಡುಗೆ ಎಂದು ಹೇಳಿ ಬಿಡುತ್ತಿದ್ದ. ನಮಗೆ ತೀರಾ ಅಗತ್ಯ ಬಿದ್ದರೆ ಮಾತ್ರ ಆಹ್ವಾನಿತರನ್ನು ಪರಿಚಯಿಸುತ್ತಿದ್ದ. ಇಲ್ಲವಾದರೆ ನಾವು ಹೊರಗೇ ಬರುತ್ತಿರಲಿಲ್ಲ. ಇದು ಮೀರಾ ಮತ್ತು ಆದರ್ಶನಿಗೂ ಅನ್ವಯ. ಇಂದು ತುಸು ಬಿರುಸಿನ ಚಟುವಟಿಕೆಗಳು ನಡೆಯುತ್ತಿದ್ದದ್ದು ಸೂಕ್ಷ್ಮವಾಗಿ ಅರಿವಾಗುತ್ತಿದ್ದು,

ಬರುವ ಅಭ್ಯಾಗತರು ತುಸು ವಿಶೇಷವೇ ಎಂದು ಅರಿವಾಗಿತ್ತು. ನಾನು ನನ್ನ ಗ್ರಂಥಾಲಯದಲ್ಲೇ ಕುಳಿತು ಬಿಡುವುದು ಅಭ್ಯಾಸವಾದ್ದರಿಂದ ಕೆಳಗೆ ನಡೆಯುವ ವಿದ್ಯಾಮಾನಗಳ ಬಗ್ಗೆ ಅರಿವಿರಲಿಲ್ಲ. ನನಗೆ ಕರೆ ಬಂದಾಗ ಒಂಭತ್ತು ಗಂಟೆ. ನಾನು ಕುತೂಹಲದಿಂದ ಕೆಳಗಿಳಿದು ಬಂದಾಗ, ಮನೆಗೆ ಆಗಮಿಸಿದ ಗಣ್ಯ ವ್ಯಕ್ತಿಗಳ ಮುಖ ಪರಿಚಿತವಾದರೂ ಯಾರೆಂದು ಥಟ್ಟನೇ ಹೊಳೆಯಲಿಲ್ಲ.

ವಾಸುವೇ ಪರಿಚಯಿಸಿದ. ತನ್ನ ಪಕ್ಕ ಕುಳಿತಿದ್ದ ಸ್ಥೂಲಕಾಯದ ಅರ್ಧ ತೋಳಿನ ಬಿಳಿ ಅಂಗಿ, ಅದೇ ಬಣ್ಣದ ಪ್ಯಾಂಟು ಧರಿಸಿದ್ದ, ಕುತ್ತಿಗೆಗೆ ದಪ್ಪ ಚಿನ್ನದ ಸರ ಧರಿಸಿದ್ದ ವ್ಯಕ್ತಿಯನ್ನುದ್ದೇಶಿಸಿ, "ಅಪ್ಪ... ಇವರು ಇಲ್ಲಿನ ಶಾಸಕರು... ರಮೇಶ್ಚಂದ್ರರು ಮತ್ತು ಇವರು ಶಿಕ್ಷಣ ಸಚಿವರು...ಸನತ್ ಕುಮಾರ್... ನಮ್ಮ ಜಿಲ್ಲೆಯವರೇ..." ಎಂದು ಅವರ ಪಕ್ಕ ಆಸೀನರಾಗಿದ್ದ ಮತ್ತೊಬ್ಬ ಬಿಳಿ ಜುಬ್ಬಾಧಾರಿ ವ್ಯಕ್ತಿಯನ್ನು ಪರಿಚಯಿಸಿದ.

ಸನತ್ ಎದ್ದು ನಿಂತು ಗೌರವ ಸೂಚಿಸುತ್ತಾ, "ಸರ್... ನಿಮ್ಮ ಬಗ್ಗೆ ಬಹಳ ಕೇಳಿದ್ದೆ... ಇವತ್ತು ನೋಡುವ ಅವಕಾಶ ಆಯಿತು..." ಎಂದು ಕೈ ಮುಗಿದ. ಅವನ ಸೌಜನ್ಯದ ನಡವಳಿಕೆ ಮತ್ತು ವಿನಯವಂತಿಕೆಗೆ ಮೆಚ್ಚುಗೆ ಮೂಡಿತು.

"ಕೂತ್ಕೊಳ್ಳಿ... ನೀವು ಬಂದದ್ದು ಸಂತೋಷವಾಯಿತು..." ಎಂದೆ. ನಾನು ನಿಂತೇ ಇದ್ದುದ್ದನ್ನು ಕಂಡು ಆತನೇ ಕೂರಲು ತಿಳಿಸಿದರು. ನನಗೆ ಅಲ್ಲಿ ಕುಳಿತು ಮಾತನಾಡಲೇನೂ ಇರಲಿಲ್ಲ. ನಾನು ಅಲ್ಲಿದ್ದರೆ ವಾಸುವಿಗೆ ತಾನು ಅವರನ್ನು ಕರೆಸಿಕೊಂಡ ಉದ್ದೇಶವೂ ಈಡೇರದೆನಿಸಿತು. ಅವರ ಮಾತಿಗೆ ಗೌರವ ನೀಡಲು ಕುಳಿತುಕೊಂಡೆ.

ಸನತ್ ಅವರೇ ಮಾತನಾಡಿ, "ಸರ್... ನಿಮ್ಮ ಬಗ್ಗೆ ಬಹಳ ಕೇಳಿದ್ದೀನಿ... ಒಬ್ಬ ಆದರ್ಶ ಮತ್ತು ಮಾದರಿ ಶಿಕ್ಷಕ ಹೇಗಿರಬೇಕು ಎಂದು ನಿಮ್ಮನ್ನು ನೋಡಿ ಕಲೀಬೇಕು... ಸರಕಾರ ಸಂಬಳ ನೀಡುತ್ತೆ ಎಂದು ಕೆಲಸವನ್ನು ಕಾಟಾಚಾರಕ್ಕೆ ಮಾಡದೇ ಬಹಳ ನಿಷ್ಠೆ ಮತ್ತು ಶ್ರದ್ಧೆಯಿಂದ ಮಾಡಿಕೊಂಡು ಬಂದಿರಿ... ಕಲಿಯದ ಮಕ್ಕಳನ್ನು ಮನೆಗೆ ಕರೆಕೊಂಡು ಕಲಿಸಿದ್ದೀರಿ... ಶಾಲೆಗೆ ಬರದ ಮಕ್ಕಳನ್ನು ಹುಡುಕಿಕೊಂಡು ಹೋಗಿ ಕರೆ ತರುತ್ತಿದ್ದಿರಂತೆ... ನಿಮ್ಮಂತೆ, ನಮ್ಮ ಇಂದಿನ ಶಿಕ್ಷಕರು ಶಾಲೆಗೊಬ್ಬರು ಇದ್ದರೂ ಸಾಕು... ಸರಕಾರ ಶಾಲೆ ಮುಚ್ಚಬೇಕಾದ ಪರಿಸ್ಥಿತಿ ಒದಗುತ್ತಿರಲಿಲ್ಲ... ಎಷ್ಟೋ ಶಾಲೆಗಳನ್ನು ವಿದ್ಯಾರ್ಥಿಗಳಿಲ್ಲದೇ ಮುಚ್ಚಬೇಕಾದ ಪರಿಸ್ಥಿತಿ ಬಂದಿದೆ... ಇಂಗ್ಲೀಷ್ ಕಲಿಕೆಯ ವ್ಯಾಮೋಹ ಮತ್ತು ನಮ್ಮ ಸರಕಾರದ ನಿರ್ಲಕ್ಷ್ಯವೂ ಸೇರಿ ಇಂಥ ಸ್ಥಿತಿ ಬಂದಿದೆ... ಕೆಲವು ಕಡೆ ಶಾಲಾ ಕಟ್ಟಡ ದುರವಸ್ಥೆಯಲ್ಲಿದ್ದರೆ ಹಲವು ಕಡೆ ಇರುವ ಮಕ್ಕಳಿಗೆ ಸರಿಯಾದ ಅನುಪಾತದಲ್ಲಿ ಶಿಕ್ಷಕರಿಲ್ಲ... ಸರಕಾರಿ ಶಾಲೆಗಳೆಂದರೆ ಅಸಡ್ಡೆಗೊಳಪಟ್ಟಿದೆ... ನಾಯಿಕೊಡೆಗಳಂತೆ ತಲೆಯೆತ್ತಿರುವ

ಖಾಸಗಿ ವಿದ್ಯಾ ಸಂಸ್ಥೆಗಳು, ಅವರ ಆಕರ್ಷಕ ಕಟ್ಟಡ, ಕಲಿಕೆಯ ವಿಧಾನ... ಸಹಜವಾಗಿಯೇ ಶಿಕ್ಷಣದ ಆದ್ಯತೆ ಇದ್ದವರು ಸಾಲ ಸೋಲ ಮಾಡಿಯಾದರೂ ಅದಕ್ಕೆ ಸೇರಿಸುವಂತಾಗಿದೆ..." ಎಂದು ಇಂದಿನ ವಾಸ್ತವಿಕ ಚಿತ್ರಣವನ್ನು ಮಾತಿನ ಭರದಲ್ಲಿ ತೆರೆದಿಟ್ಟರು.

ಅಲ್ಲೇ ಇದ್ದ ವಾಸು, "ನಮ್ಮ ಬುಡಕ್ಕೆ ಬರಬೇಡಿ ಗುರುವೇ..." ಎಂದು ನಕ್ಕ.

"ಅಲ್ಲಪ್ಪಾ... ಇಂದಿನ ಪರಿಸ್ಥಿತಿ ಹೇಳಿದೆ... ಐದು ವರ್ಷಕ್ಕೆ ಬದಲಾಗುವ ಸರಕಾರಕ್ಕೆ ಈ ಸರಕಾರಿ ಶಾಲೆಗಳನ್ನು ಖಾಸಗಿ ಶಾಲೆಗಳು ನಿರ್ವಹಿಸುವಂತೆ ಮಾಡುವ ಯಾವ ಮನಸ್ಸೂ ಇರುವುದಿಲ್ಲ... ಅವರ ಆದ್ಯತೆಗಳು ಕೇವಲ ತಮ್ಮ ಸ್ವಕೇಂದ್ರಿತ ಹಿತಾಸಕ್ತಿಗಳಿಗಷ್ಟೇ ಸೀಮಿತವಾಗಿರುತ್ತದೆ... ಒಳ್ಳೆಯ ಮಾದರಿ ಶಾಲೆ ನನ್ನ ಕನಸು... ಈ ನಿಟ್ಟಿನಲ್ಲಿ ನಿಮ್ಮ ಸಹಕಾರ ಬೇಕು ಗುರುಗಳೇ... ಮುಂದೆ ನಿಮ್ಮ ಮಾರ್ಗದರ್ಶನಕ್ಕಾಗಿ ಮತ್ತೆ ಬರ್ತೀನಿ..." ಎಂದು ಕೈ ಮುಗಿದು ನುಡಿದ. ನಲವತ್ತೈದರ ಆಸುಪಾಸಿನ ಸನತ್ ಇಂಥ ಧ್ಯೇಯಗಳನ್ನಿಟ್ಟುಕೊಂಡು ಸಚಿವರಾಗಿದ್ದನ್ನು ಕಂಡು ಬಹಳ ಖುಷಿಯಾಯಿತು.

ನಾನೇ ಆತನಿಗೆ ಕೈ ಮುಗಿದು, "ನಿಮ್ಮಂಥವರ ಅಗತ್ಯ ನಮ್ಮ ನಾಡಿಗೆ ತುಂಬಾ ಇದೆಯಪ್ಪಾ... ಯಾವುದೇ ಕಾರಣಕ್ಕೂ ಯಾವ ಸರಕಾರಿ ಶಾಲೆ ಮುಚ್ಚಬಾರದು... ಹಾಗಾಗದಿರುವ ಹಾಗೆ ದಯವಿಟ್ಟು ನೋಡಿಕೊಳ್ಳಿ..." ಎಂದೆ.

"ಖಂಡಿತ..." ಎಂದು ಆತ ಭರವಸೆ ನೀಡಿದರು. ಆತನ ಭೇಟಿ, ಆತನ ಉದ್ದೇಶಗಳು ಕಂಡು ಇಂಥ ನಿಸ್ವಾರ್ಥಿ ರಾಜಕಾರಣಿಗಳಿಂದ ಮಾತ್ರ ನಾಡಿನ ಅಭ್ಯುದಯ ಸಾಧ್ಯ ಎನಿಸಿತು.

"ನಮ್ಮ ಹೊಟ್ಟೇಗೆ ಹೊಡೆಯುವ ಉದ್ದೇಶ ಪ್ರಬಲವಾಗಿದೆ ಅನ್ನಿ..." ವಾಸು ಕಹಿ ನಗೆ ನಗುತ್ತಾ ನುಡಿದರೂ ಅವನಿಗೆ ನಮ್ಮ ಮಾತು ಇಷ್ಟವಾಗಲಿಲ್ಲವೆಂದು ಅವನ ಮುಖದಲ್ಲೇ ವ್ಯಕ್ತವಾಗುತ್ತಿತ್ತು.

ಸನತ್ ನಾವು ತಂದೆ ಮಗನ ಕಡೆಗೆ ನೋಡುತ್ತ, "ಇದೊಳ್ಳೇ ಚೆನ್ನಾಗಿದೆ... ಸರಕಾರಿ ಶಾಲೆ ಬಂದ್ ಆಗಬಾರದು ಎನ್ನುವ ಅಪ್ಪ... ಬಂದ್ ಆದರೆ ನಮ್ಮಂಥ ಖಾಸಗಿ ಶಾಲೆಗಳಿಗೆ ಲಾಭ ಎಂದು ಯೋಚಿಸುವ ಮಗ..." ಎಂದು ಗೇಲಿ ಮಾಡುವಂತೆ ನಕ್ಕ.

"ಹ್ಞೂಂ... ನಮ್ಮನೇಲೇ ಇಂಥ ವೈರುಧ್ಯ ಇದೆ. ಏನ್ಮಾಡೋದು... ಹೇಳಿ..."

ಸನತ್ ನನ್ನ ಕಡೆಗೆ ತಿರುಗಿ, "ಸರ್... ಈ ಸಲ ನಿಮಗೆ ಉತ್ತಮ ಶಿಕ್ಷಕರಾಗಿ ಬಹಳಷ್ಟು ವಿದ್ಯಾರ್ಥಿಗಳಿಗೆ ದಾರಿ ದೀಪವಾಗಿದ್ದಕ್ಕೆ ನಿಮಗೆ ಸರಕಾರದ ಕಡೆಯಿಂದ ರಾಜ್ಯೋತ್ಸವ ಪ್ರಶಸ್ತಿಗೆ ನಾನು ಶಿಫಾರಸ್ಸು ಮಾಡ್ತಿದೀನಿ... ನಿಮ್ಮ ನಿಸ್ವಾರ್ಥ ಸೇವೆಯನ್ನು ಯಾರೂ ಗುರುತಿಸಿಲ್ಲ ಎಂಬುದು

ದುರದೃಷ್ಟಕರ... ನನಗೆ ಈ ಸೌಭಾಗ್ಯ ಸಿಕ್ಕಿದೆ... ನೀವು ಒಪ್ಪಿಕೊಳ್ಳಬೇಕು..." ಎಂದ.

"ನನಗೆ ಯಾವ ಪ್ರಶಸ್ತಿಯೂ ಬೇಡವಪ್ಪ... ನಾನು ಯಾವ ಆಸೆಯೂ ಇಟ್ಟುಕೊಂಡು ಕೆಲಸ ಮಾಡಿದ್ದಲ್ಲ... ಸರಕಾರದ ಕೆಲಸ ದೇವರ ಕೆಲಸ... ಅದರಲ್ಲೂ ಶಿಕ್ಷಕನ ಪಾತ್ರ ಒಬ್ಬ ವಿದ್ಯಾರ್ಥಿ ಜೀವನದಲ್ಲಿ ತುಂಬಾ ದೊಡ್ಡದು... ಒಂದು ಕಲ್ಲಿನಿಂದ ಒಂದು ಶಿಲ್ಪ ಕಡೆದ ಹಾಗೆ ಅವನಲ್ಲಿ ಒಳ್ಳೆಯ ಪರಿಪೂರ್ಣ ವ್ಯಕ್ತಿತ್ವದ ಪ್ರಜೆಯಾಗಿ ಸಮಾಜದ ಮುಖ್ಯವಾಹಿನಿಗೆ ಸೇರಿಸುವಂಥ ಹೊಣೆ ಶಿಕ್ಷಕರಿಗಿರುತ್ತೆ... ಆ ಪ್ರಯತ್ನ ನಾನು ಮಾಡಿದೀನಿ... ನನ್ನ ಕೆಲಸಕ್ಕೆ ಸರಕಾರ ಸಂಬಳ ಕೊಟ್ಟಿದೆ... ಇನ್ನು ಪ್ರಶಸ್ತಿ ಯಾಕೆ ಬೇಕು...?"

"ನೀವು ಬೇಡವೆನ್ನಬಾರದು... ನಿಮ್ಮ ಬಗ್ಗೆ ಹೆಚ್ಚಿನವರಿಗೆ ತಿಳಿದರೆ ಅವರೂ ಪ್ರೇರಣೆ ಪಡೆಯಬಹುದು...ಎಷ್ಟೋ ಜನ ಅರ್ಹರಲ್ಲದೇ ಹೋದರೂ ಏನೋ ಸಾಧನೆ ಮಾಡಿದ್ದಾರೆಂದು ಹೇಳಿಕೊಂಡು ಪ್ರಶಸ್ತಿಗೆ ಅರ್ಜಿ ಸಲ್ಲಿಸುತ್ತಾರೆ... ನಿಜವಾದ ಸಾಧಕರು ಹೀಗೇ ತೆರೆ ಮರೆಯಲ್ಲಿ ಅಜ್ಞಾತರಾಗಿ ಉಳಿದು ಹೋಗುತ್ತಾರೆ..." ಎಂದ.

"ನೀವು ನಿಜವಾಗಲೂ ನನ್ನ ಬಗ್ಗೆ ಗೌರವ ಹೊಂದಿರುವುದು ಪ್ರಾಮಾಣಿಕವಾಗಿದ್ದರೆ ನನಗೊಂದು ಉಪಕಾರ ಮಾಡಿ..." ಎಂದೆ. ಸನತ್ ಪ್ರಶ್ನಾರ್ಥಕವಾಗಿ ನನ್ನತ್ತ ದಿಟ್ಟಿಸಿದರು.

"ಹಾಗಾದರೆ ಒಂದೇ ಒಂದು ಸರಕಾರಿ ಶಾಲೆ ಮುಚ್ಚದಂತೆ ನೋಡಿಕೊಳ್ಳಿ... ಹಾಗಾದಾಗ ಬಡ ಮಕ್ಕಳಿಗೆ ಕಲಿಯಲು ಇರುವ ಕೆಲವೇ ಅವಕಾಶದ ಬಾಗಿಲೂ ಮುಚ್ಚುತ್ತೆ... ಹಾಗಾಗುವುದು ಬೇಡ..." ಎಂದೆ.

ಸನತ್ ಎದ್ದು ಬಂದು ಬಾಗಿ ಕಾಲಿಗೆ ನಮಸ್ಕರಿಸಿದ.

"ಇದೆಲ್ಲ ಬೇಡಪ್ಪ... ನಿಮ್ಮ ಬಗ್ಗೆ ಒಂದು ಭರವಸೆ ಇದೆ... ಅದು ಹುಸಿಯಾಗದಂತೆ ನೋಡಿಕೊಳ್ಳಿ... ನಿಮ್ಮನ್ನು ಭೇಟಿಯಾಗಿ ಸಂತೋಷವಾಯಿತು..." ಎಂದು ಎದ್ದು ಕೈ ಮುಗಿದು ಅಲ್ಲಿಂದ ನನ್ನ ಕೋಣೆಯತ್ತ ಹೆಜ್ಜೆ ಹಾಕಿದೆ.

ಅಧ್ಯಾಯ-6

ಸಾಮಾಜಿಕವಾಗಿ ಹೆಚ್ಚು ತೆರೆದುಕೊಂಡ ವಾಸುವಿನ ಸ್ನೇಹ ಈಗ ಶಾಸಕರು ಮತ್ತು ಸಚಿವರ ಮಟ್ಟಿಗೆ ಏರಿದ್ದನ್ನು ಕಂಡು ಆಶ್ಚರ್ಯಪಡುವಂತಾಗಿತ್ತು. ಅವರೇಕೆ ನಮ್ಮ ಮನೆಗೆ ಆಗಮಿಸಿದ್ದರು ಮತ್ತು ವಾಸುವಿನ ಸ್ನೇಹ ಹೇಗೆ, ಏಕೆ, ಈ ಭೇಟಿಯ ಹಿಂದೆ ಏನು ಉದ್ದೇಶವಿದೆ, ಅದೂ ಮನೆಯಲ್ಲಿ ಪ್ರತ್ಯೇಕವಾಗಿ ಮಾತನಾಡುವಂಥದ್ದು ಎಂದೆಲ್ಲಾ ಪ್ರಶ್ನೆಗಳಿಗೆ ಉತ್ತರ ಹುಡುಕುವ ವ್ಯರ್ಥ ಪ್ರಯತ್ನ ಮಾಡಿದ್ದೆ. ಸಕ್ಕರೆ ಇದ್ದಲ್ಲಿ ಇರುವೆಗಳು ಸಹಜವಾದರೂ ಇಲ್ಲಿ ಪರಸ್ಪರರ ಅವಲಂಬನೆ ಎದ್ದು ಕಾಣುತ್ತಿತ್ತು. ಕಾಲವೇ ಇದಕ್ಕೆ ಉತ್ತರ ನೀಡಬಹುದೆಂದು ಮನಸ್ಸಿನಲ್ಲಿ ಉದ್ಭವಿಸುವ ಪ್ರಶ್ನೆಗಳಿಗೆ ತಡೆ ಹಾಕಿದ್ದೆ.

ಮೀರಾ ಆ ದಿನ ವಾಸುವಿನ ಮಾತುಗಳನ್ನು ಆಲಿಸಿದ ಬಳಿಕವಂತೂ ಖಿನ್ನಳಾಗಿದ್ದಳು. ಮೊದಲಿನ ಉತ್ಸಾಹ ಅವಳ ಮೊಗದ ಮೇಲಿರಲಿಲ್ಲ. ಅವಳ ಮೌನ ಮತ್ತು ಗಾಂಭೀರ್ಯ ನನಗೆ ಕೆಲವೊಮ್ಮೆ ಆತಂಕಕ್ಕೆ ಈಡು ಮಾಡುತ್ತಿತ್ತು. ಇನ್ನು ಆದರ್ಶನ ಯಾವ ಮಾತೂ ವಾಸುವಿನ ಮೇಲೆ ನಾಟಿರಲಿಲ್ಲ. ವಾಸುವೇ ಮುತುವರ್ಜಿ ವಹಿಸಿ ಆದರ್ಶನನ್ನು ಕರೆದೊಯ್ದು ಒತ್ತಾಯಪೂರ್ವಕವಾಗಿ ತನ್ನದೇ ಅಕಾಡೆಮಿಯ ವಿಜ್ಞಾನ ವಿಭಾಗಕ್ಕೆ ದಾಖಲಾತಿ ಮಾಡಿಸಿದ್ದ. ಆ ದಿನವಂತೂ ಆದರ್ಶನ ಮುಖ ಇಳಿದು ಹೋಗಿತ್ತು. ಹೆಚ್ಚು ರಜೆ ಇಲ್ಲದೇ ಪ್ರಥಮ ವರ್ಷದ ಪದವಿಪೂರ್ವ ತರಗತಿಗಳು ಒಡನೆಯೇ ಆರಂಭಗೊಂಡಿದ್ದವು. ಆದರ್ಶ ಬೆಳಿಗ್ಗೆ ಮನೆ ಬಿಟ್ಟರೆ ಮನೆ ಸೇರುವುದು ರಾತ್ರಿ ಎಂಟಾಗುತ್ತಿತ್ತು. ಬಂದೊಡನೆ ಸ್ನಾನ ಮಾಡಿ, ಉಂಡು ಓದಲು ಕುಳಿತು ಬಿಡುತ್ತಿದ್ದ. ಎಷ್ಟು ಹೊತ್ತಿಗೆ ಏಳುತ್ತಿದ್ದನೋ, ಯಾವಾಗ ಮಲಗುತ್ತಿದ್ದನೋ, ಮುಂಚೆ ಹಾರ್ದಿಕವಾಗಿ ಮಾತನಾಡುವ ಆದರ್ಶನೂ ಈಗ ಮೌನದ ಚಿಪ್ಪಿನೊಳಗೆ ನುಸುಳಿದಂತೆ ಕಂಡು ಬರುತ್ತಿದ್ದ.

ಅವನ ಇಚ್ಛೆಯ ವಿರುದ್ಧವಾದ ವಿಷಯಗಳನ್ನು ಆಯ್ಕೆ ಮಾಡಿಕೊಂಡಿದ್ದಕ್ಕೋ, ಬೇಸರವೋ, ಓದಿನ ಒತ್ತಡವೋ ಒಟ್ಟಿನಲ್ಲಿ ಹುಡುಗನ ಹುಡುಗಾಟಿಕೆ ಮರೆಯಾಗಿ ಅವನೂ ತನ್ನದೇ ಲೋಕದಲ್ಲಿ ಲೀನವಾಗಿದ್ದ. ಇದೆಲ್ಲವೂ ನನ್ನನ್ನು ಇನ್ನಷ್ಟು ಒಂಟಿತನ ಅನುಭವಿಸುವಂತೆ ಮಾಡಿತ್ತು. ವಾಸು ಬೆಳಿಗ್ಗೆ ಹೋದರೆ ಮಧ್ಯಾಹ್ನ ಬಂದು ಉಂಡು ಸ್ವಲ್ಪ ಹೊತ್ತು ವಿರಮಿಸಿ ಮತ್ತೆ ಹೋದವನು ರಾತ್ರಿಯೇ ಮನೆಗೆ ಬರುತ್ತಿದ್ದ. ಬಂದರೂ ನಮ್ಮಿಬ್ಬರ ನಡುವೆ ಮಾತುಕತೆ ಎನ್ನುವುದು ತೀರಾ ಅನಿವಾರ್ಯ ಇದ್ದಲ್ಲಿ ಮಾತ್ರ ಜರಗುತ್ತಿತ್ತು. ಅವನಂತೂ ತನ್ನ ಸುತ್ತಲೂ ತನ್ನವರಿದ್ದಾರೆ ಎನ್ನುವುದು, ತಾನು ಮನೆಯಲ್ಲಿ ಇದ್ದೇನೆಂಬುದೇ ಮರೆತವನಂತೆ ಕಳೆದು ಹೋಗಿದ್ದ. ಫೋನ್ ಬಂದು ಮಾತನಾಡಲು ಶುರು ಮಾಡಿದನೆಂದರೆ ಕೊನೆಯಿಲ್ಲದೇ ಅವ್ಯಾಹತವಾಗಿ ಸಾಗುತ್ತಿತ್ತು. ಒಂದೇ ಮನೆಯಲ್ಲಿದ್ದೂ ಕೂಡಾ ನಾವು ನಾಲ್ವರು ನಾಲ್ಕು ದ್ವೀಪಗಳಂತೆ ಆಗಿದ್ದು ಸುಳ್ಳಲ್ಲ. ಎಲ್ಲವೂ ಧಾರಾಳವಾಗಿದ್ದೂ ಕೂಡಾ ಏನೋ ಕೊರತೆ ತೀವ್ರವಾಗಿ ಬಾಧಿಸುತ್ತಿತ್ತು. ಒಂದು ಹಾರ್ದಿಕವಾದ ನಗೆ, ಒಂದು ಪ್ರೀತಿಯ ಮಾತು ಬರಡು ಮನಸ್ಸುಗಳಿಗೆ ಎಷ್ಟೋ ಚೈತನ್ಯ ನೀಡುವಂತಿದ್ದರೂ ಅದಕ್ಕೇ ಬರವಾಗಿತ್ತು. ಒಂದಷ್ಟು ಉಸಿರನ್ನು ಹಿಡಿದುಕೊಂಡು ಅದೇ ಉಸಿರನ್ನು ಉಸಿರಾಡುವಂಥ ಬದುಕಿದು... ಹೊಸ ಗಾಳಿಗೆ ತೆರೆದುಕೊಳ್ಳದ ಅದೇ ವರ್ತುಲದಲ್ಲಿ ಅದುಮಿರಿಸಿಕೊಂಡ ಹಾಗೆ. ಹೊರಗಿನ ಭವ್ಯ ನೋಟಕ್ಕೆ ಒಳಗಿನ ಮನಸ್ಸುಗಳ ನಡುವಿನ ಈ ಬಿರುಕುಗಳು ಕಾಣುವುದಿಲ್ಲ. ತೋರಿಕೆಗಷ್ಟೇ ಬೆಲೆ. ವೇಷಕ್ಕೆ ಒಂದು ಹೆಸರು.

ಎಷ್ಟೋ ಸಲ ಈ ವೃದ್ಧಾಪ್ಯ ಶಾಪವೆನಿಸುತ್ತದೆ. ಶಾಲೆಯ ಎಷ್ಟೋ ಮಕ್ಕಳನ್ನು ಸಂಭಾಳಿಸಿದ ಈ ಜೀವ ಮನೆಯ ಈ ಸಂಬಂಧಗಳನ್ನು ನಿರ್ವಹಿಸುವಲ್ಲಿ ಸೋಲುತ್ತದೆ. ಬದುಕು ಭಾರವೆನಿಸುತ್ತದೆ. ಹೊರಗಿನ ಮೌನಕ್ಕಿಂತಲೂ ಒಳಗಿನ ಸದ್ದೇ ಹೆಚ್ಚು ಕಿತ್ತು ತಿನ್ನುತ್ತದೆ. ಹೆಚ್ಚು ಚಿಂತನ ಶೀಲ ಮನಸ್ಥಿತಿ ಒಂದು ಶಾಪ. ಅದರ ಧ್ವನಿಯನ್ನು ಉಡುಗಿಸಲು ಸಾಧ್ಯವೇ ಇರುವುದಿಲ್ಲ. ಆಗೆಲ್ಲಾ ಮನೆ ಚಿಕ್ಕದಾಗಿರುತ್ತಿತ್ತು. ಮನಸ್ಸು ದೊಡ್ಡದಾಗಿರುತ್ತಿತ್ತು. ಬದುಕಿನ ಖುಷಿಗಳನ್ನು ತೀವ್ರತೆಯಿಂದ ಅನುಭವಿಸುವ ಮನಸ್ಥಿತಿ ಉಳಿದಿತ್ತು.

ಈಗ ಎಲ್ಲವೂ ಸಮೃದ್ಧಿಯಿರುವ ಕಾಲದಲ್ಲಿ ಆ ಖುಷಿಗಳನ್ನು ಅನುಭವಿಸುವ ಸಂವೇದನೆಯೇ ಕಳೆದುಕೊಂಡಿದ್ದೇವೆಂದು ಅನ್ನಿಸುತ್ತದೆ. ಬದುಕಿನ ಕೊನೆಯ ನಿಲ್ದಾಣದಲ್ಲಿರುವ ನನಗೆ ಇವೆಲ್ಲವನ್ನೂ ಧಿಕ್ಕರಿಸಿ ನಡೆವ, ನುಡಿಯುವ ಚೈತನ್ಯವಾದರೂ ಎಲ್ಲಿದೆ...? ಮುಪ್ಪಿನ ಕಾಲದಲ್ಲಿ ಮನಸ್ಸು ಸಿರಿ ಸಂಪತ್ತು ಸೌಕರ್ಯಗಳಿಗಿಂತಲೂ ಒಂದು ಬಲಿಷ್ಟ ಮಾನಸಿಕ ಅವಲಂಬನೆ

ನೀಡುವ, ಆತ್ಮೀಯತೆಯಿಂದ ಸ್ಪಂದಿಸುವ ಒಂದು ಹೃದಯವನ್ನಷ್ಟೇ ಬಯಸುತ್ತದೆ. ಒಂದು ಸಣ್ಣ ಧಕ್ಕೆಯನ್ನೂ ಭರಿಸುವ ಶಕ್ತಿ ಅದಕ್ಕೆ ಇಲ್ಲದಷ್ಟು ಸಂಕೀರ್ಣವಾಗಿರುತ್ತದೆ. ಮನುಷ್ಯ ಮೊದಲು ತನ್ನ ಅನಿವಾರ್ಯತೆಗಳನ್ನು ಪೂರೈಸಿಕೊಳ್ಳುವಷ್ಟು ಸಂಪಾದನೆ ಮಾಡಲು ಯತ್ನಿಸುತ್ತಾನೆ. ಅವನ್ನು ಪೂರೈಸಿಕೊಂಡು ಅವಶ್ಯಕತೆಗಳು ಮೀರಿ ಸಂಪಾದಿಸಿದರೆ ಹೂಡಿಕೆ, ಆಸ್ತಿ ಮಾಡಿಕೊಳ್ಳುತ್ತಾನೆ. ಅವನ್ನು ಮೀರಿ ಸಂಪಾದನೆಯಾದೊಡನೆ ಸಾಮಾಜಿಕವಾಗಿ ಗುರುತಿಸಿಕೊಳ್ಳಲು ಯತ್ನಿಸುತ್ತಾನೆ. ಒಂದು ಮನೆಯ ನಾಲ್ಕು ಗೋಡೆಗಳನ್ನು ದಾಟಿ ಆತ ಸಾಮಾಜಿಕವಾಗಿ ಗುರುತಿಸಿಕೊಂಡ ಬಳಿಕ ಸಹಜವಾಗಿಯೇ ಆತನ ಮನ್ನಣೆ ಬೆಳೆಯುತ್ತದೆ. ಆ ಕೀರ್ತಿ, ಹೆಸರಿಗೆ ತಕ್ಕನಾಗಿ ಆತ ಅಲ್ಲಿ ಸ್ಪಂದಿಸುತ್ತಾ ಆ ಹೆಸರನ್ನು ಗೌರವವನ್ನು ಉಳಿಸಿಕೊಳ್ಳಲು ಯತ್ನಿಸುತ್ತಾನೆ. ವಾಸು ಈಗ ಆ ಹಂತದಲ್ಲಿದ್ದಾನೆ. ಆ ಪ್ರತಿಷ್ಠೆಯನ್ನು ಸದಾ ಚಾಲ್ತಿಯಲ್ಲಿರಲು, ಕಾಯ್ದಿರಿಸಿಕೊಳ್ಳಲು ಆತ ನಿರತನಾಗಿರುತ್ತಾನೆ. ಅಲ್ಲಿ ಬೇಕಾಗಿರುವುದು ಹೆಸರು ಮಾತ್ರ. ಒಳಗಿನ ಸ್ವ ಅಭಿಮಾನವನ್ನು, ಅಹಂ ಅನ್ನು ತೃಪ್ತಿ ಪಡಿಸಿಕೊಳ್ಳುವ ದಾರಿ ಎಂದರೆ ಹೆಚ್ಚು ಪ್ರಾಚಾರದಲ್ಲಿರುವುದು.

ಆತನ ಅಕಾಡೆಮಿಯ ಹೆಸರು ಹೆಚ್ಚಾಗಿ ಚಾಲ್ತಿಯಲ್ಲಿ ಇರುವಂತೆ ನೋಡಿಕೊಳ್ಳುತ್ತಾನೆ. ಅದಕ್ಕಾಗಿ ಸಾಕಷ್ಟು ಹಣ ವ್ಯಯಿಸುತ್ತಾನೆ. ಯಾವುದೇ ವಿಶೇಷ ಕಾರ್ಯಕ್ರಮಗಳಾಗಲೀ, ಡ್ರಗ್ಸ್, ಮದ್ಯಪಾನ ನಿಷೇಧ, ಆರೋಗ್ಯಕ್ಕೆ ಸಂಬಂಧ ಪಟ್ಟಂಥ ಕಾರ್ಯಕ್ರಮಗಳಿಗೆ ಅವನ ಅಕಾಡೆಮಿ ವತಿಯಿಂದ ಸ್ಪಂದನೆ ದೊರೆತೇ ದೊರೆಯುತ್ತದೆ. ಆ ನಿಟ್ಟಿನಲ್ಲಿ ತನ್ನ ಜವಾಬ್ದಾರಿ ದೊಡ್ಡದೆಂಬ ತೋರಿಕೆ ಮಾಡಲು ಅವನು ಮರೆಯುವುದಿಲ್ಲ. ಹಾಗಾಗಿ ಇಂಥ ಕಾರ್ಯಕ್ರಮಗಳು ಅವನನ್ನು ಜನಪ್ರಿಯನನ್ನಾಗಿ ಮಾಡಿಸಿದೆ. ಅನೇಕ ಕಾರ್ಯಕ್ರಮಗಳಿಗೆ ಅವನು ಗಣ್ಯ ವ್ಯಕ್ತಿಯಾಗಿ ಭಾಗವಹಿಸುತ್ತಾನೆ. ಕೆಲವು ಟಿ.ವಿ. ವಾಹಿನಿಗಳಲ್ಲೂ ಕೂಡ ಸಂದರ್ಶನಗಳು ನಡೆದಿವೆ. ಇದೆಲ್ಲವೂ ಅವನು ಸಮಾಜಕ್ಕೆ ತನ್ನ ಯಾವ ಮುಖ ತೋರಿಸಲು ಇಚ್ಛಿಸುತ್ತಾನೋ, ಅದು.

ಧನಪಾಲನ ಮಗನಂಥ, ಆರ್ಥಿಕ ಸಂಕಷ್ಟದಲ್ಲಿ ಬಳಲುತ್ತಾ ಶುಲ್ಕ ಭರಿಸಲಾಗದಂಥ ಪ್ರತಿಭಾನ್ವಿತ ವಿದ್ಯಾರ್ಥಿಗಳಿಗೆ, ಕಾಲೇಜು ಶುಲ್ಕದಲ್ಲಿ ಸಣ್ಣ ರಿಯಾಯಿತಿಯೂ ಕೊಡಲೊಲ್ಲದ ವಾಸುವಿನಲ್ಲಿ, ತನ್ನ ಜನಪ್ರಿಯತೆಯನ್ನು ಕಾಯ್ದಿರಿಸಿಕೊಳ್ಳಲು, ಉದಾರಿ ಎಂದು ಹೇಳಿಸಿಕೊಳ್ಳಲು ಎಲ್ಲಿ ಪ್ರಚಾರ ದೊರಕುತ್ತದೋ ಅಲ್ಲಿ ನೀಡಲು ಧನವಿದೆ. ಇದೇ ವಿಪರ್ಯಾಸ.

***

ಆದರ್ಶನ ಮಧ್ಯ ವಾರ್ಷಿಕ ಪರೀಕ್ಷೆಗಳಲ್ಲಿ ಪ್ರಥಮ ದರ್ಜೆಯಲ್ಲಿ ಉತ್ತೀರ್ಣನಾಗಿದ್ದ. ಆದರೆ ಹುಬ್ಬೇರಿಸುವಂಥ ಅಂಕಗಳು ಬಾರದೇ ಹೋದದ್ದು ವಾಸುವಿಗೆ ಭ್ರಮನಿರಸನವಾಗಿತ್ತು.

ಆದರ್ಶನನ್ನು ಕರೆದು ಸರಿಯಾಗಿ ಜರಿದಿದ್ದ, "ನಿನ್ಗೆ ಇರುವ ಜವಾಬ್ದಾರಿ ಏನು...? ತಿನ್ನೋದು, ಓದೋದು ಬಿಟ್ರೆ ಬೇರೆ ಏನು ಮಾಡೋದಿದೆ ನಿನಗೆ...? ಯಾಕೆ ಸ್ಕೋರ್ ಮಾಡಿಲ್ಲಾ...? ಎಂಥೆಂಥವರು ತೊಂಭತ್ತೊಂಭತ್ತು ಪರ್ಸೆಂಟ್ ತಗೊಂಡಿದ್ದಾರೆ... ನನ್ಮಗ ಆವೆರೇಜ್ ಅನ್ನಿಸಿಕೊಂಡರೆ ನನಗೆಷ್ಟು ಅವಮಾನ...?"

ಆದರ್ಶ ಮಾತನಾಡದೇ ಮೌನವಹಿಸಿ ನಿಂತಿದ್ದ.

"ಎಲ್ರಿಗೂ ಇವ್ನು ನನ್ಮಗ ಅಂತ ಒಂದು ಕುತೂಹಲ ಇರುತ್ತದಲ್ವಾ...? ಎಲ್ರೂ ಬಂದು ಇವನ ಸ್ಕೋರ್ ಕೇಳೋರು... ಎಂಥ ಅವಮಾನ ನನಗೆ... ಇದರಲ್ಲೇ ಗೊತ್ತಾಗುತ್ತೆ ನನ್ನ ಕಾಲೇಜಿನ ಘನತೆ ಎಂಥದ್ದು ಅಂತ..." ವಾಸು ಅಸಹನೆಯನ್ನು ಹತ್ತಿಕ್ಕುತ್ತಾ ನುಡಿದಾಗ ಆದರ್ಶ ತಾಳದಾದ.

"ಅದಿಕ್ಕೇ ಹೇಳಿದೆ... ನನಗೆ ನಿಮ್ಮ ಕಾಲೇಜ್ ಬೇಡ ಅಂತ... ನೀವ್ಯಾಕೆ ನನ್ನ ಬಲವಂತದಿಂದ ಅಲ್ಲಿಗೆ ಸೇರಿಸಿದ್ದು... ನನಗೆ ಇಷ್ಟವಿರದೇ ಹೋದರೂ ನಿಮ್ಮ ಆಸೆಯನ್ನು ನನ್ನ ಮೇಲೆ ಹೇರಿದ್ರಿ..."

ವಾಸುವಿಗೆ ಅವನ ಮಾತು ಸಹಿಸದಾಯಿಯಿತು. "ಅದಿಕ್ಕೇ ಬೇಕಂತಲೇ ಓದದೇ ನನ್ನ ಅವಮಾನ ಮಾಡಬೇಕೂಂತ ಉದ್ದೇಶಪೂರ್ವಕವಾಗಿ ಹೀಗೆ ಸೇಡು ತೀರಿಸ್ಕೋತಾ ಇದೀಯಾ...?" ಎಂದ.

ಅಪ್ಪ ಮಗನ ಮಾತು ಆಲಿಸುತ್ತಿದ್ದ ನನಗೆ ಮಾತು ಎಲ್ಲಿಂದೆಲ್ಲಿಗೋ ಹೋಗುತ್ತಿದೆ ಎನಿಸಿತು. ಆದರ್ಶ ತನ್ನ ಮಿತಿಯನ್ನು ಮೀರಿ ಶ್ರದ್ಧೆ ತೋರಿಸುತ್ತಿರುವುದು, ಓದಿನ ಕಡೆಗೆ ಬದ್ಧತೆ, ಶಿಸ್ತು ರೂಢಿಸಿಕೊಂಡು ಬಂದಿರುವುದನ್ನು ನಾನು ಕಣ್ಣಾರೆ ಕಂಡಿದ್ದೆ. ಅವನ ವಯಸ್ಸಿನ ಹುಡುಗರಲ್ಲಿರಬೇಕಾದ ಒಂದು ಹುಮ್ಮಸ್ಸು, ಉತ್ಸಾಹ, ಚೆಲ್ಲುತನ ಯಾವುದೂ ನಮ್ಮ ಆದರ್ಶನಲ್ಲಿರಲಿಲ್ಲ. ಸಣ್ಣ ವಯಸ್ಸಿಗೆ ಅವನಲ್ಲಿ ಒಂದು ಗಾಂಭೀರ್ಯ ಬಂದು ಬಿಟ್ಟಿತ್ತು. ಯೌವ್ವನದ ಹೊಸ್ತಿಲಲ್ಲಿ, ಹೊಸದಾಗಿ ತೆರೆದುಕೊಂಡ ಪ್ರಪಂಚ ಕಾಣುವ ಬಗೆಯೇ ಬೇರೆ. ಏನೇನೋ ವಸ್ತುಗಳಿಗೆ, ತಿನಿಸುಗಳಿಗೆ, ದಿರಿಸುಗಳಿಗೆ ಆಸೆ ಪಡುವುದು, ತಿರುಗುವುದು, ಶೋಕಿ ಮಾಡುವುದು ಇದೆಲ್ಲವೂ ಸಹಜವಾದ ಅವನ ವಯಸ್ಸಿನಲ್ಲಿ ಆದರ್ಶ ವಯಸ್ಸಿಗೆ ಮುನ್ನವೇ ಒಂದು ಪ್ರಬುದ್ಧತೆ ಬೆಳೆಸಿಕೊಂಡು ಬಿಟ್ಟಿದ್ದ. ಅವನ ಅಂತರಂಗದಲ್ಲಿ ಏನು ಓಡುತ್ತಿತ್ತು ಎಂದು ಅವನಷ್ಟೇ ಬಲ್ಲ. ಮಾತನಾಡಲು ಪ್ರಯತ್ನಿಸಿದಷ್ಟೂ ಅವನ ಬುದ್ಧಿಮತ್ತೆ ಅವನ ವಯಸ್ಸನ್ನು ಮೀರಿದಂತಿತ್ತು. ಖಾಸಗಿಯಾಗಿ

ಏನೂ ಸಮಸ್ಯೆಗಳು ಕಣ್ಣಿಗೆ ತೋರದೇ ಹೋದರೂ ಮನೆಯ ವಾತಾವರಣ ಅಥವಾ ಏಕಾಂಗಿತನ ಅವನನ್ನು ಕಾಡುತ್ತಿದೆ ಎನಿಸುತ್ತಿತ್ತು. ಅದನ್ನು ಅವನು ಪುಸ್ತಕಗಳನ್ನು ಓದುತ್ತ ಹೆಚ್ಚು ನೀಗಿಸಿಕೊಳ್ಳುತ್ತಿದ್ದ.

ಕೈ ತುಂಬಾ ಹಣ, ಸೌಕರ್ಯಗಳು ಅವನನ್ನು ದಾರಿ ತಪ್ಪಿಸಿರಲಿಲ್ಲವೆಂಬುದೇ ನಮ್ಮ ಪುಣ್ಯ. ಅಂಥವನನ್ನು ವಾಸು ಹೀಗೆಳೆಯುವುದು ನನಗೂ ಅಪ್ರಿಯವೆನಿಸಿತು.

"ವಾಸು... ಆದರ್ಶ ಹಾಗಿಲ್ವೋ... ಏನೇನೋ ಹೇಳಬೇಡ ನೀನು..." ಎಂದೆ.

"ಅಪ್ಪ... ನಮ್ಮಿಬ್ಬರ ಮಧ್ಯೆ ದಯವಿಟ್ಟು ನೀವು ಬರಬೇಡಿ... ನಿಮ್ಮ ಸಹವಾಸದಿಂದಲೇ ಅವನು ಹಾಳಾಗಿರುವುದು..." ವಾಸು ನನ್ನ ಮೇಲೆ ಎಗರಿ ಬಂದ.

"ನೋಡು ವಾಸು... ಅವನಿಗೆ ನಿನ್ನ ಅಕಾಡೆಮಿ ಸೇರುವುದು ಇಷ್ಟವಿಲ್ಲದಿದ್ದರೂ ಹೋಗಿ ಸೇರಿಸಿದೆ... ಆರ್ಟ್ಸ್ ಬೇಕು ಅಂದವನಿಗೆ ಹೋಗಿ ವಿಜ್ಞಾನಕ್ಕೆ ದಾಖಲಿಸಿದೆ... ಅವನಿಗಿಷ್ಟಲ್ಲದ್ದನ್ನು ಹೇರಿ ಅದರಲ್ಲಿ ಪರಿಣಿತಿ ಹೊಂದಬೇಕು ಅಂದರೆ ಹೇಗೆ ಸಾಧ್ಯ...? ಕಳಪೆ ಏನಿಲ್ಲವಲ್ಲ...ಪ್ರಥಮ ದರ್ಜೆ ತಗೊಂಡಿದ್ದಾನೆ... ಮುಂದೆ ಪರಿಶ್ರಮ ಪಟ್ಟು ಇನ್ನೂ ಹೆಚ್ಚು ಅಂಕ ಗಳಿಸುತ್ತಾನೆ... ಅವನಿಗೆ ಸ್ವಲ್ಪ ಕಾಲಾವಕಾಶ ಕೊಡು... ಕೂಡಲೇ ರಿಸಲ್ಟ್ ಸಿಗಬೇಕು ಅಂದರೆ ಅಗುವುದಿಲ್ಲ..." ಎಂದೆ. ವಾಸು ಅದಕ್ಕೆ ಬೇರೇನೂ ಉತ್ತರಿಸಲು ತೋಚದೇ ಮುಖ ಧುಮುಗುಟ್ಟಿಕೊಂಡು ಕುಳಿತ. ಆದರ್ಶ ಅಲ್ಲಿಂದ ಸರಿದ ಬಳಿಕ ನಾನು ಅವನ ಮುಂದೆ ಕುಳಿತುಕೊಂಡೆ.

"ಅಪ್ಪ... ಮತ್ತೆ ನನಗೆ ಉಪದೇಶ ನೀಡಲು ಬರಬೇಡಿ... ನನಗೆ ಆಲಿಸುವ ತಾಳ್ಮೆ ಇಲ್ಲ..." ಎಂದ ಕಣ್ಮುಚ್ಚಿ ಅಸಹನೆಯನ್ನು ಪ್ರದರ್ಶಿಸುತ್ತ ನುಡಿದ.

"ಉಪದೇಶ ಅಲ್ಲ... ಮೊನ್ನೆ ನೀನು ನನಗೆ ಮಾತನಾಡುವಾಗ ನಿನ್ನ ಕೆಲವು ಆಕ್ಷೇಪಣೆಗಳನ್ನು ಕಾರಿಕೊಂಡೆ... ಅದರಲ್ಲಿ ಪ್ರಮುಖವಾಗಿದ್ದು, ನಾನು ನಿನ್ನ ಮನಸ್ಸನ್ನು ಅರ್ಥ ಮಾಡಿಕೊಳ್ಳದೇ ನನ್ನ ಇಚ್ಛೆಗಳನ್ನು ನಿನ್ನ ಮೇಲೆ ಹೇರಿದೆ ಎಂಬುದಾಗಿತ್ತು... ಈಗ ಅಪ್ಪನ ಸ್ಥಾನದಲ್ಲಿ ನಿಂತು ನೀನು ಏನು ಮಾಡುತ್ತಿದ್ದೀಯಾ...? ನಿನಗೆ ನಾನು ಮಾಡಿದ್ದು ತಪ್ಪು ಎಂದು ಕಂಡರೆ, ನಿನ್ನ ಮಗನಿಗೂ ನೀನು ಮಾಡುತ್ತಿರುವುದು ಸರಿಯಾಗಿ ಕಾಣುತ್ತದಾ...? ನಿನ್ನ ಈಗಿನ ಮನಸ್ಥಿತಿಯೇ ಕಾಲದ ಹಿಂದೆ ನನ್ನದೂ ಆಗಿತ್ತು ಎಂದು ಅರ್ಥ ಮಾಡಿಕೋ... ಯಾವ ತಂದೆನೂ ಮಗನ ಒಳಿತನ್ನಷ್ಟೇ ಬಯಸುತ್ತಾನೆ... ನಾನು ಮಾಡಿದ್ದು ತಪ್ಪೆಂದಾದರೆ ನೀನು ಅದೇ ತಪ್ಪು ಮಾಡ್ತಿದ್ದೀಯ ಎಂದು ಎಚ್ಚರಿಸಬೇಕು ಅನ್ನಿಸಿತು...ಹೇಳಿದೆ. ಇದರ ಮೇಲೆ ನಿನ್ನಿಷ್ಟ..."

ಹೇಳಬೇಕಾಗಿದ್ದನ್ನು ಸ್ಪಷ್ಟವಾಗಿ ತಿಳಿಸಿ ಅವನ ಸಮ್ಮುಖದಿಂದ ಎದ್ದು ನಡೆದೆ. ಅವನಿಗೆ ಮನವರಿಕೆ ಆಗಿರಬಹುದು ಎಂದು ಊಹಿಸಿದೆ.

ಆದರ್ಶನ ಕೋಣೆಗೆ ಬಂದಾಗ ಅವನು ಕೋಣೆಯ ದೀಪವೂ ಹಾಕದೇ ಕುಳಿತಿದ್ದ. ನಾನು ದೀಪದ ಸ್ವಿಚ್ ಅದುಮಿದಾಗ ಅವನು ಸಮವಸ್ತ್ರವನ್ನೂ ಕಳಚದೇ ಹಾಗೇ ಮಂಚದ ಮೇಲೆ ಅಡ್ಡಾಗಿದ್ದು ಕಂಡಿತು. ತನ್ನ ತಂದೆಯ ಮಾತುಗಳಿಂದ ಅವನಿಗೆ ಸಹಜವಾಗಿಯೇ ಬೇಸರಗೊಂಡಿದ್ದ.

ಅವನ ತಲೆಯ ಬಳಿ ಕುಳಿತು ಅವನ ಹಣೆ ನೇವರಿಸಿದೆ.

"ಕಂದ... ಅಪ್ಪನ ಮಾತಿಗೆ ನೊಂದುಕೊಳ್ಳಬೇಡ... ನೀನು ಚೆನ್ನಾಗಿ ಕಲೀತಿದ್ದೀಯಾ ಅಂತ ಗೊತ್ತು... ಮುಂದಿನ ಸಲ ಇನ್ನೂ ಚೆನ್ನಾಗಿ ಮಾಡು... ಸರಿನಾ...?"

ಅವನು ನಿರಾಸಕ್ತಿಯಿಂದಲೇ ಎದ್ದು ಕುಳಿತು.

"ನನಗೆ ಇಷ್ಟವಿಲ್ಲದ ಸಬ್ಜೆಕ್ಟ್ ಇದು... ಬರೀ ಅದೇ ತುಂಬಿದೆ... ನನಗೆ ಕಷ್ಟವಾಗ್ತಿದೆ ಅಜ್ಜ... ನಾನು ಶಕ್ತಿ ಮೀರಿ ಪ್ರಯತ್ನಿಸುತ್ತಿದ್ದೇನೆ..." ಆದರ್ಶ ಸಮರ್ಥನೆ ನೀಡುವಂತೆ ನುಡಿದಾಗ ನನಗೆ ನಿಜಕ್ಕೂ ಅವನ ಬಗ್ಗೆ ಅನುಕಂಪ ಮೂಡಿತು. ಇಂಥ ಮನಸ್ಥಿತಿ ಇರುವಾಗ ಅವರಿಗೆ ಹೆಗಲಾಗಬೇಕೇ ಹೊರತು ಕೋಪ ತೋರಿಸುವುದಲ್ಲ ಎನಿಸಿತು.

"ಇರಲಿ ಬಿಡೋ... ನಿನ್ನಪ್ಪನ ಕೋಪ ಎರಡು ನಿಮಿಷ ಅಷ್ಟೇ... ಬಿಡು... ಮುಂದೆ ಚೆನ್ನಾಗಿ ಮಾಡು... ಖಂಡಿತಾ ಮಾಡ್ತೀಯಾ... ಆ ನಂಬಿಕೆ ನನಗಿದೆ... ಇಷ್ಟು ಶ್ರಮ ಹಾಕಿ ಈ ಅಂಕ ಗಳಿಸಿದ್ದೀಯಾ ಅಂದರೆ ಇನ್ನೂ ಹೆಚ್ಚು ಕಲಿಯಲು ಏನು ಮಾಡಬೇಕು... ನೀನೇ ಆ ಮಾರ್ಗ ನೋಡಿಕೋ... ಬೇಕಾದರೆ ಬೆಳಿಗ್ಗೆ ಬೇಗ ಬಂದು ಎಬ್ಬಿಸಿ ನಿನ್ನ ಜೊತೆ ಕೂರ್ತೀನಿ... ಸರೀನಾ...?" ದುಗುಡದಿಂದ ಕುಳಿತಿದ್ದವನ ಮನಸ್ಸು ತುಸು ಹಗುರವಾಯಿತೇನೋ. ಅವನು ಸರಿಯಾದ ಭಂಗಿಯಲ್ಲೇ ಕುಳಿತುಕೊಂಡ.

"ಬಾ...ಒಂದು ಸಣ್ಣ ವಾಕ್ ಹೋಗಿ ಬರೋಣ... ಹೊರಗಿನ ಗಾಳಿ ಮನಸ್ಸನ್ನು ತಿಳಿಗೊಳಿಸುತ್ತೆ..."

"ಬೇಡ...ಅಜ್ಜ... ನೀವು ಹೋಗ್ಬನ್ನಿ... ನನಗೆ ಅಸೈನ್‌ಮೆಂಟ್ ಇದೆ... ನಾನು ಆರಾಮಾಗಿದೀನಿ... ಚಿಂತೆ ಮಾಡ್ಬೇಡಿ..." ಇಷ್ಟು ತಿಳುವಳಿಕೆಯ ಮಗನನ್ನು ವಾಸು ಏಕೆ ಸರಿಯಾಗಿ ಅರ್ಥ ಮಾಡಿಕೊಳ್ಳುತ್ತಿಲ್ಲ ಎನಿಸಿತು.

"ಆದರ್ಶ... ನಾನೊಂದು ಮಾತು ಹೇಳಿದರೆ ಬೇಸರ ಮಾಡಿಕೊಳ್ಳಬೇಡ..."

"ಹೇಳಿ ಅಜ್ಜ... ಪರವಾಗಿಲ್ಲ..." ಎಂದ ನನ್ನ ಮುಖ ನೋಡುತ್ತ.

ಅವನ ಪಕ್ಕ ಕುಳಿತು ತಿಳಿ ಹೇಳುವಂತೆ, "ಈಗ ನೀನು ಹೇಗೂ ನಿನ್ನ ದಾರಿ ಆಯ್ದುಕೊಂಡಿದ್ದೀಯಾ... ಇದನ್ನು ಬಿಟ್ಟು ಬೇರೆ ಮಾರ್ಗ ಹಿಡಿಯಲು

ಆಗುವುದಿಲ್ಲ... ಅಪ್ಪನ ಒತ್ತಾಯಕ್ಕೋ...ಇನ್ನೇನೋ ಕಾರಣವೋ... ನೀನು ಸ್ವೀಕರಿಸಿಕೊಂಡು ಮುಂದೆ ಹೆಜ್ಜೆ ಇರಿಸಿ ಆಗಿದೆ... ಸರಿ ತಾನೇ...?" ಅವನು ಹೌದೆನ್ನುವಂತೆ ತಲೆಯಾಡಿಸಿದ.

"ನಿನ್ನ ಮನಸ್ಸಲ್ಲಿ ಇದು ನಿನಗೆ ಇಷ್ಟವಿಲ್ಲದ್ದು... ಬೇಡದ್ದು... ಕಷ್ಟದ್ದು ಎಂಬ ಭಾವನೆ ಮುನ್ನಲೆಯಲ್ಲಿದ್ದು ಅದೇ ನಿನ್ನ ಮೇಲೆ ಹೆಚ್ಚು ಪ್ರಭಾವ ಬೀರಿದೆ... ನಿನ್ನ ಮನಸ್ಸಿನ ಈ ಮೆಂಟಲ್ ಬ್ಲಾಕ್‌ನ್ನು ತೆಗೆದು ಬಿಸಾಡು... ಇದನ್ನು ಒಪ್ಪಿಕೊಂಡು ಪ್ರೀತಿಸಲು ಶುರು ಮಾಡು... ಆಗ ನೀನು ಒಪ್ಪಿಕೊಂಡು ಇದನ್ನು ಧನಾತ್ಮಕವಾಗಿ ನೋಡು... ಆಗ ನಿನಗೆ ಇದು ಹೆಚ್ಚು ಆಪ್ತವಾಗುತ್ತದೆ...ನಿನ್ನ ಮನಸ್ಥಿತಿ ಬದಲಿಸಬಹುದು... ನೀನು ಅದನ್ನು ಅಪ್ಪಿಕೊಂಡರೆ, ಅದು ನಿನಗೆ ಒಪ್ಪಿತವಾಗುತ್ತದೆ... ಎಲ್ಲವೂ ನಮ್ಮ ಯೋಚಿಸುವ ಧಾಟಿಯ ಮೇಲೆ ಅವಲಂಬಿತವಾಗಿರುತ್ತದೆ... ಕಂದ... ಹೌದು...ತಾನೇ...?"

ಆದರ್ಶ ತಲೆದೂಗಿದ.

"ಹೌದು ಅಜ್ಜ... ನೀವು ಹೇಳಿದ್ದು ಸರಿ... ನಾನು ಅರೆ ಮನಸ್ಸಿನಿಂದಲೇ ಓದುತ್ತಿದ್ದೆ... ಅಪ್ಪನ ಮೇಲೆ ಸಿಟ್ಟೂ ಇತ್ತು... ಬೇಡವೆಂದೇ ಅನ್ನಿಸುತ್ತಿತ್ತು... ಆದರೆ... ಈಗ ನನಗೆ ಬೇರೆ ದಾರಿ ಇಲ್ಲ... ನೀವು ಹೇಳಿದ್ದನ್ನು ಪಾಲಿಸುವೆ... " ಎಂದು ನಕ್ಕು ಕೈ ಕುಲುಕಿದ.

ನನಗೂ ಅವನು ನನ್ನ ಮಾತು ಬೇಸರ ಪಡದೇ ಸ್ವೀಕರಿಸಿದ್ದನ್ನು ಕಂಡು ಸಮಾಧಾನವಾಯಿತು.

"ನೀನು ಖಂಡಿತಾ... ನಿನ್ನ ಮುಂದಿನ ಪರೀಕ್ಷೆಯಲ್ಲಿ ಎಲ್ಲರನ್ನೂ ಖುಷಿ ಪಡಿಸುವೆ... ನಿನ್ನ ಮೇಲೆ ನಂಬಿಕೆ ಇದೆ... ಹೆಚ್ಚು ಒತ್ತಡ ತೆಗೆದುಕೊಳ್ಳದೇ ಒಂದು ವ್ಯವಸ್ಥಿತ ಟೈಮ್ ಟೇಬಲ್ ಮಾಡಿಕೊಂಡು ಓದು... ಒಂದೇ ವಿಷಯವನ್ನು ಗಂಟೆಗಟ್ಟಲೆ ಓದಬೇಡ... ಬೋರ್ ಹೊಡೆಯಬಹುದು... ಒಂದು ಗಂಟೆ ಒಂದು ಸಬ್ಜೆಕ್ಟ್ ಓದಿದರೆ ಮತ್ತೊಮ್ಮೆ ಬೇರೆ ಸಬ್ಜೆಕ್ಟ್ ಓದು... ಆಗ ನಿನ್ನ ಓದಿನ ಲಹರಿ ಕಡಿತವಾಗುವುದಿಲ್ಲ... ಇದೆಲ್ಲಾ ಟಿಪ್ಸ್... ಮಕ್ಕಳಿಗೆ ಹೇಳುತ್ತಿದ್ದೆ..."

"ಥ್ಯಾಂಕ್ಸ್ ಅಜ್ಜ... ಇದೆಲ್ಲ ನನಗೆ ಸಹಾಯ ಆಯಿತು ನೋಡಿ..."

ಅವನು ಓದಲು ಸಿದ್ಧತೆ ನಡೆಸುವಾಗ ನಾನು, ಅವನನ್ನು ಅವನ ಪಾಡಿಗೆ ಬಿಟ್ಟು ಮನೆಯ ಗೇಟಿನ ಹೊರಗೆ ಬಂದೆ. ಆಗಲೇ ಪೂರ್ತಿ ಕತ್ತಲಾಗಿತ್ತು. ಬೀದಿ ದೀಪಗಳು ಉರಿಯುತ್ತಿದ್ದವು. ವಾಹನದ ದಟ್ಟನೆಯೂ ಇತ್ತು. ಫುಟ್ ಪಾತ್‌ನ ಮೇಲೆ ಮೆಲ್ಲನೇ ಹೆಜ್ಜೆ ಹಾಕತೊಡಗಿದೆ. ಈ ವಯಸ್ಸಿನಲ್ಲಿ ಮನೆಯಲ್ಲೇ ಕುಳಿತು ಮಂಕು ಕವಿಯುವಂತಾಗುವ ಬದಲು ಒಂದಷ್ಟು ದೇಹದ ಕಸುವಿಗೂ, ಮನಸ್ಸಿನ ಆರೋಗ್ಯಕ್ಕೂ ಉತ್ತಮವೆಂದು ಸ್ವಲ್ಪ

ದೂರ ನಡೆಯುವುದು ಅಭ್ಯಾಸ ಮಾಡಿಕೊಂಡಿದ್ದೆ. ಮನೆಯಲ್ಲೂ ಏಕಾಂತ ಹೊಸದಲ್ಲವಾದರೂ ಅದೇ ನಾಲ್ಕು ಗೋಡೆಗಳ ನಡುವೆ ಏಕೋ ಬಂಧಿ ಎಂಬ ಭಾವನೆ. ಏನೋ ಉಸಿರು ಗಟ್ಟಿದಂಥ ಸ್ಥಿತಿ ಅನುಭವಿಸುತ್ತೇನೆ. ಬಲವಂತಕ್ಕೆ ಒಂದಷ್ಟು ಪುಟಗಳನ್ನು ಕಡ್ಡಾಯವಾಗಿ ಓದುತ್ತೇನೆ.

ಹೊರಗೆ ಬಂದಾಗ ಇಲ್ಲೇನೋ ಜೀವಂತಿಕೆ ಇದೆ. ಸುತ್ತಲಿನ ಜನ ತಮ್ಮದೇ ಆದ ಯಾವುದೋ ಕ್ರಿಯೆಯಲ್ಲಿ ತಮ್ಮ ಬದುಕಿನ ಭಾಗವನ್ನು ಜೀವಿಸುತ್ತಿದ್ದಾರೆ. ಯಾವುದೋ ಒಂದು ಕೆಲಸ, ಕ್ರಿಯೆಯಲ್ಲಿ ತೊಡಗಿಸಿಕೊಂಡರೆ ಮಾತ್ರ ಚೈತನ್ಯ ಬರುತ್ತದೆ. ದಿಕ್ಕು ತಪ್ಪಿದಂತಾಗಿರುವುದು ತಾನು ಮಾತ್ರವೇ...? ಇಲ್ಲವಾದರೆ ತನ್ನಂಥವನಿಗೆ ಜೀವನ ಎಷ್ಟು ನೀರಸ. ಒಳಗೆ ತನ್ನದೇ ಭಾವನೆಗಳ ರಾಶಿಯಲ್ಲಿ ಹುದುಗಿ ಹೋಗುತ್ತೇನೆ. ಅಲ್ಲೇ ಕೊಳೆಯುತ್ತೇನೆ. ಒಳಗೇ ಮಾತನಾಡುತ್ತೇನೆ. ನಗುತ್ತೇನೆ. ಅಳುತ್ತೇನೆ. ನೊಂದು ಬಳಲುತ್ತೇನೆ. ಸಾಯುತ್ತೇನೆ. ಮತ್ತೆ ಎದ್ದು ಅದೇ ಹಳಿಯಲ್ಲಿ ಸಾಗುತ್ತೇನೆ. ಮತ್ತೆ ಬದುಕಿನ ಓಟ ಅಲ್ಲೇ ನಿಂತಂತೆ ಭಾಸವಾಗುತ್ತದೆ. ಓಡಲು ಮತ್ತೆ ಶುರು ಮಾಡಬೇಕೆನಿಸುತ್ತದೆ. ಆದರೆ ದೇಹ ಸೋತಿದೆ. ಅದೇ ನಾಲ್ಕು ಗೋಡೆಗಳ ಮಿತಿಯೊಳಗೆ ಓಡಬೇಕಿದೆ. ಈ ಮಿತಿಗಳನ್ನು ಮೀರಲು ತನ್ನಿಂದ ಈಗ ಸಾದ್ಯವಾಗುತ್ತಿಲ್ಲ. ಕಾರಣ ಬದುಕಿನ ಒಂದು ಸುತ್ತು ಪರಿಪೂರ್ಣಗೊಡಿದೆ. ಕೊನೆಯ ಶುರುವಾದ ಬಿಂದುವಿಗೆ ಬಂದು ಸೇರಲು ಇನ್ನು ಸ್ವಲ್ಪ ದಿನಗಳು. ಅಲ್ಲಿಗೆ ಒಂದು ಕೊನೆ. ಸರ್ವಜ್ಞನ ವಚನವೊಂದು ನೆನಪಾಗುತ್ತದೆ.

'ತಂದೆಗೂ ಗುರುವಿಗೂ ಅಂತರವುಂಟು. ತಂದೆ ತೋರುವನು ಶ್ರೀಗುರುವ. ಗುರುರಾಯ ಬಂಧನವ ಕಳೆವ ಸರ್ವಜ್ಞ'. ಎಂದು. ಇದು ನನಗೆ ಸದಾ ಮನದಲ್ಲಿ ಬೇರೂರಿ ನಿಂತ ವಚನ. ಸಂಬಂಧಗಳನ್ನು ಮೀರಿ ನನ್ನನ್ನು ನಾನೇ ಎಷ್ಟೇ ಹಿಡಿದಿಟ್ಟುಕೊಂಡರೂ ನನ್ನೊಳಗಿನ ಗುರು ಸದಾ ಜಾಗೃತಾವಸ್ಥೆಯಲ್ಲಿ ಇರುತ್ತಾನೆ. ಈ ಬಂಧನವ ಕಳೆವ ತನಕ ಇದೆಲ್ಲವನ್ನೂ ನಿಭಾಯಿಸಬೇಕಿದೆ. ಸೋಲದಂತೆ ನಡೆಯಬೇಕಿದೆ. ಸಂಯಮದಿಂದ ಸಂಬಂಧಗಳನ್ನು ಸಂಭಾಳಿಸಬೇಕಿದೆ.

ನನ್ನ ಒಳಗಿನ ತುಮುಲಗಲನ್ನೆಲ್ಲಾ ಈ ನಡಿಗೆಯ ಸಮಯದಲ್ಲಿ ಜರಿಡಿಗಿಳಿಸಿ ಸೋಸಿಕೊಳ್ಳುತ್ತೇನೆ. ಕಸವನ್ನೆಲ್ಲಾ ಕಳೆದುಕೊಳ್ಳುತ್ತೇನೆ. ಮತ್ತೆ ಹೊಸ ಭಾವದಲ್ಲಿ ಬದುಕನ್ನು ಎದುರುಗೊಳ್ಳಲು ಸಜ್ಜಾಗುತ್ತೇನೆ. ಮನಸ್ಸು ಮತ್ತೆ ಪುನರ್ನವಗೊಳಿಸದೇ ಹೋದರೆ ಅದೇ ತುಕ್ಕು ಹಿಡಿದ ಭಾವಗಳಲ್ಲೇ ಎಲ್ಲವನ್ನೂ ಎದುರಿಸಬೇಕಾಗುತ್ತದೆ.

ವಾಸುವಿಗಾಗಿರುವುದೂ ಅದೇ.

ಅಧ್ಯಾಯ–7

ಮೀರಾ ಬೆಳಿಗ್ಗೆ ಬಂದು, "ಮಾವ... ನಾನು ಇಂಗ್ಲಿಷ್ ಮಾತನಾಡಲು ಒಬ್ಬ ಮಾರ್ಗದರ್ಶಕರನ್ನು ನೇಮಿಸಿದ್ದೇನೆ... ಅವರು ಪ್ರತಿದಿನ ಮನೆಗೆ ಬಂದು ಕಲಿಸಿ ಹೋಗುತ್ತಾರೆ... ನನ್ನ ಪರಿಚಯದವರೇ... ಐರಿನ್ ಅಂತ ಲೇಡಿ..." ಮೀರಾಳ ಈ ನಿಲುವು ನನಗೆ ಹುಬ್ಬೇರಿಸುವಂತೆ ಮಾಡಿತು.

"ಆಗಲಿ ಮೀರಾ... ಕಲಿಕೆಗೆ ವಯಸ್ಸಿನ ಹಂಗಿಲ್ಲ... ಯಾವಾಗ ಏನು ಬೇಕಾದರೂ ಕಲಿಯಬಹುದು... ನಾವು ನಿವೃತ್ತಿ ನಂತರ ನಮ್ಮ ಜೀವನ ಮುಗಿದೇ ಹೋಯಿತು ಎಂದುಕೊಳ್ಳುತ್ತೇವೆ... ಆದರೆ ಕೆಲವರು ಈ ವಯಸ್ಸಿನಲ್ಲಿ ಸಾಧಿಸುವುದನ್ನು ನೋಡುವಾಗ ಮಿತಿ ಇರುವುದು ಮನಸ್ಸಿನಲ್ಲಿ ಎಂದೆನಿಸಿ ಬಿಡುತ್ತದೆ... ಇಚ್ಛಾಶಕ್ತಿ ಇದ್ದರೆ ಏನೂ ಮಾಡಬಹುದು..." ಎಂದು ಹುರಿದುಂಬಿಸಿದೆ.

ಅವಳು ಮೊದಲು ಮಾತನಾಡಲಿಲ್ಲ. ಅವಳು ಈ ನಿರ್ಧಾರ ಕೈಗೊಂಡ ಹಿಂದಿನ ಕಾರಣ ನನಗೆ ಸ್ಪಷ್ಟವಾಗಿತ್ತಾದರೂ ಆ ಕುರಿತು ಮಾತನಾಡಿ ಅವಳ ಮನಸ್ಸು ಕದಡುವಂತೆ ಮಾಡಲು ನಾನು ಇಷ್ಟ ಪಡಲಿಲ್ಲ. ಆದರೂ ನನ್ನ ಮಗಳಂತಿದ್ದ ಮೀರಾಳಿಗೆ ತನ್ನ ಭಾವನೆಗಳಿಗೆ ಲಗಾಮು ಹಾಕಲು ಸಾಧ್ಯವಾಗದೇ ಹೊರಗೆ ತುಳುಕೇ ಬಿಟ್ಟಿತು.

"ಮಾವ... ಇವರ ಮಾತುಗಳನ್ನು ನೀವು ಕೇಳಿಸಿಕೊಂಡಿದ್ದೀರಿ... ನೀವು ನನ್ನ ವಿಷಯದಲ್ಲಿ ಅವರ ಪಾಲಿಗೆ ತಪ್ಪಿತಸ್ಥರು... ಆ ತಪ್ಪನ್ನು ಈಗಲಾದರೂ ಸರಿಪಡಿಸಿಕೊಳ್ಳಬೇಕಿತ್ತು... ಹೇಗೆ ಎಂದು ಯೋಚಿಸಿದೆ... ಅವರಿಂದ ಬಿಡುಗಡೆ ಹೊಂದಲಂತೂ ಸಾಧ್ಯವಿಲ್ಲ... ಈಗವರು ಊರಿನ ಗಣ್ಯವ್ಯಕ್ತಿ... ಗಣ್ಯವ್ಯಕ್ತಿಗಳ ಮಾನ ಹರಾಜಾಗಬಾರದಲ್ಲವೇ...? ಅದಿಕ್ಕೇ ಎಲ್ಲಾ ಹುಳುಕುಗಳು ಮುಚ್ಚಿಟ್ಟುಕೊಳ್ಳಬೇಕು... ಒಳಗಿನ ಕಥೆಗಳು ಹೊರಗೆ ಹರಡದಂತೆ ಬಚ್ಚಿಟ್ಟುಕೊಳ್ಳಬೇಕು... ಅಳು ಬಂದರೂ ನಗುತ್ತಾ ಇರಬೇಕು... ದೊಡ್ಡವರು

ಸುಖವಾಗಿರುತ್ತಾರೆ ಎಂದು ಹೊರ ಜಗತ್ತಿಗೆ ನಟನೆ ಮಾಡಿ ತೋರಿಸಬೇಕು... ಆತ್ಮವಂಚನೆ ಮಾಡಿಕೊಳ್ಳುತ್ತಲೇ ಬದುಕುವ ಅಭ್ಯಾಸ ಮಾಡಿಕೊಳ್ಳಬೇಕು..."

ಮೀರಾ ನೋವಿನಿಂದಾಡುವ ಪ್ರತೀ ಅಕ್ಷರವೂ ನನ್ನ ಹೃದಯಕ್ಕೆ ಬರೆ ಎಳೆದಂತಾಗಿತ್ತು.

"ಮತ್ತೇನು ಗೊತ್ತಾ ಮಾವ... ಇಂಗ್ಲಿಷ್ ಕಲಿತರಷ್ಟೇ ಘನತೆ ಅನ್ನುವ ಭ್ರಮೆ ಇದೆ... ಹಾಗಾಗಿ..." ಎಂದಳು.

"ಬೇಜಾರು ಮಾಡಿಕೊಳ್ಳಬೇಡ ಮೀರಾ... ಅವನು ಹೀಗೆ ಬದಲಾಗುತ್ತಾನೆಂದು ನಾನು ಭಾವಿಸಲಿಲ್ಲ... ಮದುವೆಯಾಗುವಾಗ ಸರಿಯಾಗೇ ಇದ್ದನಲ್ಲಾ... ಅವನು ಯಾವಾಗ ಹೇಗೆ ಬದಲಾದ... ಗೊತ್ತಾಗಲೇ ಇಲ್ಲ..." ನನ್ನ ದನಿ ಹೃದಯದಂತೆ ಭಾರವಾಯಿತು.

"ಹೋಗಲಿ ಬಿಡಿ ಮಾವ... ನೀವೇನೂ ನನ್ನ ಕೇಡು ಬಯಸಿ ಹೀಗೆ ಮಾಡಿದ್ದಲ್ಲವಲ್ಲ... ಅವರೀಗ ಶಿಖರದಂತೆ ಮೇಲಿನ ಸ್ಥಾನದಲ್ಲಿ ಇದ್ದಾರೆ..." ಎಂದಳು. ಅವಳ ರೂಪಕದಲ್ಲಿ ನೋವಿತ್ತೋ, ಕುಹಕವಿತ್ತೋ ಅರಿಯಲಿಲ್ಲ.

"ಶಿಖರವನ್ನು ದೇವಳದ ಗರ್ಭಗುಡಿಯ ಮೇಲೆ ಪ್ರತಿಷ್ಠೆ ಮಾಡುತ್ತಾರೆ... ಅದು ಎತ್ತರದ ಭಾಗದಲ್ಲಿರುತ್ತದೆ... ಅದು ಇರುವ ಸ್ಥಾನದಿಂದ ಅದಕ್ಕೆ ಪ್ರಾಧಾನ್ಯತೆ ಬರುವುದಲ್ಲ... ಅದು ಉನ್ನತವಾದ ಶಿರೋ ಭಾಗದಲ್ಲಿರುವುದರಿಂದ ಶಿಖರವೆನ್ನುತ್ತಾರೆ... ಶಿಖರವೆಂದರೆ ಆತ್ಮೋನ್ನತಿಯೇ ಹೊರತು ನಿಮ್ಮ ಈ ಪದವಿ, ಸ್ಥಾನಗಳು, ಬಿರುದು ಬಾವಲಿಗಳಲ್ಲ..."

"ಅವರು ಆ ಹೆಗ್ಗಳಿಕೆಯನ್ನು ಆನಂದಿಸುತ್ತಿದ್ದಾರೆ... ತಲೆಗೆ ಕಿರೀಟ ಬಂದಿದೆ... ಏನು ಮಾಡುವುದು... ಈ ವಯಸ್ಸಿನಲ್ಲಿ ನಾನು ವಿರೋಧಿಸಿ ನಿಲ್ಲಲೇ... ದೂರ ಹೋಗಲೇ...? ಎಲ್ಲಿಗೆ ಹೋಗಲಿ... ಏನು ಮಾಡಲಿ...? ಅವರು ಹೇಳಿದಂತೆ ಬರೀ ಮನೆಯ ವಾರ್ತೆಗಳಿಗೆ ಸೀಮಿತವಾಗಿದ್ದುಬಿಟ್ಟೆ... ಈಗ ತಡವಾಗಿಯಾದರೂ ಜ್ಞಾನೋದಯವಾಗಿದೆ... ದೂರ ಹೋಗುವ ಬದಲು ಅವರ ಅಪೇಕ್ಷೆಯಂತೆ ನನ್ನನ್ನು ನಾನು ಅವರ ಯೋಗ್ಯತೆಗೆ ಸರಿ ಹೊಂದುವಂತೆ ಬದಲಾಗಲು ಪ್ರಯತ್ನಿಸುತ್ತೇನೆ... ಪರಿಹಾರವಾಗಿ ತೋಚುವುದು ನನಗೆ ಇದೊಂದೇ ಮಾರ್ಗ... ಅತ್ತು ಕರೆದು ಕೊರಗಿ ಮೂಲೆ ಹಿಡಿದು, ನೊಂದು ಕೂರುವ ಪೈಕಿ ಅಲ್ಲ ನಾನು... ಇದು ನನಗೂ ಒಂದು ಸವಾಲೇ...!" ಮೀರಾಳ ಸ್ವರದಲ್ಲಿ ಒಂದು ಗಟ್ಟಿತನವಿತ್ತು. ನಾನಂದುಕೊಂಡಷ್ಟು ಮೃದುವಲ್ಲ ಮೀರಾ ಎನಿಸಿ ಮೆಚ್ಚುಗೆ ಮೂಡಿತು.

"ನೀನು ಹೇಳಿದ್ದು ಸರಿಯಾಗಿದೆ... ನಿನ್ನ ನಿರ್ಧಾರದ ಬಗ್ಗೆಯೂ ಹೆಮ್ಮೆ ಇದೆ ಮೀರಾ... ನೀನು ಮುಂದುವರೆಸು..." ಎಂದು ನಾನು ಅವಳ ನಿರ್ಧಾರಕ್ಕೆ ಇಂಬು ನೀಡಿದಾಗ ಅವಳ ಮುಖದಲ್ಲಿ ಸಣ್ಣ ನಗೆ ಮೂಡಿತು.

ಅವಳಿಗೆ ತನ್ನನ್ನು ತಾನು ನಿರೂಪಿಸಿಕೊಳ್ಳಬೇಕು, ಏನೋ ಸಾಧಿಸಬೇಕು ಎಂಬ ಉತ್ಸಾಹವಿತ್ತು.

ಮನುಷ್ಯನೆಂದ ಬಳಿಕ ಅವನ ಬದುಕಿನ ಗತಿ ಹಂತಹಂತವಾಗಿ ಬದಲಾಗುತ್ತಲೇ ಇರುತ್ತದೆ. ತಾನು ಇರುವ ಹಂತವನ್ನು ದಾಟಿ ಬದುಕಿನಲ್ಲಿ ಉನ್ನತಿಯನ್ನು ಹೊಂದಬೇಕು ಎನ್ನುವ ಪ್ರಯತ್ನ ನಿರಂತರವಾಗಿ ನಡೆಯುತ್ತಲೇ ಇರುತ್ತದೆ. ಮನುಷ್ಯ ಶಿಶುವಾಗಿ ಜನ್ಮ ತಳೆದು ಹಂತಹಂತವಾಗಿ ಬೆಳೆಯುತ್ತಾ ವಿಕಸನ ಹೊಂದಿದಂತೆ... ಶಿಶು ಬಾಲವಾಡಿ ಸೇರಿ ನಂತರ ಶಾಲೆ, ಕಾಲೇಜು... ಹೀಗೆ ಕಲಿಕೆಯ ಹಂತಗಳ ಮೂಲಕ ಮನೋವಿಕಾಸದ ಪ್ರಗತಿ... ನಂತರ ಅವನೊಮ್ಮೆ ಗಳಿಕೆಗೆ ಇಳಿದ ಬಳಿಕ ಅವನ ಆರ್ಥಿಕ ಸಂಪಾದನೆಯ ಆದ್ಯತೆಯೇ ಪ್ರಮುಖವಾಗುತ್ತದೆ... ಅದನ್ನು ಹಂತಹಂತವಾಗಿ ಸಾಧಿಸಿಕೊಳ್ಳುತ್ತಾ ತನ್ನ ಕನಸುಗಳನ್ನು ಸಾಕಾರಗೊಳಿಸುತ್ತ ಒಂದೊಂದೇ ಮಹತ್ವಾಕಾಂಕ್ಷೆಗಳನ್ನು ಸಾಧಿಸಿಕೊಳ್ಳುವತ್ತ ಹಾತೊರೆಯುತ್ತಾ ಬದುಕಿನ ಆರೋಹಣದ ಹಾದಿಯಲ್ಲಿ ಸಾಗುತ್ತಾನೆ. ಪ್ರತಿಯೊಬ್ಬರ ಬದುಕಲ್ಲೂ ಒಂದು ಆರೋಹಣವಿದೆ. ಅದು ಅವರವರ ಒಳನೋಟಕ್ಕೆ ನಿಲುಕುವಂಥದ್ದು... ವ್ಯಕ್ತಿತ್ವದ ಒರೆಯಲ್ಲಿ ಮೂಡುವಂಥದ್ದು...

ಮೀರಾ ತನ್ನದೇ ಒಂದು ಹಾದಿ ಹಿಡಿದದ್ದು ನನಗೂ ಸಮಾಧಾನ. ಅದು ಅವಳೊಳಗೆ ಒಂದು ಆತ್ಮವಿಶ್ವಾಸದ ಬೆಳಕು ತುಂಬಬಹುದು.

ನಮ್ಮ ಅಥವಾ ನಾವೇ ಸೃಷ್ಟಿಸಿಕೊಂಡ ಮಿತಿಗಳಲ್ಲಿ ಅಥವಾ ಒಂದು ಕ್ಷೇಮವೆನಿಸುವಂಥ ಆವರಣದೊಳಗೇ ನಮ್ಮನ್ನು ನಾವು ಸೀಮಿತ ಮಾಡಿಕೊಂಡು ಬಿಡುತ್ತೇವೆ. ನಾವು ನಮ್ಮೊಳಗಿನ ಶೋಧನೆಗೆ ಇಳಿಯದೇ, ನಮ್ಮ ಶಕ್ತಿ, ಸಾಮರ್ಥ್ಯಗಳ ಪರಿಚಯ ನಮಗೇ ಆಗುವುದಿಲ್ಲ. ಕೋಶದಿಂದ ಹೊರ ಬಂದರಷ್ಟೇ ಚಿಟ್ಟೆ ಆಗುತ್ತದೆ. ಆದರ್ಶನೂ ತನ್ನ ಕಲಿಕೆಯಲ್ಲಿ ಪರಿಪೂರ್ಣ ಮನಸ್ಸು ನೀಡುವತ್ತ ನಿರ್ಧರಿಸಿದ್ದಾನೆ. ಇವೆರಡೂ ತಂತಮ್ಮ ಆರೋಹಣದ ಹಾದಿಗಳೇ. ವೈಯುಕ್ತಿಕವಾಗಿ ನನಗೆ ಸಮಾಧಾನ ನೀಡುವಂಥವು.

***

ಕನ್ನಡ ರಾಜ್ಯೋತ್ಸವದ ಮುನ್ನಾ ದಿನ ಪ್ರಶಸ್ತಿ ಘೋಷಣೆಯಾದ ಪಟ್ಟಿಯಲ್ಲಿ ನನ್ನ ಹೆಸರಿರುವುದನ್ನು ಕಂಡು ಆಶ್ಚರ್ಯ ಪಟ್ಟೆ. ನಂತರ ಇದು ಮಗನ ಕೆಲಸವೆಂದು ಅರಿವಾಗಿ ಮನಸ್ಸು ಮುದುಡಿತು. ಪ್ರಶಸ್ತಿ ತಾನಾಗಿಯೇ ಅರಸಿ ಬರಬೇಕು. ಆಗಲೇ ಅದಕ್ಕೊಂದು ಬೆಲೆ. ಪಡೆದವರಿಗೂ ಹೆಮ್ಮೆ ಮತ್ತು ಗೌರವ. ನಾವಾಗಿಯೇ ಹಿಂದೆ ಬಿದ್ದು ನಮ್ಮ ಸಾಧನೆಗಳನ್ನು ಪಟ್ಟಿ ಮಾಡಿಕೊಂಡು

ಕೊಟ್ಟು ಅವನ್ನು ಸಮಿತಿ ಪರಿಶೀಲಿಸಿ ಆಯ್ಕೆ ಮಾಡಿಕೊಡುವುದರಲ್ಲಿ ಹೆಚ್ಚುಗಾರಿಕೆ ಏನಿದೆ...? ನಮ್ಮ ಕೆಲಸ ಸದ್ದು ಮಾಡಬೇಕು. ಆಗ ಅದು ಅರ್ಹವಾದರೆ ಪ್ರಶಸ್ತಿಗಳು ತಾವಾಗಿಯೇ ಅರಸಿಕೊಂಡು ಬರುತ್ತದೆ.

ವಾಸು ಮೊನ್ನೆ ಮನೆಗೆ ಕರೆಸಿ ಆ ಸನತ್ ಕುಮಾರ್‌ರನ್ನು ಮಾತನಾಡಿಸಿದ್ದು ಇದರ ಸಲುವಾಗಿಯೇ...?

ನನಗೆ ಪ್ರಶಸ್ತಿ ಬಂದ ಖುಷಿಯನ್ನೇ ಅನುಭವಿಸಲಾಗಲಿಲ್ಲ.

ವಾಸು ತಾನಾಗಿಯೇ ಫೋನ್ ಮಾಡಿದಾಗ ನಾನು ಬೇಸರದಿಂದಲೇ ಕೇಳಿದೆ, "ಏನೋ ಇದೆಲ್ಲಾ...? ನನಗೆ ಬೇಡ ಎಂದು ಹೇಳಿದ್ದೆನಲ್ಲಾ...?"

"ಅಪ್ಪಾ... ತಾನಾಗಿ ಬಂದಾಗ ಬೇಡವೆನ್ನುವುದೇಕೆ...? ಅಷ್ಟಕ್ಕೂ ಅವರು ಗುರುತಿಸಿ ಕೊಡುವುದು ದೊಡ್ಡದಲ್ಲವೇ...? ನಾವು ಇವತ್ತೇ ಹೊರಡಬೇಕು... ನಾಳೆ ಬೆಳಿಗ್ಗೆ ಹತ್ತು ಗಂಟೆಗೆ ಅಲ್ಲಿರಬೇಕು..." ಎಂದ.

"ನನಗೆ ಬೇಡವೋ... ನನಗೆ ಮನಸ್ಸಿಲ್ಲ... ವಾಸು... ನನಗೆ ಯಾವ ಪ್ರಶಸ್ತಿಯೂ ಬೇಡ... ಅದನ್ನು ಕಟ್ಟಿಕೊಂಡು ನಾನೇನು ಮಾಡಲಿ ಹೇಳು... ಹೋಗೋ ಹೊತ್ತಿಗೆ ಹೊತ್ಕೊಂಡು ಹೋಗ್ತೀನ...?" ಎಂದೆ.

ನನ್ನ ಮಾತು ಅವನಿಗೆ ಇಷ್ಟವಾಗಲಿಲ್ಲ.

"ನಿಮ್ಮ ವೇದಾಂತವೆಲ್ಲಾ ಬೇಡಾ... ಕೊಟ್ಟದಾಗಿದೆ... ಅನೌನ್ಸ್ ಮಾಡಿದ್ದಾಗಿದೆ... ಬೇಡ ಎನ್ನುವ ಮಾತೇ ಇಲ್ಲ... ರಾಜ್ಯ ಸರಕಾರ ಕೊಡ್ತಿದೆ... ಸುಮ್ಮನೆ ಹೊರಡಿ... ನಮಗೆ ನಾಲ್ಕು ತಾಸುಗಳ ಪ್ರಯಾಣವಿದೆ... ಇವತ್ತು ರಾತ್ರಿ ಅಲ್ಲಿ ತಂಗಿದ್ದು ಬೆಳಿಗ್ಗೆ ರವೀಂದ್ರ ಕ್ಷೇತ್ರದಲ್ಲಿ ಸಮಾರಂಭ ಮುಗಿಯುತ್ತಲೂ ಹೊರಡಬೇಕು... ಸಂಜೆಯೊಳಗೆ ಇಲ್ಲಿರ್ತೇವೆ..." ಎಂದು ಪ್ರಯಾಣದ ಮಾಹಿತಿ ನೀಡಿದ.

ನನಗೆ ಎಳ್ಳಷ್ಟೂ ಮನಸ್ಸಿರಲಿಲ್ಲ. ಆದರೆ ಈಗ ವಾಸು ಎಲ್ಲಾ ಸಿದ್ಧತೆ ಮಾಡಿಕೊಂಡ ಬಳಿಕ ಹೋಗದೇ ವಿಧಿ ಇಲ್ಲವೆಂದು ಖಚಿತವಾಯಿತು. ಸಣ್ಣ ಬ್ಯಾಗ್‌ನಲ್ಲಿ ನನ್ನ ಬಟ್ಟೆ ಬರೆಗಳನ್ನಿರಿಸಿಕೊಂಡೆ.

ಆಗಲೇ ಹೊತ್ತು ಕಳೆದಿತ್ತಾದ್ದರಿಂದ ಹೊರಡುವ ಧಾವಂತದಲ್ಲೇ ವಾಸು ಮನೆಗೆ ಆಗಮಿಸಿದ. ನನ್ನನ್ನು ಹೇಳಿ ಕಳಿಸಿದಾಗ ನಾನು ಕೆಳಗಿಳಿದು ಬಂದೆ. ನನ್ನ ಮುಖದ ಮೇಲಿದ್ದ ನಿರಾಸಕ್ತಿಯನ್ನು ಅವನು ಸುಲಭವಾಗಿ ಓದಿದ.

"ಯಾರಾದ್ರೂ ಪ್ರಶಸ್ತಿ ಸಿಕ್ಕಿದರೆ ಎಷ್ಟು ಖುಷಿ ಪಡ್ತಾರೆ... ನಿಮ್ಮ ಸಾಧನೆಯನ್ನು ಅವರು ಗುರುತಿಸಿ ಗೌರವಿಸುವ ಬಗೆ ಅದು... ನೀವು ಈ ಕಾಲಕ್ಕೆ ಸಲ್ಲುವವರಲ್ಲ ಅಪ್ಪ..." ಎಂದು ಆಕ್ಷೇಪಿಸಿದ.

"ಅವರಾಗಿ ಗುರುತಿಸಿ ಕೊಟ್ಟರೆ ಆದಕ್ಕೊಂದು ಗೌರವ... ನಾವಾಗಿ ಅರ್ಜಿ ಹಾಕಿ ಕೇಳಿ ಪಡೆಯೋದು ಸ್ವಲ್ಪ ಮುಜುಗರ ತರುವ ವಿಷಯ..."

“ಅಯ್ಯೋ... ಸರಕಾರಕ್ಕೆ ಪ್ರತಿಯೊಬ್ಬರ ಸಾಧನೆ ಹೇಗೆ ಗುರುತಿಸಲು ಸಾಧ್ಯ... ಅದಕ್ಕಾಗಿ ಅಲ್ಲವೇ ಅರ್ಜಿ ಹಾಕಲು ತಿಳಿಸುವುದು... ಅರ್ಹವಿದ್ದರೆ ಕೊಡುತ್ತಾರೆ... ಇಲ್ಲವೆಂದರೆ ಇಲ್ಲ...” ಎಂದ ವಾಸು ಹಗುರವಾಗಿ.

“ಅದರೆ ನಾನು ಪ್ರಶಸ್ತಿ ಪಡೆಯುವಂಥದ್ದು ಏನು ಮಾಡಿದ್ದೀನಿ ಎಂದು ನನಗೆ ಹೇಳು...? ತೀರಾ ಸಾಮಾನ್ಯ ಶಿಕ್ಷಕ ನಾನು... ನನ್ನಲ್ಲಿ ಏನು ಹೆಚ್ಚುಗಾರಿಕೆ ಇದೆಯೆಂದು ಪ್ರಶಸ್ತಿ ಕೊಡ್ತಾರೆ...? ಕೊಡುವವರು ನನ್ನಲ್ಲೇನೋ ದೊಡ್ಡದನ್ನು ಗುರುತಿಸಿದರೂ ಪಡೆಯಲು ನಮಗೆ ಅರ್ಹತೆಯೂ ಇರಬೇಕು... ನಮ್ಮ ಆತ್ಮಸಾಕ್ಷಿಯೂ ಒಪ್ಪಬೇಕಲ್ಲವೇ... ನನಗೊಂತೂ ಸ್ವಲ್ಪವೂ ಇಷ್ಟವಿಲ್ಲ... ಇದನ್ನು ನಿರಾಕರಿಸಲು ಸಾಧ್ಯವಿಲ್ಲವೇ...?” ನಾನು ನನ್ನ ನಿರಾಸಕ್ತಿಯನ್ನು ವ್ಯಕ್ತಪಡಿಸಿದಾಗ ವಾಸು ಸಿಟ್ಟಿಗೆದ್ದ.

“ಅಪ್ಪ... ಈ ಅವಾರ್ಡ್ ತಗೊಳ್ಳೋಕೆ ಎಷ್ಟು ಸರ್ಕಸ್ ಮಾಡಿದೀನಿ ಅಂತ ನನಗೊತ್ತು... ಸುಮ್ನೆ ಬಂದು ತಗೊಳ್ಳಿ...” ಎಂದು ರೇಗಿದ.

“ನೀನೇ ಇದೆಲ್ಲಾ ಮಾಡಿದ್ದೀಯಾ ಅಂತ ನನಗೆ ಚೆನ್ನಾಗಿ ಗೊತ್ತು... ಇದರ ಅಗತ್ಯ ಏನಿದೆ...? ನಾನು ಈ ಪ್ರಶಸ್ತಿ ತಗೊಂಡು ಏನು ಮಾಡಲಿ... ಈ ವಯಸ್ಸಿನಲ್ಲಿ ಇದು ನನಗೆ ಬೇಕಾ...? ಮಾಡಿದ ಕೆಲಸಕ್ಕೆ ಸಂಬಳ ಕೊಟ್ಟಿದ್ದಾರೆ... ಇನ್ನು ಅಂಥ ಯಾವ ಸಾಧನೆಯೂ ಮಾಡಿಲ್ಲ... ಎಷ್ಟೋ ಸಾಧಕರು ಪಾಪ ಬೆಳಕಿಗೆ ಬರದೇ ತೆರೆಯ ಮರೆಯಲ್ಲಿದ್ದಾರೆ... ಅವರು ಸ್ವಾಭಿಮಾನದಿಂದಲೋ, ಅಳುಕಿನಿಂದಲೋ, ಅಥವಾ ನೀನು ಮಾಡಿದಂತೆ ಲಾಬಿಯಿಂದಲೋ ಮಾಡುವ ಸಾಧ್ಯತೆ ಇಲ್ಲದೇ ಅಜ್ಞಾತರಾಗಿರುತ್ತಾರೆ... ನನಗೆ ದೊರಕಿಸಿ ಕೊಡುತ್ತಾ ನೀನು, ಬೇರೆ ಅರ್ಹತೆ ಇದ್ದವರಿಗೆ ಅವಕಾಶ ವಂಚಿತನನ್ನಾಗಿಸಿದೆ...” ಎಂದೆ.

ಅವನು ನನ್ನ ಮಾತು ತುಂಡರಿಸುತ್ತಾ, “ಇದೆಲ್ಲ ಭಾಷಣ ಬೇಡ... ಸುಮ್ನೆ ಹೊರಡಿ... ನಾನು ಯಾವ ಲಾಬೀನೂ ಮಾಡಿಲ್ಲ... ಅಲ್ಲದೇ ನೀವು ಮಾಡಿದ ಕೆಲಸದ ಮಹತ್ವ ನಿಮಗೆ ಗೊತ್ತಿಲ್ಲ... ಅದು ಎಷ್ಟೋ ಮಕ್ಕಳಿಗೆ ಜೀವನಕ್ಕೆ ದಾರಿ ಆಗಿದೆ...” ಎಂದ.

ಮಗ ನಿಜಕ್ಕೂ ಹೊಗಳುತ್ತಿದ್ದಾನೋ ಅಥವಾ ನನ್ನನ್ನು ರಮಿಸಲು ಆಡುತ್ತಿದ್ದಾನೋ ತಿಳಿಯಲಿಲ್ಲ. ಅವನು ಹೊರಡುವ ಆತುರದಲ್ಲಿದ್ದ. ಕಡೆಗೂ ಮನಸ್ಸು ಮಾಡಿದೆ. ಪ್ರತೀ ಬೆಳಗು ಹೊಸದು ಏನನ್ನು ಹೊತ್ತು ತರುತ್ತದೆ ಎಂದು ಹೇಳಲು ಬರುವುದಿಲ್ಲ. ಕಾಲ ನಿಜಕ್ಕೂ ನಿಗೂಢ. ವಾಸುವಿನೊಂದಿಗೆ ಬೆಂಗಳೂರಿನ ಕಡೆಗೆ ಹೊರಟೆ. ನಾನು ಅವನನ್ನು ಅಪಾರ್ಥ ಮಾಡಿಕೊಂಡೆನೇ... ನನ್ನ ಬಗ್ಗೆ ಗೌರವ ಕಾಳಜಿ ಇರುವ ಕಾರಣಕ್ಕೇ ಅವನು ನನ್ನ ಪ್ರಶಸ್ತಿಗಾಗಿ ಪ್ರಯತ್ನ ಪಟ್ಟಿದ್ದಾನೆ... ಅವನೊಡನೆ ಹೀಗಾದರೂ ಒಂದಷ್ಟು

ಮುಕ್ತ ಮಾತುಕತೆ ಆಡಬಹುದು ಎಂಬ ನಿರೀಕ್ಷೆ ಇತ್ತು. ಅವನು ತನ್ನ ಅಕಾಡೆಮಿಯ ಸ್ಥಾನ ಮಾನ ಹಮ್ಮು ಬಿಮ್ಮು ಎಲ್ಲವೂ ಹಿಂದೆ ಬಿಟ್ಟು ಮುಕ್ತ ಮನಸ್ಸಿನೊಂದಿಗೆ ಕೇವಲ ನನ್ನ ಮಗನಾಗಿ ಅವನೊಡನೆ ಸಂಭಾಷಿಸಬೇಕು ಎಂದೆಲ್ಲಾ ಭಾವಿಸಿದ್ದೆ. ಕನಿಷ್ಟ ಅವನಿಗೆ ನನ್ನ ಬಗ್ಗೆ ಪ್ರೀತಿ, ಅಭಿಮಾನವೆಲ್ಲವೂ ಇದೆ... ' ಎಂದುಕೊಂಡಾಗ ಹೃದಯದ ಭಾರ ತುಸು ಕಡಿಮೆ ಆದಂತೆ ಭಾಸವಾಗಿತ್ತು.

ಡ್ರೈವರ್ ತನ್ನ ಪಾಡಿಗೆ ಕಾರನ್ನು ಓಡಿಸುತ್ತಿದ್ದ. ವಾಸು ತನ್ನ ಮೊಬೈಲ್ ಲೋಕದಲ್ಲಿ ಮುಳುಗಿದ್ದ. ನಾನು ನವಿರಾಗಿ ಕೆಮ್ಮಿ ಎರಡು ಮೂರು ಬಾರಿ ಅವನ ಗಮನ ಸೆಳೆಯಲು ಯತ್ನಿಸಿದರೂ ಅವನು ತನ್ನ ಮೊಬೈಲ್ ಲೋಕದಿಂದ ಹೊರ ಬರಲಿಲ್ಲ. ಕಡೆಗೆ ದಾರಿಯುದ್ದಕ್ಕೂ ಯಾರೊಡನೆಯೋ ಮಾತನಾಡುತ್ತಾ ನನ್ನ ಇರುವಿಕೆಯನ್ನೂ ಮರೆತವನಂತೆ ವರ್ತಿಸಿದಾಗ ನಿಜಕ್ಕೂ ಪರಕೀಯತೆಯ ಭಾವ ಕಾಡಿತ್ತು.

ಇವನು ಹತ್ತಿರ ಕುಳಿತರೂ ಕೂಡ ಮಾನಸಿಕವಾಗಿ ಎಷ್ಟು ದೂರವಿದ್ದಾನೆ...! ವಾಸುವಿನ ಬಳಿ ಮಾತನಾಡಲೇ ಇಷ್ಟು ಹಂಬಲಿಸುವಂತಾಯಿತೇ...? ಮಾತು ಶುರು ಆಡುವುದು ಹೇಗೆಂದು ಪರಿತಪಿಸುವಷ್ಟು ಸಂಬಂಧ ಔಪಚಾರಿಕವಾಯಿತೇ...? ನಮ್ಮಿಬ್ಬರ ನಡುವೆ ಇಷ್ಟು ದೊಡ್ಡ ಕಂದರ ಮೂಡಿದ್ದಾದರೂ ಹೇಗೆ...? ಹಿಂದೆ ನಾನು ವ್ಯಸ್ತನಾದಾಗ ಅವನ ಬಳಿಯೂ ಹೀಗೇ ನೂರು ಮಾತುಗಳಿರಬಹುದು... ಆಗ ನಾನು ಅವನತ್ತ ಕಿವಿ ಗೊಟ್ಟಿರಲಿಲ್ಲ... ಈಗ ನಾನು ವಿರಮಿಸಿದ್ದೇನೆ... ಅವನೀಗ ವ್ಯಸ್ತ... ಕಾಲಚಕ್ರದ ಮಹಿಮೆಯೇ ಇದು...?.

ದಾರಿಯಲ್ಲಿ ಹೋಟೆಲ್ ಒಂದರಲ್ಲಿ ಊಟ ಮುಗಿಸಿದೆವು.

ವಾಸು ಆನ್‌ಲೈನ್‌ನಲ್ಲಿ ಹೋಟೇಲ್ ರೂಮ್ ಬುಕ್ ಮಾಡಿದ್ದ. ನಮಗಾಗಿ ಒಂದು ಕೋಣೆ ಮತ್ತು ಡ್ರೈವರ್‌ಗೂ ಒಂದು ಸಿಂಗಲ್ ಕೋಣೆ ಬುಕ್ ಮಾಡಿದ್ದ. ಹೊಸ ವಾತಾವರಣ ಆದ್ದರಿಂದ ನನಗೆ ಸರಿಯಾಗಿ ನಿದ್ರಿಸಲು ಆಗಲೇ ಇಲ್ಲ. ಜೊತೆಗೆ ಮರುದಿನದ ಕಾರ್ಯಕ್ರಮದಲ್ಲಿ ಭಾಗವಹಿಸುವ ಕಸಿವಿಸಿ. ಇದೆಲ್ಲವೂ ನನಗೆ ಹೊಸ ಅನುಭವ.

ಬೆಳಿಗ್ಗೆ ನಿತ್ಯಕ್ರಮಗಳನ್ನು ಮುಗಿಸಿ ಹೋಟೆಲ್ ಕೋಣೆಯನ್ನು ತೆರವುಗೊಳಿಸಿ ಚೀಲಗಳನ್ನು ಗಾಡಿಗೆ ತುಂಬಿಸಿ ಉಪಹಾರವನ್ನು ಮುಗಿಸಿ ನೇರವಾಗಿ ರವೀಂದ್ರ ಕಲಾಕ್ಷೇತ್ರದತ್ತ ಹೊರಟೆವು. ಅಲ್ಲಿ ತಲುಪಿದೊಡನೆ ಆಯೋಜಕರಿಗೆ ಕರೆ ಮಾಡಿದ. ಅವರು ಎದುರು ಬಂದು ನನ್ನ ಕೈ ಬಳಸಿ ಹಿಡಿದು ಪ್ರಶಸ್ತಿ ಪುರಸ್ಕೃತರ ಸಾಲಿನಲ್ಲಿ ಕುಳ್ಳಿರಿಸಿದರು. ಕಾರ್ಯಕ್ರಮ ಶುರುವಾಯಿತು. ಸುಮಾರು ಅರವತ್ತಕ್ಕೂ ಹೆಚ್ಚಿನ ಜನ ಪುರಸ್ಕಾರ

ಪಡೆಯುವವರಿದ್ದರು. ನಮ್ಮನ್ನು ವೇದಿಕೆಯ ಮೇಲೆ ಆಹ್ವಾನಿಸಿ ಸಾಲಾಗಿ ಕುಳ್ಳಿರಿಸಿ ಮಂತ್ರಿಗಳು ಹಾರ, ಫಲಕ, ಗೌರವ ಮೊತ್ತವನ್ನು ನೀಡಿದರು.

ನನ್ನ ಪರಿಚಯವನ್ನು ನಿರೂಪಕರು ಓದಿದಾಗ ನನಗೇ ಇರುಸು ಮುರುಸಾಗಿತ್ತು.

'ಶ್ರೀಯುತರು ತಮ್ಮ ವೇತನದಿಂದ ಎಷ್ಟೋ ಮಕ್ಕಳಿಗೆ ವಿಧ್ಯಾಭ್ಯಾಸದ ಶುಲ್ಕ ಕಟ್ಟಿದ್ದಾರೆ... ಅವರ ಮನೆ ಮನೆಗೆ ಹೋಗಿ ಮಕ್ಕಳನ್ನು ತಂದು ವಿಧ್ಯಾಭ್ಯಾಸದ ಮಹತ್ವ ತಿಳಿಸಿ ಶಾಲೆಗೆ ದಾಖಲಿಸಿದ್ದಾರೆ...' ಇನ್ನೂ ಮಾಡದಿರುವ ಹಿರಿಮೆಗಳ ಹೊರೆಯನ್ನು ನನ್ನ ತಲೆಗೆ ಅಂಟಿಸಿ ಪ್ರಶಸ್ತಿಯನ್ನು ನೀಡಲಾಯಿತು. ಹಾಕಿದ ಹಾರ, ಹೊದೆಸಿದ ಶಾಲು, ತೊಡಿಸಿದ ಪೇಟ ಅದನ್ನು ಹೊತ್ತದ್ದಷ್ಟು ಕಾಲವೂ ನನಗೆ ಅದು ಅತಿ ಭಾರವಾಗಿಯೂ ನನ್ನದಲ್ಲದ್ದು ಎನಿಸಿತು. ಸುಳ್ಳು ಹೇಳಿದಾಗ ಮೌನವಾಗಿ ಆಲಿಸಿದರೆ ಅದನ್ನು ಒಪ್ಪಿಕೊಂಡಂತಾಗಿಲ್ಲವೇ...? ಅದು ನನ್ನ ಆತ್ಮಸಾಕ್ಷಿಗೆ ನಾನೇ ಮಾಡಿಕೊಳ್ಳುವ ದ್ರೋಹ. ಅದೆಲ್ಲವನ್ನೂ ಬಿಸುಟು ಎದ್ದು ಬರಬೇಕೆನಿಸಿತು. ವಾಸು ಎದುರು ಕುಳಿತು ಚಪ್ಪಾಳೆ ಹೊಡೆಯುತ್ತಿದ್ದದ್ದು ಕಾಣಿಸಿತು. ಅವನು ಬಾಯ್ತುಂಬಾ ನಗುತ್ತಿದ್ದಾನೆ. ಸಂಭ್ರಮ ಪಡುತ್ತಿದ್ದಾನೆ. ಮೊಬೈಲ್‌ನಲ್ಲಿ ಅಪ್ಪನ ಗೌರವವನ್ನು ಸೆರೆ ಹಿಡಿಯುತ್ತಿದ್ದಾನೆ.

ಎಲ್ಲವನ್ನೂ ಕೆಳಗಿಳಿಸಿ ಎದ್ದು ಬಂದಿದ್ದೆ. ಆಯೋಜಕರೇ ಅವೆಲ್ಲವನ್ನೂ ಒಂದು ಚೀಲದಲ್ಲಿ ತುಂಬಿಕೊಂಡು ತಂದು ವಾಸುವಿನ ಕೈಗೆ ಒಪ್ಪಿಸಿದರು. ಅಲ್ಲಿದ್ದ ಪ್ರಶಸ್ತಿ ಪಡೆದವರೆಲ್ಲರ ಮುಖದಲ್ಲಿ ಒಂದು ಸಂಭ್ರಮವಿತ್ತು.

ಇದನ್ನು ಗಳಿಸಿ ತಾನು ಪಡೆದುದ್ದೇನು...? ಪಡೆದೂ ಖಾಲಿ ಎನಿಸಿದ್ದು ತನಗೆ ಮಾತ್ರವೇ...?

ನಾನು ಮಾತನಾಡದೇ ಸುಮ್ಮನೆ ಕುಳಿತೇ ಇದ್ದೆ. ಕಾರ್ಯಕ್ರಮ ಮುಗಿಸಿ ಹೊರಟ ಬಳಿಕ ನನಗೇ ಮಾತು ಬೇಡವೆನಿಸಿತ್ತು. ಹೊರಟಾಗ ಅವನ ಬಳಿ ಮಾತನಾಡಬೇಕೆಂದಿದ್ದ ಹಾತೊರಿಕೆಯ ಮನಸ್ಥಿತಿ ಈಗ ಉಳಿದಿರಲಿಲ್ಲ. ಪಯಣದ ದಾರಿ ಮತ್ತದೇ ಸ್ಥಿತಿಗೆ ತಂದು ನಿಲ್ಲಿಸಿತ್ತು. ಮನೆ ತಲುಪಿದ ಬಳಿಕ ಮೀರಾ, ಆದರ್ಶ ಬಂದು ಅಭಿನಂದಿಸಿದರು. ವಾಸುವಿಗೆ ನನಗೆ ದೊರಕಿದ ಪ್ರಶಸ್ತಿಯ ಕುರಿತು ಅಭಿನಂದನೆ ತಿಳಿಸುವ ಸಲುವಾಗಿ ಕರೆ ಬರುತ್ತಲೇ ಇತ್ತು.

ನಾನು ಅವನು ಮಾತನಾಡುವವರೆಗೂ ಕಾದು ನಂತರ ಕೇಳಿದೆ, "ಅವರಿಗೆ ನನ್ನ ಪರಿಚಯವನ್ನು ನೀನು ಬರೆದು ಕೊಟ್ಟಿದ್ದಲ್ಲವೇ...?"

ಅವನು ಹೌದೆನ್ನುವಂತೆ ಬರೀ ತಲೆಯಾಡಿಸಿದ.

"ಬರೀ ಸುಳ್ಳು ತುಂಬಿತ್ತು ಅದರಲ್ಲಿ... ನಾನು ಆ ಪ್ರಶಸ್ತಿ ಮೊತ್ತ ಮುಟ್ಟಲಾರೆ... ನಾನು ಯಾವತ್ತೂ ನನ್ನ ಮೌಲ್ಯಗಳೊಂದಿಗೆ ರಾಜಿ ಮಾಡಿಕೊಂಡದ್ದಿಲ್ಲ... ರಾತ್ರಿ ನಿದ್ದೆ ಮಾಡುವಾಗ ನನಗೆ ಆತ್ಮವಂಚನೆ ಇಲ್ಲದಂಥ ನೆಮ್ಮದಿಯ

ನಿದ್ದೆ ಬೇಕು... ಅದನ್ನು ಜೀವನ ಪೂರ್ತಿ ಪಾಲಿಸಿಕೊಂಡು ಬಂದಿದ್ದೀನಿ... ಇದನ್ನು ನೀನು ಮಾಡಬಾರದಿತ್ತು ವಾಸು... ಇದರ ಅಗತ್ಯವಾದರೂ ಏನಿತ್ತು...?"

"ಕೆಲವು ಅಗತ್ಯವಿಲ್ಲದೇ ಹೋದರೂ ಕೂಡ ಪ್ರತಿಷ್ಠೆಗೋಸ್ಕರ ಮಾಡಬೇಕಾಗುತ್ತದೆ... ನಾವು ಸ್ವಯಂ ಪ್ರಚಾರದ ಕಾಲದಲ್ಲಿದ್ದೇವೆ... ನಮ್ಮ ಸಂಸ್ಥೆಯ ಹಿರಿಮೆಯನ್ನು ಈ ಪ್ರಶಸ್ತಿ ಇನ್ನೂ ವೃದ್ಧಿಸುತ್ತದೆ... ನನಗೆ ಪಡೆಯಬಹುದು... ಆದರೆ ನಾನು ಹಣ ಕೊಟ್ಟು ಪಡೆದುಕೊಂಡೆ ಎನ್ನುವ ಅಪವಾದ ಬರಬಹುದು... ಅದಕ್ಕೆ ಈ ದಾರಿ ಹಿಡಿದೆ..." ನೇರವಾಗಿ ತನ್ನ ಮನಸ್ಸಿನ ಮಾತನ್ನು ತೆರೆದಿರಿಸಿದ. ನನಗೆ ಆಘಾತವಾಗಿತ್ತು. ವಾಸು ಈ ಮಟ್ಟಕ್ಕೆ ಹೋಗಬಹುದೆಂಬ ಸಂಗತಿಯೇ ನನಗೆ ಜೀರ್ಣಿಸಿಕೊಳ್ಳಲು ಕಷ್ಟವಾಗಿತ್ತು.

"ಈ ಅವಾರ್ಡು... ನಿಮ್ಮ ಸಾಧನೆಗೆ ಎಂದು ಲೋಕ ಭಾವಿಸಿದೆ... ಆದರೆ ನನ್ನ ಕಣ್ಣಿಗೆ ಹೇಗೆ ಕಾಣುತ್ತದೆ ಗೊತ್ತಾ ಅಪ್ಪ...? ಎಷ್ಟೋ ಮಕ್ಕಳ ಕಲಿಸುತ್ತಾ ರಾತ್ರಿವರೆಗೂ ನೀವು ಅಮ್ಮನ್ನ, ನನ್ನ, ಮನೆಯನ್ನು ಮರೆತು ನಿಮ್ಮದೇ ಲೋಕದಲ್ಲಿ ಮುಳುಗಿ ನಮ್ಮಲ್ಲಿ ಅನಾಥ ಪ್ರಜ್ಞೆ ತುಂಬಿದ್ರಲ್ವಾ... ಅದಕ್ಕೆ ಪುರಸ್ಕಾರ ಇದು... ನೀವು ನನಗೆ ಭವಿಷ್ಯ ಎಲ್ಲಿ ರೂಪಿಸಿ ಕೊಟ್ರಿ...? ನಿಜ... ಎಷ್ಟೋ ಮಕ್ಕಳಿಗೆ ಜೀವನ ಕಟ್ಟಿ ಕೊಟ್ಟಿರಿ... ಆದರೆ ನನಗೆ...? ಸ್ವಂತ ಬುದ್ಧಿಯಿಂದ ನಾನೇ ನನ್ನ ಬದುಕನ್ನು ರೂಪಿಸಿಕೊಂಡೆ... ನಿಮ್ಮ ಈ ಒಳ್ಳೆಯತನವನ್ನೇ ಏಣಿಯಾಗಿ ಬಳಸಿಕೊಂಡೆ... ನಿಮ್ಮ ಹೆಸರು, ನಿಮ್ಮ ಈ ಮೌಲ್ಯಗಳಷ್ಟೇ ನನಗೆ ಉಪಯೋಗಕ್ಕೆ ಬಂದವು..."

ಅವನಾಡಿದ ಮಾತುಗಳೆಲ್ಲವೂ ಒಳಗೊಂದು ಘಟಸ್ಫೋಟವನ್ನೇ ಉಂಟು ಮಾಡಿತ್ತು. ಗತದ ಪುಟಗಳೆಲ್ಲವೂ ತಿರುಗಿ ಮುಗಿದ ಅಧ್ಯಾಯಗಳೆಲ್ಲವೂ ಮತ್ತೆ ಜೀವ ಪಡೆದಂತೆ... ಇವನೇಕೆ ಇನ್ನೂ ಹೃದಯ ಗಾಯ ಮಾಡಿಕೊಂಡು ಅದೇ ನೋವಲ್ಲಿ ಬೇಯುತ್ತ ನನಗೂ ನೋವುಣಿಸುತ್ತಿದ್ದಾನೆ.

ಕಾಲ ಅವನ ಗಾಯವನ್ನೇಕೆ ಮಾಗಿಸಬಾರದು...?

ಮರೆವು ಅವನ ಈ ನೆನಪುಗಳನ್ನು ಹೊದೆಸಬಾರದಿತ್ತೇ...?

ಇಷ್ಟು ಸಮಯದ ಬಳಿಕವೂ ಅದು ವ್ರಣವಾಗಿ ಅವನನ್ನು ಬಾಧಿಸುತ್ತಿದೆ ಎಂದರೆ ಆ ನೋವಿನ ತೀವ್ರತೆ ಅವನಲ್ಲಿ ಎಷ್ಟಿರಬಹುದು...? ತನಗೇಕೆ ಅವನ ನೋವು ಕಾಣಲಿಲ್ಲ...? ತಾನೇಕೆ ಅವನತ್ತ ಕುರುಡಾಗಿ ಉಳಿದು ಬಿಟ್ಟೆ...? ಮಕ್ಕಳ ನಿರೀಕ್ಷೆಯನ್ನು ತಲುಪದ ಅಪ್ಪ ಎಂದಿಗೂ ತಪ್ಪಿತಸ್ಥನಾಗೇ ಕಾಣುತ್ತಾನೆ.

ಅವನ ತೀಕ್ಷ್ಣವಾದ ಮಾತುಗಳ ಹಿಂದೆ ಗತದ ಉರಿಯೇ ಹೊತ್ತಿಕೊಂಡಿದೆ. ಅದು ಈಗ ಹೀಗೆ ಅವನ ಬಾಯಿಂದ ಹೊಮ್ಮಿ ತನ್ನನ್ನು ಸುಡುತ್ತಿದೆ. ನನ್ನನ್ನು ಇಡಿಯಾಗಿ ವ್ಯಾಪಿಸಿ ದಹಿಸುತ್ತದೆ.

"ನಿನ್ನೆ ನಾನು ಈ ಮಾತನ್ನು ಹೇಳಿದ್ದರೆ ಈ ಕಾರ್ಯಕ್ರಮಕ್ಕೆ ನೀವು ಖಂಡಿತವಾಗಿ ಬರುತ್ತಿರಲಿಲ್ಲ... ಅದಿಕ್ಕೇ ಹೇಳಲಿಲ್ಲ..."

'ಮಗನೇ... ನನ್ನನ್ನು ಕ್ಷಮಿಸಿ ಬಿಡು...' ಹೇಳಬೇಕೆಂದು ಹತ್ತಿರ ಹೋಗಲು ಹೆಜ್ಜೆಯೆತ್ತಿದೆ. ಅವನು ಅಲ್ಲಿಂದ ಕದಲಿ ಬಿಟ್ಟಿದ್ದ. ಅವನ ಆಕೃತಿ ನಿಧಾನಕ್ಕೆ ನನ್ನಿಂದ ಅಂತರ ಸೃಷ್ಟಿಸಿಕೊಂಡು ದೂರಗೊಂಡಿದ್ದು ನನಗೆ ಮಬ್ಬಾಗಿ ಕಾಣಿಸಿತ್ತು.

ಅಧ್ಯಾಯ-8

ಈ ವಿಮುಖತೆಯನ್ನು ಸಹಿಸುವುದು, ಅದೂ ಪ್ರೀತಿ ಪಾತ್ರರಿಂದ ಬಲು ದೊಡ್ಡ ಶಿಕ್ಷೆ. ನಮ್ಮ ದೃಷ್ಟಿಯಲ್ಲಿ ನಾವೆಷ್ಟೇ ಸರಿ ಇದ್ದರೂ ಕೂಡಾ, ನಾವು ಇನ್ನೊಬ್ಬರ ಭಾವಕ್ಕನುಗುಣವಾಗಿಯೇ ನಿರ್ಣಯಿಸಲ್ಪಡುತ್ತೇವೆ. ಹಾಗಾಗಿ ನಾನು ಮಗನಿಗೆ, ಸೊಸೆಗೆ, ಮೊಮ್ಮಗನಿಗೆ ಅಥವಾ ನನಗೆ ತಿಳಿದ ಜನರಿಗೆ ಬೇರೆ ಬೇರೆ ರೀತಿಯಲ್ಲೇ ಕಾಣುತ್ತೇನೆ. ಇನ್ನೊಬ್ಬರಿಗೆ ಬೇಕಾದಂತೆ ಬದುಕಲು ಸಾಧ್ಯವಿಲ್ಲ. ಅದು ತೋರಿಕೆಯಾಗುತ್ತದೆ. ಕೃತಕವಾಗುತ್ತದೆ. ವಾಸು ಈಗ ಧಾರ್ಷ್ಟ್ಯದಿಂದ ಮಾತನಾಡುತ್ತಾನೆಂದರೆ, ಅವನಿಗೆ ಈಗ ನಾನು ಮುಪ್ಪಿನ ಕಾಲದಲ್ಲಿ ಅವನ ಅಸರೆಯಲ್ಲಿದ್ದೇನೆ ಎಂಬ ಮನೋಭಾವ ಅವನದ್ದಿರಬಹುದು. ಭಗವಂತ ಈ ಬದುಕಿನ ಸೂತ್ರವನ್ನು ಎಷ್ಟು ತರ್ಕಬದ್ಧವಾಗಿ ರಚಿಸಿದ್ದಾನೆ. ಹುಟ್ಟುತ್ತಾ ಮಗು ಅಪ್ಪನ ಆಸರೆಯಲ್ಲಿ ಬೆಳೆದರೆ, ಅದೇ ಅಪ್ಪ ಮುಪ್ಪಿನಲ್ಲಿ ಬಲಹೀನನಾಗಿ ಮಗುವಿನಂತಾಗಿ ಮಗನ ಆಸರೆ ಬಯಸುತ್ತಾನೆ. ಇದಲ್ಲವೇ ಜೀವನ ಚಕ್ರ. ದಿಕ್ಕೆಟ್ಟ ಭಾವನೆಗಳಡಿಯಲ್ಲಿ ತೋಯ್ದು ತೊಪ್ಪೆಯಾಗಿ ನಿದ್ದೆ ದೂರವಾಗಿ ಕಿಟಕಿಯಾಚೆ ಬೆಳಕಿನ ಕಿರಣಗಳಿಗೆ ಕಾತರಿಸಿ ಕುಳಿತೆ. ಕತ್ತಲು ಕವಿದಂತಿರುವ ಮನಸ್ಸಿಗೆ ಬೆಳಕು ಸಾಂತ್ವನ ನೀಡಬಹುದೆಂಬ ಕಾತರ.

ಹೃದಯದ ಜರಡಿಯಲ್ಲಿ ಸೋಸಿ ಎಷ್ಟೋ ಅಪ್ರಿಯ ಸತ್ಯಗಳನ್ನು ಭಾವುಕತೆಯ ಪರವಶತೆಯಲ್ಲಿ ತೇಲಿಸಿ ಬಿಡುತ್ತೇವೆ. ಉದಾರವಾಗಿ ಬಿಡುತ್ತೇವೆ. ಸಂಬಂಧಗಳನ್ನು ಉಳಿಸಿಕೊಳ್ಳಬೇಕೆಂದರೆ ಹೀಗೆ ಉದಾರವಾಗಿಬಿಡಬೇಕು. ಸಹಿಸಿಕೊಳ್ಳಬೇಕು. ಔದಾರ್ಯ ತೋರಬೇಕು. ಕಸವೆಂದುಕೊಂಡು ಬಿಸುಟು ಬಿಡಬೇಕು. ಮನಸಲ್ಲೇ ಗುಡಿಸಿ ಮೂಲೆಯಲ್ಲಿಟ್ಟರೆ, ಅದು ಅಲ್ಲೇ ಜಮೆಯಾಗಿ ಕಡೆಗೆ ದುರ್ನಾತ ಹೊಡೆಯಲು ಶುರುವಾಗುತ್ತದೆ. ನನಗೆ ಆಗಿರುವುದು ಇದೇ...? ಎಷ್ಟೇ ಬಿಸುಟು ಮನಸ್ಸನ್ನು ಸ್ವಚ್ಛವಾಗಿರಿಸಲು ಯತ್ನಿಸಿದರೂ ದುರ್ಬಲ ಮನಸ್ಸು ಮತ್ತೆ ಕಸ ಗುಡ್ಡೆ ಮಾಡಿಕೊಳ್ಳುತ್ತದೆ... ಮುದುಡುತ್ತದೆ.

ಸಂಬಂಧಗಳನ್ನು ಉಳಿಸಿಕೊಳ್ಳಲು ನಾವೇ ಸೋಲಬೇಕು. ಇಲ್ಲವಾದರೆ ಆ ಸಂಬಂಧಗಳೇ ಸೋತು ಹೋಗುತ್ತವೆ. ಎಲ್ಲವೂ ದಕ್ಕಿದ ಪರಿಪೂರ್ಣತೆಯ ಮನಸ್ಥಿತಿಯಲ್ಲಿರುವ ವಾಸುವಿಗೆ ಯಾವುದೂ ಮಹತ್ವ ನೀಡಬೇಕೆಂದಿಲ್ಲ ಎನ್ನುವ ಔನತ್ಯದಲ್ಲಿದ್ದಾನೆ. ಅದು ಲೌಕಿಕ ಔನತ್ಯ ಮಾತ್ರ. ಅದು ಹೊರಗಿನದ್ದು. ಒಳಗಿನ ದಾರಿಯ ಪಯಣ ಅವನಿನ್ನೂ ಆರಂಭಿಸಿದ್ದೇ ಇಲ್ಲ. ಅದರ ಶೋಧನೆಗೂ ಅವನು ಹೊರಟಿಲ್ಲ. ಇಲ್ಲೇ ಹೊರಗಿನ ಬಣ್ಣದ ಬದುಕು ಅವನಿಗೆ ಹಿತವಾಗಿದೆ. ಈ ಕೀರ್ತಿ, ಶ್ರೇಯಸ್ಸು, ಧನ, ಸ್ಥಾನ ಇದು ಸಹಜವಾಗಿಯೇ ಕಣ್ಣಿಗೊಂದು ದುರಭಿಮಾನದ ಪೊರೆ ಅಂಟಿಸಿ ಬಿಡುತ್ತದೆ. ವಾಸು ಕೂಡಾ ಹೀಗೇ ಕುರುಡಾಗಿದ್ದಾನೆ. ಹೃದಯವೂ ಸಹ.

ಆ ರಾತ್ರಿ ದೀರ್ಘವೆನಿಸಿದ್ದು ಸುಳ್ಳಲ್ಲ. ಹೃದಯದಲ್ಲಿ ಯಾವುದೋ ಹೊರೆಯೊಂದನ್ನು ಹೇರಿಕೊಂಡಂತೆ ಭಾರವಾಗಿತ್ತು. ಬೆಳಿಗ್ಗೆ ಪತ್ರಿಕೆಗಳಲ್ಲಿ ನನಗೆ ರಾಜ್ಯೋತ್ಸವದ ಪ್ರಶಸ್ತಿ ಬಂದುದ್ದಕ್ಕೆ ಆದರ್ಶ ಅಕಾಡೆಮಿಯ ಕಡೆಯಿಂದ ಅರ್ಧ ಪುಟದ ಜಾಹೀರಾತು ಪ್ರಕಟಿಸಿದ್ದ ವಾಸು. ಇದು ಕೂಡಾ ಸ್ವ ಪ್ರಚಾರದ ತಂತ್ರವೇ ಎಂದು ನನಗೆ ತಿಳಿದಿತ್ತು. ನನ್ನ ನಗು ಮುಖದ ಪಟ ನನಗೆ ಭೀಕರವಾಗಿ ಅಣಕಿಸುವಂತೆ ಕಂಡಿತ್ತು. ಪತ್ರಿಕೆಯನ್ನು ಮಡಚಿ ಒಳಗಿರಿಸಿದೆ. ಧನಪಾಲ ಕರೆ ಮಾಡಿ ಅಭಿನಂದಿಸಿದ್ದ.

"ನಿಮಗೆ ಎಂದೋ ಸಲ್ಲಬೇಕಿತ್ತು... ತಡವಾಗಿದೆ..." ಎಂದ.

ನಗಬೇಕೋ ಅಳಬೇಕೋ ತಿಳಿಯಲಿಲ್ಲ. ಮಾಡಿದ ಸೇವೆಗೆ ಪ್ರಶಸ್ತಿಯೊಂದು ಮಾನದಂಡವೇ. ಅದಕ್ಕೆ ಚೌಕಟ್ಟು ಇದೆಯೇ...? ಆತ್ಮತೃಪ್ತಿಗಿಂತಲೂ ದೊಡ್ಡ ಪ್ರಶಸ್ತಿ ಇನ್ನೊಂದಿಲ್ಲ. ಇವೆಲ್ಲವೂ ಏನಿದ್ದರೂ ಲೋಕದ ತೋರಿಕೆಗೆ. ದಿಕಾವೆಗೆ.

ಆದರ್ಶ ಬಂದು ಪತ್ರಿಕೆ ಹಿಡಿದು, "ಅಜ್ಜ... ನಿಮಗೆ ಹೆಮ್ಮೆ ಅನ್ನಿಸುತ್ತಿರಬಹುದಲ್ಲವೇ...?" ಎಂದಾಗ ಮನಸ್ಸು ಹುಳಿಹುಳಿಯಾಗಿತ್ತು. ಅವನೆದುರು ಇಲ್ಲವೆನಲಾಗದೇ, ಹೌದೆಂದೂ ಒಪ್ಪಿಕೊಳ್ಳಲಾಗದೇ ಪೆಚ್ಚುನಗೆ ನಕ್ಕಿದ್ದೆ. ಅವನೆದುರು ವಾಸುವಿನ ಈ ಕೃತ್ಯದ ಹಿನ್ನಲೆ ತಿಳಿಸಿ ಅವನ ದೃಷ್ಟಿಯಲ್ಲಿ ಇನ್ನೂ ವಾಸುವನ್ನು ಅಗ್ಗವಾಗಿಸಲು ಇಚ್ಛಿಸದೇ ಬರೀ ಪೆಚ್ಚು ನಗೆ ನಕ್ಕಿದ್ದೆ.

"ನನ್ಗೂ ಹೀಗೇ ಏನಾದರೂ ಮಾಡಬೇಕು ಎಂದು ಆಸೆ... ಬರೀ ವಿಜ್ಞಾನ ಓದಿ ಇಂಜಿನಿಯರ್ ಅಥವಾ ಡಾಕ್ಟರ್ ಆಗಿ ಜೀವನದಲ್ಲಿ ಹಾಗೇ ಕಳೆದು ಹೋಗಲು ನನಗೆ ಬೇಡ... ಎಷ್ಟು ಹೇಳಿದರೂ ನನ್ನ ಮಾತಿಗೆ ಯಾರೂ ಬೆಲೆ ಕೊಡಲಿಲ್ಲ... ನೋಡಿ... ಈ ಪತ್ರಿಕೆಯಲ್ಲಿ ನಿಮ್ಮನ್ನು ಕಂಡು ಎಷ್ಟು ಅಭಿಮಾನವಾಗುತ್ತದೆ... ಇದನ್ನು ನೋಡುವಾಗ ನಾನೂ ಏನಾದರೂ ಜೀವನದಲ್ಲಿ ಸಾಧಿಸಬೇಕು ಎನಿಸುತ್ತದೆ..."

ಅಷ್ಟು ಹೊತ್ತು ಬೇಗುದಿಯಲ್ಲಿ ಬೇಯುತ್ತಿದ್ದ ಮನಸ್ಸಿಗೆ ಆದರ್ಶನ ನುಡಿಗಳು ತಂಪಾಗಿಸಿದವು.

"ನಿಜವೇನೋ ಕಂದಾ... ಮಾಡ್ತೀಯಾ ಬಿಡು... ಇದನ್ನೂ ಮಾಡು... ಸಾಧಿಸುವಂಥದ್ದೂ ಏನಾದರೂ ಮಾಡು... ಜೀವನದಲ್ಲಿ ಸಾಧಿಸಲಾದರೂ ನಿನಗೆ ಒಂದು ಅರ್ಹತೆ ಬೇಕಲ್ಲವೇ...? ಅದನ್ನು ಗಳಿಸಿದರೆ ಮುಂದೆ ಏನು ಬೇಕಾದರೂ ಸಾಧಿಸಬಹುದು... ನೀನು ಈಗ ಕಲಿಯುವುದನ್ನು ಕಲಿತು ನೆಲೆ ನಿಂತ ಮೇಲೆ ಸಮಾಜಕ್ಕೂ ಏನಾದರೂ ಮಾಡು... ಚಿಕ್ಕ ವಯಸ್ಸಿನಲ್ಲಿ ಈ ಮನೋಭಾವ ಬೆಳೆಸಿಕೊಂಡಿದ್ದೀಯಲ್ಲವೇ... ಅದು ನಿನ್ನ ದೊಡ್ಡತನ...ಆ ಪ್ರೇರಣೆಯ ದೀಪ ಆರಿ ಹೋಗದಂತೆ ಸದಾ ಜಾಗೃತಾವಸ್ಥೆಯಲ್ಲಿಡು..." ನಿಜಕ್ಕೂ ಸಾರ್ಥಕವೆನಿಸಿತು. ಮೀರಾ ತನ್ನ ಖುಷಿಯನ್ನು ಪ್ರಕಟಿಸಲು ನನ್ನ ಇಷ್ಟದ ಸಿಹಿಯನ್ನು ಮಾಡಿ ತಿನ್ನಿಸಿದಳು.

ವಾಸು ಇನ್ನೂ ಎರಡು ಹೆಜ್ಜೆ ಮುಂದೆ ಹೋಗಿ ಪ್ರಶಸ್ತಿ ದೊರಕಿದ್ದಕ್ಕೆ ಆದರ್ಶ ಅಕಾಡೆಮಿಯಲ್ಲಿ ಅಭಿನಂದನಾ ಸಮಾರಂಭವಿರಿಸಿಕೊಂಡಿದ್ದ. ಆಗಲೇ ಆಮಂತ್ರಣ ಪತ್ರ ಮಾಡಿ ಹಂಚಲು ಶುರು ಮಾಡಿದ್ದ. ಇದು ತುಸು ಅತಿರೇಕವೇ ಎನಿಸಿತ್ತು.

"ನನ್ನ ಒಂದು ಮಾತು ತಿಳಿಸದೇ ಇದೆಲ್ಲಾ ಏಕೆ ಮಾಡ್ತಾ ಇದೀಯಾ...? ನನಗೆ ಆಭಾಸವಾಗುತ್ತೆ... ನಾಟಕದ ಮಾಡೋದು ನನಗೆ ಕಷ್ಟ... ಜೊತೆಗೆ ಹಿಂಸೆ... ಇದೆಲ್ಲಾ ನನಗೆ ಒಗ್ಗಲ್ಲ... ನಾನು ಎಲ್ಲಿಗೂ ಬರೋದಿಲ್ಲ..." ನಾನು ಖಡಾಖಂಡಿತವಾಗಿ ತಿಳಿಸಿದೆ.

"ಅಪ್ಪ... ಹೀಗೆ ಅನ್ನಬೇಡಿ... ನಾನು ಮಾಡ್ತಿರೋದು ನಿಮಗಾಗಿ... ನಮ್ಮ ಖುಷಿಗಾಗಿ..." ಎಂದ.

"ಸುಳ್ಳು... ಇದೆಲ್ಲವೂ ನಿನ್ನ ತೋರಿಕೆ ಮತ್ತು ಪ್ರತಿಷ್ಟೆಗಾಗಿ ಅನ್ನು... ನನಗೆ ಎಲ್ಲವೂ ಅರ್ಥವಾಗುತ್ತೆ ಕಣೋ..."

"ಇರಬಹುದು... ಆದರೆ ಮಹಾನ್ ಆಗುವುದು ನೀವು ತಾನೇ... ನಾನಲ್ಲವಲ್ಲ... ಬಂದು ಕೂತು ನಮಗೆಲ್ಲಾ ಕೊಡ್ತೀರಲ್ಲಾ...ಬಿಟ್ಟಿ ಉಪದೇಶ... ಅದನ್ನು ಅಲ್ಲೂ ಕೊಟ್ಟು ಹೋಗಿ... ಪೂರ್ತಿ ಕಾರ್ಯಕ್ರಮಕ್ಕೆ ನಿಲ್ಲಬೇಕೆಂದಿಲ್ಲ... ಅನಾರೋಗ್ಯದ ನೆಪ ಹೇಳಿ ಹೊರಟು ಬಿಡಿ... ನಾನು ಕೆಲವು ಮುಖ್ಯ ಅತಿಥಿಗಳನ್ನು ಆಹ್ವಾನಿಸಿದ್ದೇನೆ... ಅವರು ನಿಮ್ಮನ್ನು ಸನ್ಮಾನಿಸುತ್ತಾರೆ... ಇದೊಂದು ಕಡೇ ಸಲ ಒಪ್ಪಿ ಬಂದು ಬಿಡಿ... ಪ್ರಶಸ್ತಿ ವಿಜೇತರನ್ನು ಸನ್ಮಾನಿಸುವುದು ಒಂದು ಸಹಜ ಪ್ರಕ್ರಿಯೆ... ಅದರಲ್ಲಿ ಯಾವ ದುರುದ್ದೇಶವೂ ಇರಲ್ಲ... ಎಲ್ಲವನ್ನೂ ನಿಮ್ಮ ಹಳದಿ ಕಣ್ಣಿನಿಂದ ನೋಡಬೇಡಿ..." ಎಂದ.

ಅಲ್ಲೇ ಇದ್ದ ಮೀರಾಳಿಗೆ, "ಅಪ್ಪಿಗೆ ಸ್ವಲ್ಪ ತಿಳಿ ಹೇಳು... ವಯಸ್ಸು ಆಗ್ತಾ ಹೇಗೇಗೋ ಆಡ್ತಿದ್ದಾರೆ..." ಎಂದ ನನ್ನೆದುರೇ.

ಮೀರಾ ಮಾತನಾಡಲಿಲ್ಲ. ಅವಳು ಅಂದಿನಿಂದ ಪ್ರತಿಕ್ರಯಿಸುವುದನ್ನು ಕಡಿಮೆ ಮಾಡಿದ್ದಳು. ಒಳಗಿನ ನೋವಿಗೆ ಮೌನದ ಕವಚ ತೊಡಿಸಿದ್ದಳು. ನಾನೂ ಅದನ್ನೇ ರೂಢಿಸಿಕೊಂಡಿದ್ದರಿಂದ ನನಗೆ ಅವಳ ಅಂತರಂಗ ಅರ್ಥ ಮಾಡಿಕೊಳ್ಳುವುದು ಸುಲಭವಾಗಿತ್ತು. ವಾಸು ಮತ್ತು ಮೀರಾಳ ವೈವಾಹಿಕ ಸಂಬಂಧ ಇಷ್ಟು ವರ್ಷಗಳ ನಂತರವೂ ಗಾಢತೆ ಪಡೆದುಕೊಂಡಿಲ್ಲವೆಂದರೆ ವಾಸು ಆ ಬಂಧನಕ್ಕೆ ಗೌರವವೇ ನೀಡಿಲ್ಲವೇ...? ಯಾರಿಗೇ ಆಗಲೀ, ತಮ್ಮವರ ನಿರ್ಲಕ್ಷ್ಯವನ್ನು ಎದುರಿಸಿಕೊಂಡೂ ಸಹ ಆ ಸಂಬಂಧವನ್ನು ರೂಢಿಸುವುದು ಬಹಳ ಕಷ್ಟ. ದೇಹಕ್ಕೆ ಅನ್ನ, ನೀರು ಆಹಾರದಂತೇ ಮನಸ್ಸಿನ ಸ್ವಾಸ್ಥ್ಯಕ್ಕೂ ಸಂಬಂಧಗಳ ಪ್ರೀತಿ, ಗೌರವ, ಸ್ನೇಹ ಬೇಕು. ಅದಿಲ್ಲದೇ ಹೋದರೆ ಮನಸ್ಸು ಎಷ್ಟೊಂದು ಕೊಳೆತು ಹೋಗಬಹುದು. ಇಲ್ಲಿ ಮೀರಾ ತನಗೆ ಲಾಯಕ್ಕಿಲ್ಲವೆಂದು ಅನಾದರ ತೋರುವ ವಾಸುವೇ ನಿಜವಾಗಲೂ ಅನಾಗರಿಕವೆನಿಸುತ್ತದೆ ನನಗೆ. ಎಷ್ಟೇ ಕಲಿತವನಾದರೂ ಬದುಕಿನ, ಮನಸ್ಸಿನ ಸೂಕ್ಷ್ಮತೆಗಳನ್ನು ಅರಿತುಕೊಳ್ಳದವನು ಎಷ್ಟು ಕಲಿತು ಪ್ರಯೋಜನವೇನು...? ಆ ನಿಟ್ಟಿನಲ್ಲಿ ಮೀರಾ ಪ್ರಬುದ್ಧೆ ಎನಿಸಿತ್ತು. ಅವಳು ತನ್ನ ಸಂಕಟವನ್ನು ಒಳಗೇ ಅದುಮಿರಿಸಿಕೊಂಡು ತನ್ನನ್ನು ತಾನು ಸಂಭಾಳಿಸಿಕೊಳ್ಳುತ್ತಿದ್ದಳೇ ಹೊರತು ಎಂದೂ ಅದನ್ನು ತನ್ನ ಮಾತಿನಿಂದ ಅಥವಾ ಕೃತಿಯಿಂದ ಹೊರ ಹಾಕಲಿಲ್ಲ. ಮನೆಯ ನೆಮ್ಮದಿಗೆ ಪ್ರಾಮುಖ್ಯತೆ ಕೊಟ್ಟು ಅತ್ಯಂತ ಘನತೆಯಿಂದ ನಡೆದುಕೊಳ್ಳುತ್ತಿರುವ ಅವಳ ಬಗ್ಗೆ ಅಭಿಮಾನ ಮೂಡಿತ್ತು.

***

ಅಕಾಡೆಮಿಯ ಅಭಿನಂದನಾ ಸಮಾರಂಭದ ದಿನ ಬಂದೇ ಬಿಟ್ಟಿತು.

ವಾಸು, ನಾನು, ಮೀರಾ ಒಂದೇ ಕಾರಿನಲ್ಲಿ ಜೊತೆಗೆ ಹೊರಟೆವು. ಆದರ್ಶ ಕಾಲೇಜಿನಲ್ಲೇ ಭೇಟಿಯಾಗುವವನಿದ್ದ.

ವಾಸು ಕಾರಿನಲ್ಲಿ, "ಅಪ್ಪ... ಮಕ್ಕಳಿಗೆ ಸ್ವಲ್ಪ ಚೆನ್ನಾಗಿ ಕಲಿಯುವ ಕುರಿತು ಕಿವಿ ಮಾತು ಹೇಳಿ... ಶಿಕ್ಷಣದ ಮಹತ್ವದ ಬಗ್ಗೆ ಮಾತನಾಡಿ... ಇನ್ನು ಸಮಾಜ ಸೇವೆಯ ಉಪದೇಶ ಬೇಡ... ಅದು ನಿಮ್ಮ ಕಾಲಕ್ಕೆ ಆಯಿತು... ಈಗ ಅಂಥದ್ದು ಎಲ್ಲೂ ಸಲ್ಲುವುದಿಲ್ಲ..." ಎಂದ.

ಮೀರಾ ಕಿವಿಗೊಡದವಳಂತೆ ಕುಳಿತರೆ, ನನಗೇ ಅನ್ವಯಿಸಿ ಆಡಿದ ಮಾತಾಗಿದ್ದರಿಂದ ನಾನು ಕಿವಿಗೊಟ್ಟು ಪ್ರತಿಕ್ರಯಿಸಲೇ ಬೇಕಾಯಿತು. ನಮ್ಮಿಬ್ಬರಿಗೂ ಅವನ ಮಾತು ರುಚಿಸಲಿಲ್ಲವಾದರೂ ಸಹಿಸುವುದು ಅನಿವಾರ್ಯವಾಗಿತ್ತು. ಮೊದಲಾಗಿದ್ದರೆ ಮೀರಾ ಪ್ರತಿಕ್ರಯಿಸುತ್ತಿದ್ದಳೇನೋ... ಈಗ ಅವಳೂ ಒಂದಷ್ಟು ಪಾಠ ಕಲಿತಿದಿದ್ದಾಳೆ. ತನಗೆ ಸಂಬಂಧಿಸಿದ ವಿಷಯವಾದರೂ ಆದಷ್ಟೂ ಮಾತಿಲ್ಲದೇ ನಿರ್ವಹಿಸುತ್ತಾಳೆ. ಅವಳ

ಮೌನದ ಬಿಸಿ ವಾಸುವಿಗೆ ಅರ್ಥವಾಗಿದ್ದರೂ ಅವನು ಅದಕ್ಕೆ ಮಹತ್ವ ನೀಡುವವನಲ್ಲ. ಅವನ ಸಹಜ ಪುರುಷಾಹಂಕಾರಕ್ಕೆ ಅವಳ ಸಾತ್ವಿಕ ಪ್ರತಿಭಟನೆ ತಾಕುವುದೇ ಇಲ್ಲ. ನಾವೆಲ್ಲರೂ ಅವನ ಅಧೀನದಲ್ಲಿದ್ದೇವೆಂಬ ಕಾರಣಕ್ಕೆ ಅವನದ್ದೇ ನಡೆಯಬೇಕೆಂಬ ಧೋರಣೆ ಅವನ ಪ್ರತಿ ಮಾತು, ಕೃತಿಯಲ್ಲಿ ಅವನು ತೋರಿಸಿಕೊಡುತ್ತಾನೆ. ನಮ್ಮ ಮನಸ್ಸು, ಅದರ ಭಾವನೆಗಳು, ನಮ್ಮ ಅಭಿಪ್ರಾಯಕ್ಕೆ ಅವನಲ್ಲಿ ಬೆಲೆಯೇ ಇಲ್ಲ. ಈಗಲೂ ಅಷ್ಟೇ, ಅವನು ಹೇಳಿದ್ದನ್ನೇ ನಾನು ಮಾತನಾಡಬೇಕೆನ್ನುವುದು ಎಷ್ಟು ಸರಿ...?

ಅಕಾಡೆಮಿಯ ಆವರಣದಲ್ಲಿ ಹಬ್ಬದ ವಾತಾವರಣ ಸೃಷ್ಟಿಯಾಗಿತ್ತು. ವಿದ್ಯಾರ್ಥಿಗಳಿಗೆ ತರಗತಿಗಳಿಂದ ಬಿಡುಗಡೆ ಹೊಂದಿದರೂ ಮನೆಗೆ ಹೋಗುವ ಅವಕಾಶವಿರಲಿಲ್ಲ. ಅವರನ್ನು ಬಲವಂತವಾಗಿ ಕಾರ್ಯಕ್ರಮದಲ್ಲಿ ಭಾಗವಹಿಸಲು ಕೂರಿಸಲಾಗಿತ್ತು. ಶಿಕ್ಷಣ ಸಚಿವ ಸನತ್ ಕುಮಾರ್, ಶಾಸಕ ರಮೇಶ್ಚಂದ್ರರು ಆಗಲೇ ಬಂದು ನಮ್ಮ ಹಾದಿಯನ್ನೇ ಕಾಯುತ್ತಿದ್ದರು. ಅಭ್ಯಾಗತರನ್ನು ವಿದ್ಯಾರ್ಥಿಗಳೇ ವಾದ್ಯಗಳನ್ನು ನುಡಿಸುತ್ತಾ ನಮ್ಮನ್ನು ಸಭಾಂಗಣಕ್ಕೆ ಕರೆದೊಯ್ದರು.

ಮೊದಲು ಸ್ವಾಗತ ಭಾಷಣವಾಯಿತು. ನಂತರ ದೀಪ ಬೆಳಗಿಸಿ ಕಾರ್ಯಕ್ರಮದ ಉದ್ಘಾಟನೆ, ನಂತರ ವಾಸುವೇ ಅಭಿನಂದನಾ ಭಾಷಣ ಮಾಡಿದ.

ಬರೀ ಹೊಗಳಿಕೆಯೇ ತುಂಬಿದ್ದ ಅವನ ಮಾತಿನಲ್ಲಿ ನನ್ನ ಕುರಿತು ಗೌರವ ತುಂಬಿ ತುಳುಕುತ್ತಿತ್ತು. ಯಾವುದೋ ನಾಟಕದ ಪಾತ್ರಧಾರಿಯೊಬ್ಬ ಬಂದು ತನ್ನ ಮಾತುಗಳನ್ನೊಪ್ಪಿಸುವಂತೆ ಅವನು ಮಾತನಾಡುತ್ತಿದ್ದ. ಅವನ ಮಾತುಗಳಲ್ಲಿ ಒಂದಾದರೂ ಸತ್ಯವಿತ್ತೇ...? ಹೋಗಲೀ, ತನ್ನ ಬಗ್ಗೆ ಆದರ ಇತ್ತೇ...? ಇದು ಎಲ್ಲರ ಸಮ್ಮುಖದಲ್ಲಿ ಶ್ರೇಷ್ಠತೆಯನ್ನು ಮೆರೆಸುವ ಚಾಳಿಯ ಒಂದು ರೂಪವಾಗಿತ್ತು. ಇಷ್ಟು ದೊಡ್ಡ ಸಂಸ್ಥೆ ನಡೆಸುವ ಇವನು ತುಂಬಿಕೊಂಡಿದೆ ಎಂದು ತೋರಿಸಿಕೊಳ್ಳಲು ಮಾಡುವ ಈ ಪ್ರದರ್ಶನ, ಒಣ ಪ್ರತಿಷ್ಠೆ ಎಲ್ಲವೂ ಹಾಸ್ಯಾಸ್ಪದ... ಹಾಗೆ ನೋಡಿದರೆ ಒಳಗಿನಿಂದ ಬರೀ ಪೊಳ್ಳು...! ಎಷ್ಟು ಖಾಲಿ...!

ತನ್ನ ಬಗ್ಗೆ ಬರೀ ಅಸಮಾಧಾನ ಮತ್ತು ಆಕ್ಷೇಪಗಳೇ ತುಂಬಿರುವ ಇವನು ತನ್ನ ನಿಷ್ಠೆ, ಘನತೆ ಮತ್ತು ಸೇವಾ ಮನೋಧರ್ಮವನ್ನು ಕೂಡಾ ಬರೀ ಜಾಹೀರಾತಿನಂತೆ ಬಳಸಿಕೊಳ್ಳುವ ಒಬ್ಬ ವ್ಯವಹಾರಸ್ಥನ ಹೊರತಾಗಿ ತನಗೆ ಬೇರೇನೂ ಕಾಣುವುದಿಲ್ಲ. ದ್ರೋಣ ಕೂಡಾ ಅಶ್ವತ್ಥಾಮನ ಸಲುವಾಗಿ, ಕೌರವರ ಕಡೆಗೆ ಅವಡುಗಚ್ಚಿ ನಿಲ್ಲಬೇಕಾಯಿತು. ಎಷ್ಟೇ ಆದರೂ ಪುತ್ರಮೋಹ ಬಾಧಿಸಿತ್ತು. ತನಗೂ ಮೋಹವಲ್ಲದೇ ಹೋದರೂ ಸಮಾಜದ ರೀತಿಯಂತೆ

ಇರುವ ಒಬ್ಬ ಪುತ್ರನ ಜೊತೆಗೆ ನಿಲ್ಲಬೇಕಿತ್ತು. ತಾನು ಎಲೆಯ ಮೇಲಿನ ಹನಿ ನೀರಿನಂತೆ ಅಂಟಿಯೂ ಅಂಟದಂತಿದ್ದೆ. ಬಿಸಿಲಿಗೆ ಕರಗುವ ತನಕವೋ, ಅಥವಾ ತನ್ನ ಭಾರವೇ ಹೆಚ್ಚಾಗಿ ಜಾರಿ ಬೀಳುವ ತನಕವೋ... ಸಹನೆ ಸೋಲದಂತೆ ಅಲ್ಲಿ ಉಳಿಯಲೇ ಬೇಕಿತ್ತು. ಈ ಎಲ್ಲ ಬೂಟಾಟಿಕೆಯ ಪಾತ್ರಧಾರಿಯಾಗಲೇ ಬೇಕಿತ್ತು.

ಸಚಿವ ಸನತ್ ಕೂಡಾ ನನ್ನ ಬಗ್ಗೆ ಒಂದಷ್ಟು ಕೊಂಡಾಡಿದರು. ಮಗ ವಾಸು ನನ್ನ ಶಿಷ್ಯನಾಗಿಯೂ, ಅವನೇ ಅಪ್ಪನ ಅಭಿನಂದನಾ ಪತ್ರ ಓದುವಂತಾಗಿದ್ದು ಬಹಳ ಅಪರೂಪ ಮತ್ತು ಸ್ವಾರಸ್ಯಕರ ಸಂಗತಿ ಎಂದು ಬಣ್ಣಿಸಿದ. ಅಲ್ಲದೇ ಒಂದೇ ಸೂರಿನಡಿಯಲ್ಲಿ ಮೂರು ತಲೆಮಾರಿನವರು ಒಂದೇ ಸಂಸ್ಥೆಗೆ ಮುಡಿಪಾಗಿರುವುದು ಅಪರೂಪವೆಂದೇ ಹೇಳಿದ.

"ಇಲ್ಲಿ ಒಂದು ವಿಶೇಷವಾದ ಸಂದರ್ಭಕ್ಕೆ ನಾವು ಸಾಕ್ಷಿಯಾಗಿದ್ದೇವೆ ವಿದ್ಯಾರ್ಥಿ ಬಂಧುಗಳೇ... ಇಲ್ಲಿ ನಮ್ಮ ನಡುವೆ ಇದೇ ಅಕಾಡೆಮಿಯ ಸಂಸ್ಥಾಪಕರೂ, ರಾಜ್ಯೋತ್ಸವ ಪ್ರಶಸ್ತಿ ವಿಜೇತರಾದ ಮಾನ್ಯಶ್ರೀ. ರಾಘವೇಂದ್ರರನ್ನು ನಾವು ಸನ್ಮಾನಿಸುತ್ತಿದ್ದೇವೆ... ಈ ಸಂಸ್ಥೆಯ ನಿರ್ವಹಣಾಧಿಕಾರಿಯಾದ ವಾಸುದೇವ ಕೂಡ ನಮ್ಮ ಜೊತೆ ಇದರಲ್ಲಿ ಪಾಲ್ಗೊಳ್ಳುತ್ತಿದ್ದಾರೆ... ಅಲ್ಲದೇ ವಾಸುದೇವರ ಸುಪುತ್ರ ಆದರ್ಶ ಕೂಡಾ ಇದೇ ಸಂಸ್ಥೆಯ ವಿಜ್ಞಾನ ವಿಭಾಗದ ವಿದ್ಯಾರ್ಥಿ... ಈ ಮೂರು ತಲೆಮಾರಿನವರೂ ಕೂಡಾ ಆದರ್ಶ ಸಂಸ್ಥೆಯಲ್ಲಿ ಸಹಭಾಗಿಗಳಾಗಿದ್ದಾರೆ... ಇದು ಅತ್ಯಂತ ಅಪರೂಪದ ಸನ್ನಿವೇಶ... ಆದರ್ಶ ವೇದಿಕೆಗೆ ಬರಬೇಕು... ಹಾಗೇ ವಾಸುದೇವರ ಧರ್ಮಪತ್ನಿಯಾದ ಶ್ರೀಮತಿ ಮೀರಾ ಅವರು ಕೂಡಾ ವೇದಿಕೆ ಬರಬೇಕು..." ಎಂದು ಆಹ್ವಾನಿಸಿದ. ಮೀರಾ ಮತ್ತು ಆದರ್ಶ ಸಭೆಯಿಂದ ಎದ್ದು ವೇದಿಕೆಗೆ ಬಂದರು. ಅಷ್ಟೂ ವಿದ್ಯಾರ್ಥಿಗಳು, ಅಕಾಡೆಮಿಯ ವಿವಿಧ ಹುದ್ದೆಯಲ್ಲಿರುವವರ ಸಮ್ಮುಖದಲ್ಲಿ ನನಗೆ ಸನ್ಮಾನ ನಡೆಯಿತು. ಹಾರ, ಪೇಟ, ಫಲಕ, ಹೂ ಮಾಲೆ, ಹಣ್ಣು... ಇತ್ಯಾದಿಗಳನ್ನು ನೀಡಿ ಗೌರವಿಸಲಾಯಿತು.

ನಂತರ ನನ್ನನ್ನು ಮಾತನಾಡಲು ಆಹ್ವಾನಿಸಿದರು.

ಎದುರು ಕಣ್ಣು ಹಾಯಿಸಿದಾಗ ಸಹಸ್ರಾರು ಸಂಖ್ಯೆಯ ವಿದ್ಯಾರ್ಥಿಗಳ ನೋಟ ನನ್ನ ಮೇಲೆ ನೆಟ್ಟಿದೆ. ಅವರೆಲ್ಲರೂ ನಮ್ಮ ದೇಶದ ಮುಂದಿನ ಭವಿಷ್ಯ. ಅಷ್ಟೂ ಕಣ್ಣುಗಳಲ್ಲಿ ಏನೋ ತುಡಿತವಿದೆ... ಏನೋ ಸಾಧಿಸಬೇಕು ಎನ್ನುವ ಒಂದು ಹಂಬಲವಿದೆ, ಛಲವಿದೆ. ಆದರೆ ಇನ್ನೂ ಯಾವ ಕಪಟತನದ ಸೋಂಕಿಲ್ಲ. ಶುದ್ಧವಾದ ಬಿಳಿ ಹಾಳೆಯಂಥ ಪರಿಶುದ್ಧ ಮನಸ್ಸುಗಳೇ ಇವೆಲ್ಲ. ನಾವು ಏನು ತುಂಬಲೆತ್ನಿಸುತ್ತೇವೋ ಆ ಹಾಳೆಯಲ್ಲಿ ಅದು ಆವರಿಸಿಕೊಳ್ಳುತ್ತದೆ. ವಾಸುವಿನ ದೃಷ್ಟಿಯಲ್ಲಿ ಇವರೆಲ್ಲರೂ ಕೇವಲ ಗ್ರಾಹಕರ

ಹೊರತಾಗಿ ಬೇರೇನೂ ಇಲ್ಲ. ಇವರೆಲ್ಲರೂ ಇಲ್ಲಿ ದೊಡ್ಡ ಮೊತ್ತದ ಶುಲ್ಕ ಕಟ್ಟಿಕೊಂಡು ಒಂದು ಪದವಿಪೂರ್ವ ಶಿಕ್ಷಣದ ಪತ್ರ ಪಡೆದು ಹೋಗುತ್ತಾರೆ. ಇವರೆಲ್ಲರನ್ನೂ ಪಳಗಿಸಿ ಈ ಖಾಲಿ ಮನಸ್ಸುಗಳಲ್ಲಿ ಶಿಕ್ಷಣದ ಹೆಸರಿನಲ್ಲಿರುವ ಅಷ್ಟೂ ಪಾಠಗಳನ್ನು ತುಳುಕುವ ತನಕವೂ ತುಂಬಿ, ಹೇರಿ ಇವರು ತರುವ ಉನ್ನತ ಫಲಿತಾಂಶವನ್ನು ತಮ್ಮ ಹೆಗ್ಗಳಿಕೆಯಾಗಿ ಗುರುತಿಸಿಕೊಂಡು ಮತ್ತಷ್ಟು ವಿದ್ಯಾರ್ಥಿಗಳನ್ನು ಸೆಳೆಯಲು ದಾರಿಯಾಗುತ್ತದೆ. ಈ ಕ್ರಮ ಪ್ರತೀ ವರ್ಷ ಹೀಗೇ ನಡೆಯುತ್ತಿದೆ. ಈ ಸಂಸ್ಥೆಯಲ್ಲಿ ಕಲಿಯುವ ವಿದ್ಯಾರ್ಥಿಗಳಾಗಲಿ, ಬೋಧಿಸುವ ಅಧ್ಯಾಪಕರಾಗಲೀ ಅವರಿಗೆ ದೊಡ್ಡ ಬದ್ಧತೆ ಇರಬೇಕು. ಇಲ್ಲಿನ ಉಪನ್ಯಾಸಕರಿಗೂ ಒಳ್ಳೆಯ ಸಂಬಳ ನೀಡಿ ಇಡಲಾಗುತ್ತದೆ. ಅಷ್ಟೇ ಕಟ್ಟುನಿಟ್ಟಾಗಿ ಸಂಸ್ಥೆ ಅವರನ್ನು ದುಡಿಸಿಕೊಳ್ಳುತ್ತದೆ. ಅವರಿಗೆ ರಜೆ ಹಾಕುವಂತಿಲ್ಲ. ನಡುವಲ್ಲಿ ಸಂಸ್ಥೆಯನ್ನು ಯಾವುದೇ ಕಾರಣಕ್ಕೂ ಬಿಟ್ಟು ಹೋಗುವಂತಿಲ್ಲ. ಈ ರೀತಿಯ ಕರಾರುಗಳನ್ನು ಹಾಕಿಯೇ ಕೆಲಸಕ್ಕೆ ಸೇರಿಸಿಕೊಳ್ಳಲಾಗುತ್ತದೆ. ಹಣದ ಆಮಿಷಕ್ಕೆ ಬಂದು ಇಲ್ಲಿ ಸಿಲುಕಿದ ಬಳಿಕವೇ ಇಲ್ಲಿನ ಕಷ್ಟ ಗೊತ್ತಾಗುತ್ತದೆ. ಇನ್ನು ವಿದ್ಯಾರ್ಥಿಗಳ ಮನಸ್ಥಿತಿಯಂತೂ ಹೇಳತೀರದು. ಬೆಳಿಗ್ಗೆ ಬಂದು ಪಾಠಕ್ಕೆ ಕುಳಿತರೆಂದರೆ ಎಲ್ಲಾ ವಿಷಯಗಳ ಅಧ್ಯಾಪಕರು ಬಂದು ಹೇಳಿದ್ದನ್ನು ಮನಸ್ಸಿಗೆ ದಾಖಲಿಸಿಕೊಳ್ಳಬೇಕು. ಮಧ್ಯೆ ಮಧ್ಯೆ ಅಚ್ಚರಿಯ ಪರೀಕ್ಷೆಗಳು ಕೇವಲ ಅವರ ಸ್ಥಿತಪ್ರಜ್ಞತೆ ಮತ್ತು ಅವರು ಎಷ್ಟು ಪಾಠಗಳಲ್ಲಿ ತಮ್ಮನ್ನು ತಾವು ತೊಡಗಿಸಿಕೊಂಡಿದ್ದಾರೆಂದು ಪರೀಕ್ಷಿಸಲು. ಅದರಲ್ಲಿ ಅನುತ್ತೀರ್ಣರಾದರೆ ಆ ಪ್ರಶ್ನೆಗೆ ಉತ್ತರವನ್ನು ನೂರು ಸಾರಿಯೋ, ಇನ್ನೂರು ಸಲವೋ ಬರೆಯುವ ಶಿಕ್ಷೆ. ಅದಕ್ಕೆ ಹೆದರಿ ಮಕ್ಕಳು ಕುದುರೆ ಕಣ್ಣಿಗೆ ಪಟ್ಟಿ ಕಟ್ಟಿದಂತೆ ಬೇರೆ ಕಡೆಗೆ ಲಕ್ಷ್ಯವೇ ವಹಿಸದೇ ಪಾಠವನ್ನು ಹೀರಿಕೊಳ್ಳುತ್ತಾರೆ. ಇದೆಲ್ಲವೂ ಮುಂದಿನ ಭವಿಷ್ಯದ ಉನ್ನತಿಗಾಗಿ ಎಂದು ಎಲ್ಲವನ್ನೂ ಸಹಿಸಿಕೊಳ್ಳಲಾಗುತ್ತದೆ. ಇಲ್ಲಿನ ಪರಿಸ್ಥಿತಿ ನೋಡಿದರೆ ಇವರಿಗೆ ಹಾರಲು ರೆಕ್ಕೆಗಳನ್ನು ಬೆಳೆಸುವಲ್ಲಿ ಸಹಕಾರಿಯಾಗುತ್ತಿದೆಯೋ ಅಥವಾ ಇರುವ ರೆಕ್ಕೆಗಳನ್ನು ಶಿಕ್ಷಣದ ಹೆಸರಿನಲ್ಲಿ ಮುದುರಿಸಿ ಕಟ್ಟಿ ಹಾಕಲಾಗಿದೆಯೋ ಎಂದು ಅರ್ಥವಾಗುತ್ತಿಲ್ಲ.

ವಾಸು ಬರುವಾಗ ಎಚ್ಚರಿಸಿದ್ದು ನೆನಪಾಯಿತು. ದ್ರೋಣನ ನೆನಪಾಯಿತು. ಕೌರವನ ಪಕ್ಷದಲ್ಲೇ ಇದ್ದು ತನ್ನ ಇಷ್ಟವಾದವರ ಮುಂದೆ ಅವನು ಶಸ್ತ್ರವನ್ನೆತ್ತಿದ್ದ. ಅದು ಅವನ ಸಂದಿಗ್ಧತೆಯಾಗಿತ್ತು. ಎಲ್ಲಾ ವಿದ್ಯಾರ್ಥಿಗಳು ಕುತೂಹಲದಿಂದ ನನ್ನ ಮೇಲೆ ನೋಟ ನೆಟ್ಟು ಕುಳಿತಿದ್ದರು.

"ಈ ಸಂಸ್ಥೆಗೆ ಹೆಸರು ತರುವಂತೆ ಕಲಿಯಿರಿ... ಈ ಎರಡು ವರ್ಷಗಳು ನಿಮ್ಮ ಬದುಕಿನಲ್ಲಿ ಕೇವಲ ಶಿಕ್ಷಣಕ್ಕೆ ಮೀಸಲಾಗಿಡಿ... ಇದು ನಿಮ್ಮ ಮುಂದಿನ ಬದುಕಿಗೆ ಅಡಿಪಾಯವಾಗುತ್ತದೆ... ವೃತ್ತಿಶಿಕ್ಷಣ ನಮ್ಮ ಭವಿಷ್ಯಕ್ಕೆ ಎಷ್ಟು

ಅನಿವಾರ್ಯವಾಗಿದೆ ಎಂದು ನಿಮಗೆಲ್ಲರಿಗೂ ಗೊತ್ತಿದೆ... ನಮ್ಮ ಆದರ್ಶ ಸಂಸ್ಥೆ ಅದಕ್ಕೆ ಎಷ್ಟು ಒತ್ತು ನೀಡಿಕೊಂಡು ಬಂದಿದೆ ಎಂದು ನಿಮಗೆಲ್ಲಾ ಗೊತ್ತಿದೆ..."

ನಾನು ನನ್ನದಲ್ಲದ ಮಾತುಗಳನ್ನು ಆಡುತ್ತಿದ್ದೇನೆ. ಒಳಗೆ ಅಂತರಾತ್ಮ ಗಹಗಹಿಸಿ ನಗುತ್ತಿದೆ. ಅಷ್ಟೂ ಮಕ್ಕಳ ಕಣ್ಮುಂದೆ ಬೆತ್ತಲಾಗಿ ನಿಂತಂತೆ ನಾಚುತ್ತಿದ್ದೇನೆ. ಅವರೆಲ್ಲರ ಎದುರು ಕುಬ್ಜನಾಗುತ್ತಿರುವಂತೆ ಭಾಸ. ಕಟುಕನ ಮನೆಯಲ್ಲಿರುವ ಗಿಳಿ ಅವನದ್ದೇ ಭಾಷೆ ಉಲಿದಂತೆ ನಾನೂ ಮಾತನಾಡುತ್ತಿದ್ದೇನೆ. ಇದು ನನ್ನ ಮಾತಲ್ಲ. ನನ್ನ ಆತ್ಮಸಾಕ್ಷಿಯ ಕೊಲೆ ಮಾಡಿಕೊಂಡು ನಾನೇಕೆ ಹೀಗೆ ಆಡುತ್ತಿದ್ದೇನೆ.

ಒಂದು ಕ್ಷಣ ಕಣ್ಮುಚ್ಚಿದೆ. ವಾಸು ಎದ್ದು ನೀರಿನ ಬಾಟಲಿ ಹಿಡಿದು ತಂದು ಅದರ ಮುಚ್ಚಳ ತೆರೆದು ಕೊಟ್ಟ.

"ಆಗದಿದ್ರೆ ಸಾಕು ಬಿಡಿ..." ಎಂದು ನನಗೆ ಮಾತ್ರ ಆಲಿಸುವಂತೆ ಪಿಸುಗುಟ್ಟಿದ.

ನೀರು ಕುಡಿದ ನಂತರ ಮಕ್ಕಳ ಕಡೆಗೆ ನೋಡುತ್ತ ನುಡಿದೆ, " ಇಲ್ಲಿ ಕಲಿಯುವ ಶಿಕ್ಷಣದ ಜೊತೆಗೆ ಬದುಕಿನಲ್ಲಿ ಕಲಿಯಬೇಕಾದ ಮತ್ತೊಂದು ಶಿಕ್ಷಣವೆಂದರೆ ನೈತಿಕ ಶಿಕ್ಷಣ. ಅದನ್ನು ನೀವು ಪ್ರಾಥಮಿಕ ಶಾಲೆಯ ಹಂತಗಳಲ್ಲಿ ಕಲಿತಿರಬಹುದು... ಬದುಕಿನಲ್ಲಿ ನೈತಿಕತೆ ಕೂಡಾ ಅಷ್ಟೇ ಮುಖ್ಯ... ಅದನ್ನು ಕೂಡಾ ಜೀವನದಲ್ಲಿ ಅಳವಡಿಸಿಕೊಳ್ಳಿ... ಶಿಕ್ಷಣದ ಜೊತೆಗೆ ಉನ್ನತ ಸಂಸ್ಕಾರ ಕಲಿತಾಗ ಮಾತ್ರ ನಿಮ್ಮ ವ್ಯಕ್ತಿತ್ವ ಹರಳುಗಟ್ಟುತ್ತದೆ... ಜೀವನದ ಮೌಲ್ಯಗಳನ್ನು ಅರ್ಥ ಮಾಡಿಕೊಳ್ಳಿ... ಆಗ ನಿಮ್ಮೆಲ್ಲರ ಬದುಕು ಸುಂದರವಾಗುತ್ತದೆ... ನಿಮ್ಮೆಲ್ಲರಿಗೂ ಶುಭವಾಗಲಿ..." ಎಂದು ಮಾತು ಮುಗಿಸಿದೆ.

ನಂತರ ಶಾಸಕ ರಮೇಶ್ಚಂದ್ರ ಮಾತನಾಡಿದರು. ಭಾವಚಿತ್ರ ತೆಗೆಯುವ ಕಾರ್ಯಕ್ರಮವೂ ಮುಗಿಯಿತು. ಎಲ್ಲವೂ ಔಪಚಾರಿಕ ರೀತಿಯಲ್ಲಿ ಜರುಗಿತು.

ವಾಸು ಅಲ್ಲೇ ಉಳಿದರೆ ನಾನು ಮತ್ತು ಮೀರಾ ಮನೆಗೆ ಹೊರಟೆವು.

ಮಕ್ಕಳನ್ನುದ್ದೇಶಿಸಿ ನೈತಿಕ ಶಿಕ್ಷಣದ ಮೌಲ್ಯವನ್ನು ಹೇಳಿದ ನಾನು ಆ ಮಾತು ವಾಸುವಿಗೆ ಅನ್ವಯಿಸಿಯೇ ಹೇಳಿದ್ದೆ. ಅಲ್ಲಿದ್ದ ಮಕ್ಕಳೂ, ವೇದಿಕೆಯ ಮೇಲಿದ್ದ ಅಭ್ಯಾಗತರಿಗೂ ನನ್ನ ದೃಷ್ಟಿಯಲ್ಲಿ ಏನೂ ವ್ಯತ್ಯಾಸವಿರಲಿಲ್ಲ. ನೈತಿಕತೆ ಎನ್ನುವುದನ್ನು ಗಾಳಿಗೆ ತೂರಿ ವಾಸು ಯಾವುದೋ ಮರೀಚಿಕೆಯ ಬೆನ್ನಟ್ಟಿದಂತೆ ಓಡುತ್ತಿದ್ದಾನೆ.

ಆ ಓಟ ಎಲ್ಲಿಯವರೆಗೋ, ಕಾಲವೇ ನಿರ್ಧರಿಸಬೇಕಿದೆ.

ಅಧ್ಯಾಯ-9

ನಮ್ಮ ಮದ್ದೂರಿನ ಶಾಲೆಯ ಹಳೇ ವಿದ್ಯಾರ್ಥಿ ಸಂಘದ ವಿದ್ಯಾರ್ಥಿಗಳೆಲ್ಲರೂ ಸೇರಿ ರಾಜ್ಯೋತ್ಸವ ಪ್ರಶಸ್ತಿ ಪಡೆದ ಕಾರಣಕ್ಕೆ ಒಂದು ಅಭಿನಂದನಾ ಕಾರ್ಯಕ್ರಮ ಇಟ್ಟುಕೊಂಡಿದ್ದರು. ನಾನು ಮೊದಲು ಒಪ್ಪಲಿಲ್ಲ. ಮೊದಲೇ ಒಲ್ಲದ ವಿಷಯ. ಮತ್ತೂ ಅದನ್ನು ವಿಜೃಂಭಿಸುವುದೆಂದರೆ ನನಗೆ ನಾನೇ ಅವಮಾನ ಮಾಡಿಕೊಂಡಂತೆ ಎಂಬುದು ನನ್ನ ಅಭಿಮತವಾಗಿತ್ತು. ಆದರೆ ಈ ವಿದ್ಯಾರ್ಥಿಗಳು ಬಿಡಬೇಕಲ್ಲ, ಮತ್ತೆ ಮತ್ತೆ ಕರೆ ಮಾಡಿ ಒಪ್ಪಿಸಿದರು. ಯಾರ್ಯಾರೋ ಮತ್ತೆ ಮತ್ತೆ ಕರೆ ಮಾಡಿ ಕಡೆಗೆ ವಾಸುವಿನ ಮೂಲಕ ಒತ್ತಡ ಹೇರಿದ ಬಳಿಕ ಇನ್ನು ತಪ್ಪಿಸಿಕೊಳ್ಳಲು ಸಾಧ್ಯವೇ ಇಲ್ಲವೆಂದು ಅರಿವಾದ ಮೇಲೆ ಒಪ್ಪಲೇ ಬೇಕಾಯಿತು. ಅದಕ್ಕೆ ಮೂಲ ಕಾರಣವೆಂದರೆ ಕಾರ್ಯಕ್ರಮ ಅತ್ಯಂತ ಸರಳವಾಗಿಯೂ, ವಿನೂತನವಾಗಿಯೂ, ಮತ್ತೆ ನಾನು ಕಲಿಸಿದ ಮದ್ದೂರಿನ ಶಾಲೆಯಲ್ಲೇ ನಡೆಯುವುದೆಂದು ತೀರ್ಮಾನವಾಗಿತ್ತು. ನಾನು ಪಾಠ ಮಾಡಿದ ಶಾಲೆ ಈಗ ಹೇಗಿದೆ ಎಂದು ನೋಡುವ ಕುತೂಹಲ ನನಗೂ ಇತ್ತು. ಎಷ್ಟೋ ಹಳೆಯ ನೆನಪುಗಳು ಲಗ್ಗೆ ಇತ್ತು ಮನಸ್ಸನ್ನು ಮುದಗೊಳಿಸಿತು. ದೀಪಾವಳಿ ಹಬ್ಬ ಕಳೆದ ನಂತರ ಸಮಾರಂಭವಿತ್ತು.

ಮನೆಯಲ್ಲಿ ದೀಪಾವಳಿ ಅತ್ಯಂತ ಸರಳವಾಗಿ ಜರುಗಿತು. ಮನೆ ಎಷ್ಟೇ ದೊಡ್ಡದಿದ್ದರೂ ಸಂಭ್ರಮಕ್ಕೆ ಬರವಿತ್ತು. ಸಂತೋಷದ ಬೆಳಕಿರದ ಮಬ್ಬು, ಮನೆಯಲ್ಲಿ ಆವರಿಸಿತ್ತು. ಯಾರಿಗೂ ಯಾವುದೇ ಸಂಭ್ರಮವನ್ನು ಆನಂದಿಸುವ ಮನಸ್ಥಿತಿ ಇರಲಿಲ್ಲ. ವಾಸು ತನ್ನದೇ ಲೋಕದಲ್ಲಿ ಮುಳುಗಿರುತ್ತಿದ್ದ. ಅವನ ಆದ್ಯತೆಗಳು ಮನೆಯ ಹೊರಗಿನ ಸಂಗತಿಗಳೇ ಬಲವಾಗಿತ್ತು. ರಾತ್ರಿ ತಂಗಲು ಒಂದು ನೆಲೆ ಎಂಬಂತೆ ಅವನ ಪಾಲಿಗೆ ಈ ಮನೆ ತಂಗುದಾಣದಂತಾಗಿತ್ತೇ ಹೊರತು ಅದಕ್ಕಿಂತ ಹೆಚ್ಚಿನದೇನೂ ಇರಲಿಲ್ಲ. ಭವ್ಯತೆ, ಕೆಲಸಕ್ಕೆ ಜನ,

ಮನೆಯ ಆವರಣದಲ್ಲಿ ಮೂರು ಕಾರುಗಳು... ಮನುಷ್ಯ ತೋರಿಕೆ ಮಾಡಲು ಬದುಕುತ್ತಾರೋ ಅಥವಾ ಅದನ್ನು ಬಾಳಲೋ ಎಂದೇ ಅರ್ಥವಾಗುವುದಿಲ್ಲ. ಪುರೋಹಿತರು ಬಂದು ಪೂಜೆ ಮುಗಿಸಿ ಎದ್ದರೂ ವಾಸುವಿಗೆ ಪೂಜೆಯಲ್ಲಿ ಭಾಗವಹಿಸಲು ಬಿಡುವು ದೊರೆತಿರಲಿಲ್ಲ. ಆದರ್ಶ ಆರತಿಯ ಸಮಯಕ್ಕೆ ಮಾತ್ರ ಔಪಚಾರಿಕವಾಗಿ ಬಂದು ಕೈ ಮುಗಿದು ನಿಂತು ಮತ್ತೆ ಕೋಣೆ ಸೇರಿಕೊಂಡಿದ್ದ. ಇನ್ನು ಮೀರಾ ವಿಧಿ ಇಲ್ಲದೇ ಎಲ್ಲವನ್ನೂ ನಿರ್ವಹಿಸಿದರೂ ಈ ಸಲದ ದೀಪಾವಳಿಯಲ್ಲಿ ಅವಳ ಮುಖದ ಮೇಲೆ ಸಂಭ್ರಮದ ಬೆಳಕು ಮೂಡಿರಲಿಲ್ಲ. ಇಡೀ ಮನೆಯಲ್ಲಿ ದೀಪಗಳು ಬೆಳಗಿದರೂ ಮನದಲ್ಲೇನೋ ಅಂಧಕಾರ ಕವಿದಂತೆ ಮಂಕಾಗಿತ್ತು. ನನಗೂ ವಾಸುವನ್ನು ಕರೆದು ಏನೂ ಹೇಳುವ ಸಾಹಸ ಮಾಡಲು ಆಗಲಿಲ್ಲ. ಈಗಂತೂ ಅವನು ಮಾತನಾಡಲು ಯಾವುದೇ ರೀತಿಯ ಅಳುಕು ಪಡುತ್ತಿರಲಿಲ್ಲ. ಮುಖದ ಮೇಲೆ ಹೊಡೆದಂತೆ ನಿಷ್ಠೂರವಾಗಿ ಮಾತನಾಡುತ್ತಿದ್ದ. ಅವನೇನೇ ಅಂದರೂ ಈಗ ಸಹಿಸುವ ಮನ:ಶಕ್ತಿ ನನ್ನಲ್ಲಿ ಉಳಿದಿರಲಿಲ್ಲ. ಹಾಗಾಗಿ ಯಾರ ಪರವಾಗಿಯೂ ಮಾತನಾಡದೇ ಪ್ರಸಾದ ಸ್ವೀಕರಿಸಿ ಮೌನವಾಗಿ ನಾನೂ ನನ್ನ ಕೋಣೆಯನ್ನು ಸೇರಿಕೊಂಡಿದ್ದೆ.

***

ಮದ್ದೂರಿನ ಶಾಲೆಯಲ್ಲಿ ಕಳೆದ ಅಧ್ಯಾಪಕ ವೃತ್ತಿಯ ದಿನಗಳು ನನ್ನ ಪಾಲಿಗೆ ಸುವರ್ಣ ದಿನಗಳು. ಸಣ್ಣ ಶಾಲಾ ಕಟ್ಟಡ. ಸ್ವಲ್ಪ ಹಳೆಯದ್ದೇ ಎನಿಸುವಂಥದ್ದು. ಸಣ್ಣ ಮೈದಾನ. ಮೈದಾನದ ಮುಂದೆ ಸಣ್ಣ ಧ್ವಜ ಸ್ತಂಭ. ಶಾಲೆಯ ಹಿಂಭಾಗದಲ್ಲಿ ಸಣ್ಣ ಶೌಚಾಲಯ. ಸಣ್ಣದಿದ್ದಷ್ಟೂ ಅದು ಆಪ್ತ ಮತ್ತು ಹೃದಯಕ್ಕೆ ಹತ್ತಿರ. ಹಾಗಾಗಿ ಪ್ರತೀ ಮಕ್ಕಳ ಕುರಿತು ಒಂದು ಚಿಕಿತ್ಸಕ ನೋಟ ಇಡಲು ಸಾಧ್ಯವಾಗಿತ್ತು. ಶಾಲೆಯ ತರಗತಿಗಳಿಗೆ ಸೂಕ್ತ ಪ್ರಮಾಣದ ಅನುಪಾತದಲ್ಲಿ ವಿದ್ಯಾರ್ಥಿಗಳಿರಲಿಲ್ಲ. ಹಾಗಾಗಿ ಹೆಚ್ಚಿನ ವಿದ್ಯಾರ್ಥಿಗಳ ಪರಿಚಯ, ಅವರ ಹಿನ್ನಲೆ ಎಲ್ಲಾ ಅಧ್ಯಾಕರಿಗೂ ಇರುತ್ತಿತ್ತು. ತನ್ನ ಶಿಷ್ಯರೆಂದರೆ ಅತೀವ ಮಮತೆ, ಅಷ್ಟೇ ಶಿಸ್ತು, ಒಂದು ಚೂರು ಕಠಿಣತೆ, ಮುಖ್ಯವಾಗಿ ಕಾಳಜಿ ಎಲ್ಲವೂ ತೋರಿಸುತ್ತಿದ್ದ ತಾನೆಂದರೆ ಮಕ್ಕಳಿಗೆ ವಿಶೇಷ ಪ್ರೀತಿ ಇತ್ತೆಂದು ನಾನೂ ಅರಿತುಕೊಂಡಿದ್ದೆ. ಅದೇಕೋ ಗೊತ್ತಿಲ್ಲ, ನನ್ನ ಪತ್ನಿ ತೆರಳಿದ ಬಳಿಕ ನನ್ನ ವಿದ್ಯಾರ್ಥಿಗಳೇ ನನ್ನ ಜಗತ್ತಾಗಿ ಬಿಟ್ಟಿತ್ತು. ಈಗ ಅವೇ ವಿದ್ಯಾರ್ಥಿಗಳು ನನ್ನ ಅಭಿನಂದನಾ ಸಮಾರಂಭವಿರಿಸಿಕೊಂಡಿದ್ದರು. ಯಾವುದೇ ಆಡಂಬರಕ್ಕೆ ಅವಕಾಶವಿಲ್ಲವೆಂದು ನಾನು ಸ್ಪಷ್ಟವಾಗಿ ಹೇಳಿ ಬಿಟ್ಟಿದ್ದೆ. ಧನಪಾಲನೇ ಇದೆಲ್ಲದರ ಮುಂದಾಳತ್ವ ವಹಿಸಿದ್ದ. ವಾಸುವಿಗೂ ಹೇಳಿ ಒಪ್ಪಿಸಿದ್ದ.

"ಮುಂಬೈನಿಂದ ಶ್ರೀನಿವಾಸ ಬರ್ತಿದ್ದಾನಂತೆ... ಅವನೇ ಇದೆಲ್ಲವನ್ನೂ ನಡೆಸ್ತಿರೋದು...ಧನಪಾಲ ಮೇಲ್ವಿಚಾರಣೆ ಅಷ್ಟೇ... ಏನು ಬೇಕಾದ್ರೂ ಮಾಡಿಕೊಳ್ಳಿ..." ಎಂದು ವಾಸು ತನಗೂ ಅದಕ್ಕೂ ಸಂಬಂಧವೇ ಇಲ್ಲವೆಂಬಂತೆ ಕೈಯ್ಯೆತ್ತಿ ಬಿಟ್ಟಿದ್ದ. ಶ್ರೀನಿವಾಸ ಯಾರೆಂದೇ ನೆನಪಿಗೆ ಬಂದಿರಲಿಲ್ಲ. ಧನಪಾಲ ವಾಸುವನ್ನೂ ಪ್ರತ್ಯೇಕವಾಗಿ ಆಹ್ವಾನಿಸಿದ್ದ. ಆದರೂ ವಾಸು ಬರುವ ಆಸಕ್ತಿಯೇನೂ ತೋರಿರಲಿಲ್ಲ.

ಕಾರ್ಯಕ್ರಮದ ಮುನ್ನಾ ದಿನ ಅವನನ್ನು ಕಾದು ಕೇಳಿದ್ದೆ, "ನೀನು ನಾಳೆ ಮದ್ದೂರಿಗೆ ಬರ್ತೀಯ ತಾನೇ...?" ಎಂದಾಗ,

"ಒಂದ್ಸಲ ನಮ್ಮ ಕಾಲೇಜಲ್ಲಿ ಮಾಡಿ ಆಯ್ತು ತಾನೇ...? ವರ್ಷ ಪೂರ್ತಿ ಅದೇ ಸಂಭ್ರಮ ಆಚರಿಸಲು ಸಾಧ್ಯ ಇಲ್ಲವಲ್ಲ ಅಪ್ಪ...? ನೀವು ಹೋಗಿದ್ದು ಬನ್ನಿ... ಡ್ರೈವರ್‌ಗೆ ಹೇಳ್ತೀನಿ..." ಎಂದು ನನ್ನೆದುರೇ ಚಾಲಕನನ್ನು ಕರೆದು ಎಲ್ಲಾ ಆದೇಶ ನೀಡಿದ್ದ.

ಅವನ ವರ್ತನೆ ಕಂಡಾಗಲೇ ಅವನು ಮರುದಿನ ಬರುವುದಿಲ್ಲವೆಂದು ಸ್ಪಷ್ಟವಾಗಿತ್ತು.

"ವಾಸು ಕೂಡಾ ಬಂದಿದ್ದರೆ ತುಂಬಾ ಚೆನ್ನಾಗಿತ್ತು... ನಮ್ಮ ಏಳನೇ ತರಗತಿಯ ಹೆಚ್ಚಿನ ವಿದ್ಯಾರ್ಥಿಗಳು ಭಾಗವಹಿಸುತ್ತಿದ್ದಾರೆ... ಅವರೆಲ್ಲರ ಜೊತೆ ವಾಸು ಕೂಡ ಬಂದರೆ... ನಮಗೆಲ್ಲ ಖುಷಿ..." ಎಂದು ಒತ್ತಿ ನುಡಿದಿದ್ದ. ನನಗೆ ವಾಸುವಿನ ನಿರ್ಧಾರ ಮೊದಲೇ ಗೊತ್ತಿದ್ದರೂ ಕೇಳಿದ್ದೆ. ಅವನು ಈಗ ನನ್ನ ಅಭಿಪ್ರಾಯವನ್ನು ಪುಷ್ಟಿಗೊಳಿಸಿದ್ದ.

ರಾತ್ರಿಯೆಲ್ಲಾ ಅರೆ ನಿದ್ದೆ. ಮದ್ದೂರಿನ ಶಾಲೆಯದ್ದೇ ಕನವರಿಕೆಗಳು. ಅಲ್ಲಿದ್ದ ಅಷ್ಟು ವರ್ಷಗಳು ಜೀವನದಲ್ಲಿ ಮರೆಯಲಾಗದಂಥವು. ಅಲ್ಲಿಂದ ವರ್ಗಾವಣೆ ಆಗುವಾಗ ವಿದ್ಯಾರ್ಥಿಗಳು ಎಷ್ಟು ಕಣ್ಣೀರು ಮಿಡಿದಿದ್ದರು. ಆ ದಿನವಂತೂ ನೆನೆದರೆ ಈಗಲೂ ಹೃದಯ ಭಾರವಾಗುತ್ತದೆ. ಎಲ್ಲಾ ಮಕ್ಕಳು ಸುತ್ತುವರೆದು ಏನೇನೋ ಪತ್ರ ಬರೆದು ಕೊಟ್ಟು, ನೆನಪಿನ ಕಾಣಿಕೆಗಳೆಂದು ಪುಟ್ಟ ಪುಟ್ಟ ವಸ್ತುಗಳನ್ನು ತಮ್ಮ ಪುಟ್ಟ ಪುಟ್ಟ ಕೈಗಳಿಂದ ನೀಡಿದ್ದರು. ಅವುಗಳ ಹಿಂದಿನ ಭಾವನೆಗಳು ನಿಜಕ್ಕೂ ಬೆಲೆ ಕಟ್ಟಲಾರದಂಥವು. ನಾನು ಎಷ್ಟೇ ಅವರೆದುರು ಸಂಯಮ ತೋರಿಸಿದರೂ ಅಲ್ಲಿನ ಆವರಣ ದಾಟಿದೊಡನೆ ನನ್ನ ದು:ಖದ ಕಟ್ಟೆಯೂ ಒಡೆದಿತ್ತು. ಮನೆಗೆ ಬಂದೊಡನೆ ಬಾಗಿಲು ಹಾಕಿಕೊಂಡು ಭೋರೆಂದು ಅತ್ತು ಬಿಟ್ಟಿದ್ದೆ. ಆ ವಿದ್ಯಾರ್ಥಿಗಳ ಪುಟ್ಟ ಮನಸ್ಸಿನಲ್ಲಿ ಎಷ್ಟು ದೊಡ್ಡ ಸ್ಥಾನ ನೀಡಿದ್ದರೆಂದು ಅವರ ಭಾವನಾತ್ಮಕ ಬೀಳ್ಕೊಡುಗೆಯೇ ಸಾಕ್ಷಿಯಾಗಿತ್ತು. ಆ ಪುಟ್ಟ ಪುಟ್ಟ ಮುಖಗಳು ಕಾಲದ ಚಕ್ರದಲ್ಲಿ ಹೇಗೆ ಬದಲಾಗಿವೆಯೋ...? ಯಾರ್‍ಯಾರು ಏನಾಗಿದ್ದಾರೋ...? ಆ ವಿದ್ಯಾರ್ಥಿಗಳ ಮನದಲ್ಲಿ ತನಗೆ ಈಗಲೂ

ಅದೇ ಸ್ಥಾನವಿರಬಹುದೇ...? ವಾಸುವಿನಂತೆ ಬದಲಾದ ಸ್ಥಿತ್ಯಂತರಗಳ ಹಾವಳಿಯಲ್ಲಿ ಆ ಪ್ರೀತಿ ಆದರ್ಶಗಳಿಗೆ ಕಿಲುಬು ಹಿಡಿದಿರಬಹುದೇ...? ಹೆಚ್ಚೇನೂ ನಿರೀಕ್ಷೆ ಇಟ್ಟುಕೊಳ್ಳದೇ ಹೋಗುವುದು ಒಳಿತು...' ಎನಿಸಿತ್ತು.

ಮದ್ದೂರು ತೊರೆದ ಬಳಿಕ ಮತ್ತೆಂದೂ ನಾನಲ್ಲಿ ಕಾಲಿರಿಸಿರಲಿಲ್ಲವಾದರೂ ಮನಸ್ಸಿನ ಆವರಣದಲ್ಲಿ ಆ ಶಾಲೆಗೆ ವಿಶೇಷವಾದ ಅಭಿಮಾನ ಇದ್ದೇ ಇತ್ತು. ಕಪಾಟಿನಲ್ಲಿ ಸ್ಮೃತಿಗಳಾಗಿ ಉಳಿದ ಕೆಲವು ವಸ್ತುಗಳನ್ನು ಒಂದು ಚೀಲದಲ್ಲಿ ತೆಗೆದಿರಿಸಿಕೊಂಡಿದ್ದೆ. ಬೆಳಗೆದ್ದು ಅದನ್ನು ಜಾಲಾಡಿ ಅದರಲ್ಲಿ ಕೆಲವು ಪತ್ರಗಳನ್ನು ಹೊರತೆಗೆದು ಓದಿದಾಗ ಮತ್ತೆ ಕಣ್ಣು ಮಂಜಾಗಿತ್ತು. ಅದೇ ಹಸಿ ನೆನಪುಗಳೊಡನೆ ಹಳೆಯ ಹೆಜ್ಜೆಗುರುತುಗಳನ್ನರಸಿಕೊಂಡು ಮತ್ತೆ ಮದ್ದೂರಿನ ಸೆಳೆತ ತೀವ್ರವಾಗಿತ್ತು.

ಕಾರ್ಯಕ್ರಮ ಬೇಡವೆಂದು ನಿರಾಕರಿಸಿದರೂ ಮದ್ದೂರಿಗೆ ಬೆಳಿಗ್ಗೆ ಅಣಿಯಾಗಿ ಹೊರಟಾಗ ಮನದಲ್ಲಿ ವಿಶೇಷ ಸಂಭ್ರಮ ಮನೆ ಮಾಡಿತ್ತು. ಕಾತುರತೆ ತೀವ್ರತರವಾಗಿದ್ದರಿಂದ ಪಯಣ ದೀರ್ಘ ಎನಿಸಿತ್ತು.

ಮದ್ದೂರಿನ ಶಾಲೆಯ ಆವರಣ ತಲುಪಿದೆ. ಕಾರಿನಿಂದ ಕೆಳಗಿಳಿದು ಸುತ್ತಲೂ ದಿಟ್ಟಿಸಿದೆ. ಮೈದಾನದ ಖಾಲಿಯಾಗಿತ್ತು. ಅಲ್ಲಲ್ಲಿ ಗಿಡಗಂಟಿಗಳು ಹುಲುಸಾಗಿ ಬೆಳೆದು ಅಲ್ಲಿ ಮಕ್ಕಳ ಹೆಜ್ಜೆ ಗುರುತುಗಳೇ ಇಲ್ಲದೇ ಅನಾಥವಾಗಿ ಕಂಡಿತ್ತು. ಶಾಲೆಯ ಕಟ್ಟಡವೂ ಬಣ್ಣ ಮಾಸಿ ಕಳೆಗುಂದಿತ್ತು. ಹೊರಗಿನ ಗಿಡ ಮರಗಳೆಲ್ಲವೂ ಒಣಗಿ ಜೀವ ಕಳೆಯೇ ಇಲ್ಲವೇನೋ ಎಂಬಂತೆ ಸೊರಗಿ ಹೋಗಿದ್ದವು. ಏಕೋ ಇದು ನಾನು ಕಲಿಸಿದ ಶಾಲಾ ಕಟ್ಟಡವೇ ಅಲ್ಲವೇನೋ ಎಂಬಂತೆ ಭಾಸವಾಗಿ ಕಳವಳಗೊಂಡೆ. ನಾನು ಬಂದ ಸಂಗತಿ ತಿಳಿದು ಶಾಲೆಯ ಪ್ರಾಂಶುಪಾಲರು ಧಾವಿಸಿ ಬಂದರು. ಕೈ ಮುಗಿದು ಕಟ್ಟಡದ ಒಳಗೆ ಕರೆದೊಯ್ದರು. ಒಳಗೆ ಆವರಣದಲ್ಲಿ ನಡೆಯುವಾಗ ಸುತ್ತಲೂ ಕಣ್ಣು ಹಾಯಿಸಿದರೆ, ಒಳಗೂ ಅದೇ ಸ್ಥಿತಿ. ಮಕ್ಕಳ ಸದ್ದೇ ಇರಲಿಲ್ಲ. ಶಾಲೆಯ ಛಾವಣಿಯ ಹಂಚುಗಳೆಲ್ಲವೂ ಒಡೆದು ಹೋಗಿ ಬಿಸಿಲು, ಮಳೆಯೆಲ್ಲಕ್ಕೂ ಅಹ್ವಾನಿಸುವಂತೆ ಆಕಾಶಕ್ಕೆ ತೆರೆದು ಕೊಂಡಿತ್ತು. ತರಗತಿಗಳ ಕಿಟಕಿಗಳ ಬಾಗಿಲುಗಳ ಗಾಜುಗಳು ಒಡೆದು ಹೋಗಿದ್ದರೆ ಕೆಲವು ನೇತಾಡುತ್ತಿದ್ದವು. ಒಟ್ಟಾರೆ ಮೇಲ್ನೋಟಕ್ಕೆ ದುರಸ್ಥಿ ಕಾಣದೇ ಯುಗವಾಯಿತೇನೋ ಎಂಬಂತಿದ್ದ ಶಾಲಾ ಕಟ್ಟಡ ಶಿಥಿಲಗೊಂಡು ಪಾಳು ಬಿದ್ದಂತಾಗಿತ್ತು.

ಪ್ರಾಂಶುಪಾಲರು ತಮ್ಮ ಕೊಠಡಿಗೆ ಕರೆದೊಯ್ದು ಕುಳ್ಳಿರಿಸಿದರು. ನನಗಂತೂ ಶಾಲೆಯ ದುರವಸ್ಥೆ ನೋಡಿ ತೀರಾ ಕೆಡುಕೆನಿಸಿ ಮಾತೇ ಬಾರದಂತಾಗಿತ್ತು. ಎಷ್ಟೊಂದು ಹುರುಪಿನಲ್ಲಿ ಬಂದ ನನಗೆ ಶಾಲೆಯ ಈ ಪರಿಸ್ಥಿತಿ ಕಂಡು ನೋವಾಗಿತ್ತು.

"ಏನ್ಸಾರ್... ಇದು ಶಾಲೆ ಹೀಗಾಗಿದೆ...? ಯಾಕೆ... ಯಾರೂ ಲಕ್ಷ್ಯ ಕೊಡುತ್ತಿಲ್ಲ... ಶಾಲೆ ರಿಪೇರಿ ಮಾಡಿಸದೇ ಯಾವ ಕಾಲವಾಯಿತು...?" ಎಂದು ಕಸಿವಿಸಿಯಿಂದ ಕೇಳಿದೆ.

ಪ್ರಾಂಶುಪಾಲ ಅಸಹಾಯಕತೆಯಿಂದ, "ಈಗ ಇಡೀ ಶಾಲೆಗೆ ಇಪ್ಪತ್ತು ಮಕ್ಕಳಿದ್ದರೆ ಹೆಚ್ಚು... ಅವೂ ಬಂದರೆ ಬಂದವು... ಇಲ್ಲವೆಂದರೆ ಇಲ್ಲ... ಅಧ್ಯಾಪಕರೂ ಇಲ್ಲ... ಹಾಗಾಗಿ ಸರಕಾರ ಅನುದಾನ ನೀಡಲು ಹಿಂದೇಟು ಹಾಕಿದೆ... ಬಹುಶ: ಈ ಶಾಲೆಯನ್ನು ಮುಚ್ಚುವ ಮನಸ್ಸು ಮಾಡುತ್ತಿದ್ದಾರೆ..." ಆತ ನೊಂದ ದನಿಯಲ್ಲಿ ನುಡಿದಾಗ ನನಗೂ ಅವರ ಸಂಕಟ ಅರಿವಾಯಿತು.

"ಕೆಲವು ಅನುದಾನಿತ ಶಾಲೆಗಳು ಹತ್ತಿರ ಇದೆ... ಅವು ಒಳ್ಳೆಯ ಶಿಕ್ಷಣ ನೀಡುತ್ತೆ... ಹಾಗಾಗಿ ಪೋಷಕರ ಆದ್ಯತೆ ಆ ಶಾಲೆಗಳಾಗಿವೆ... ನಾವು ಮಕ್ಕಳನ್ನು ಎಳೆದು ತರಲಂತೂ ಆಗುವುದಿಲ್ಲವಲ್ಲ... ಛಾವಣಿ ಜೋರು ಮಳೆ ಬಂದರೆ ಕುಸಿಯುವ ಭೀತಿ ಇದೆ... ನಾನೂ ಪತ್ರ ಬರೆದು, ಅಲೆದಾಡಿ ಸಾಕಾಗಿ ಹೋಯಿತು... ಇಲ್ಲಿನ ಮಂತ್ರಿಗಳನ್ನು ಕರೆಸಿ ಹೇಳಿ ಆಯಿತು... ಯಾವ ಪ್ರಯೋಜನವೂ ಆಗಲಿಲ್ಲ..." ವಾಸ್ತವದ ಪರಿಚಯ ತಿಳಿಸಿದರು.

ನಾನೂ ಏನೂ ಹೇಳಲು ತೋಚದೇ ಮೌನ ವಹಿಸಿದೆ.

ಅಂದು ಅಲ್ಲಿ ಕಾರ್ಯಕ್ರಮ ಇದೆ ಎನ್ನುವುದೇ ಮರೆತು ಹೋಗುವಂತಾಯಿತು. ಬಲೂನಿಂದ ಗಾಳಿ ತೆಗೆದಂಥ ಮನಸ್ಥಿತಿ ನನ್ನದಾಗಿತ್ತು. ಎಷ್ಟೊಂದು ಜೀವಕಳೆ ತುಂಬಿದ್ದ ಶಾಲೆ ಈಗ ಬಿಕೋ ಅನ್ನುತ್ತಿದೆ. ವ್ಯವಸ್ಥೆಗಳು ಏಕೆ ಹೀಗೆ ಕುಸಿಯುತ್ತಿದೆ...? ಆಂಗ್ಲ ಮಾಧ್ಯಮದ ಮೋಹದಲ್ಲಿ ಕನ್ನಡ ಶಾಲೆಗಳು ಹೀಗೆ ಅವಗಣನೆಗೆ ಒಳಗಾದರೆ ಮುಂದಿನ ದಿನಗಳು ಹೇಗಿರಬಹುದು...?

ಕಣ್ಣೆದುರಿನ ಬೋಳು ಮರ ಅಲ್ಲಿನ ಶಾಲೆಯ ಸ್ಥಿತಿಯ ಪ್ರತೀಕದಂತೆ ನಿಂತಿತ್ತು.

"ಬನ್ನಿ ಸಾರ್... ತರಗತಿಗೆ ಹೋಗೋಣ..." ಎಂದು ಎದ್ದು ಆತ ಮುಂದೆ ನಡೆದರೆ ನಾನು ಬೇಸರದಿಂದ ಭಾರವಾದ ಹೆಜ್ಜೆಗಳನ್ನಿರಿಸಿ ಅವರ ಹಿಂದೆ ನಡೆದೆ. ಅವರಣದ ಕೊನೆಯ ತರಗತಿಯಲ್ಲೇ ನಾನು ಹೆಚ್ಚು ಬೋಧಿಸಿದ್ದು. ಅತ್ತಲೇ ನಡೆದಾಗ ಅಲ್ಲಿ ಕಲಿತ ಹಲವು ವಿದ್ಯಾರ್ಥಿಗಳ ಮುಗ್ಧ ಮುಖಗಳು ಕಣ್ಮುಂದೆ ಬಂದು ಭಾವುಕನಾದೆ.

"ನಿಮ್ಮ ಕ್ಲಾಸ್..." ಪ್ರಾಂಶುಪಾಲರು ತರಗತಿಯ ಒಳಗೆ ಕೈ ತೋರಿಸಿ ನುಡಿದರು. ನಾನು ಒಳಗೆ ಕಾಲಿರಿಸಿದಂತೆ ಅಲ್ಲಿ ಬೆಂಚಿನಲ್ಲಿ ಕುಳಿತಿದ್ದ ಹಲವು ಮಂದಿ ಎದ್ದು ನಿಂತು ರಾಗವಾಗಿ, "ನಮಸ್ಕಾರ ಸಾರ್..." ಎಂದು ನುಡಿದಾಗ ನಾನು ಕಕ್ಕಾಬಿಕ್ಕಿಯಾದೆ. ಇದು ನಿಜಕ್ಕೂ ಅನಿರೀಕ್ಷಿತ.

'ಯಾರು ಇವರೆಲ್ಲಾ...ಇಲ್ಲೇಕೆ ಹೀಗೆ ಕುಳಿತಿದ್ದಾರೆ... ನೋಡಿದರೆ ಎಲ್ಲರೂ ಮಧ್ಯ ವಯಸ್ಸಿನವರು...! ಕೆಲವರ ಕೂದಲಂತೂ ನೆರೆತಿದೆ...ಕೆಲವು ಮಹಿಳೆಯರೂ ಇದ್ದಾರೆ...' ನಾನು ನಡುಗಿ ಬಾಗಿಲತ್ತ ಹೆಜ್ಜೆ ಹಾಕತೊಡಗಿದಾಗ,

"ಸಾರ್... ನಾವು ನಿಮ್ಮ ಹಳೇ ವಿದ್ಯಾರ್ಥಿಗಳು... ಇದೇ ತರಗತಿಯಲ್ಲಿ ಓದಿದವರು..." ಎಂದು ಒಬ್ಬಾತ ಎದ್ದು ನುಡಿದಾಗ ನಿಧಾನಕ್ಕೆ ನನಗೆ ಅಲ್ಲೇನು ನಡೆಯುತ್ತಿದೆ ಎಂದು ಮನವರಿಕೆಯಾಗಿತ್ತು.

"ಸಾರ್... ನಿಮಗೆ ಸರ್‌ಪ್ರೈಜ್ ಕೊಡಲು ಹೀಗೆ ಮಾಡಿದೆವು... ನಾವೆಲ್ಲಾ ನಿಮ್ಮ ಹಳೇ ವಿದ್ಯಾರ್ಥಿಗಳು..." ಎಂದಾಗ ಅವರ ಅಕ್ಕರೆ ತುಂಬಿದ ಈ ಅಚ್ಚರಿ ಮುದ ನೀಡಿತು.

"ಸಾರ್... ನಾವು ಇಲ್ಲಿ ಸೇರಿದವರ ಹೆಸರು ಬರೆದಿದ್ದೇವೆ... ನೀವು ಹಾಜರಿ ಕೂಗಬೇಕು..." ಎಂದು ಒಬ್ಬಾತ ಮುಂದೆ ಬಂದು ಒಂದು ಹಾಳೆ ನೀಡಿದ. ಅದರಲ್ಲಿ ಅಲ್ಲಿ ಸೇರಿದವರ ಹೆಸರು ಬರೆದಿತ್ತು. ನಿಧಾನಕ್ಕೆ ಒಂದೊಂದಾಗಿ ಹೆಸರು ಕರೆದೆ. ವಯಸ್ಸಿನ ಪ್ರಭಾವಕ್ಕೋ ಏನೋ ಅವರ ಪರಿಚಯ ಮನಸ್ಸಿನಿಂದ ಮಾಸಿ ಹೋಗಿತ್ತು. ಆದರೂ ಅವರ ಹೃದಯದಲ್ಲಿ ನನ್ನ ಬಗ್ಗೆ ಇದ್ದ ಪ್ರೀತಿ ಮಾತ್ರ ನನ್ನ ಹೃದಯ ಗುರುತಿಸಿತ್ತು.

ಒಬ್ಬಬ್ಬರಾಗಿ ಮುಂದೆ ಬಂದು ತಾವು ಕಲಿತ ತರಗತಿಗಳ ಪರಿಚಯ ಹೇಳಿಕೊಳ್ಳ ತೊಡಗಿದರು. ಕೆಲವು ವಿದ್ಯಾರ್ಥಿಗಳು ಒಳ್ಳೆಯ ನೌಕರಿಯಲ್ಲಿದ್ದರು. ಕೆಲವು ಮಹಿಳೆಯರೂ ನೌಕರಿಯಲ್ಲಿದ್ದರೆ ಕೆಲವರು ಗೃಹಿಣಿಯರಾಗಿ ಸಂತೃಪ್ತ ಜೀವನ ನಡೆಸುತ್ತಿದ್ದರು.

ವಿದ್ಯಾರ್ಥಿಗಳು ಕೆಲವರು ಬಾಲ್ಯ ಕಾಲದ ಹಳೆಯ ಭಾವಚಿತ್ರವನ್ನೂ ನನಗೆ ನೆನಪಿಸುವ ಸಲುವಾಗಿ ಫೋನ್‌ನಲ್ಲಿ ದಾಖಲಿಸಿ ತಂದು ತೋರಿಸಿದರು.

ಈ ಅಪರೂಪದ ಮುಖಾಮುಖಿ ಇಷ್ಟು ವರ್ಷಗಳ ತರುವಾಯ ಮನಸ್ಸು ಹೃದಯ ತುಂಬಿಸಿತ್ತು. ಎಂದೋ ನೀರೆರೆದು ಪೋಷಿಸಿದ ಸಸಿ ಇಂದು ಹೆಮ್ಮರವಾಗಿ ಬೆಳೆದು ಮುಖ್ಯವಾಹಿನಿಯಲ್ಲಿ ಒಳ್ಳೆಯ ಜೀವನ ಸಾಗಿಸುತ್ತಿದ್ದಾರೆ ಎಂಬ ಸಂತೃಪ್ತಿಗಿಂತಲೂ ಹೆಚ್ಚಿನದ್ದು ಏನು ಬೇಕಿದೆ...?

"ಸರ್... ನೀವು ಯಾವತ್ತೂ ನಮಗೆ ಹೊಡೆದದ್ದಿಲ್ಲ... ನಿಮ್ಮ ಪ್ರೀತಿಯೇ ನಮ್ಮನ್ನು ಕಟ್ಟಿ ಹಾಕಿತ್ತು... ಓದಲು ಮನಸ್ಸಿಲ್ಲದೇ ಹೋದರೂ ನಿಮ್ಮ ಮುಲಾಜಿಗೆ ಕಟ್ಟು ಬಿದ್ದು ಓದುತ್ತಿದ್ದೆವು... ನನಗೆ ನೆನಪಿದೆ... ಶಾಲೆ ಮುಗಿದ ಮೇಲೆ ನಿಮ್ಮ ಮನೆಗೆ ಕರೆದುಕೊಂಡು ಹೋಗಿ ತಿಂಡಿ ಕೊಟ್ಟು ಕಲಿಸಿ ನಂತರ ಮನೆಗೆ ಕಳಿಸುತ್ತಿದ್ದಿರಿ..." ಒಬ್ಬ ನೆನಪಿನ ಖಜಾನೆ ತೆರೆದದ್ದೇ ತಡ, ಒಬ್ಬೊಬ್ಬರೇ ತಮ್ಮ ಹಳೆಯ ಕಡತ ಬಿಚ್ಚಿ ಹಳೆಯ ಸ್ಮೃತಿಗಳನ್ನು ತೆರೆಯ ತೊಡಗಿದರು.

"ಸರ್... ನಾನು ಪಾಠದಲ್ಲಿ ತುಂಬಾ ಹಿಂದೆ ಇದ್ದೆ... ಆದರೆ ಆಟಗಳಲ್ಲಿ ಮುಂದಿದ್ದೆ. ಹುಡುಗಿ ಅನ್ನುವ ಕಾರಣಕ್ಕೆ ನಮ್ಮ ಮನೆಯಲ್ಲಿ ಆಟಗಳಿಗೆ ಪ್ರೋತ್ಸಾಹ ಸಿಗುತ್ತಿರಲಿಲ್ಲ... ನೀವು ನಮ್ಮ ಮನೆಗೆ ಬಂದು ನಮ್ಮ ಅಪ್ಪ ಅಮ್ಮನನ್ನು ಒಪ್ಪಿಸಿ ಜಿಲ್ಲಾ ಮಟ್ಟಕ್ಕೆ ಆಡಲು ಕಳಿಸಿದ್ದರು... ಅಲ್ಲಿಂದ ನಾನು ಮುಂದೆ ಬಂದೆ... ಆಟದಲ್ಲಿ ರಾಜ್ಯ ಮಟ್ಟದಲ್ಲೂ ಚಿನ್ನದ ಪದಕ ಗೆದ್ದು ನಂತರ ನನಗೆ ಸರಕಾರಿ ನೌಕರಿಯೂ ಸಿಕ್ಕಿತು..."

"ಸರ್...ನಾನು ಸರಕಾರಿ ಶಾಲೆಯಲ್ಲಿ ಓದಿ ಇವತ್ತು ಒಳ್ಳೆಯ ಐಟಿ ಕಂಪೆನಿಯಲ್ಲಿ ಒಳ್ಳೆಯ ನೌಕರಿಯಲ್ಲಿದ್ದೇನೆ... ನನಗೆ ಈ ಮದ್ದೂರು ಶಾಲೆಯಲ್ಲಿ ಓದಿದ ಬಗ್ಗೆ ಹೆಮ್ಮೆ ಇದೆ... ಒಂದು ಸಾಧಾರಣ ಹಳ್ಳಿಯಿಂದ ಬಂದ ಹುಡುಗ ಇವತ್ತು ದೊಡ್ಡ ಕಂಪೆನಿಯಲ್ಲಿ ಚೀಫ್ ಹುದ್ದೆಯಲ್ಲಿದ್ದೇನೆ... ನನಗೆ ಮೊದಮೊದಲು ಅಲ್ಲಿ ಆಂಗ್ಲ ಭಾಷೆ ಬರುವುದಿಲ್ಲ ಎಂದು ಮುಜುಗರವಾಗುತ್ತಿತ್ತು... ನನ್ನ ಕೆಲಸ, ನನ್ನ ಶ್ರದ್ಧೆ ನನ್ನ ಕೀಳರಿಮೆಯನ್ನು ತೊಡೆದು ಹಾಕಿ ಮುನ್ನುಗ್ಗುವಂತೆ ಮಾಡಿತು... ಈಗ ಹಿಂತಿರುಗಿ ನೋಡಿದರೆ ಎಲ್ಲವೂ ಕನಸಿನಂತೆ ಭಾಸವಾಗುತ್ತದೆ..."

ಧನಪಾಲ ಎದ್ದು ಮುಂದೆ ಬಂದು ಅವನ ಮಗನಿಗೆ ನಾನು ಅದರ್ಶ ಅಕಾಡೆಮಿಯಲ್ಲಿ ಶುಲ್ಕ ಕಟ್ಟಿ ದಾಖಲಿಸಿದ ಸಂಗತಿಯನ್ನು ಎಲ್ಲರ ಸಮ್ಮುಖದಲ್ಲಿ ಅರುಹಿದ. ಎಲ್ಲರೂ ಎದ್ದು ನಿಂತು ಚಪ್ಪಾಳೆ ತಟ್ಟಿ ಹರ್ಷ ವ್ಯಕ್ತ ಪಡಿಸಿದರು.

"ನಮ್ಮೆಲ್ಲರ ಪ್ರೀತಿಯ ರಾಘು ಸರ್ ಇಷ್ಟು ವರ್ಷಗಳ ತರುವಾಯವೂ ಏನೂ ಬದಲಾಗಿಲ್ಲ ಎಂಬುದಕ್ಕೆ ನನ್ನ ಬಿನ್ನಹವನ್ನು ಅವರು ಮನ್ನಿಸಿದ ರೀತಿಯೇ ಉದಾಹರಣೆ... ಈಗಲೂ ಒಬ್ಬ ವಿದ್ಯಾರ್ಥಿ ಸಂಕಷ್ಟದಲ್ಲಿದ್ದಾನೆ ಎಂದರೆ ಅವರ ಜೀವ ಮರಗುತ್ತದೆ..." ಎಂದು ನನಗೆ ಮುಜುಗರಕ್ಕೀಡು ಪಡಿಸಿದ.

"ಅದೆಲ್ಲಾ ಹೇಳುವ ಅಗತ್ಯ ಏನಿದೆ ಧನಪಾಲ...?" ಎಂದರೆ ಆತ, "ಸರ್... ಒಳ್ಳೆಯತನ ಬೆಳಕಿಗೆ ಬರಲೇ ಬೇಕು... ನನ್ನ ಮಗನ ಬಾಳಿಗೆ ಬೆಳಕು ತುಂಬಿದ್ದೀರಿ... ನಿಮ್ಮ ಮನಸ್ಸು ಎಲ್ಲರಿಗೂ ಇರುವುದಿಲ್ಲ... ವಾಸು..." ಎಂದು ಏನೋ ಹೇಳಲು ಹೋದವನು ಅಲ್ಲೇ ಮಾತುಗಳನ್ನು ತಡೆದು ನಿಲ್ಲಿಸಿದ. ನನಗೂ ಅವನ ಮಾತು ಆ ಕ್ಷಣಕ್ಕೆ ಬೇಡವೆನಿಸಿ ಸುಮ್ಮನಾದೆ.

ಕೆಲವರು ಹಿಂದೆ ಘಟಿಸಿದ ರೋಚಕ ಪ್ರಸಂಗಗಳನ್ನು ನೆನೆಸಿಕೊಂಡರು. ಒಳ್ಳೆಯ ಸರಸ ಮಾತುಗಾರಿಕೆಯಲ್ಲಿ ಹೊತ್ತು ಸರಿದದ್ದೇ ತಿಳಿಯಲಿಲ್ಲ. ಮಧ್ಯಾಹ್ನ ಊಟದ ಹೊತ್ತಿಗೆ ಎಲ್ಲರೂ ಸುತ್ತಲೂ ಕುಳಿತು ಉಂಡೆವು. ಎಲ್ಲರೂ ತಂತಮ್ಮ ಪದವಿ, ಹುದ್ದೆ, ಅಂತಸ್ತು ಮರೆತು ಮಕ್ಕಳಾದರು. ಕೆಲವರು ಹಳೆಯ ವಿದ್ಯಾರ್ಥಿಗಳೆಂಬಂತೆ ಬಿಸಿಲನ್ನೂ ಲೆಕ್ಕಿಸದೇ ಜೂಟಾಟ ಆಡಿದರು. ಯಾರೋ ಚೆಂಡು ತಂದಿದ್ದರು. ಕೆಲವರು ಕ್ರಿಕೆಟ್ ಆಡಿದರು.

ಅದೆಲ್ಲವನ್ನೂ ನೋಡಿ ಮನುಷ್ಯನ ಬಾಲ್ಯಾವಸ್ಥೆಯೇ ಚೆಂದ ಎನಿಸಿದ್ದು ಸುಳ್ಳಲ್ಲ. ಮನುಷ್ಯನ ಈ ಅವಸ್ಥೆಯಲ್ಲಿ ಯಾರೂ ಮೇಲು, ಕೀಳು, ಜಾತಿ, ಧರ್ಮದ ಸೋಂಕು ತಗುಲದೇ ಮುಕ್ತ ಮನಸ್ಸಿನಿಂದ ಬೆರೆತು ಒಂದಾಗಿ ಬಿಡುತ್ತಾರೆ. ಅಲ್ಲಿ ಕಲ್ಮಷವೆಂಬುದೇ ಇರುವುದಿಲ್ಲ. ಹುದ್ದೆ, ಸಂಪಾದನೆಯ ಹಾದಿ ತುಳಿಯುತ್ತಲೇ ಅವನು ಸಂಕುಚಿತನಾಗುತ್ತಾ ತನ್ನ ಪರಿಧಿಯೊಳಗೆ ಸೀಮಿತನಾಗಿ ಬಿಡುತ್ತಾನೆ.

"ನಮ್ಮ ಕಾಲದ ಜೀವನವೇ ಚಂದ ಸರ್... ನಮ್ಮ ಬಾಲ್ಯದಲ್ಲಿ ಎಷ್ಟೊಂದು ನೆನಪುಗಳ ಖಜಾನೆ ಇದೆ... ಮರಕೋತಿ ಆಟ, ಅಪ್ಪನ ನಾಗರಬೆತ್ತದ ಏಟು, ಈಜು, ಕಾಡಿಗೆ ಹೋಗಿದ್ದು, ಕೂತು ಕತೆ ಕೇಳಿದ್ದು, ಹಾಡುಗಳ ಸ್ಪರ್ಧೆಯಲ್ಲಿ ಹೋಗಿ ಭಾಗವಹಿಸಿದ್ದು, ಎಷ್ಟೊಂದು ಕತೆ ಪುಸ್ತಕಗಳನ್ನು ಕದ್ದು ಓದಿದ್ದು, ಮನೇಲಿ ಹೇಳದೇ ಸಿನಿಮಾ ನೋಡಿದ್ದು... ಆದರೆ ಈಗಿನ ಮಕ್ಕಳಿಗೆ ಅದೆಲ್ಲ ಥ್ರಿಲ್ ಎಲ್ಲಿದೆ... ನಗರೀಕರಣ ಎಲ್ಲವನ್ನೂ ನುಂಗಿ ನೀರು ಕುಡಿದಿದೆ... ಅವರ ಬಾಲ್ಯವೆಂದರೆ ಬರೀ ನಾಲ್ಕು ಗೋಡೆಗಳ ನಡುವೆ ಸೀಮಿತವಾಗಿದೆ... ಹೀಗೆ ನಿಸರ್ಗದೊಂದಿಗೆ ಬೆರೆತು ಆಡುವ ಸುಖಗಳಿಂದ ನಮ್ಮ ಮಕ್ಕಳು ವಂಚಿತರು... ಮೊಬೈಲ್ ಬಂದ ಮೇಲಂತೂ ಅದೇ ಅವರ ಪ್ರಪಂಚವಾಗಿದೆ..." ಎಂದಾಗಲಂತೂ ಅದು ವಾಸ್ತವದ ದುರಂತವೆನಿಸಿ ಎಲ್ಲರೂ ಮೌನವಾಗಿ ಅವನ ಮಾತನ್ನು ಅಂಗೀಕರಿಸಿದರು.

ನಾಲ್ಕು ಗಂಟೆಯ ಹೊತ್ತಿಗೆ ಎಲ್ಲರೂ ತರಗತಿಯಲ್ಲಿ ಜಮಾಯಿಸಿದರು. ಕಪ್ಪು ಹಲಗೆಯ ಮುಂದೆ ನನ್ನನ್ನು ಒಂದು ಖುರ್ಚಿಯಲ್ಲಿ ಕುಳ್ಳಿರಿಸಿ ಮಕ್ಕಳೆಲ್ಲರೂ ಸೇರಿ ನನ್ನನ್ನು ಆತ್ಮೀಯವಾಗಿ ಸತ್ಕರಿಸಿದರು. ಎಲ್ಲರೂ ಸೇರಿ "ಗುರು ಬ್ರಹ್ಮ ಗುರುವಿಷ್ಣು ಗುರುದೇವೋ ಮಹೇಶ್ವರ... ಗುರು ಸಾಕ್ಷಾತ್ ಪರಬ್ರಹ್ಮ ತಸ್ಮೈಶ್ರೀ ಗುರುವೇ ನಮ:" ಎಂದು ಒಕ್ಕೊರಲಿನಿಂದ ಹಾಡಿದಾಗ ಹೃದಯ ತುಂಬಿ ಬಂದು ಕಣ್ಣಿನಿಂದ ಧಾರಾಕಾರವಾಗಿ ನೀರಿಳಿದಿತ್ತು.

"ಎಷ್ಟು ಭಾಗ್ಯಶಾಲಿ ನಾನು... ನಿಮ್ಮೆಲ್ಲರ ಪ್ರೀತಿಗೆ ಏನು ಹೇಳಲಿ...?" ದನಿ ಗದ್ಗದಿತವಾಗಿತ್ತು.

"ಸರ್... ನೀವು ಶಿಕ್ಷಕರಾಗಿ ಕೇವಲ ಪಠ್ಯ ಪುಸ್ತಕಗಳ ವಿಷಯಕ್ಕೆ ಮಾತ್ರ ಶಿಕ್ಷಣವನ್ನು ಸೀಮಿತ ಗೊಳ್ಳಲಿಲ್ಲ... ಬದುಕಿನ ಮೌಲ್ಯವನ್ನು ತೋರಿಸಿಕೊಟ್ಟಿರಿ... ಶಿಕ್ಷಕರು ಎನ್ನುವುದಕ್ಕಿಂತ ನಿಜವಾದ ಅರ್ಥದಲ್ಲಿ ಬದುಕುವ ದಾರಿಯನ್ನು ತೋರಿಸುವ ಗುರುವಾದಿರಿ... ಇಲ್ಲಿ ಸೇರಿದವರೆಲ್ಲರಿಗೂ ಒಂದಲ್ಲದಿದ್ದರೊಂದು ರೀತಿಯಲ್ಲಿ ನೀವು ಯಾವುದೋ ರೂಪದಲ್ಲಿ ಪ್ರಭಾವಿಸಿದ್ದೀರಿ... ಪ್ರೇರಣೆ ನೀಡಿದ್ದೀರಿ... ಅದಕ್ಕಾಗಿ ನಾವು ಸದಾ ನಿಮಗೆ ಋಣಿ..." ಎಂದ. ಅಲ್ಲಿ ಸೇರಿದವರ, ಮಾತನಾಡಿದವರ ಹೆಸರುಗಳಿಗೆ ನಾನು ಮಹತ್ವವನ್ನೇ ನೀಡಲಿಲ್ಲ. ಅವರ ನಿರ್ವಾಜ್ಯ ಅಂತ:ಕರಣ ಮಾತ್ರ ನನ್ನ ಮನಸ್ಸು ಗುರುತಿಸಿತ್ತು.

ಅಧ್ಯಾಯ–10

ಬಿಟ್ಟು ಬಂದ ಬದುಕಿಗೆ ಮರಳಿ ಹೋಗುವ ಸಮಯ ಬಂದು ಬಿಟ್ಟಿತ್ತು. ರಸ ನಿಮಿಷಗಳು ಹೀಗೇ ಸರಿದು ಹೋದದ್ದೇ ತಿಳಿಯುವುದಿಲ್ಲ. ಇಡೀ ದಿನದ ಚಟುವಟಿಕೆಗಳು ಮನಸ್ಸಲ್ಲಿ ಹೊಸ ಚೈತನ್ಯ ಉದ್ದೀಪನ ಗೊಳಿಸಿ ಏನೋ ಲವಲವಿಕೆ ಮೂಡಿಸಿತ್ತು. ಒಟ್ಟಾರೆಯಾಗಿ ಧನ್ಯತೆಯ ಭಾವ ಮೂಡಿಸಿದ ಅವಿಸ್ಮರಣೀಯ ದಿನವಿದು.

"ನಿಮ್ಮೆಲ್ಲರ ಇಷ್ಟೊಂದು ಪ್ರೀತಿಗೆ ನಾನೆಷ್ಟು ಅರ್ಹನೋ ಗೊತ್ತಿಲ್ಲ... ಬದುಕಲ್ಲಿ ಏನೋ ಮಾಡಿದ್ದೀನಿ ಅನ್ನಿಸುವ ಸಾರ್ಥಕ ಭಾವ ಮೂಡಿಸಿದೆ... ನೀವೆಲ್ಲರೂ ಸಮಯ ಮಾಡಿಕೊಂಡು ನನಗಾಗಿ ಇಷ್ಟು ಶ್ರಮ ವಹಿಸಿ ಇಲ್ಲಿಗೆ ಬಂದು ಮತ್ತೆ ಆ ಹಳೆಯ ನೆನಪುಗಳನ್ನು, ಇಲ್ಲಿ ಕಳೆದ ಕ್ಷಣಗಳನ್ನು ಮರು ಜೀವಿಸಿದಿರಿ... ಮತ್ತೆ ಮಕ್ಕಳಾದಿರಿ... ಎಲ್ಲಾ ಮರೆತು, ಎಲ್ಲರೂ ಬೆರೆತು ನಕ್ಕಿರಿ... ನಿಜವಾಗಲೂ ಹೀಗೆ ನಕ್ಕು ನಾವು ಎಷ್ಟು ಕಾಲವಾಗಿತ್ತು ಹೇಳಿ... ಒತ್ತಡದ ಜೀವನದಲ್ಲಿ ನಾವು ಬದುಕನ್ನು ಆನಂದಿಸುವ ಮನಸ್ಥಿತಿಯನ್ನು ಕಳೆದುಕೊಳ್ಳುತ್ತಿದ್ದೇವೆ... ನಮ್ಮಲ್ಲಿರುವ ಮಗುವನ್ನು ಸದಾ ಹಾಗೇ ಜೀವಂತವಾಗಿರಿಸೋಣ... ಬದುಕುವ ಚೈತನ್ಯವನ್ನು ಕಾಯ್ದಿರಿಸೋಣ... ಬದುಕನ್ನು ಸದಾ ಸಂಭ್ರಮಿಸೋಣ... ಆನಂದಿಸೋಣ... ನಾವು ಮತ್ತೆ ಆ ದಿನಗಳನ್ನು ಪುನರ್‌ಜೀವಿಸಿದೆವು... ಆದರೆ... ಈ ಶಾಲೆಯ ಅವ್ಯವಸ್ಥೆ ನೋಡುವಾಗ ನಿಜಕ್ಕೂ ದು:ಖವಾಗುತ್ತಿದೆ... ಹೀಗೇ ಆದರೆ ಇದು ಮುಚ್ಚುವ ದಿನಗಳು ದೂರವಿಲ್ಲ... ನಮ್ಮ ಸರಕಾರಿ ಶಾಲೆಗಳು ಹೀಗೆ ಆದರೆ ಮುಂದೆ ಹೇಗೆ...? ದಿಕ್ಕು ತೋಚುತ್ತಿಲ್ಲ... ಈ ಅವ್ಯವಸ್ಥೆ ಕಂಡು ಯಾರು ತಮ್ಮ ಮಕ್ಕಳನ್ನು ಇಂಥ ಶಾಲೆಗೆ ಸೇರಿಸ್ತಾರೆ...? ಕನ್ನಡ ಮಾಧ್ಯಮದ ಶಾಲೆಗಳು ಕ್ರಮೇಣ ಕಳೆದು ಹೋಗುತ್ತವೆ... ಕೇಂದ್ರೀಯ ಪಠ್ಯಕ್ರಮದ ಶಾಲೆಗಳು ಹೆಜ್ಜೆಗೊಂದು ತಲೆಯೆತ್ತುತ್ತಿವೆ... ಅಲ್ಲಿ ಕನ್ನಡವನ್ನು ಮೂರನೇ ಕಲಿಕೆಯ ಭಾಷೆಯಾಗಿ

ಪರಿಗಣಿಸಲ್ಪಡುತ್ತದೆ... ಹೀಗೇ ಮುಂದುವರೆದರೆ ಕನ್ನಡ ಭಾಷೆಯನ್ನು ಮುಂದಿನ ಪೀಳಿಗೆಯವರು ಕಡೆಗಣಿಸುವುದರಲ್ಲಿ ಅನುಮಾನವಿಲ್ಲ..." ನನಗೆ ಮುಂದೆ ಮಾತನಾಡಲಾಗಲಿಲ್ಲ. ಅಲ್ಲಿ ಇಡೀ ಮೌನ ವ್ಯಾಪಿಸಿತು.

"ನಾವೂ ಈ ಶಾಲೆಯ ದುಸ್ಥಿತಿಯನ್ನು ಗಮನಿಸಿದೆವು... ಆದರೆ ನಿಮ್ಮ ಸಂತೋಷದ ದಿನವನ್ನು ಹಾಳುಗೆಡುವುದು ಬೇಡವೆಂದು ಪ್ರಜ್ಞಾಪೂರ್ವಕವಾಗಿ ಅದರ ಬಗ್ಗೆ ಮಾತನಾಡಲಿಲ್ಲ... ನಾವು ನಮ್ಮ ನಾಯಕ ಶ್ರೀನಿವಾಸನ ನೇತ್ರತ್ವದಲ್ಲಿ ಏನಾದರೂ ಮಾಡುತ್ತೇವೆ ಸರ್..." ಧನಪಾಲ ನುಡಿದಾಗ ನಾನು ಅಚ್ಚರಿಯಿಂದ ಅವನ ಮುಖ ದಿಟ್ಟಿಸಿದೆ. ಧನಪಾಲ ಶ್ರೀನಿವಾಸನ ಕೈ ಹಿಡಿದು ಮುಂದೆ ಕರೆತಂದ. ವಾಸು ಹೇಳಿದ ಶ್ರೀನಿವಾಸ ಇವನೇ ಎಂದು ಅರಿವಾಯಿತು. ಇಷ್ಟು ಹೊತ್ತು ಮೌನವಾಗಿ ಕುಳಿತಿದ್ದ ಆ ವ್ಯಕ್ತಿ ಎದುರು ಬಂದು ಬಾಗಿ ಕಾಲಿಗೆ ನಮಸ್ಕರಿಸಿದ. ಅವನ ಮಾಗಿದ ಮುಖದಲ್ಲಿ ಬಾಲ್ಯದ ಚಹರೆಯನ್ನು ಹುಡುಕುವ ಯತ್ನ ಮಾಡಿ ಸೋತೆ.

ನಾನು ಅವನ ಗುರುತು ಹಿಡಿಯಲಿಲ್ಲವೆಂದು ಅವನಿಗೆ ಮನವರಿಕೆಯಾಯಿತೇನೋ, "ಸರ್... ಆರನೇ ತರಗತಿ... ಲಾಸ್ಟ್ ಬೆಂಚ್ ಶ್ರೀನಿವಾಸ... ಎಷ್ಟೋ ಸಲ ನೀವು ನನ್ನ ಮುಂದೆ ಕೂರಿಸಲು ಯತ್ನಿಸಿದರೂ ನಾನು ಹೋಗಿ ಕಡೆಯ ಬೆಂಚಿನಲ್ಲಿ ಕುಳಿತುಕೊಳ್ಳುತ್ತಿದ್ದೆ... ನನಗೆ ತೊಡಲು ಒಳ್ಳೆಯ ಬಟ್ಟೆಗಳಿರಲಿಲ್ಲ... ನೀವೇ ಸಮವಸ್ತ್ರ ಹೊಲಿಸಿ ಕೊಟ್ಟಿದ್ದಿರಿ..." ಅವನು ವಿನಯದಿಂದ ಹೇಳಿದಾಗ ಅವನ ಮುಖ ಥಟ್ಟನೇ ನೆನಪಾಗಿ, "ಓಹ್... ಶ್ರೀನಿ ಎಂದೇ ಕರೆಯುತ್ತಿದ್ದೆ ನಿನ್ನ... ಹೇಗಾಗಿದ್ದೀಯಾ... ಖುಷಿಯಾಯಿತು ನಿನ್ನ ನೋಡಿ..." ಅವನೀಗ ನೋಡಲು ಸ್ಥಿತಿವಂತನಂತೆ ಕಾಣುತ್ತಿದ್ದ. ಅವನ ಮುಖದಲ್ಲಿ ಒಳ್ಳೆಯ ಕಳೆ ಇತ್ತು. ಬಾಲ್ಯದಲ್ಲಿ ಅವನ ಸ್ಥಿತಿ ಶೋಚನೀಯವಾಗಿತ್ತು. ಶಾಲೆ ಬಿಡುವಂಥ ಸ್ಥಿತಿ ಬಂದಾಗಲೂ ನನು ಅವನಿಗೆ ಧೈರ್ಯ ಹೇಳಿ ಬಲವಂತ ಪಡಿಸಿದ್ದೆ. ಮುಂದೆ ಹೈಸ್ಕೂಲ್ ಶಿಕ್ಷಣ ತಪ್ಪಿಸದಂತೆ ನೋಡಿಕೊಂಡಿದ್ದೆ.

"ಸರ್... ನಿಮ್ಮ ಆಶೀರ್ವಾದದಿಂದ ನಾನೂ ಒಬ್ಬ ಮನುಷ್ಯನಾಗಿದ್ದೀನಿ... ಮುಂಬೈನಲ್ಲಿದೀನಿ..." ಎಂದ ಶ್ರೀನಿವಾಸ. ಅದರ ಹೊರತು ಅವನು ತನ್ನ ಬಗ್ಗೆ ಹೆಚ್ಚೇನೂ ಹೇಳಿಕೊಳ್ಳದಾಗ ಧನಪಾಲ ಅದಕ್ಕೆ ಮಾತು ಸೇರಿಸುತ್ತ,

"ಶ್ರೀನಿ ಇವತ್ತು ದೊಡ್ಡ ವ್ಯಕ್ತಿ ಆಗಿದ್ದಾನೆ ಸರ್... ಲಾಸ್ಟ್ ಬೆಂಚ್ ಹುಡುಗ ಜೀವನದಲ್ಲಿ ದೊಡ್ಡ ಸಾಧನೆ ಮಾಡಿದ್ದಾನೆ... ಹಣ ಮಾತ್ರ ಗಳಿಸಿರುವುದಲ್ಲ... ಒಂದು ಟ್ರಸ್ಟ್ ಸ್ಥಾಪಿಸಿ ಬಹಳಷ್ಟು ಬಡ ವಿದ್ಯಾರ್ಥಿಗಳಿಗೆ ಕಲಿಸುತ್ತಿದ್ದಾನೆ... ಸಮಾಜ ಸೇವೆ ಮಾಡಿಕೊಂಡು ಒಳ್ಳೆಯ ಹೆಸರು ಮಾಡಿದ್ದಾನೆ... ಕೊಡುಗೈ

ದಾನಿ ಎಂದೇ ಖ್ಯಾತಿ ಇವತ್ತು..." ಸ್ನೇಹಿತನ ಕುರಿತು ಅಭಿಮಾನದಿಂದ ನುಡಿದ ಧನಪಾಲ. ಅವನ ಮಾತು ಕೇಳಿ ಆನಂದವಾಯಿತು.

"ಹೌದೇನೋ ಶ್ರೀನಿ... ಖುಷಿಯಾಯಿತು ಕಣೋ... ಕೊನೇ ಬೆಂಚಿನ ಹುಡುಗ ಜೀವನದಲ್ಲಿ ಫಸ್ಟ್ ಕ್ಲಾಸ್ ಆದೆ ಬಿಡು... ಸಮಾಜಕ್ಕೇನಾದರೂ ಮಾಡ್ತಿದ್ದೀಯಲ್ಲಾ... ಅದೇ ಖುಷಿ..." ಎಂದೆ ಹರುಷದಿಂದ.

"ನಿಮ್ಮದೇ ಪ್ರೇರಣೆ ಗುರುಗಳೇ... ಕೆರೆಯ ನೀರು ಕೆರೆಗೆ ಚೆಲ್ಲಿ ಅಂತಾರಲ್ವಾ... ಇಲ್ಲಿಂದ ಪಡೆದದ್ದು ಇಲ್ಲಿಗೆ ಬಳಸುತ್ತಿದ್ದೇನೆ... ನೀವು ನನ್ನ ಕೈಲಾಗದಾಗ ನನ್ನ ಕೈ ಹಿಡಿದಿರಿ... ನನಗೆ ಶಕ್ತಿ ಇದ್ದಷ್ಟು ನಾನೂ ಅದೇ ಕೆಲಸ ಮಾಡುವೆ... ಮುಂದೆ ನನ್ನಿಂದ ಸಹಾಯ ಪಡೆದವರು ಅವರೂ ಇದೇ ಒಳ್ಳೆಯತನ ಮುಂದುವರೆಸ ಬಹುದೆಂಬ ಆಸೆ... ಅಷ್ಟೇ..." ಎಂದ.

ಅವನ ವಿಶಾಲ ಮನೋಭಾವ ಕಂಡು ನನಗೆ ಅವನ ಬಗ್ಗೆ ಹೆಮ್ಮೆಯೆನಿಸಿತು.

"ಶಿಷ್ಯ ಹೇಗಿರಬೇಕೆಂದರೆ... ಗುರು ಆದವನು 'ಇವನು ನನ್ನ ಶಿಷ್ಯ' ಎಂದು ಹೆಮ್ಮೆಯಿಂದ ಹೇಳಿಕೊಳ್ಳುವಂತಾಗಬೇಕು... ನೀನು ಅಂಥ ಶಿಷ್ಯನಾಗಿದ್ದಕ್ಕೆ ಹೆಮ್ಮೆ ಇದೆ ಕಣಪ್ಪಾ..." ಎಂದೆ.

"ಸರ್... ಈ ಶಾಲೆ ಪೂರ್ತಿಯಾಗಿ ಶಿಥಿಲವಾಗಿದೆ... ಅದಿಕ್ಕೆ... ಈ ಶಾಲೇನ್ನ ನಾನು ಪೂರ್ತಿಯಾಗಿ ದುರಸ್ಥಿಗೊಳಿಸಿ ಮತ್ತೆ ಹಳೆಯ ಕಳೆ ಬರುವಂತೆ ನೋಡಿಕೊಳ್ಳುತ್ತೇನೆ... ಮುಂದಿನ ಶೈಕ್ಷಣಿಕ ವರ್ಷಕ್ಕಾದರೂ ಇಲ್ಲಿ ಕೆಲವು ಮಕ್ಕಳು ದಾಖಲಾಗುವಂತೆ ನೋಡಿಕೊಳ್ಳುತ್ತೇನೆ... ಅಲ್ಲದೇ ನನ್ನ ಖರ್ಚಿನಲ್ಲೇ ಕೆಲವು ನಿರುದ್ಯೋಗಿ ಖಾಸಗಿ ಶಿಕ್ಷಕರನ್ನೂ ನೇಮಿಸಿ ಮಕ್ಕಳಿಗೆ ಪಾಠಗಳಿಗೆ ತೊಂದರೆಯಾಗದಂತೆ ನೋಡಿಕೊಳ್ಳುತ್ತೇನೆ... ನಾನು ಕಲಿತ ಶಾಲೆಗೆ ಅಷ್ಟು ಮಾಡಬಲ್ಲೆ..." ಎಂದ ವಿನೀತನಾಗಿ.

ನನಗಂತೂ ಆನಂದದಿಂದ ಕಣ್ಣೀರೇ ಬಂದಿತು.

'ನಾನು ಕೇವಲ ಸಮಸ್ಯೆಯ ಬಗ್ಗೆ ಮಾತ್ರ ಚಿಂತಿಸಿದೆ... ಈತ ಎರಡು ಹೆಜ್ಜೆ ಮುಂದೆ ಹೋಗಿ ಅದಕ್ಕೆ ಪರಿಹಾರವನ್ನೂ ಕಂಡುಕೊಂಡಿದ್ದಾನೆ... ಎಷ್ಟು ದೊಡ್ಡ ಮನಸ್ಸು...!' ಮಾತೇ ಬಾರದೇ ಎದ್ದು ಅವನನ್ನು ಖುಷಿಯಿಂದ ಆಲಂಗಿಸಿಕೊಂಡೆ. ಅವನು ಬಾಗಿ ಮತ್ತೆ ಕಾಲಿಗೆರೆದ. ಎಷ್ಟೇ ದೊಡ್ಡದಾಗಿ ಬೆಳೆದರೂ ಅವನು ನನ್ನಿಂದ ದೂರವೇ ಕೈ ಕಟ್ಟಿಕೊಂಡು ನಿಂತು ವಿನೀತ ಭಾವದಿಂದಲೇ ಮಾತನಾಡಿಸುತ್ತಿದ್ದ. ಅದು ನಿಜಕ್ಕೂ ದೊಡ್ಡತನ. ಜೀವನದಲ್ಲಿ ಎಷ್ಟು ಎತ್ತರಕ್ಕೆ ಬೆಳೆದರೂ ಅವನು ದೊಡ್ಡವನೆನಿಸಿಕೊಳ್ಳುವುದು ಅವನು ಇತರರೊಂದಿಗೆ ಹೇಗೆ ನಡೆದುಕೊಳ್ಳುತ್ತಾನೆ ಎಂಬ ರೀತಿಯಿಂದ, ಅವನ ವ್ಯಕ್ತಿತ್ವದಿಂದಲೇ ಹೊರತು ಹಣದಿಂದಲ್ಲ. ನಾಲ್ಕು ಜನರಿಗೆ

ಬೇಕಾಗುವಂತೆ ಬದುಕಿದರೆ ಆ ಜನ್ಮ ಸಾರ್ಥಕ ಎಂಬ ಮನೋಭಾವದವನು ನಾನು.

ಬೆಳಗ್ಗಿನಿಂದ ಬಂದು ಇಷ್ಟು ಹೊತ್ತಾದರೂ ಅವನೆಂದೂ ಮುಂದೆ ಬಂದು ಮಾತನಾಡಿರಲಿಲ್ಲ... ತನ್ನ ವರ್ಚಸ್ಸನ್ನು ತೋರಿಸಿಕೊಳ್ಳುವ ಯತ್ನ ಮಾಡಿರಲಿಲ್ಲ... ಹೆಗ್ಗಳಿಕೆಯ ಪ್ರದರ್ಶನ ಮಾಡಲು ಬಂದಿರಲಿಲ್ಲ... ಅಹಂಭಾವವಂತೂ ಎಳ್ಳಷ್ಟೂ ಕಾಣಲಿಲ್ಲ... ಎಲ್ಲಾ ಸಹಪಾಠಿಗಳ ಜೊತೆ ಅವನು ನಗುತ್ತ ಬೆರೆತು ಹೋಗಿದ್ದ... ತುಂಬಿದ ಕೊಡವೆಂದರೆ ಇದೇ ಅಲ್ಲವೇ...? ಸಿಹಿಯಾದ ಹಣ್ಣು ಕೊಡುವ ಮರದಂತೆ ಈ ಶ್ರೀನಿ ಬದುಕುತ್ತಿದ್ದಾನೆ... ಇತರರಿಗೆ ಮಾದರಿಯಂತೆ ನಡೆದುಕೊಳ್ಳುತ್ತಿರುವುದು ಕಂಡ ಖುಷಿಯಾಯಿತು. ಮುಖ್ಯವಾಗಿ ಶಾಲೆಯ ದುರಸ್ತಿಯ ಬಗ್ಗೆ ಅವನು ಕಾಳಜಿ ವಹಿಸುತ್ತಿರುವುದು ದೊಡ್ಡ ಸಮಾಧಾನ ಮೂಡಿಸಿತ್ತು.

ಸಮಾಜದ ಬೇರೆ ಬೇರೆ ಸ್ತರಗಳಲ್ಲಿ ಇಂದು ವಿದ್ಯಾರ್ಥಿಗಳು ತಮ್ಮ ಜೀವನವನ್ನು ನೆಲೆ ಕಾಣಿಸಿಕೊಂಡಿದ್ದಾರೆ.

ಒಬ್ಬರು ಸಾಹಿತಿಯಾಗಿ ಬಂದು ತಮ್ಮ ಕೃತಿಗಳನ್ನು ನೀಡಿದರೆ, ಚಿತ್ರಕಲೆಯಲ್ಲಿ ಹೆಸರು ಮಾಡಿದ ಒಬ್ಬ ಶಿಷ್ಯ ಮುಂದೆ ಬಂದು ನನ್ನ ಚಿತ್ರವನ್ನು ಸ್ಥಳದಲ್ಲೇ ಬಿಡಿಸಿ ಕೊಟ್ಟ. ಒಬ್ಬ ಗಾಯಕಿ ಮುಂದೆ ಬಂದು ಚಂದದ ಭಾವಗೀತೆ ಹಾಡಿದರು.

ಒಬ್ಬರು ಅಭಿನಯ ರಂಗದಲ್ಲಿ, ಮತ್ತೊಬ್ಬರು ಕ್ರೀಡಾರಂಗದಲ್ಲಿ... ವೈದ್ಯರು, ಇಂಜಿನಿಯರ್, ಕೆಲವರು ವ್ಯಾಪಾರಿಗಳು... ಹಾಗೆ ನೋಡಿದರೆ ಕಲಿಕೆಯನ್ನೇ ಕೇಂದ್ರೀಕರಿಸಿಕೊಂಡು ಬೆಳೆದ ಮಕ್ಕಳು ಕೇವಲ ಒಂದು ನೌಕರಿಗೆ ತಮ್ಮನ್ನು ಸೀಮಿತವಾಗಿಸಿ ನೆಲೆ ಕಂಡರೆ, ಹಿಂದೆ ಓದಿನಲ್ಲಿ ಸಾಧಾರಣವಾಗಿದ್ದ ಮಕ್ಕಳೇ ಜೀವನದಲ್ಲೇ ಏನೋ ಸಾಧಿಸಿ ಸಫಲರಾಗಿದ್ದಾರೆ ಎಂದು ಮನಗಂಡೆ.

ಧನಪಾಲ ಏಕಾಂತದಲ್ಲಿ ಬಂದು ತನ್ನ ಮಗನ ಸಾಧನೆ ಬಗ್ಗೆ ಹೇಳಿಕೊಂಡ. "ಸರ್... ನನ್ನ ಮಗ ಮೊನ್ನೆ ಪರೀಕ್ಷೆಯಲ್ಲಿ ತೊಂಭತ್ತೊಂಭತ್ತು ಪರ್ಸೆಂಟ್ ಪಡೆದಿದ್ದಾನೆ... ನಮಗೆ ಅವನ ಬಗ್ಗೆ ಹೆಮ್ಮೆ ಇದೆ... ನೀವು ದಯೆ ತೋರಿಸಿದ್ದರಿಂದ ಅವನಿಗಿದು ಸಾಧ್ಯವಾಯಿತು..."

"ಆಗ್ಲಿ ಕಣಪ್ಪಾ... ಖುಷಿಯಾಯಿತು... ಮುಂದೆ ಫೀಸ್ ಯಾವಾಗ ಕಟ್ಟಬೇಕೆಂದು ಮುಂಚಿತವಾಗಿ ಹೇಳು..." ಎಂದೆ.

"ಬೇಡ ಸರ್... ಈ ಸಲದ ಶುಲ್ಕವನ್ನು ನಾನೇ ಹೊಂದಿಸಿದ್ದೇನೆ... ನಿಮಗೆ ಕಷ್ಟ ಕೊಡುವುದಿಲ್ಲ..."

"ನಾನೇ ಭರಿಸುವುದಾಗಿ ಹೇಳಿದ್ದೆನಲ್ಲಾ..." ಎಂದರೂ ಆತ ಸ್ಪಷ್ಟವಾಗಿ ನಿರಾಕರಿಸಿದ.

"ವಾಸು ಕೂಡಾ ಬಂದಿದ್ದರೆ ತುಂಬಾ ಚೆನ್ನಾಗಿತ್ತು... ಕೆಲವು ಹಳೇ ವಿದ್ಯಾರ್ಥಿಗಳಿಗೆ ಇವತ್ತು ಬರುವ ಮನಸ್ಸು ಇದ್ದರೂ ವಿದೇಶದಲ್ಲಿದ್ದಾರೆಂಬ ಕಾರಣಕ್ಕೆ ಸಾಧ್ಯವಾಗಲಿಲ್ಲ... ಕೆಲವರಿಗೆ ಇನ್ನೇನೋ ಅನಿವಾರ್ಯ ಕಾರಣಗಳು... ವಾಸು ಹತ್ತಿರನಿದ್ದ ಕಾರಣ ಬರಬಹುದೆಂಬ ನಿರೀಕ್ಷೆಯಿತ್ತು..." ಎಂದಾಗ ನಾನು ಬರಿದಾಗಿ ನಕ್ಕೆ.

"ಅವನಿಗೆ ನಾನು ನಿತ್ಯ ಮನೆಯಲ್ಲೇ ಸಿಗುತ್ತೇನಲ್ವಾ... ಹಾಗಾಗಿ ಬರಲಿಲ್ಲವೇನೋ... ಹೋಗಲಿ ಬಿಡು... ನೀವೆಲ್ಲಾ ಇಷ್ಟ ಪಟ್ಟು, ಕಷ್ಟ ಪಟ್ಟು ಬಂದ್ರಲ್ವಾ... ನನ್ನ ಜೀವನ ಸಾರ್ಥಕವಾಯಿತು ಅಂದ್ಕೋತೇನೆ..." ಎಂದು ಮಾತು ಮುಗಿಸಿದೆ.

ಹೊತ್ತಾಗಿದ್ದರಿಂದ ಒಬ್ಬೊಬ್ಬರಾಗಿ ತೆರಳಲು ಅನುವಾದರು. ಎಲ್ಲರೂ ನನ್ನ ಜೊತೆ ನಿಂತು ಭಾವಚಿತ್ರ ತೆಗೆದುಕೊಂಡರು. ಸಮೂಹ ಚಿತ್ರವೂ ನಡೆಯಿತು. ನಾನೂ ಪ್ರಾಂಶುಪಾಲರಿಗೆ ಶ್ರೀನಿಯ ನಿರ್ಧಾರವನ್ನು ತಿಳಿಸಿ ಅವರಿಬ್ಬರನ್ನೂ ಮಾತನಾಡಲು ಬಿಟ್ಟು ಅಲ್ಲಿಂದ ಹೊರಟೆ.

ನಿಜಕ್ಕೂ ಮನಸ್ಸು ಹಗುರವಾಗಿತ್ತು. ಬರಡು ಭೂಮಿಗೆ ಮಳೆಯ ಸಿಂಚನವಾದಂತೆ ಎಷ್ಟೋ ದಿನಗಳಿಂದ ಭಾರವಾಗಿದ್ದ ಹೃದಯ, ಮಂಕು ಕವಿದಂತಿದ್ದ ಮನಸ್ಸಿಗೆ ಇಂದು ಹರ್ಷೋಲ್ಲಾಸ ಮೂಡಿಸಿತ್ತು. ಇಷ್ಟು ವರ್ಷಗಳು ಸರಿದರೂ ಕೂಡಾ ನನ್ನ ವಿದ್ಯಾರ್ಥಿಗಳು ಅದೇ ಪ್ರೀತಿ, ಗೌರವ ಕಾಯ್ದಿರಿಸಿಕೊಂಡು ಇಂದು ಜೊತೆಗೂಡಿ ಸಂಭ್ರಮಿಸಿದ್ದು ತುಂಬಾ ಮುದ ನೀಡಿತು. ವಾಸ್ತವದಲ್ಲಿ ಇಷ್ಟು ಖುಷಿ, ಸಾರ್ಥಕ ಭಾವ ವಾಸು ಅಕಾಡೆಮಿಯಲ್ಲಿ ಮಾಡಿದ ದೊಡ್ಡ ಅಭಿನಂದನಾ ಸಮಾರಂಭದಿಂದಲೂ ಮೂಡಿರಲಿಲ್ಲ. ಅಲ್ಲಿ ಬರಿಯ ತೋರಿಕೆ, ಔಪಚಾರಿಕತೆ ಮತ್ತು ಆಡಂಬರವಿದ್ದರೆ ಇಲ್ಲಿ ಸರಳತೆ, ಅಕ್ಕರೆ, ಶ್ರದ್ಧೆ, ಗುರುಭಕ್ತಿ ಎದ್ದು ಕಾಣುತಿತ್ತು. ಇಲ್ಲಿ ಶಿಷ್ಟಾಚಾರವಿರಲಿಲ್ಲ. ಮೈಕಿನ ಮುಂದೆ ಅಳೆದು ತೂಗಿ ಮಾತನಾಡಬೇಕಾದ ಅನಿವಾರ್ಯತೆ ಇರಲಿಲ್ಲ. ಮನಸ್ಸಿನ ಮುಕ್ತ ಮಾತುಗಳಿಗೆ ಪೋಷಾಕು ಧರಿಸಿ ಅವಿತಿಡುವ ಅಗತ್ಯವೇ ಇರಲಿಲ್ಲ. ಮನೆಯ ಮಂದಿ ಬಹಳ ಸಮಯದ ನಂತರ ಸೇರಿ ಗೆಲುವಾಗಿ ಮನ ಬಿಚ್ಚಿ ಮಾತನಾಡಿ ಹಳೆಯ ದಿನಗಳನ್ನು ಮೆಲುಕು ಹಾಕುವ ಆತ್ಮೀಯ ಸಂದರ್ಭವಾಗಿತ್ತು.

ವಿಶೇಷವಾಗಿ ಶ್ರೀನಿ ನನ್ನ ಮನಸೂರೆಗೊಂಡಿದ್ದ, ಎಷ್ಟು ಔದಾರ್ಯ ಭಾವ ಬೇಕು! ಕಲಿತ ಶಾಲೆಯ ಬಗ್ಗೆ, ಒಬ್ಬ ಗುರುವಿನ ಬಗ್ಗೆ ಇಷ್ಟು ಪ್ರೀತಿ ಇರಿಸಿಕೊಳ್ಳುವುದು ಸಣ್ಣ ಸಂಗತಿಯಲ್ಲ. ಹಾಗೆ ನೋಡಿದರೆ ವಾಸು ಆರ್ಥಿಕವಾಗಿ ಶ್ರೀನಿಗಿಂತಲೂ ಹೆಚ್ಚೇ ಬಲಿಷ್ಠನಾಗಿರಲು ಸಾಕು.

ಆದರೆ ಅವನ ಮನಸ್ಸು ಎಷ್ಟು ಸಣ್ಣದು...! ಕೈಯೆತ್ತಿ ಕೊಡುವ ಬುದ್ಧಿ ಇಲ್ಲ. ಅವನಿಗೆ ಅದರಿಂದ ಪ್ರಚಾರ ಸಿಗುವುದಾದರೆ ಮಾತ್ರ ಅವನು ಧಾರಾಳಿ.

ಎಲ್ಲವೂ ಅವರವರ ಭಾವಕ್ಕೆ ತಕ್ಕಂತೆ ವರ್ತಿಸುತ್ತಾರೆ...!

ಅಲ್ಲಿಂದ ನಾನು ಹಿಂದೆ ವಾಸಿಸುತ್ತಿದ್ದ ಮನೆಯತ್ತ ಕಾರೋಡಿಸಲು ತಿಳಿಸಿದೆ. ಅವನು ಅಂತೆಯೇ ಮಾಡಿದ. ತಾಲೂಕು ಕೇಂದ್ರವಾಗಿದ್ದ ಮದ್ದೂರು ಈಗ ಆಧುನಿಕತೆಯ ಗಾಳಿಗೆ ಸೋಕಿ ಬಹಳಷ್ಟು ಬದಲಾವಣೆಗಳು ಕಂಡಿವೆ. ನಗರ ಬೆಳೆದಿದೆ. ರಸ್ತೆಗಳ ಅಗಲೀಕರಣ ಮತ್ತು ಕಾಂಕ್ರೀಟೀಕರಣದ ಸೌಕರ್ಯಕ್ಕೆ ಹಳೆಯ ಕಟ್ಟಡಗಳು, ಮನೆಗಳು ಕೆಡವಿ ಹೋಗಿ ತಾರಸಿ ಮನೆಗಳು ತಲೆಯೆತ್ತಿವೆ. ಇಲ್ಲೂ ಕೂಡಾ ಅಪಾರ್ಟ್‌ಮೆಂಟ್ ಸಂಸ್ಕೃತಿ ಕಾಲಿಟ್ಟಿದೆ. ಊರೆಷ್ಟೇ ಬದಲಾದರೂ ಸರಕಾರಿ ಶಾಲೆ ಮಾತ್ರ ದುಸ್ಥಿತಿ ಹೊಂದಿರುವುದು ಖೇದಕರ. ಮಕ್ಕಳ ಶಿಕ್ಷಣಕ್ಕೆ ಪ್ರಾಮುಖ್ಯತೆ ನೀಡಬೇಕಾದಲ್ಲಿ ಗಮನ ಹರಿಸದೇ ಉಳಿದ ಎಲ್ಲಾ ಆಯಾಮಗಳಲ್ಲಿ ಅಭಿವೃದ್ಧಿ ಮಂತ್ರ ಜಪಿಸುವ ಆಡಳಿತದ ನೀತಿ ನಿರಾಶಾದಾಯಕ. ಸರಕಾರಿ ಕಟ್ಟಡವಾದ್ದರಿಂದ ಪ್ರತಿ ಹಂತದಲ್ಲೂ ಅನುಮತಿಯ ಮೂಲಕವೇ ಯಾವುದೇ ಕೆಲಸ ಕಾರ್ಯಗತವಾಗಬೇಕಾದ್ದ ಕಾರಣ ಶಾಲೆಯ ಅಭಿವೃದ್ಧಿ ನೆನೆಗುದಿಗೆ ಬಿದ್ದು ಬಿದ್ದೇ ಹೋಗುವ ಹಂತದಲ್ಲಿದೆ.

ವಾಸು ತನ್ನ ತರಗತಿಗಳನ್ನು ಇಲ್ಲಿ ಶುರು ಮಾಡಿಕೊಂಡರೂ ನಿಧಾನಕ್ಕೆ ಜಿಲ್ಲಾ ಕೇಂದ್ರಕ್ಕೆ ತನ್ನನ್ನು ತಾನು ವರ್ಗಾಯಿಸಿಕೊಂಡಿದ್ದ. ಹಾಗಾಗಿ ಅವನ ಅಕಾಡೆಮಿ ಯಶಸ್ವಿಯಾಗಲು ಕಾರಣವಾಗಿತ್ತು.

ಅಲ್ಲಿ ಅಕಾಡೆಮಿ ಯಶಸ್ವಿಯಾಗಿ ಊರ್ಜಿತವಾದ ಬಳಿಕ ಮನೆಯನ್ನೂ ಕಟ್ಟಿಕೊಂಡು ನಾವೆಲ್ಲಾ ಅಲ್ಲೇ ನೆಲೆಸುವಂತಾಗಿತ್ತು. ನನಗೆ ಊರು ತೊರೆದು ಹೋಗಲು ಎಳ್ಳಷ್ಟೂ ಮನಸ್ಸಿರಲಿಲ್ಲ. ಎಷ್ಟೇ ನಿರಾಕರಿಸಿದರೂ ಮೀರಾ, ಆದರ್ಶನ ಒತ್ತಾಯಕ್ಕೆ ಸೋತು ಇಲ್ಲಿಂದ ಹೊರಡಲೇ ಬೇಕಾಯಿತು.

ಆಗ ವಾಸು ಈ ಮನೆಯನ್ನು ಹಾಗೇ ಉಳಿಸಿಕೊಳ್ಳುವುದಾಗಿ ಮಾತು ಕೊಟ್ಟಿದ್ದ.

“ನಾವು ಆಗಾಗ ಇಲ್ಲಿ ಬಂದು ಒಂದೆರೆಡು ದಿನಗಳಿದ್ದು ಹೋಗೋಣ...” ಎಂದಿದ್ದ. ಆದರೆ ಅಲ್ಲಿಗೆ ತೆರಳಿದ ಬಳಿಕ ಒಮ್ಮೆಯೂ ಇಲ್ಲಿ ಬಂದು ಉಳಿಯುವ ಪ್ರಸಂಗ ಒದಗಿ ಬರಲೇ ಇಲ್ಲ. ಅವನೂ ನಮ್ಮವನಾಗಿ ಉಳಿಯಲಿಲ್ಲ. ಕಾಲದ ಓಘಕ್ಕೆ ಅವನು ಬದಲಾಗಿದ್ದ. ಹಣ, ಕೀರ್ತಿ, ಯಶಸ್ಸು ಅವನ ಕೈ ಬೀಸಿ ಕರೆದಂತೆಲ್ಲವೂ ಅವನೊಳಗಿನ ಜೀವನ ಪ್ರೀತಿ, ಭಾವುಕತೆ, ಸಂವೇದನೆಗಳೆಲ್ಲವೂ ಮುಸುಕಾಗತೊಡಗಿತ್ತು.

ಊರು ಬೇರುಗಳಿಗೆ ಗಟ್ಟಿಯಾಗಿ ನಮ್ಮನ್ನು ಬಂಧಿಸುತ್ತದೆ. ಸತ್ವಗಳನ್ನು ಕೊಟ್ಟು ಪೋಷಿಸುತ್ತದೆ. ಒಮ್ಮೆ ಬೇರುಗಳು ಸಹಿತ ಕಿತ್ತು ಇನ್ನೊಂದೆಡೆಯೆಲ್ಲೋ ನೆಟ್ಟರೆ ಆ ತಾಯಿ ಮಣ್ಣಿನ ಗುಣಗಳಿಂದ ಕಳಚಿ ಹೊಸ ಮಣ್ಣಿನ ಅಂಶಗಳನ್ನು ಬದುಕಬೇಕಾದ ಅನಿವಾರ್ಯತೆಯ ಕಾರಣ ಸ್ವೀಕರಿಸುತ್ತಾ ನಮ್ಮ ಮೂಲ ಗುಣಗಳನ್ನು ಕಳೆದುಕೊಳ್ಳಬೇಕಾಗುತ್ತದೆ. ವಾಸುವಿಗೆ ಆದದ್ದೂ ಅದೇ ಇರಬಹುದು.

ಮುಖ್ಯ ರಸ್ತೆಯಲ್ಲಿಲ್ಲದ ಕಾರಣ ನಾವು ವಾಸವಾಗಿದ್ದ ಮನೆಗೆ ಯಾವ ಧಕ್ಕೆಯೂ ಉಂಟಾಗಿರಲಿಲ್ಲ. ಬಹಳ ವರ್ಷಗಳಿಂದ ಈ ಮನೆಯ ಕಡೆಗೆ ಬರುವ ಮನಸ್ಸು ಮಾಡಿರಲಿಲ್ಲ. ಇಂದು ಶಾಲೆಗೆ ಬರುವ ನೆಪದಲ್ಲಿ ಇಲ್ಲಿಗೂ ಬರುವಂತಾಗಿತ್ತು. ಚಿಕ್ಕ ಹಂಚಿನ ಮನೆಯಾದರೂ ಚೊಕ್ಕದಾಗಿತ್ತು. ವಾಸು ಅಪರೂಪಕ್ಕೆ ಇಲ್ಲಿ ಕೆಲಸದವರನ್ನು ಬಿಟ್ಟು ಶುಚಿಗೊಳಿಸುವುದು ಮರೆಯುತ್ತಿರಲಿಲ್ಲ. ಕೆಂಪು ಗಾರೆಯ ನೆಲ, ಮೂಲೆಯಲ್ಲಿದ್ದ ಬೆತ್ತದ ಖುರ್ಚಿ, ತಾನು ಮಲಗುತ್ತಿದ್ದ ಸಣ್ಣ ಮಂಚ ಎಲ್ಲವನ್ನೂ ಸವರಿದಾಗ ಎಷ್ಟೊಂದು ಆಪ್ತ ಭಾವ. ಅಡುಗೆ ಮನೆಯ ಸಣ್ಣ ವೇದಿಕೆ, ಅದರ ಪಕ್ಕದಲ್ಲಿದ್ದ ಪುಟ್ಟ ಬಚ್ಚಲು, ಶೌಚ, ವಾಸು ನಿದ್ರಿಸುತ್ತಿದ್ದ ಸಣ್ಣ ಕೋಣೆ ಎಲ್ಲವೂ ಕಣ್ಣಾಡಿಸಿ ಬಂದಾಗ ಮನದ ಪಟಲದಲ್ಲಿ ಬಹಳಷ್ಟು ಹಳೆಯ ಚಿತ್ರಿಕೆಗಳು ಹಾದು ಹೋದವು.

ಪಾರ್ವತಿಯನ್ನು ಮದುವೆಯಾಗಿ ಕರೆ ತಂದ ಮನೆ. ಹೊಸದಾಗಿ ಸಂಸಾರ ಹೂಡಿದ್ದು, ವಾಸು ಹುಟ್ಟಿದ್ದು... ಅವನ ಬಾಲ್ಯದ ಹೆಜ್ಜೆಗುರುತುಗಳು... ಬೇರೆ ಊರಿಗೆ ವರ್ಗವಾದರೂ ಪ್ರತೀ ದಿನ ಎಷ್ಟೇ ಕಷ್ಟವಾದರೂ ನಾನು ಪ್ರತೀದಿನ ಮನೆಗೆ ಮರಳುತ್ತಿದ್ದೆ. ಬೆಳಿಗ್ಗೆ ಎದ್ದು ಬೇಗನೇ ಬಸ್ಸು ಹಿಡಿದು ಆಸು ಪಾಸಿನ ಊರಿಗೆ ಕೆಲಸಕ್ಕೆ ಹೋಗುತ್ತಿದ್ದೆ. ಏಕೋ ಈ ಮನೆಯ ಬಗ್ಗೆ ಒಂದು ಮಧುರವಾದ ಬೆಸುಗೆ ಬೆಸೆದು ಹೋಗಿತ್ತು. ಮದುವೆಯಾಗುವ ಸಂದರ್ಭದಲ್ಲಿ ಬಾಡಿಗೆಗೆ ಹಿಡಿದದ್ದು. ನಂತರ ಇದನ್ನೇ ಕಡಿಮೆ ಬೆಲೆಗೆ ಇದರ ಮಾಲಕರು ನನಗೆ ಕೊಟ್ಟಿದ್ದರು. ನನ್ನ ಇಷ್ಟಾನಿಷ್ಟಗಳಿಗೆ ಬೆಲೆ ಕೊಡುತ್ತಿದ್ದ ಪಾರ್ವತಿ ನಿಜಕ್ಕೂ ಮನ ಮತ್ತು ಮನೆ ತುಂಬಿದ್ದಳು. ಕೆಲಸದ ಬಗ್ಗೆ ನನಗಿದ್ದ ಶ್ರದ್ಧೆ, ನಿಷ್ಠೆ ಅವಳಿಗೂ ಅರಿವಿತ್ತು. ಮಧ್ಯಮ ವರ್ಗದ ಜೀವನ ಶೈಲಿಗೆ ಇರುವುದಷ್ಟರಲ್ಲೇ ಹೊಂದಿಕೊಂಡು ಹೋಗಬೇಕಾದ ಅನಿವಾರ್ಯತೆ. ಒಂದು ರೀತಿಯಲ್ಲಿ ಹೇಳಬೇಕೆಂದರೆ ಸೂತ್ರ ಹಾಕಿಕೊಂಡು ಅದರಂತೆ ಬದುಕಬೇಕಿದ್ದ ರೀತಿಗೆ ನಾವೆಲ್ಲರೂ ಹೊಂದಿಕೊಂಡಿದ್ದೆವು. ಮದ್ದೂರಿನ ಶಾಲೆಯ ಮಕ್ಕಳಿಗೆ ಪ್ರತೀ ದಿನ ಮನೆಪಾಠವನ್ನು ಇಲ್ಲೇ ನಡುಮನೆಯಲ್ಲಿ ಕುಳ್ಳಿರಿಸಿ ಹೇಳುತ್ತಿದ್ದೆ. ಆಗೆಲ್ಲಾ ಪಾರ್ವತಿ ಮೂಲೆಯಲ್ಲಿ ಕುಳಿತು ಮಕ್ಕಳು ಓದಿನ ಕಡೆ ಗಮನ ಹರಿಸುವಂತೆ ನೋಡಿಕೊಳ್ಳುತ್ತಿದ್ದಳು. ವಾಸು ಬೆಳೆದಂತೆ ಅವನೂ ಅಮ್ಮನ ಕೆಲಸವನ್ನೇ

ಮುಂದುವರೆಸುತ್ತಿದ್ದ. ಪಕ್ಕದಲ್ಲಿ ಕುಳಿತು ಹೇಳಿಕೊಡುತ್ತಿದ್ದ. "ನನಗೂ ಅಪ್ಪನಂತೆ ಅಧ್ಯಾಪಕ ಆಗಬೇಕು..." ಎಂದು ಎದೆಯುಬ್ಬಿಸಿ ಹೇಳುತ್ತಿದ್ದ. ಸಮಾಜದ ಎಲ್ಲಾ ಸ್ತರಗಳಲ್ಲಿ ಅಧ್ಯಾಪನ ವೃತ್ತಿ ನಿಸ್ವಾರ್ಥವೂ, ಶ್ರೇಷ್ಟವೂ ಎಂದೇ ಬಗೆದಿದ್ದೆ.

ಅದು ಬಹಳಷ್ಟು ತಾಳ್ಮೆ, ಸಂಯಮ, ಅದೆಲ್ಲಕ್ಕಿಂತ ಮುಖ್ಯವಾಗಿ ಮಾತೃ ಹೃದಯ ಬೇಡುತ್ತದೆ. ಕಲಿಯಲು ಬಂದ ವಿದ್ಯಾರ್ಥಿಗಳನ್ನು ಸಮನಾಗಿ ನೋಡುವ ಮನೋಭಾವ ಬೇಡುತ್ತದೆ. ಹಾಗಾಗಿ ವಾಸು ಅಧ್ಯಾಪಕನಾಗುತ್ತೇನೆಂದಾಗ ನಾನು ಖುಷಿ ಪಟ್ಟಿದ್ದೆ. ಮನೆಪಾಠಕ್ಕೆ ಮಕ್ಕಳು ಅಧಿಕವಾದಂತೆ ಅವನು ತನ್ನ ಕೋಣೆಯಲ್ಲಿ ಮಕ್ಕಳನ್ನು ಸೇರಿಸಿ ಅಲ್ಲಿ ಕಲಿಸುತ್ತಿದ್ದ. ನಾನೂ ಅವನೇನು ಕಲಿಸುತ್ತಾನೆಂದು ಕಣ್ಣಿರಿಸುತ್ತಿದ್ದೆ.

ನಂತರ ಅವನ ಹಾದಿ ಬದಲಾಗಿತ್ತು. ಈಗ ಈ ಮನೆಯ ಕಡೆಗೆ ತಿರುಗಿ ನೋಡಲೂ ಅವನಿಗೆ ಬಿಡುವಿಲ್ಲ. ಆಸಕ್ತಿ ಇದ್ದರೆ ಹೇಗೋ ಬಿಡುವು ಮಾಡಿಕೊಂಡು ಬರಬಹುದು. ಹಾಗಾಗಿ ಆಸಕ್ತಿ ಇಲ್ಲವೆನ್ನುವುದೇ ದಿಟ.

ಈಗ ದೊಡ್ಡ ಮನೆ, ಹವಾನಿಯಂತ್ರಿತ ಕೋಣೆ, ದಪ್ಪದ ಹಾಸಿಗೆಯಾದರೂ ನಿದ್ದೆ ದೂರ. ವೈಭವದ ಜೀವನ ಮನಸ್ಸನ್ನು ಆಪ್ತವಾಗಿ ಸ್ಪರ್ಶಿಸುವುದಿಲ್ಲ. ಯಾವುದೇ ನೆನೆಪಿನ ಖಜಾನೆಯನ್ನು ತುಂಬುವುದಿಲ್ಲ. ಎಲ್ಲಾ ಇದ್ದೂ ಆತ್ಮೀಯತೆಗೆ ಅಲ್ಲಿ ಬರಡು.

ಈ ಪುಟ್ಟ ಮನೆಯಲ್ಲಿ ಕಳೆದ ಎಷ್ಟೊಂದು ನೆನಪುಗಳಿವೆ. ಪ್ರತಿಯೊಂದು ವಸ್ತುವಿನಲ್ಲೂ ನನ್ನ ಸ್ಪರ್ಶ ಸಖ್ಯವಿದೆ. ನನ್ನ ಒಡನಾಟವಿದೆ. ಆ ದೊಡ್ಡ ಮನೆಯಲ್ಲಿ ನನ್ನ ಕೋಣೆಯಿಂದ ಆಚೆಗೆ, ಅನಿವಾರ್ಯವಾದರೆ ಮಾತ್ರ ನಾನು ಬರುತ್ತೇನೆ. ಏಕೋ ಆ ಮನೆಯಲ್ಲಿ ನಾನು ಅತಿಥಿಯೆಂಬಂತೆ ಭಾಸವಾಗುತ್ತದೆ. ಈ ಪುಟ್ಟ ಮನೆ ತುಂಬಿಕೊಂಡಂತಿದೆ ಎನಿಸಿದರೆ ಅಲ್ಲಿ ಖಾಲಿತನ ತೀವ್ರವಾಗಿ ಬಾಧಿಸುತ್ತದೆ.

ಅದೇ ಬೆತ್ತದ ಖುರ್ಚಿಯಲ್ಲಿ ಬೆನ್ನು ಆರಾಮವಾಗಿ ಒರಗಿಸಿ ಕಾಲು ಚಾಚಿ ಕುಳಿತಾಗ ಹಿತವೆನಿಸಿತ್ತು. ಇಂಥ ಒಂದು ಸುಖ ಅನುಭವಿಸದೇ ಯಾವ ಕಾಲವಾಗಿತ್ತು...! ಇಲ್ಲಿನ ಗಾಳಿ ತನ್ನ ನರ ನಾಡಿಗಳಲ್ಲಿ ಬೆರೆತು ಹೋದಂತೆನಿಸಿ ಆ ಸೆಳೆತಕ್ಕೆ ದೇಹ ಸ್ಪಂದಿಸಿ ಮೈ ಮರೆಯುವಂತಾಗಿತ್ತು.

ಶಾಲೆಯ ಮತ್ತು ಮನೆಯ ಭೇಟಿ ಇಂದಿನ ದಿನವನ್ನು ವಿಶೇಷವಾಗಿಸಿತ್ತು.

"ಸರ್... ಕತ್ತಲಾಯಿತು... ವಾಸು ಸರ್ ಫೋನ್ ಮಾಡಿದ್ರು... ಹೊರಡಬೇಕಂತೆ..." ಡ್ರೈವರ್ ಬಂದು ನುಡಿದಾಗ ಒಲ್ಲದ ಮನದಿಂದಲೇ ಎದ್ದೆ.

ಅಧ್ಯಾಯ–11

ಮತ್ತಷ್ಟು ದಿನಗಳು ಸರಿದು ಹೋದವು. ಮನೆಯವರೆಲ್ಲರೂ ತಂತಮ್ಮ ಕಾಯಕದಲ್ಲಿ ವ್ಯಸ್ತವಾಗಿದ್ದರೆ, ನಾನು ಮಾತ್ರ ನನ್ನದೇ ಗುಂಗಿನಲ್ಲಿ ಮುಳುಗಿರುತ್ತಿದ್ದೆ. ಸಂತೆಯಲ್ಲಿ ಕಳೆದು ಹೋದ ಬಾಲಕನಂತೆ, ಏನು ಮಾಡಬೇಕು ಎಂದು ತೋಚದೇ ತಳಮಳಿಸುತ್ತಿದ್ದೆ. ಏಕೋ ಇತ್ತೀಚೆಗೆ ಅನಾಥಪ್ರಜ್ಞೆ ತೀವ್ರವಾಗಿ ಕಾಡುತ್ತಿತ್ತು. ಬೆಳಿಗ್ಗೆ ಎದ್ದು ಒಂದಷ್ಟು ಹೊತ್ತು ಪತ್ರಿಕೆಗಳ ಮೇಲೆ ಕಣ್ಣಾಡಿಸಿ ನಿತ್ಯ ಕರ್ಮಗಳನ್ನು ಮುಗಿಸಿ ಗ್ರಂಥಾಲಯಕ್ಕೆ ಹೋಗಿ ಕುಳಿತು ಯಾವುದಾದರೂ ವ್ಯಕ್ತಿತ್ವ ವಿಕಸನದ್ದೋ, ಅಥವಾ ವೇದಾಂತದ್ದೋ ಪುಸ್ತಕಗಳನ್ನು ಹಿಡಿದು ಕುಳಿತು ಬಿಡುತ್ತಿದ್ದೆ. ಈ ವಯಸ್ಸಿಗೆ ಅವೇ ಮನಸ್ಸಿಗೆ ಒಂದಷ್ಟು ಸಾಂತ್ವನ ಹೇಳುವ ಗೆಳೆಯರು. ಈಗೀಗ ಅವುಗಳ ಮೇಲೂ ಏಕಾಗ್ರತೆ ಸಾಧಿಸಲಾಗದೇ ಬಲವಂತವಾಗಿ ಓದಲೇಬೇಕೆಂಬ ಹಠ ತೊಟ್ಟು ಓದುತ್ತಿದ್ದೆ. ಏಕೋ ಈ ಬದುಕು ತನ್ನದಲ್ಲ ಎಂಬ ಖಾಲಿತನದ ಭಾವ ಕಿತ್ತು ತಿನ್ನತೊಡಗಿತ್ತು. ಯಾರೊಡನೆಯೂ ಮನಸ್ಸಿನ ಬೇಗುದಿಯನ್ನು ಹಂಚಿಕೊಳ್ಳಲಾಗುತ್ತಿರಲಿಲ್ಲ. ಇತ್ತೀಚೆಗೆ ಮೀರಾ ಆಂಗ್ಲ ಭಾಷೆ ಕಲಿಯುವುದೆಂದು ಅವಳ ಮಾರ್ಗದರ್ಶಿ ಐರಿನ್ ಅವಳ ಆತ್ಮೀಯ ಗೆಳತಿಯಾಗಿ ಬಿಟ್ಟಿದ್ದಳು. ಆಕೆಯೊಡನೆ ಹೊರಗೆ ಸುತ್ತಾಟವೆಂದು ಮೀರಾ ಕೂಡ ತನ್ನ ಸಾಮಾಜಿಕ ಮಿತಿಗಳನ್ನು ಕೊಂಚ ಸಡಿಲ ಬಿಟ್ಟುಕೊಂಡು ಹೊರಗೆ ಬೆರೆಯ ತೊಡಗಿದ್ದಳು. ನನಗೆ ಆ ಬಗ್ಗೆ ಖುಷಿ ಇತ್ತು. ಕೇವಲ ಗೃಹಿಣಿಯೆಂದು ನಾಲ್ಕು ಗೋಡೆಗಳ ನಡುವೆ ಹುದುಗಿ ಹೋದರೆ ಕೇವಲ ಬಾವಿಯೊಳಗಿನ ಕಪ್ಪೆಯಂತೆ ಬದುಕಬೇಕು. ಪ್ರತೀ ಕೆಲಸಕ್ಕೆ ಮನೆಯವರನ್ನೇ ಅವಲಂಬಿಸುವಂತಿರಬಾರದು. ಅವಳೀಗ ಹೊರಗೆ ಸ್ನೇಹಿತರ ಸಹವಾಸದಲ್ಲಿ ಒಂದಷ್ಟು ಆತ್ಮವಿಶ್ವಾಸ ಗಳಿಸಿಕೊಂಡಿರುವುದು ನನಗೆ ಗೋಚರಕ್ಕೆ ಬರುತ್ತಿತ್ತು. ಮಾತು, ನಡವಳಿಕೆ ನಿರ್ಧಾರಗಳಲ್ಲಿ ಸ್ಪಷ್ಟತೆ ಮೂಡುತ್ತಿರುವುದು ನನಗೆ ನಿಜಕ್ಕೂ ಅಭಿಮಾನ ಮೂಡಿಸುತ್ತಿತ್ತು. ವಾಸು ಇದನ್ನು ಗಮನಿಸಿದನೋ

ಅಥವಾ ಅವರಿಬ್ಬರ ನಡುವಿನ ಶೀತಲ ಸಮರಕ್ಕೆ ಇನ್ನೂ ತೆರೆ ಬಿದ್ದಿಲ್ಲವೋ ಅವರಿಬ್ಬರಿಗೇ ಗೊತ್ತು. ಇನ್ನು ಆದರ್ಶ ಕಲಿಕೆಯಲ್ಲೇ ವ್ಯಸ್ತನಾಗಿದ್ದ. ವಾಸು ಅಗತ್ಯವಿದ್ದರಷ್ಟೇ ಮಾತು.

ಇಡೀ ಮನೆಯಲ್ಲಿ ಮೌನ ಕಿತ್ತು ತಿನ್ನುತ್ತಿತ್ತು. ಆ ಮೌನ ಹೊರಗಿನದ್ದಾಗಿದ್ದಾಗ ನನ್ನೊಳಗಿನ ಸದ್ದು ಜಾಗೃತವಾಗುತ್ತಿತ್ತು. ಅದರ ಧ್ವನಿ ಜೋರಾಗಿ ಕಡೆಗೆ ಅಸಹನೀಯವೆನಿಸುತ್ತಿತ್ತು. ಯಾವುದೋ ಗೀಳು ರೋಗ ನನ್ನಗೆ ಅಂಟಿತೆಂಬ ಭಯಕ್ಕೆ ನಾನೇ ಕೆಲವೊಮ್ಮೆ ನನಗೆ ನಾನು ಸಮಾಧಾನಿಸಿಕೊಳ್ಳುತ್ತಿದ್ದೆ. ವಯಸ್ಸಾದ ಬಳಿಕ ಕಿರಿಯರಿಗೆ ನಮ್ಮಂಥವರೊಡನೆ ಮಾತನಾಡಲು ಏನೂ ಉಳಿದಿಲ್ಲವೋ ಅಥವಾ ಆ ಕಾಲಕ್ಕೆ ಅವರು ಹೊಂದುವುದಿಲ್ಲವೆಂಬ ಉಪೇಕ್ಷೆಗೋ ಮಾತನಾಡಿಸುವುದು ಕಡಿಮೆ ಮಾಡಿದಾಗ ಅದು ನಮಗೆ ಉಪೇಕ್ಷೆ ಎನಿಸುತ್ತದೆ. ಯಾರಾದರೂ ನಮ್ಮೊಡನೆ ಮಾತನಾಡಬೇಕು ಎನಿಸುತ್ತದೆ. ನಮ್ಮ ಕಾಳಜಿ ವಹಿಸಬೇಕೆನಿಸುತ್ತದೆ. ಮೀರಾ ಅದೆಲ್ಲವೂ ಮಾಡುವುದಿಲ್ಲವೆಂದಲ್ಲ. ಈಗಲೂ ಅವಳ ಮೊದಲ ಆದ್ಯತೆ ನಾವು ಹೌದಾದರೂ ಮುಂಚಿನಂತೆ ಅವಳೀಗ ಹೆಚ್ಚು ಸಲುಗೆ ತೋರುವುದಿಲ್ಲ. ಆತ್ಮೀಯತೆಯ ಜಾಗದಲ್ಲಿ ಕರ್ತವ್ಯ ಭಾವ ಮಾತ್ರ ಉಳಿದಿರಬೇಕು. ಅವಳೂ ಮಾನಸಿಕವಾಗಿ ದೂರವಾದಂತೆ ಭಾಸವಾಗತೊಡಗಿದಾಗ ಮನಸ್ಸು ಮಮ್ಮಲ ಮರಗುತ್ತಿತ್ತು. ಏಕಾಂತವೆನ್ನುವುದು ಬಲು ದೊಡ್ಡ ಹಿಂಸೆ ಮತ್ತು ಶಿಕ್ಷೆ ಕೂಡಾ. ಯಾರದೋ ಸಂಗಡದಲ್ಲಿದ್ದರೆ ಮನಸ್ಸು ಅವರೊಡನೆ ಯಾವುದೋ ವಿಷಯದಲ್ಲಿ ಮಗ್ನವಾಗುತ್ತದೆ. ಮಾತಿನಲ್ಲೋ, ಕೃತಿಯಲ್ಲೋ ನಮ್ಮನ್ನು ನಾವು ಮರೆಯುತ್ತೇವೆ. ಅದರೆ ಏಕಾಂತದಲ್ಲಿ ನಮ್ಮ ಮನಸ್ಸು ಬೆತ್ತಲಾಗುತ್ತದೆ. ನಮ್ಮ ಅಂತರಂಗ ಜಾಗೃತವಾಗುತ್ತದೆ. ಬೇಕಿರುವ, ಬೇಡದ ಯೋಚನೆಗಳು ಲಗ್ಗೆ ಇಟ್ಟು ಮನಸ್ಸನ್ನು ತೊಟ್ಟಿ ಮಾಡಿ ಬಿಡುತ್ತದೆ. ಎಷ್ಟೋ ಸಲ ಸತ್ಯದ ದರ್ಶನ ಮಾಡಿಸುತ್ತದೆ. ಕಸುವು ಕಳೆದುಕೊಂಡು ದುರ್ಬಲವಾಗಿರುವ ದೇಹದ ಜೊತೆಗೆ ಈ ರೀತಿಯ ಯೋಚನೆಗಳು ಮನಸ್ಸನ್ನೂ ಮುಪ್ಪಿನ ತೆಕ್ಕೆಗೆ ಸೇರಿಸಿ ಆರ್ದ್ರಗೊಳಿಸುತ್ತದೆ. ಈ ಯಾತನೆ, ಈ ತಹತಹಿಕೆಯಿಂದ ಬಿಡುಗಡೆ ಎಲ್ಲಿದೆ...?

***

ಆ ದಿನ ಬೆಳಿಗ್ಗೆ ಎದ್ದೊಡನೆ ಕೇಳಲು ಬಂದ ಸುದ್ದಿ ನಿಜಕ್ಕೂ ಆಘಾತಕಾರಿ. ಆದರ್ಶ ಅಕಾಡೆಮಿಯ ಯಾವುದೋ ಪದವಿಪೂರ್ವ ವಿದ್ಯಾರ್ಥಿನಿ ಹಾಸ್ಟೆಲ್‌ನಲ್ಲಿ ನೇಣು ಬಿಗಿದುಕೊಂಡು ಆತ್ಮಹತ್ಯೆ ಮಾಡಿಕೊಂಡಿದ್ದಳು. ತನ್ನ ಸಾವಿಗೆ ತಾನೇ ಕಾರಣವೆಂದು ಚೀಟಿ ಬರೆದಿಟ್ಟಿದ್ದಳಂತೆ. ವಾಸು ಪೋಲಿಸ್‌ಗೆ ಕರೆ ಮಾಡಿ ವಿಷಯ ತಿಳಿಸಿದ್ದ. ಪರ ಊರಿನಲ್ಲಿದ್ದ ಆ ವಿದ್ಯಾರ್ಥಿನಿಯ

ಹೆತ್ತವರಿಗೆ ಸುದ್ದಿ ಮುಟ್ಟಿಸಲು ಕಚೇರಿಯ ಸಿಬ್ಬಂದಿಗೆ ಮಾಹಿತಿ ನೀಡಿದ್ದ. ವಿದ್ಯಾ ಸಂಸ್ಥೆ ಎನ್ನುವುದು ಒಂದು ಬಲು ದೊಡ್ಡ ಜವಾಬ್ದಾರಿ. ಎಷ್ಟೊಂದು ಮಕ್ಕಳ ಭವಿಷ್ಯ ಅದರೊಂದಿಗೆ ಅಡಕವಾಗಿರುತ್ತದೆ. ಅದನ್ನು ಎಷ್ಟು ನಾಜೂಕಾಗಿ, ಕರಾರುವಕ್ಕಾಗಿ, ಲೋಪ ಬರದಂತೆ ಅದಕ್ಕೆ ಸಂಬಂಧಪಟ್ಟ ಕಾನೂನು ರೀತ್ಯಾ ನಿರ್ವಹಿಸಬೇಕು...! ವಾಸು ತೀರಾ ವಿಚಲಿತನಾಗಿದ್ದ.

ಹಿಂದೆ ಈ ರೀತಿಯ ಒಂದೆರೆಡು ಘಟನೆಗಳು ಜರುಗಿದ್ದವು. ಘಟನೆಯ ಆಳಕ್ಕಿಳಿಯದೇ ಮಾಧ್ಯಮಗಳು ಅಥವಾ ಜನರೇ ಒಂದು ವಿಧದ ಪೂರ್ವಾಗ್ರಹದಲ್ಲಿ ಸಂಸ್ಥೆಯ ಬಗ್ಗೆ ಅನುಮಾನ ಬರುವಂತೆ ಸುದ್ದಿ ಹರಡಿ ಬಿಡುತ್ತಾರೆ. ಅ ಆತಂಕ ವಾಸುವನ್ನು ತೀವ್ರವಾಗಿ ಕಾಡುತ್ತಿತ್ತೆಂದು ಅವನ ಮುಖವೇ ಸಾರಿ ಹೇಳುತ್ತಿತ್ತು. ಅವನು ಯಾರೊಡನೆಯೋ ಮೊಬೈಲ್‌ನಲ್ಲಿ ಹೇಳುತ್ತಿದ್ದ.

"ಈ ಸಂಸ್ಥೆ ಕಟ್ಟಲು, ಈ ಹಂತಕ್ಕೆ ತರಲು ನನಗೆ ಹದಿನೈದು ವರ್ಷಗಳು ತಾಗಿವೆ ಸರ್... ಇಂಥ ಘಟನೆ ನಮಗೆ ಕಪ್ಪು ಚುಕ್ಕೆಯಾಗುತ್ತದೆ...ಆದಷ್ಟು ಈ ಸುದ್ದಿ ಕೆಟ್ಟ ರೀತಿಯಲ್ಲಿ ಬಿಂಬಿಸದಂತೆ ನೋಡಿಕೊಳ್ಳಿ... ಪ್ಲೀಸ್..." ಎನ್ನುತ್ತಿದ್ದ.

'ಆ ಹುಡುಗಿಯ ಸಾವು ಇವನಿಗೆ ಯಾವ ರೀತಿಯಲ್ಲೂ ಬಾಧಿಸುತ್ತಿಲ್ಲವೇ...? ಆಕೆಯ ಬಗ್ಗೆ ಕಿಂಚಿತ್ತೂ ಕನಿಕರವಿಲ್ಲವೇ...? ಮಾನವೀಯತೆಯ ನೆಲೆಯಲ್ಲಿ ಪ್ರತಿಕ್ರಯಿಸುವುದನ್ನು ಬಿಟ್ಟು ತನ್ನ ಸಂಸ್ಥೆಯ ಗೌರವದ ಬಗ್ಗೆ ಮಾತ್ರ ಚಿಂತಿಸುತ್ತಿರುವನಲ್ಲಾ...!' ಎನಿಸಿ ತಳಮಳಿಸಿದೆ. ನನಗೆ ಇನ್ನು ಸುಮ್ಮನೆ ಇರಲಾರದೇ,

"ನಾವು ಒಂದ್ಸಲ ನೋಡ್ಕೊಂಡು ಬರೋಣ್ವಾ... ವಾಸು...?" ಎಂದೆ.

"ನೀವು ಬಂದು ಏನು ಮಾಡ್ತೀರಾ ಅಪ್ಪ...? ಸರಿ ಕಾಣ್ಸಲ್ಲ... ಅವ್ರೇನು ನಮಗೆ ಸಂಬಂಧನಾ...?" ಎಂದ.

"ಹಾಗಲ್ವೋ... ಆ ವಿದ್ಯಾರ್ಥಿನಿ ಇದ್ದದ್ದು ನಮ್ಮ ಹಾಸ್ಟೆಲ್‌ನಲ್ಲಿ ತಾನೇ...? ಅದು ನಮ್ಮ ಬಾಧ್ಯತೆ ಆಗುತ್ತಲ್ವಾ...?" ಎಂದೆ ಒತ್ತಿ.

"ಬಾಧ್ಯತೆ ಅಲ್ಲ... ನೋಡೀ ಈಗ... ಬಾಧೆ...! ಎಲ್ರೂ ಫೋನ್ ಮೇಲೆ ಫೋನ್... ಆ ಹುಡ್ಗಿ ಮಾಡಿರುವ ತಪ್ಪಿಗೆ ನಾನು ತಲೆ ಕೊಡಬೇಕು... ನಾವೇ ಏನೋ ತಪ್ಪು ಮಾಡಿದ್ದೇವೆ ಅನ್ನುವ ರೀತಿಯಲ್ಲಿ ನಮ್ಮನ್ನು ಪ್ರಶ್ನಿಸುತ್ತಾರೆ... ಅ ಹುಡ್ಗಿ ಯಾವ ಕಾರಣಕ್ಕೆ ನೇಣು ಹಾಕಿಕೊಂಡಳೋ... ಆದರೆ ಬೆರಳು ತೋರಿಸೋದು ನಮ್ಮ ಅಕಾಡೆಮಿಗೆ ತಾನೇ...? ನಮ್ಮ ಸಂಸ್ಥೆಗೆ ಇದು ಕಪ್ಪು ಚುಕ್ಕಿ ಥರ ಆಗುತ್ತಪ್ಪ... ಒಳ್ಳೆಯ ಹೆಸರು ಗಳಿಸಬೇಕು ಎಂದು ನಾನು ಹರ ಸಾಹಸ ಮಾಡುತ್ತೇನೆ... ಎಷ್ಟೊಂದು ಬದ್ಧತೆಯಿಂದ ಚ್ಯುತಿ ಬಾರದ ರೀತಿಯಲ್ಲಿ ಸಂಸ್ಥೆಗಾಗಿ ತೊಳಲಾಡುತ್ತೇನೆ... ಇಡೀ ದಿನ ಸಂಸ್ಥೆಯನ್ನೇ ಉಸಿರಾಡಿ, ಅದನ್ನೇ

ಬದುಕುತ್ತೇನೆ... ಆದರೆ ಕೊನೆಗೆ ಸಿಗುವುದು ಇಷ್ಟೇ..." ಎಂದ ಹತಾಶೆಯ ಸ್ವರದಲ್ಲಿ.

"ವಾಸು... ಈ ಹೊತ್ತಿನಲ್ಲಿ ಇದನ್ನು ಹೇಳಬಾರದು ಅಂತ ನಗೆ ಗೊತ್ತು... ಆದರೆ ಕಬ್ಬಿಣ ಕಾದಾಗಲೇ ಬಡಿಯಬೇಕು... ಅಂತಾರಲ್ವಾ...? ಅದಿಕ್ಕೆ ಹೇಳ್ತಿದ್ದೇನೆ... ನಿನಗೆ ನನ್ನ ಮೇಲೆ ಆಕ್ಷೇಪಗಳಿದ್ದವಲ್ಲ... ಇಡೀ ದಿನ ನಾನು ಮಕ್ಕಳೊಂದಿಗೆ ಬೆರೆತು ಮನೆಯನ್ನೂ, ನಿನ್ನನ್ನು ಕಡೆಗಣಿಸಿದೆ ಎಂದು...! ಈಗ ನೀನು ಅದನ್ನೇ ಮಾಡ್ತಿದ್ದಿಯಾ... ನೀನು ಮನೆಯ ಕಡೆಗೆ, ಪತ್ನಿಯ ಕಡೆಗೆ ಗಮನ ಹರಿಸ್ತಿದ್ದೀಯಾ...? ಮನೆಯನ್ನು ಕೇವಲ ತಂಗುದಾಣ ಮಾಡಿಕೊಂಡಿದ್ದೀಯಾ... ಈ ಮನೆ ಕೇವಲ ಕಟ್ಟಡವೇ ಹೊರತು ಮನೆಯಾಗಿಲ್ಲ ವಾಸು... ಕನಿಷ್ಟ ನಮ್ಮ ಮದ್ದೂರಿನ ಚಿಕ್ಕ ಹೆಂಚಿನ ಮನೆಯಲ್ಲಾದರೂ ಆ ಮಕ್ಕಳ ನಗು, ಹರುಷ ಜೀವಂತಿಕೆ ಇತ್ತು... ಇಲ್ಲೇನಿದೆ...? ನಿನಗೆ ನಾನು ಗಮನವೇ ನೀಡಲಿಲ್ಲ ಎಂಬ ಆಕ್ಷೇಪವೇ ನಾಳೆ ದಿನ ನಿನ್ನ ಮಗ ನಿನ್ನ ಮೇಲೆ ಹೊರೆಸುತ್ತಾನೆ... ನೀನು ನಿಂತ ಜಾಗದಲ್ಲೇ ನಿನ್ನ ಮಗ ಕೂಡಾ ನಿಂತಿರುತ್ತಾನೆ... ನಾನು ಮಾಡಿದ ತಪ್ಪನ್ನು ನೀನು ಮಾಡಬೇಡ... ಹೇಳಿದೆ ಎಂದು ಬೇಜಾರು ಮಾಡಿಕೊಳ್ಳಬೇಡ... ನೀನು ಎಲ್ಲಾ ತಿಳಿದವನು... ತಿಳಿದವನಿಗೆ ಏನು ಬುದ್ಧಿ ಹೇಳುವುದು...?"

ಅವನು ಮಂಜುಗಡ್ಡೆಯಂತೆ ಘನವಾಗಿ ಮಾತು ಬಾರದೇ ಕುಳಿತಿದ್ದ. ಅಲ್ಲಿಂದ ಎದ್ದು ನಡೆದವನು ಮತ್ತೆ ತಿರುಗಿ ಅವನ ಸಮ್ಮುಖದಲ್ಲಿ ಬಂದು ನಿಂತೆ.

"ನನಗೆ ನನ್ನ ನಿಲುವಿಗೆ ಖೇದವಿಲ್ಲ ವಾಸು... ಏಕೆಂದರೆ ನಾನು ಮಾಡಿದ್ದು ನಿಸ್ವಾರ್ಥ ಸೇವೆ... ಆದರೆ ನಿನ್ನದು ವ್ಯವಹಾರ... ಕೇವಲ ವ್ಯವಹಾರ... ನಾನು ವಿದ್ಯೆಯನ್ನು ಮಾರಾಟ ಮಾಡಲಿಲ್ಲ... ನೀನು ಮಾರಾಟಕ್ಕಿಟ್ಟಿದ್ದೀಯಾ... ಅದೇ ನನಗೂ ನಿನಗೂ ಇರುವ ವ್ಯತ್ಯಾಸ... ಈಗ ಇಲ್ಲಿ ಕೂರುವ ಬದಲು ಹೋಗಿ ಅ ಮಡಿದ ಕಂದನ ಸಾವಿಗೆ ಶೋಕಿಸು... ಸ್ವಲ್ಪವಾದರೂ ನಿನ್ನ ಹೃದಯದಲ್ಲಿ ಮಾನವೀಯತೆಯ ಸೆಲೆ ಉಳಿದಿದೆ ಎಂದು ಭಾವಿಸುತ್ತೇನೆ... ನಂತರ ನಿನ್ನ ಸಂಸ್ಥೆಯ ಕಳಂಕದ ಬಗ್ಗೆ ಯೋಚಿಸು..." ಎಂದೆ ಗಡುಸಾಗಿ.

"ಸ್ವಲ್ಪ ಅವಕಾಶ ಸಿಕ್ಕರೂ ಸಾಕು... ಉಪದೇಶ ನೀಡಲು ಬರ್ತೀರಾ... ಇಂಥ ಸಂದಿಗ್ಧ ಸ್ಥಿತೀಲಿದೀನಿ,... ಈಗಲೂ ನಿಮ್ಮ ಪಾಠ ಬೇಕಾ...?" ಎಂದ ತೀಕ್ಷ್ಣವಾಗಿ ನೋಡುತ್ತ.

"ನಿನ್ನ ಕಾಳಜಿ ಇರುವ ಕಾರಣ ನಾನು ನಿನಗೆ ಬುದ್ಧಿ ಹೇಳ್ತೀನಿ... ಅದನ್ನು ಅರ್ಥ ಮಾಡಿಕೋ..." ಎಂದೆ.

ವಾಸು ಅಸಮಾಧಾನದಿಂದ ಮಾತನಾಡದೇ ಎದ್ದು ಹೊರಗೆ ಹೊರಟ.

ನನಗೆ ಕುಳಿತಲ್ಲಿ ಕುಳಿತಿರಲಾಗಲಿಲ್ಲ. ಪ್ರಾಣ ಕಳೆದುಕೊಂಡ ಅಮಾಯಕ ಹುಡುಗಿಯ ಸಂಗತಿಯೇ ಮನಸ್ಸನ್ನು ಕಾಡತೊಡಗಿತ್ತು. ಕಳೆದ ವರ್ಷವೂ ಹೀಗೊಂದು ಘಟನೆ ನಡೆದಿತ್ತು. ಆಗಲೂ ಅದು ಮಾಧ್ಯಮದಲ್ಲಿ ಹೆಚ್ಚು ಸದ್ದು ಮಾಡಿತ್ತು. ಹಾಗಾಗಿ ವಾಸು ತುಸು ವಿಚಲಿತನಾಗಿದ್ದ.

ವಾಸು ಹೋದ ಬಳಿಕ ಒಂದು ಕರೆ ಮಾಡಿ ವಿಷಯವೇನೆಂದು ತಿಳಿಸುವ ಕೆಲಸ ಮಾಡಿರಲಿಲ್ಲ. ಅವನ ಆಸಕ್ತಿ ಆ ಹುಡುಗಿಯ ಸಾವಿನ ಕಾರಣಕ್ಕಿಂತಲೂ ತನ್ನ ಸಂಸ್ಥೆಯ ಹೆಸರಿಗೆ ಚ್ಯುತಿ ಬಾರದಂತೆ ನೋಡಿಕೊಳ್ಳುವುದರಲ್ಲೇ ಹೆಚ್ಚಿದೆ ಎಂದು ನನಗೆ ಹೊಳೆದಿತ್ತು. ಇಲ್ಲಿದ್ದರೆ ನಾನು ಪ್ರಶ್ನಿಸುವೆನೆಂಬ ಕಾರಣಕ್ಕೆ ಅವನು ಇಲ್ಲಿಂದ ಕದಲಿದ್ದನಾದರೂ ಅವನು ಕಾನೂನಿನ ಮೂಲಕ ಈ ಕೇಸ್ ಹೆಚ್ಚು ಸುದ್ದಿ ಆಗದಂತೆ ತಡೆಯುವ ಎಲ್ಲಾ ಪ್ರಯತ್ನ ಮಾಡಬಹುದೆಂದು ನನಗೆ ಅನುಮಾನವಿತ್ತು. ಪದೇ ಪದೇ ಇಂಥ ಘಟನೆ ಜರುಗಿದರೆ ಸಂಸ್ಥೆಯ ಹೆಸರು ಕೆಡುತ್ತದೆ ಎನ್ನುವ ಅವನ ಆತಂಕವನ್ನು ನಾನು ಅರ್ಥ ಮಾಡಿಕೊಂಡಿದ್ದೆ.

ಸಂಜೆ ಹೊತ್ತಿಗೆ ಹುಡುಗಿಯ ಶವವನ್ನು ಪೋಸ್ಟ್ ಮಾರ್ಟಮ್ ಮುಗಿಸಿ ಹೆತ್ತವರಿಗೆ ಹಸ್ತಾಂತರಿಸಲಾಗಿದ್ದು, ಸಾವಿಗೆ ಆ ಹುಡುಗಿ ಓದಲು ಆಸಕ್ತಿ ಇಲ್ಲದ ಕಾರಣಕ್ಕೆ ಹೀಗೆ ಮಾಡಿಕೊಂಡಿರುವುದಾಗಿ ತಿಳಿದು ಬಂದಿತ್ತು. ಅದೆಲ್ಲವನ್ನೂ ಪರಿಹರಿಸಿಕೊಂಡು ನಿರಾಳನಾಗಿ ಮನೆಗೆ ಬಂದ ವಾಸು ಆತಂಕಿತನಾಗಿ ಕುಳಿತ ನನಗೆ ಸ್ಪಷ್ಟನೆ ನೀಡಿದ್ದ.

“ಆ ಹುಡ್ಗೀಗೆ ಸ್ವಲ್ಪ ಮೊಬೈಲ್ ಗೀಳೂ ಅಂಟಿತ್ತು... ಹಾಗಾಗಿ ಓದಿನ ಕಡೆಗೆ ಹೆಚ್ಚಿನ ಗಮನ ಇರಲಿಲ್ಲ... ಪ್ರಿಪರೇಟರಿ ಪರೀಕ್ಷೆಯಲ್ಲಿ ಅನುತ್ತೀರ್ಣಳಾದ ಕಾರಣಕ್ಕೆ ಉಪನ್ಯಾಸಕರು ಹೆತ್ತವರಿಗೆ ಬರಲು ತಿಳಿಸಿದ್ದರು... ಹುಡುಗಿ ಒತ್ತಡಕ್ಕೆ ಒಳಗಾಗಿದ್ದಾಳೆ... ಮನೇಲಿ ಸದಾ ಕಲಿಯಬೇಕೆಂದು ಒತ್ತಡ ಹಾಕ್ತಿದ್ರು... ಈಕೆಗೆ ಓದಲು ಮನಸ್ಸಿರಲಿಲ್ಲ. ಅದಿಕ್ಕೆ ಪತ್ರ ಬರೆದು ಹೀಗೆ ಮಾಡಿಕೊಂಡಿದ್ದಾಳೆ...” ಎಂದು ವಿವರಿಸಿದ. ಮಡಿದ ಆ ವಿದ್ಯಾರ್ಥಿನಿಯ ಬಗ್ಗೆ ಅನುಕಂಪ ಮೂಡಿತ್ತು.

‘ಎಷ್ಟು ಸಣ್ಣ ವಯಸ್ಸು... ಎಂಥ ಎಡವಟ್ಟು ಮಾಡಿಕೊಂಡಳು... ಸತ್ತು ಏನು ಸಾಧಿಸಿದಂತಾಯಿತು...? ಬದುಕಲ್ಲಿ ಸದಾ ಮತ್ತೊಂದು ಅವಕಾಶವೆಂದು ಇದ್ದೇ ಇರುತ್ತದೆ... ಒಂದು ಬಾಗಿಲು ಮುಚ್ಚಿದರೆ ಇನ್ನೊಂದು ತೆರೆದಿರುತ್ತದೆ... ಆ ಪರಿಜ್ಞಾನ ಮನುಷ್ಯನಿಗೆ ಬೇಕು...! ನಮ್ಮ ತಾಳ್ಮೆಯ, ಸಂಯಮದ ಪರೀಕ್ಷೆ ಇರುವುದೇ ಇಂಥ ದುರ್ಬಲ ಕ್ಷಣಗಳಲ್ಲಿ...! ಆ ಹಂತ ದಾಟಿ ಬಿಟ್ಟರೆ ಬದುಕು ಸರಳ... ಮತ್ತು ಗೆದ್ದಂತೆ...! ಈ ಸಣ್ಣ ವಯಸ್ಸಿನಲ್ಲಿ ಒಂದು ಸಣ್ಣ ಸೋಲನ್ನು ಭರಿಸಲಾರದಷ್ಟು ಮನಸ್ಸು ಸಂಕೀರ್ಣವೇ... ಅಷ್ಟೊಂದು ಬಲಹೀನವೇ...?

ಪರೀಕ್ಷೆಯ ಅಂಕಗಳು ಬದುಕನ್ನು ನಿರ್ಣಯಿಸುವಷ್ಟು ಪ್ರಮುಖವೇ...? ಇದೇಕೆ ತಿಳಿಯದೇ ಹೋಯಿತು ಅ ಹುಡುಗಿಗೆ...? ಹೆತ್ತು ಹೊತ್ತು ಇಷ್ಟು ದೊಡ್ಡವಳಾನ್ನಾಗಿ ಮಾಡಿದ ಆ ತಾಯಿಗೆ ಮತ್ತು ತಂದೆಗೆ ಎಷ್ಟು ಆಘಾತವಾಗಿರಬೇಡ... ಅ ನೋವು ಜೀವನ ಪರ್ಯಂತ ಇನ್ನು ಮಾಗದ ಗಾಯ. ಕ್ಷುಲ್ಲಕ ಕಾರಣಗಳಿಗೆ ಜೀವವೇ ಬಲಿಯಾಯಿತಲ್ಲವೇ...' ಎಂದು ಮಮ್ಮಲ ಮರುಗಿದೆ.

ಆದರ್ಶನೂ ಅರೆ ಮನಸ್ಸಿನಲ್ಲೇ ತನ್ನ ಪಾಠಗಳನ್ನು ಪರಿಗಣಿಸಿರುವುದು ನೆನೆದಾಗ ಸಲ್ಲದ ಅಪಶಂಕೆಗಳು ಮನಸ್ಸಿಗೆ ಲಗ್ಗೆ ಇತ್ತು ಕಳವಳಗೊಳಿಸಿದವು. ಅವನ ಕೋಣೆಗೆ ಧಾವಿಸಿದಾಗ ಅವನು ಆಗ ತಾನೇ ಕಾಲೇಜಿನಿಂದ ಮರಳಿ, ಸ್ನಾನ ಮುಗಿಸಿ ಶುಚಿಯಾಗಿ ಕುಳಿತಿದ್ದ. ಅವನನ್ನು ಆ ಮಡಿದ ಹುಡುಗಿಯ ಸ್ಥಾನದಲ್ಲಿ ಕಲ್ಪಿಸಿಕೊಂಡು ತಲ್ಲಣಿಸಿದೆ. ನಮಗೆ ಕಲ್ಪಿಸಿಯೇ ಇಷ್ಟು ಘೋರವೆನಿಸಿದರೆ ಈ ಘಟನೆ ಸಂಭವಿಸಿದ ಹೆತ್ತವರಿಗೆ ಹೇಗಾಗಿರಬೇಡ...?

ನಾನು ಆದರ್ಶನನ್ನು ಅಪ್ಪಿಕೊಂಡೆ, "ಕಂದ... ನೀನು ಹಾಗೆಲ್ಲಾ ಏನೂ ದುಡುಕಬೇಡ... ಯಾವಾಗ ಬೇಕಾದರೂ ನೀನು ನಿನ್ನ ಸಮಸ್ಯೆಯನ್ನು ನಮ್ಮೊಡನೆ ಹಂಚಿಕೊಳ್ಳಬಹುದು... ನಿನ್ನೊಡನೆ ಸದಾ ನಾನಿದ್ದೇನೆ.

ನನ್ನ ಈ ಆದರ್ಶ ಹೇಡಿಯಲ್ಲ... ಬದುಕಿನಿಂದ ಓಡಿ ಹೋಗುವುದಿಲ್ಲ... ಯಾವುದೇ ಪರಿಸ್ಥಿತಿಯನ್ನು ಸಮರ್ಥವಾಗಿ ಎದುರಿಸುತ್ತಾನೆ... ಅಲ್ವಾ... ಕಂದ...?" ನಾನು ಅವನ ಮುಖವನ್ನೇ ದೀರ್ಘವಾಗಿ ದಿಟ್ಟಿಸುತ್ತಾ ನುಡಿದೆ. ಅಕಾಡೆಮಿಯ ತುಂಬೆಲ್ಲಾ ಆಗಲೇ ಸುದ್ದಿ ಹರಡಿತ್ತು. ಋಣಾತ್ಮಕ ಭಾವಗಳಿಗೆ ಈ ಸಣ್ಣ ವಯಸ್ಸಿನವರು ಕುತೂಹಲಕ್ಕೆ ಬಿದ್ದು ಅದರ ಕುರಿತೇ ಹೆಚ್ಚಾಗಿ ಯೋಚಿಸಿ ಆಕರ್ಷಿತರಾಗುತ್ತಾರೆ. ಹಾಗಾಗಿ ಯಾವುದೇ ಮಕ್ಕಳ ಮೇಲೆ ಅದರ ವ್ಯತಿರಿಕ್ತ ಪರಿಣಾಮ ಬೀರದಂತೆ ಎಚ್ಚರ ವಹಿಸಬೇಕಿತ್ತು.

ಆದರ್ಶನಿಗೆ ನನ್ನ ಕಳವಳ ಅರ್ಥವಾಯಿತು.

"ಅಜ್ಜ... ಡೋಂಟ್ ವರಿ... ನಾನು ಹಾಗೆಲ್ಲಾ ಏನೂ ಮಾಡಿಕೊಳ್ಳುವುದಿಲ್ಲ... ಅದು ಸ್ವಲ್ಪ ಅತಿರೇಕವಾಯಿತು... ಕಾಲೇಜಿನಲ್ಲಿ ತಲೆಗೊಂದು ಥರ ಮಾತನಾಡುತ್ತಿದ್ದಾರೆ... ಆ ಹುಡುಗಿಯ ಬಗ್ಗೆ ಇಲ್ಲಸಲ್ಲದ್ದೆಲ್ಲ ಪುಕಾರು ಹಬ್ಬಿಸುತ್ತಿದ್ದಾರೆ... ಬದುಕಿದ್ದಾಗ ಯಾರೆಂದೇ ತಿಳಿಯದ ಹುಡುಗಿಯ ಬಗ್ಗೆ ಸತ್ತ ಮೇಲೆ ಬೇಡದ ಕತೆ ಕಟ್ಟುತ್ತಿದ್ದಾರೆ... ಸತ್ಯ ಯಾರಿಗೂ ಗೊತ್ತಿಲ್ಲ..." ಕನಿಷ್ಟ ಆದರ್ಶನಿಗೆ ಇಷ್ಟು ಯೋಚಿಸುವಷ್ಟು ಪ್ರಬುದ್ಧತೆ ಇದೆಯೆಂದು ಮನಗಂಡು ಸಮಾಧಾನವಾಯಿತು.

ಹೊರ ಬಂದಾಗ ವಾಸು ಮೊಬೈಲ್‌ನಲ್ಲಿ ಯಾರೊಡನೆಯೋ ನಡೆದ ಘಟನೆಯ ಕುರಿತು ವಿವರಿಸುತ್ತಿದ್ದ. ಅವನು ಮಾತು ಮುಗಿಸುವವರೆಗೂ ನಿಂತೇ

ಇದ್ದೆ. ಅವನು ಅದನ್ನು ಕಂಡು ಕರೆ ಕಡಿತಗೊಳಿಸಿ ನನ್ನೆಡೆಗೆ ಪ್ರಶ್ನಾರ್ಥಕವಾಗಿ ನೋಡಿದ.

"ವಾಸು... ಈ ಘಟನೆ...ಉಳಿದ ಮಕ್ಕಳ ಮೇಲೆ ಅಡ್ಡ ಪರಿಣಾಮ ಬೀರಬಹುದು... ಈ ಕಲಿಕೆಯ ಒತ್ತಡದಿಂದ ಪಾರಾಗಲು ಇದು ಸುಲಭ ಮಾರ್ಗವೆಂದು ಯಾರೂ ಭಾವಿಸಬಾರದು... ಅದಿಕ್ಕೆ ಅಕಾಡೆಮಿಯ ಮಕ್ಕಳಿಗೆ ಸಾಮೂಹಿಕವಾಗಿ ಒಂದು ಆಪ್ತ ಸಮಾಲೋಚನೆಯ ತರಗತಿ ತೆಗೆದುಕೊಳ್ಳುವುದು ಒಳಿತು ಎಂದು ನನ್ನ ಅಭಿಪ್ರಾಯ..." ಎಂದು ಸಲಹೆ ನೀಡಿದೆ.

"ನೀವು ಹೇಳೋದು ಸರಿ ಅಪ್ಪ... ಅದಕ್ಕೆ ವ್ಯವಸ್ಥೆ ಮಾಡ್ತೀನಿ..." ಎಂದು ತನ್ನ ಆಡಳಿತ ವರ್ಗಕ್ಕೆ ಕರೆ ಮಾಡಿ ಮಾತನಾಡಿದ.

ನಾನು ಅಲ್ಲಿಂದ ಹೊರಡುವಾಗ, "ಅಪ್ಪ... ಆ ಹುಡುಗಿಯ ಮನೆಯವರನ್ನು ಕಂಡು ಮಾತನಾಡಿಸೋಣ... ನೈತಿಕವಾಗಿ ಧೈರ್ಯ ತುಂಬುವ ಕೆಲಸ ಮಾಡಬೇಕಲ್ಲ... ನಾನು ನಾಳೆ ಅವರನ್ನು ಕಾಣಲು ಹೋಗುತ್ತಿದ್ದೇನೆ... ನೀವು ಬಂದರೆ ಹಿರಿಯರಾಗಿ ಅವರಿಗೆ ಸಾಂತ್ವನ ಹೇಳಿದರೆ ಅದಕ್ಕೊಂದು ತೂಕ ಇರುತ್ತದೆ..." ಅವನು ಬಹಳ ದಿನಗಳ ನಂತರ ನನಗೆ ಆದ್ಯತೆ ನೀಡುತ್ತಿರುವುದಕ್ಕೆ ಸಂತೋಷವಾದರೂ ಇಂಥ ಸ್ಥಿತಿಯಲ್ಲಿ ಆ ಹೆತ್ತವರಿಗೆ ಏನು ಹೇಳುವುದೆಂದು ಯೋಚಿಸಿಯೇ ಸಂಕಟವಾಯಿತು.

ಬಾಯಿ ಮಾತಿನಲ್ಲಿ ಸಮಾಧಾನ ಹೇಳುವುದು ಸುಲಭ. ಅನುಭವಿಸಿದವರಿಗಷ್ಟೇ ಅದರ ನೋವಿನ ಆಳ ಅರಿತಿರುತ್ತದೆ.

ಮರುದಿನ ಬೆಳಿಗ್ಗೆ ವಾಸುವಿನೊಡನೆ ಆ ಹುಡುಗಿಯ ಊರಿಗೆ ಹೊರಟೆ. ನೂರು ಕಿ.ಮೀ ದೂರದ ಊರು. ವಾಸು ಮತ್ತು ನಮ್ಮೊಡನೆ ಅಕಾಡೆಮಿಯ ಪ್ರಾಂಶುಪಾಲರೂ ಬಂದಿದ್ದರು. ನಮ್ಮನ್ನು ಕಂಡೊಡನೆ ಅವರ ದು:ಖದ ಕಟ್ಟೆ ಒಡೆದಿತ್ತು. ನಮಗೆ ಹೃದಯ ಆರ್ದ್ರವಾಗಿ ಮಾತೇ ಬಾರದಂತಾಗಿತ್ತು.

ಮಧ್ಯಮವರ್ಗದ ಮನೆ. ಹೆತ್ತವರಿಗೆ ಒಬ್ಬಳೇ ಮಗಳು. ಅವಳೇ ಸರ್ವಸ್ವವಾಗಿದ್ದಳು. ಮಗಳು ಕಲಿಯಲಿ. ಉನ್ನತ ಮಟ್ಟಕ್ಕೇರಬೇಕೆಂದು ಬಹಳ ಕನಸು ಕಂಡಿದ್ದರು. ಇದ್ದ ಸಂಪಾದನೆಯನ್ನೆಲ್ಲವೂ ತಮ್ಮ ಇಳಿವಯಸ್ಸಿನ ಭದ್ರತೆಯ ಕುರಿತು ಯೋಚಿಸದೇ ಮಗಳ ಬದುಕು ಕಟ್ಟಲು ಯತ್ನಿಸಿದ್ದರು. ಈಗ ಎಲ್ಲವೂ ಬರಿದಾಗಿತ್ತು. ಅವರ ಸಂಕಟದ ಪರಿಮಾಣ ವ್ಯಕ್ತಪಡಿಸಲೇ ಆಗದಷ್ಟು ತೀವ್ರವಾಗಿ ನನ್ನ ಕಂಗಳೂ ಮಂಜಾದವು. ಆ ಹುಡುಗಿಯ ಭಾವಚಿತ್ರವನ್ನು ಸಣ್ಣ ಮೇಜಿನ ಮೇಲಿರಿಸಲಾಗಿತ್ತು. ಆ ಭಾವಚಿತ್ರದ ಮುಂದೆ ಸಣ್ಣ ದೀಪ ಬೆಳಗಿಸಲಾಗಿತ್ತು. ನಾವು ಆ ಭಾವಚಿತ್ರದ ಮುಂದೆ ಅವಳ ಸದ್ಗತಿಗೆ ಪ್ರಾರ್ಥನೆ ಮಾಡಿ, ಪುಷ್ಪ ನಮನ ಸಲ್ಲಿಸಿ ಬಂದು ಅವರ ಸಮ್ಮುಖದಲ್ಲಿ ಕುಳಿತೆವು.

'ದೇವರೇ... ಯಾರಿಗೂ ಇಂಥ ಸಂಕಟ ಕೊಡಬೇಡ... ಈ ಶೋಕ ಭರಿಸಲಾಗದು...'

"ನಮಗೆ ಏನೂ ಹೇಳಲು ತೋಚುತ್ತಿಲ್ಲ... ನಿಮ್ಮ ಸಂಕಟದ ಈ ಹೊತ್ತಿನಲ್ಲಿ ನಾವೂ ಸಹಭಾಗಿಗಳು... ಹೋದ ಜೀವ ಮರಳಿ ಬರುವುದಿಲ್ಲ... ಅವಿವೇಕತನದಿಂದ ಹೀಗೆ ಮಾಡಿಕೊಂಡಳು... ಮಕ್ಕಳು ಹೆತ್ತವರ ಬಗ್ಗೆ ಯೋಚಿಸುವುದಿಲ್ಲ... ಹೀಗೆ ಆಗಬಾರದಿತ್ತು... ನಮ್ಮ ಅಕಾಡೆಮಿಯ ಪರವಾಗಿ ತೀವ್ರ ಸಂತಾಪಗಳು..." ಎಂದು ವಾಸು ಔಪಚಾರಿಕವಾಗಿ ನುಡಿದು ಮಾತು ಮುಗಿಸಿದ.

ಅವರು ಕಣ್ಣೀರಿಡುತ್ತಲೇ ಕೈ ಮುಗಿದರೇ ಹೊರತು ಮಾತನಾಡುವ ಶಕ್ತಿಯೇ ಅವರಲ್ಲಿ ಉಳಿದಿರಲಿಲ್ಲ. ಅತ್ತೂ ಅತ್ತೂ ರಾತ್ರೆಯೆಲ್ಲಾ ಕಣ್ಣು ಮುಚ್ಚದೇ ಕಂಗಳು ಕೆಂಪಡರಿ ಹೋಗಿದ್ದವು. ಅವರ ಹೃದಯದ ಮಾತುಗಳೆಲ್ಲವೂ ಅವರ ಕಂಬನಿ ತುಂಬಿದ ಕಂಗಳೇ ಹೇಳುತ್ತಿದ್ದವು.

ವಾಸು ಮಾತನಾಡುವಂತೆ ನನಗೆ ಸಂಜ್ಞೆ ಮಾಡಿದ.

"ಮಗು ಯಾಕೆ ಹಾಗೆ ಮಾಡಿಕೊಂಡಿತೆಂದು ನಮಗೂ ಸ್ಪಷ್ಟತೆ ಇಲ್ಲ... ನಿಮಲ್ಲೇನಾದರೂ ತನ್ನ ಸಮಸ್ಯೆಯನ್ನು ಹೇಳಿಕೊಂಡಿದ್ದಳೇ...?" ಆತ್ಮೀಯತೆ ಪ್ರದರ್ಶಿಸಲು ಯತ್ನಿಸಿದೆ.

ಅಷ್ಟು ಹೊತ್ತು ಮೌನವಾಗಿದ್ದ ಆ ಹುಡುಗಿಯ ತಾಯಿ ತನ್ನ ಗಂಡನ ಕಡೆಗೆ ತಿರುಗಿ ಆಕ್ರೋಶ ವ್ಯಕ್ತ ಪಡಿಸುತ್ತ, "ಎಲ್ಲಾ ಇವರಿಂದ... ಆ ಹಾಳು ಮೊಬೈಲ್‌ನಿಂದಲೇ ಅವಳು ಹೀಗಾಗಿದ್ದು... ಯಾವಾಗ ನೋಡಿದರೂ ಆ ಮೊಬೈಲ್... ಓದು ಗುಡ್ಡೆಗೆ ಹತ್ತಿತು... ನಂತರ ಓದು ಎಂದು ಒತ್ತಡ ಬೇರೆ... ಅಂಕೆಗಳು ಕಮ್ಮಿ ಬಂದಾಗ ಮಗು ಕಂಗಾಲಾಗಿದೆ... ನಿನ್ನೆ ಹೀಗೆ ಮಾಡಿಕೊಳ್ಳುವ ಮುಂಚೆ ನಮಗೆ ಕರೆ ಮಾಡಿ ಮಾರ್ಕ್ಸ್ ಕಮ್ಮಿ ಬಂದಿದೆ... ನೀವು ಬಂದು ಮಾತನಾಡಬೇಕಂತೆ... ಎಂದಾಗ ಅವಳ ಅಪ್ಪ ಸಿಟ್ಟಾದರು... ನಿನ್ನ ಬಗ್ಗೆ ತುಂಬಾ ನಿರೀಕ್ಷೆ ಇಟ್ಟಿದ್ದೆ... ನೀನು ಹೀಗೆ ಮಾಡಬಹುದಾ ಎಂದು ಅತ್ತರು... ಅವಳಿಗೆ ಅದು ನೋವಾಗಿದೆ... ಅದೇ ಬೇಸರದಲ್ಲಿ ಹೀಗೆ ಮಾಡಿಕೊಂಡಿದ್ದಾಳೆ...ನಮ್ಮ ಮಗಳಿನ್ನು ನಮಗೆ ಸಿಕ್ತಾಳಾ...?" ಅವರ ಪ್ರಲಾಪ ಮೇರೆ ಮೀರಿತ್ತು.

ಇದಿನ್ನು ನಿತ್ಯ ಶೋಕ. ಕೊನೆಯಿಲ್ಲದ್ದು ಎನಿಸಿ ಮನಸ್ಸು ಭಾರವಾಯಿತು.

"ನಮ್ಮಿಂದ ಏನಾದರೂ ಸಹಾಯ ಬೇಕಾದರೆ ಕೇಳಿ... ನಮ್ಮ ಕೈಲಾಗಿದ್ದು ಮಾಡ್ತೀವಿ..." ಎಂದರು ಪ್ರಾಂಶುಪಾಲರು.

"ಅವಳೇ ಹೋದ ಮೇಲೆ ನಮಗೆ ಬೇರೆ ಏನಿದೆ..." ಹುಡುಗಿಯ ಅಪ್ಪ ಪಶ್ಚಾತ್ತಾಪದಿಂದ ದ್ರವಿಸಿ ಹೋಗಿದ್ದರು. ವಾಸು ಎದ್ದು ನಿಂತು ಕೈ ಮುಗಿದ.

“ನಿಮ್ಮಲ್ಲಿ ಒಂದು ಬಿನ್ನಹ... ಇದು ಮಾತನಾಡುವ ವೇಳೆಯಲ್ಲ... ಇಂಥ ಸಂದರ್ಭಕ್ಕೆಂದೇ ಕೆಲವರು ಕಾಯುತ್ತಿರುತ್ತಾರೆ... ಹಾಗಾಗಿ ನಮ್ಮ ಸಂಸ್ಥೆಯ ಗೌರವ ನಿಮ್ಮ ಕೈಲಿದೆ... ಅದಕ್ಕೆ ಧಕ್ಕೆಯಾಗದಂತೆ ನೋಡಿಕೊಳ್ಳಬೇಕು ಎಂದು ನಿಮ್ಮಲ್ಲಿ ಕೈ ಮುಗಿದು ಕೇಳಿಕೊಳ್ಳುತ್ತೇನೆ... ನಿಮ್ಮ ಮಗಳ ಸಾವಿಗೆ ಅಕಾಡೆಮಿಯ ವ್ಯವಸ್ಥೆಯ ಕುರಿತು ಅಪಪ್ರಚಾರ ಮಾಡಲು ಷಡ್ಯಂತ್ರ ಹೂಡಲು ಯತ್ನಿಸುತ್ತಾರೆ... ಅವರಿಗೆ ಆಹಾರವಾಗದಂತೆ ನೋಡಿಕೊಳ್ಳಿ...”

ಅವರು ಮೌನವಾಗಿ ಕೈ ಮುಗಿದು ಕಳಿಸಿ ಕೊಟ್ಟರು.

ಅಧ್ಯಾಯ–12

ಮೊಬೈಲ್‌ನ ಆಕರ್ಷಣೆಗೆ ಬಿದ್ದು ಆ ಹುಡುಗಿ ತನ್ನ ವಿದ್ಯೆಯನ್ನೇ ಅಲಕ್ಷಿಸಿ ಪರಿಸ್ಥಿತಿ ಕೈ ಮೀರಿ ಹೋದಾಗ ದಿಕ್ಕು ಕಾಣದೇ ಹೀಗೆ ಮಾಡಿಕೊಂಡಿದ್ದಾಳೆ. ಯವುದೇ ಅಭ್ಯಾಸ ಗೀಳಾಗದಂತೆ ನೋಡಿಕೊಳ್ಳುವುದು ಉಚಿತ. ಮೊಬೈಲ್ ಅಭ್ಯಾಸ ತಪ್ಪಲ್ಲ. ಅದರ ಉಪಯೋಗ ಈಗ ಅನಿವಾರ್ಯತೆಯೂ ಹೌದು. ಆದರೆ ಅದನ್ನು ನಮ್ಮ ದಾಸವನ್ನಾಗಿ ಮಾಡಿಕೊಳ್ಳಬೇಕೇ ವಿನಹ: ನಾವು ಅದರ ದಾಸರಾಗಬಾರದು. ಈಗ ಹೆಚ್ಚಿನ ವಿದ್ಯಾರ್ಥಿಗಳ ಏಕಾಗ್ರತೆಗೆ ಭಂಗ ತರಲು ಈ ಮೊಬೈಲ್ ಗೀಳೇ ಮುಖ್ಯ ಕಾರಣವಾಗಿದೆ.

ಆ ಹುಡುಗಿ ತನ್ನ ತಪ್ಪನ್ನು ತಿದ್ದಿಕೊಳ್ಳುವುದರ ಬದಲು ಹೀಗೆ ಬದುಕು ಅಂತ್ಯಗೊಳಿಸಿಕೊಳ್ಳಬಾರದಿತ್ತು. ಆ ಹೆತ್ತವರಿಗೆ ಜೀವನ ಪರ್ಯಂತ ನೋವನ್ನು ಅಂಟಿಸಿ ಅವಳು ತೆರಳಿದಳು. ಇದ್ದ ಒಬ್ಬ ಮಗಳಿಗಾಗಿ ಬದುಕುತ್ತಿದ್ದ ಆ ಹೆತ್ತವರಿಗೆ ಬದುಕಿನಲ್ಲಿ ಇನ್ನು ಯಾರಿದ್ದಾರೆ...? ಸರ್ವಸ್ವವೇ ಆಗಿದ್ದ ಮಗಳನ್ನು ಕಳೆದುಕೊಂಡ ಆ ನಿರ್ವಾತವಿನ್ನು ತುಂಬುವುದೇ...?

ವಾಸು ದಾರಿಯಲ್ಲಿ ನಮ್ಮೊಡನಿದ್ದ ಪ್ರಾಂಶುಪಾಲರ ಬಳಿ, "ಅವರಿನ್ನು ನಮ್ಮ ಅಕಾಡೆಮಿಯ ಬಗ್ಗೆ ಮಾತನಾಡಲಾರರು... ನಾನು ಹೇಳುವಂಥದ್ದು ಹೇಳಿದ್ದೇನೆ..." ಎಂದ.

ಇವನು ಬಂದ ಉದ್ದೇಶ ಸಂತಾಪ ಸೂಚಿಸುವುದಕ್ಕಲ್ಲ, ತನ್ನ ಸಂಸ್ಥೆಯ ಮಾನಕ್ಕೆ ಚ್ಯುತಿ ಬಾರದಂತೆ ಎಚ್ಚರ ವಹಿಸಲು ಎಂದು ನಾನು ಮನಗಂಡೆ.

ನಾನು ಅಸಮಾಧಾನದಿಂದ, "ಅವರು ಮಗಳನ್ನು ಕಳೆದುಕೊಂಡ ನೋವಲ್ಲಿರುವಾಗ ನಿನಗೆ ಇಂಥ ಮಾತು ಶೋಭೆ ತರಿಸುತ್ತಾ ವಾಸು... ಇಷ್ಟು ಸೂಕ್ಷ್ಮ ಬೇಡವೇನೋ...?"

"ಹೌದಪ್ಪ... ನಾನೀಗ ಮಾತನಾಡದೇ ಹೋದರೆ... ಅವರು ಯಾರ ಮುಂದೇನಾದರೂ ನಮ್ಮ ಸಂಸ್ಥೆ ಬಗ್ಗೆ ಹಗುರವಾಗಿಯೋ ಅಥವಾ ದೂರಿನ ಥರ ಮಾತನಾಡಿದರೆ... ಅದು ದೊಡ್ಡ ಸುದ್ದಿ ಆಗುತ್ತದೆ... ಕಳೆದ ಸಲದ್ದೇ ನನಗೆ ಸಾಕಾಗಿ ಹೋಗಿದೆ... ಅದು ಪುನರಾವರ್ತನೆಯಾಗಿದೆ ಎಂದರೆ ನಮ್ಮ ಅಕಾಡೆಮಿಗೆ ಕೆಟ್ಟ ಹೆಸರು... ಆಗ ಮುಂದಿನ ವರ್ಷ ನಮ್ಮ ಸಂಸ್ಥೆಗೆ ಅಡ್ಮಿಶನ್‌ಗೆ ಪೆಟ್ಟು ಬೀಳುತ್ತೆ... ನಾವು ಈ ಸಂಸ್ಥೆ ಕಟ್ಟಲು ಎಷ್ಟು ಕಷ್ಟ ಪಟ್ಟಿದ್ದೇವೆ ಎಂದು ಅದು ನನಗೆ ಮಾತ್ರ ಗೊತ್ತು... ಕಾಲೇಜಿಗೆ ಒಂದು ಟ್ರಸ್ಟ್ ಅಂತ ಇದೆ ನಿಜ... ಅವರೆಲ್ಲರೂ ಅತಿಥಿಗಳ ಥರ ಬಂದು ಕಾರ್ಯಕ್ರಮದಲ್ಲಿ ಭಾಗವಹಿಸಿ ಹೋಗುತ್ತಾರೆಯೇ ಹೊರತು... ಬೇರೇನೂ ಉಪಯೋಗವಿಲ್ಲ,... ಎಲ್ಲಾದಕ್ಕೂ ತಲೆ ಕೊಡಬೇಕಾದವನು ನಾನು... ಕೇವಲ ನಾನು..." ಅವನು ಕೊನೆಯ ಮಾತನ್ನು ಒತ್ತಿ ಹೇಳಿದ. ಅಥವಾ ನನಗೆ ಹಾಗೆ ಅನ್ನಿಸಿತೇ ಗೊತ್ತಾಗಲಿಲ್ಲ.

"ನನ್ನ ತಲೆ ನೋವು ಯಾರಿಗೆ ಹೇಳಲಿ...? ರಾತ್ರೆ ಮಲಗಿದರೆ ನನಗೆ ನಿದ್ದೆ ಬರುವುದಿಲ್ಲ... ನನ್ನ ತಲೆ ನೋವು ಎಷ್ಟಿದೆಯೆಂಬ ಸಣ್ಣ ಕಲ್ಪನೆಯೂ ನಿಮಗಿಲ್ಲ..." ವಾಸು ಅಸಮಾಧಾನದಿಂದ ನುಡಿದಾಗ ನಾವು ಮೌನವಾಗಿ ಉಳಿದೆವು.

ವಾಹನ ಮುಂದೆ ಓಡುತ್ತಿದ್ದರೆ ವಾಸು ಗತಕ್ಕಿಳಿದ.

"ಒಂದು ಸಣ್ಣ ಬಿಂದುವಿನಿಂದ ಶುರು ಮಾಡಿದ ಸಂಸ್ಥೆ... ಎಷ್ಟು ಪರಿಶ್ರಮವಿದೆ ಗೊತ್ತಾ ನಿಮಗೆ...? ನೀವು ಅಪ್ಪನಾಗಿ ನನಗೆ ಕೊಟ್ಟ ಬಳುವಳಿ ಎಂದರೆ ಈ ಯೋಜನೆ ಮಾತ್ರ... ಇಡೀ ದಿನ ನನ್ನ ಕಣ್ಮುಂದೆ ಇದ್ದ ಸ್ತಬ್ಧ ಚಿತ್ರವೆಂದರೆ... ನೀವು ಮತ್ತು ಮಕ್ಕಳು... ನೀವು ಕಲಿಸುತ್ತಿದ್ದಿರಿ... ಇಡೀ ದಿನ... ಶಾಲೆಗೆ ಬಂದರೂ ಅದೇ ಚಿತ್ರ... ಮನೆಗೆ ಬಂದರೂ ಅದೇ ಚಿತ್ರ... ನಿದ್ದೆಯಲ್ಲೂ ಬಹುಶ: ನಿಮಗೆ ಅದೇ ಕನವರಿಕೆ... ಎಲ್ಲೋ ನನಗೆ ನೀವು ನನ್ನನ್ನು ಮಗನಿಗಿಂತಲೂ ಕೇವಲ ಒಬ್ಬ ಶಿಷ್ಯನೆಂದು ಮಾತ್ರ ಪರಿಗಣಿಸಿರಬಹುದೇನೋ ಎಂಬ ಯೋಚನೆ ಎಷ್ಟೋ ಸಲ ಬಂದದ್ದಿದೆ... ಹಾಗಾಗಿ ನಾನೂ ಅದನ್ನೇ ವೃತ್ತಿಯಾಗಿ ತೆಗೆದುಕೊಂಡೆ...ನೀವು ಮಾಡ್ತಿದ್ದ ಸೇವೆಗೆ ಕಮರ್ಷಿಯಲ್ ಟಚ್ ಕೊಟ್ಟೆ... ಈ ಹದಿನೈದು ವರ್ಷಗಳು ನನಗೆ ಸುಲುಭದ ಹಾದಿಯಾಗಿರಲಿಲ್ಲ... ಇಷ್ಟು ದೊಡ್ಡ ಕಟ್ಟಡ... ಇಷ್ಟು ದೊಡ್ಡ ಜಾಗ ಪವಾಡದಿಂದ ಪ್ರತ್ಯಕ್ಷವಾಗಿದ್ದಲ್ಲ... ನನಗೆಷ್ಟು ಸಾಲವಿದೆ ಎಂದು ಅಂದಾಜೂ ಇರಲಿಕ್ಕಿಲ್ಲ ನಿಮಗೆ... ನಮಗೆ ನಮ್ಮ ಕಾಲೇಜಿನ ಮಕ್ಕಳ ಸಾಧನೆಯೇ ಜಾಹೀರಾತು... ಅವರು ಒಳ್ಳೆಯ ಸ್ಕೋರ್ ಮಾಡಿದರೆ ಸಾಕು... ನಮ್ಮ ಸಂಸ್ಥೆಗೆ ಒಳ್ಳೆಯ ಹೆಸರು ಬರುತ್ತದೆ... ಅದಕ್ಕಾಗಿ ನಮ್ಮ ಸಂಸ್ಥೆ ಮಕ್ಕಳ ಶಿಕ್ಷಣದ ಕುರಿತು ಹೆಚ್ಚು ಆದ್ಯತೆ ಮತ್ತು ಶಿಸ್ತು ತೋರಿಸುತ್ತೇವೆ... ಅವರು ಈಗ

ಶಿಸ್ತು ಮೈಗೂಡಿಸಿಕೊಂಡರೆ ಅವರ ಜೀವನದಲ್ಲಿ ಅಳವಡಿಸಿಕೊಂಡರೆ ಅವರ ಬದುಕಿಗೆ ಅದು ಸಹಕಾರಿಯಾಗುತ್ತದೆ... ಇಲ್ಲಿ ಕಲಿತು ಒಳ್ಳೆಯ ಅಂಕ ಪಡೆದರೆ ಅವರಿಗೆ ಉನ್ನತ ಕಾಲೇಜುಗಳಲ್ಲಿ ಪ್ರವೇಶಾತಿ ದೊರಕುತ್ತದೆ... ಅಲ್ಲಿಗೆ ಅವರ ಜೀವನ ಒಳ್ಳೆಯ ರೀತಿಯಲ್ಲಿ ನೆಲೆಗೊಳ್ಳುತ್ತದೆ... ಮಕ್ಕಳ ಕುರಿತು ಪೋಷಕರ ಇದೇ ಕಾಳಜಿಯೇ ನಮ್ಮ ಮೂಲ ಬಂಡವಾಳ... ಅದನ್ನು ನಿರಂತರವಾಗಿ ಕಾಯ್ದಿರಿಸಬೇಕೆಂದರೆ ನಮ್ಮ ಸಂಸ್ಥೆ ಸಫಲವಾಗಿ ಗೆಲ್ಲುವ ಕುದುರೆಯಾಗಿ ಓಡುತ್ತಲೇ ಇರಬೇಕು... ಶಿಸ್ತು ಇದ್ದಲ್ಲಿ ಮಾತ್ರ ಫಲಿತಾಂಶ ಇರಲು ಸಾಧ್ಯ... ಅದು... ಕಾನೂನುಗಳಿರಲಿ, ಶುಲ್ಕವಿರಲಿ... ಇನ್ನಾವುದೇ ಥರದ್ದಿರಲಿ... ಹಾಗಾಗಿ ಅ ಧನಪಾಲನ ಮಗನಿಗೆ ನಾನು ಶುಲ್ಕ ಕೊಡಲು ಹೇಳಿದ್ದು... ಎಲ್ಲದೂ ಒಂದು ಶಿಸ್ತಿನ ಪ್ರಕಾರವೇ ನಡೆಯಬೇಕು... ಧನಪಾಲನ ಮಗ ಒಳ್ಳೆಯ ವಿದ್ಯಾರ್ಥಿ... ಅವನು ತೊಂಭತ್ತೊಂಭತ್ತು ಪರ್ಸೆಂಟ್ ಹತ್ರ ಇದಾನೆ... ಅವನು ಪ್ರಥಮ ರ್‍ಯಾಂಕ್ ಬರುವ ಎಲ್ಲಾ ಅರ್ಹತೆ ಇದೆ... ಪರೋಕ್ಷವಾಗಿ ನೀವು ಅವನನ್ನು ದಾಖಲಿಸಿ ನನಗೆ ಉಪಕಾರವೇ ಮಾಡಿದ್ದೀರಿ..." ಎಂದ.

ನಾನು ಮಾತನಾಡಲಿಲ್ಲ. ಅವನ ತಲೆಯಲ್ಲಿ ಇನ್ನಾವ ಆಲೋಚನೆಗಳಿತ್ತೆಂದು ನನಗೆ ಕುತೂಹಲವಿತ್ತು. ಮನೆಯಲ್ಲಿ ಇಷ್ಟು ಆರಾಮವಾಗಿ ಅವನು ಮನಬಿಚ್ಚಿ ತನ್ನ ಅಂತರಂಗವನ್ನು ಹೊರಗೆಡವುತ್ತಿರಲಿಲ್ಲ. ಇವತ್ತು ಈ ಪಯಣದ ಹಾದಿಯಲ್ಲಿ ಅವನ ಮನಸ್ಸಿನ ಪಯಣವನ್ನು ನಾನೇ ಮಾಡುವಂತಾಗಿತ್ತು. ಮಾತನಾಡಿದಷ್ಟು, ಒಳಗೆ ಹುದುಗಿದ ಭಾವಗಳೆಲ್ಲವೂ ಆಚೆ ಬರುತ್ತದೆ. ಸತ್ಯ ದರ್ಶನವಾಗುತ್ತದೆ.

ವಾಸುವನ್ನು ಹತ್ತಿರದಿಂದ ಅರಿಯಲು ಯತ್ನಿಸಿದಾಗೆಲ್ಲಾ ಅವನು ನನ್ನ ಭ್ರಮೆಗಳನ್ನು ನುಚ್ಚು ನೂರು ಮಾಡಿ ನನ್ನಿಂದ ದೂರವಾಗುತ್ತಲೇ ಇದ್ದಾನೆ. ಹೊಕ್ಕುಳ ಬಳ್ಳಿ ಅಂಟಿಸಿಕೊಂಡು ಬಂದ ಮಗುವಿಗೆ ತಾಯಿಯ ನಂಟು ಹೇಗೋ, ಅಪ್ಪನಾದವನು ಕೂಡಾ ಹೀಗೆ ಮಾನಸಿಕವಗಿ ಒಂದು ನಂಟು ಬೆಳೆಸಿಕೊಂಡೇ ಇರುತ್ತಾನೆ. ಅದು ಕಣ್ಣಿಗೆ ಕಾಣದೇ ಇರಬಹುದು. ಬಾಯಲ್ಲಿ ವ್ಯಕ್ತ ಪಡಿಸದೇ ಇರಬಹುದು. ಆದರೆ ಆ ಮೋಹವಂತೂ ಇದ್ದೇ ಇದೆ. ಮಕ್ಕಳು ಹಾದಿ ತಪ್ಪಬಾರದೆಂಬ ಕಾಳಜಿಗೆ ಆ ಮೋಹ ಇನ್ನಾವುದೋ ರೂಪದಲ್ಲಿ ತೋರಿರಬಹುದು. ಈ ಮೋಹದಿಂದ ಮಾತ್ರವೇ ಇನ್ನೂ ಈ ನಂಟಿಗೆ ಅಂಟಿಕೊಂಡೇ ಬದುಕುತ್ತಿದ್ದೇನೆ. ಮದ್ದೂರಿನಲ್ಲಿ ಬದುಕಿನ ಬಹುಕಾಲ ಕಳೆದರೂ ಕೂಡಾ ಅಲ್ಲಿಂದ ತೊರೆದು ಬರಲು ಮನಸ್ಸಾಗಿರಲಿಲ್ಲ. ಆ ಊರು, ಶಾಲೆ, ಮನೆಯ ಜೊತೆ ಒಂದು ಅವಿನಾಭಾವ ಸಂಬಂಧ ಏರ್ಪಟ್ಟು ಹೋಗಿತ್ತು. ವಾಸು ಮನೆ ಕಟ್ಟಿಸಿ ಕರೆದಾಗ ಅವನ ಮೇಲಿನ ಪುತ್ರ ಮೋಹವೊಂದೇ ನನ್ನನ್ನು ಇಲ್ಲಿಗೆ ಕರೆ ತಂದಿತ್ತು. ಎಷ್ಟೇ

ನಿರ್ಲಿಪ್ತತೆ ತೋರಿಸಿದರೂ ಈ ಒಂದು ವಿಷಯದಲ್ಲಿ ನಾನು ಸೋತಿದ್ದೆ. ಒಂದು ಭಾವನಾತ್ಮಕ ಅವಲಂಬನೆ. ಆ ತಂತು ಕಡಿದು ಹೋದರೆ ನನಗೆ ನನ್ನ ನೆರಳೂ ಕಾಣಿಸದಂತೆ ಕಳೆದು ಹೋಗುತ್ತೇನೆಂಬ ಭಾವುಕತೆಗೆ ಬಿದ್ದು ಹೊರಟು ಬಂದಿದ್ದೆ. ಆ ಮನೆಯಲ್ಲಿ ಮದ್ದೂರಿನ ಸಣ್ಣ ಮನೆ ನೀಡುವ ಹಿತ ಕೊಡದೇ ಹೋದರೂ, ಒಂದು ವಿಧದ ಪರಕೀಯತೆಯ ಭಾವ ಕಾಡಿದರೂ ಅದೆಲ್ಲವನ್ನೂ ಸಹಿಸಿಕೊಳ್ಳುವಂತೆ ಮಾಡಿದ್ದು, ಅಲ್ಲಿ ಉಳಿಯುವಂತೆ ಮಾಡಿದ್ದು ಇದೇ ಮೋಹವೊಂದೇ.

ಇಷ್ಟು ವರ್ಷಗಳು ಬದುಕಿದ್ದು ಒಂದು ಪ್ರಾಮಾಣಿಕ, ಸರಳ, ಸಹಜ ಮತ್ತು ಆಡಂಬರವಿಲ್ಲದ ನಿಸ್ವಾರ್ಥ ಬದುಕು. ಎಷ್ಟೇ ಪರಿಶುದ್ಧವಾಗಿ ಆತ್ಮಸಾಕ್ಷಿಗೆ ಅನುಗುಣವಾಗಿ, ನಿಷ್ಠೆಯಿಂದ ಬದುಕಬೇಕೆಂದುಕೊಂಡರೂ ಈ ಒಂದು ಸ್ವಾರ್ಥಕ್ಕೆ ನಾನು ಸೋತಿದ್ದು ಹೌದು. ಮಗನೆಂಬ ಮಮಕಾರದಲ್ಲಿ ನಾನೂ ದ್ರೋಣನಂತೆ ದುರ್ಬಲ. ಒಂದೊಂದೇ ಹೆಜ್ಜೆಗಳಿಡುತ್ತ ವಾಮನಂತಿದ್ದ ವಾಸು ಈಗ ತ್ರಿವಿಕ್ರಮನಂತೆ ಬೆಳೆದದ್ದು ಒಂದು ಸೋಜಿಗವಾಗಿಯೇ ಕಂಡಿತ್ತು. ಮಗನ ಏಳಿಗೆಯ ಬಗ್ಗೆ ಹರ್ಷ ಬಹುಕಾಲವಿರಲಿಲ್ಲ. ಅವನ ಇರಾದೆಗಳು ಕೇವಲ ವ್ಯವಹಾರಿಕ ದೃಷ್ಟಿಕೋನದಿಂದ ಮಾತ್ರ ಕೂಡಿದೆ ಎಂದು ಅರಿವಾಗಲು ಬಹಳ ಹೊತ್ತು ಹಿಡಿದಿರಲಿಲ್ಲ.

"ಕೀರ್ತಿ ಅನ್ನುವುದು ಒಂದು ಗಾಜಿನ ಮನೆ... ಸಣ್ಣ ಕಲ್ಲು ಕೂಡ ಬಿದ್ದರೆ ಒಡೆದು ಹೋಗುತ್ತದೆ... ಆಮೇಲೆ ಅದನ್ನು ಮತ್ತೆ ಜೋಡಿಸಲು ಸಾಧ್ಯವೇ ಆಗುವುದಿಲ್ಲ... ಅದಿಕ್ಕೆ ಕಲ್ಲು ಬೀಳದಂತೆ ಮುನ್ನೆಚ್ಚರಿಕೆ ವಹಿಸಿದ್ದು... ಅಷ್ಟಕ್ಕೂ ಆ ಹುಡುಗಿಯ ಸಾವಿನ ಹಿಂದೆ ನಮ್ಮ ಒತ್ತಡವೇನೂ ಇರಲಿಲ್ಲ... ಅವಳಿಗೆ ಆಸಕ್ತಿಯೇ ಇರಲಿಲ್ಲವಂತೆ... ಅವ್ರಪ್ಪ ಕಲಿ ಕಲಿ ಅಂತ ಒತ್ತಾಯ ಮಾಡಿ ಬಯ್ದಿದ್ದಾರೆ... ನೊಂದು ಹೀಗೆ ಮಾಡಿಕೊಂಡಿದೆ..." ಎಂದ ವಾಸು.

"ನಮ್ಮ ಆದರ್ಶಂಗೆ ನೀನು ಬಯ್ಯಲು ಹೋಗಬೇಡ... ಈ ಹದಿಹರೆಯದ ವಯಸ್ಸಿನಲ್ಲಿ ಮನಸ್ಥಿತಿ ಬಹಳ ನಾಜೂಕು... ಸಿಟ್ಟಿನ ಭರದಲ್ಲಿ ಏನೇನೋ ಅನ್ನಬೇಡ..." ಎಂದು ಬುದ್ಧಿ ಹೇಳಿದೆ.

ಅವನು ಒಪ್ಪಿಗೆ ನೀಡುವಂತೆ ಮೌನ ತಳೆದ. ಏಕೋ ಆ ಹುಡುಗಿಯ ಸಾವು ಬಹಳ ದಿನಗಳವರೆಗೂ ಕಾಡಿತ್ತು. ಭಾವಚಿತ್ರದಲ್ಲಿದ್ದ ಆ ಮುಗ್ಧ ಮುಖ ಭೌತಿಕವಾಗಿ ಇಲ್ಲದೇ ಹೋದರೂ ಮನಪಟಲದಲ್ಲಿ ಅಚ್ಚೊತ್ತಿ ಕುಳಿತಿತ್ತು. ವಾಸು ಬಯಸಿದಂತೆ ಅವರು ಪೋಲಿಸರ ಬಳಿ ಅವರು ಸಂಸ್ಥೆಯ ಬಗ್ಗೆ ಯಾವ ಹೇಳಿಕೆಯೂ ನೀಡಿರಲಿಲ್ಲ. ಕಲಿಯಲು ಆಸಕ್ತಿಯಿಲ್ಲದೇ ಹಾಗೆ ಮಾಡಿಕೊಂಡಳೆಂದಷ್ಟೇ ಸುದ್ದಿಯಾಯಿತು. ಬಂಡವಾಳಶಾಹಿಗಳಿಗೆ ತಮ್ಮ ಪ್ರತಿಷ್ಠೆಯನ್ನು ಹೇಗೆ ಕಾಯ್ದಿರಿಸಿಕೊಳ್ಳಬೇಕೆಂದು ಚೆನ್ನಾಗಿಯೇ ಗೊತ್ತಿರುತ್ತದೆ.

ತೆರೆಯ ಮರೆಯಲ್ಲಿ ವಾಸು ಕೂಡಾ ತನ್ನ ಹೆಸರು ಕೆಡದಂತೆ ಪ್ರಯತ್ನಗಳನ್ನು ಮಾಡಿದ್ದ.

ಆದರ್ಶ ಅಕಾಡೆಮಿಯ ಕೆಲಸಗಳು ಆ ಹುಡುಗಿ ತೀರಿಕೊಂಡರೂ ತನಗೆ ಸಂಬಂಧವೇ ಇಲ್ಲವೆಂಬಂತೆ ತನ್ನ ಕಾರ್ಯ ಚಟುವಟಿಕೆಗಳು ಮುಂದುವರೆಸಿಕೊಂಡು ಹೋಗಿತ್ತು. ನಷ್ಟವಾಗಿದ್ದು ಆ ಹುಡುಗಿಯ ಹೆತ್ತವರಿಗೆ ಮಾತ್ರ.

***

ಮದ್ದೂರು ಶಾಲೆಯ ಬಗ್ಗೆ ಹಳೇ ವಿದ್ಯಾರ್ಥಿ ಶ್ರೀನಿ ತಳೆದ ನಿರ್ಧಾರ ಏನಾಯಿತೆಂದೇ ತಿಳಿದಿರಲಿಲ್ಲ. ಕೆಲವರು ಭಾವೋದ್ವೇಗಕ್ಕೊಳಗಾಗಿ ಮಾತು ಕೊಡುತ್ತಾರೆ. ನಂತರ ಅದನ್ನು ಸುಲಭವಾಗಿ ಮರೆತು ಬಿಡುತ್ತಾರೆ. ಶ್ರೀನಿವಾಸ ಅಂಥ ವರ್ಗಕ್ಕೆ ಸೇರಿದವನೋ, ಗೊತ್ತಿಲ್ಲ. ಅವನ ಹಿಂದೆ ಮುಂದೆ ನನಗೇನೂ ತಿಳಿದಿಲ್ಲ. ನಮ್ಮ ಶಾಲೆಯಲ್ಲಿ ನಡೆದ ಹಳೇ ವಿದ್ಯಾರ್ಥಿ ಸಂಘದ ಅಭಿನಂದನಾ ಸಮಾರಂಭದಲ್ಲಿ ಹಳೇ ವಿದ್ಯಾರ್ಥಿಗಳು ತಮ್ಮ ಬಾಲ್ಯವನ್ನು ಮತ್ತೆ ಜೀವಿಸಿದ್ದು ಸಾಮಾಜಿಕ ಜಾಲತಾಣದಲ್ಲಿ ಬಹಳ ವೈರಲ್ ಆಗಿತ್ತಂತೆ. ಆದರ್ಶ ಬಂದು ತನ್ನ ಮೊಬೈಲ್‌ನಲ್ಲಿ ತೋರಿಸಿದ್ದ. ಯಾರು ಇದನ್ನೆಲ್ಲಾ ಚಿತ್ರೀಕರಿಸಿ ಇಷ್ಟು ಚೆನ್ನಾಗಿ ಅದನ್ನು ದಾಖಲಿಸಿದರೆಂದು ಗೊತ್ತಿಲ್ಲದೇ ಹೋದರೂ ಆ ಸನ್ನಿವೇಶಗಳು, ಆ ದೃಶ್ಯ ಸಂಯೋಜನೆಗೆ ಅಂಟಿಸಿದ ಮಾತುಗಳೂ ಹೃದಯಸ್ಪರ್ಶಿಯಾಗಿತ್ತು. ವಾಸು ಅದರತ್ತ ಕನಿಷ್ಟ ಕಣ್ಣಾಡಿಸುವ ಆಸಕ್ತಿಯನ್ನೂ ತೋರಿಸಲಿಲ್ಲ.

ಮೊದಲನೇ ವರ್ಷದ ಓದು ಮುಗಿದು ಆದರ್ಶ ಎರಡನೇ ವರ್ಷದ ಅವಧಿಗೆ ಕಾಲಿರಿಸಿದ್ದ. ಆದರ್ಶ ಪ್ರಥಮ ದರ್ಜೆಯಲ್ಲಿ ಉತ್ತೀರ್ಣನಾಗಿದ್ದ. ಅವನ ಅಂಕಗಳು, ಶ್ರೇಣಿ ವಾಸುವನ್ನು ಕುಪಿತಗೊಳಿಸಿತ್ತು.

"ನಿನ್ನ ಬಗ್ಗೆ ಬಹಳ ನಿರೀಕ್ಷೆಗಳನ್ನು ಇಟ್ಕೊಂಡಿದೀನಿ... ನೀನು ಹೀಗಾದ್ರೆ ಹೇಗೆ...? ಉಪನ್ಯಾಸಕರು ಸರಿ ಇಲ್ವಾ...? ಯಾರು ಸರಿ ಇಲ್ಲ ಹೇಳು...?" ಎಂದಿದ್ದ ಕರೆದು.

"ನೀವು ಅಪ್ಪ... ನನಗೆ ಬೇಡದ ಕೋರ್ಸ್‌ಗೆ ಹಾಕಿ ನೀವು ನಿರೀಕ್ಷೆ ಇಟ್ಕೊಂಡ್ರೆ ಅದು ನಿಮ್ಮ ತಪ್ಪು... ಮತ್ತೂ ನಿಮ್ಮ ಮಾತಿಗೆ ಬೆಲೆ ಕೊಟ್ಟು ಶಕ್ತಿ ಮೀರಿ ಪ್ರಯತ್ನಿಸುತ್ತಿದ್ದೇನೆ... ಇದಕ್ಕಿಂತ ಜಾಸ್ತಿ ನನಗೆ ಅಗಲ್ಲ..." ಆದರ್ಶ ಖಡಾಖಂಡಿತವಾಗಿ ಮಾತನಾಡಿದ್ದ.

ವಾಸುವಿನ ತಾಳ್ಮೆ ಸಡಿಲಗೊಂಡಿತ್ತು. ಎದ್ದು ಕೈ ಮಾಡಲು ಹೋದವನನ್ನು ಮೀರಾ ಅಡ್ಡ ಬಂದು ತಡೆದಿದ್ದಳು.

ನಾನೂ ವಾಸುವಿನ ಕೋಪಕ್ಕೆ ಕಂಪಿಸಿದೆ. ಇಬ್ಬರೂ ತಂತಮ್ಮ ನಿಲುವಲ್ಲಿ ಸ್ಪಷ್ಟವಾಗಿದ್ದರು. ಯಾರ ಪರ ವಹಿಸುವುದು...?

"ವಾಸು... ನಿನಗೆ ಆವತ್ತು ನಾನು ಏನು ಹೇಳಿದ್ದೆ...? ಮರೆತು ಹೋಯಿತಾ...?" ಎಂದೆ ಗಂಭೀರವಾಗಿ.

"ಇದು ರೀತಿಯಲ್ಲ... ನಿನ್ನ ಮಗನ ಜೊತೆ ವ್ಯವಹರಿಸುವುದು...! ಇಷ್ಟು ದೊಡ್ಡ ಸಂಸ್ಥೆ ನಡೆಸುವ ನಿನಗೆ ಅಷ್ಟೂ ತಿಳಿದಿಲ್ಲವೇ...? ಆದರ್ಶ ಪ್ರಯತ್ನ ಮಾಡುತ್ತಿದ್ದಾನೆ... ಕಳೆದ ಸಲದ ಫಲಿತಾಂಶಕ್ಕಿಂತಲೂ ಈ ಸಲ ಪ್ರಗತಿ ಸಾಧಿಸಿದ್ದಾನೆ... ಇನ್ನೇನು ಬೇಕು...?"

ಆದರ್ಶ ಹೀಗೆ ತನ್ನ ಅಪ್ಪನ ಮುಂದೆ ಸಿಡಿದೇಳುವಂತೆ ನಿಂತಿದ್ದು ನನಗೂ ಜೀರ್ಣಿಸಿಕೊಳ್ಳಲು ಕಷ್ಟವಾಗಿತ್ತು. ಅವನನ್ನು ಒಳಗೆ ಕಳಿಸಿ ಮುಖ ದುಮ್ಮಿಸಿ ಕುಳಿತಿದ್ದ ವಾಸುವಿಗಂದೆ,

"ನಿನ್ನ ಮಗ ಈಗ ಚಿಕ್ಕವನಲ್ಲ... ಹದಿಹರೆಯಕ್ಕೆ ಬಂದಿದ್ದಾನೆ... ಈ ಹಂತದಲ್ಲಿ ದೈಹಿಕ ಮತ್ತು ಮಾನಸಿಕ ಬೆಳವಣಿಗೆಯ ಬದಲಾವಣೆಗಳ ಹಂತ... ಅವರ ಆಲೋಚನೆಗಳ ಸ್ವರೂಪ ತೀವ್ರ ತೆರನದ್ದಾಗಿರುತ್ತದೆ... ಅವರ ಬದಲಾವಣೆಗಳು ಅವರ ಮನಸ್ಸಿನಲ್ಲಿ ವಿಪರೀತ ಅಭಿವ್ಯಕ್ತಿಯನ್ನುಂಟು ಮಾಡುವಂಥ ಹಂತ... ಹಾಗಾಗಿ ಅವರನ್ನು ಸಂಯಮದಿಂದಲೇ ನಾವು ಬಳಸಿಕೊಳ್ಳಬೇಕು..."

"ಅವನ ಮುಂದೆ ನನ್ನ ಕೆಟ್ಟವನನ್ನಾಗಿ ಮಾಡಿದ್ರಿ... ಅದೆಲ್ಲಾ ಏನಿಲ್ಲ... ಅವನಿಗೆ ಯಾರ ಭಯವೂ ಇಲ್ಲದಂತಾಗಿದೆ...ಅಷ್ಟೇ..." ಎಂದ ಅಸಮಾಧಾನದಿಂದ.

ವಾಸುವಿನ ಈ ಕೆಟ್ಟ ಮುಂಗೋಪದ ಬಗ್ಗೆ ನನಗೆ ಭಯವಾಗುತ್ತಿತ್ತು. ಅವನ ಆಂತರಿಕ ಒತ್ತಡ ಅವನನ್ನು ಈ ಮನಸ್ಥಿತಿಗೆ ತಳ್ಳಿದೆ ಎಂಬ ಅರಿವಿದ್ದರೂ ಕೂಡಾ ಅವನು ಅದರ ಮೇಲೆ ನಿಯಂತ್ರಣ ಸಾಧಿಸುವುದು ಒಳಿತೆಂದು ನನಗೆ ಎಷ್ಟೋ ಬಾರಿ ಅನ್ನಿಸುತ್ತಿತ್ತು. ಸತ್ಯ ಯಾವಾಗಲೂ ಕಹಿ ಎನ್ನುತ್ತಾರೆ. ಅವನ ಮುಂದೆ ನಿಂತು ಅವನ ಮುಖಕ್ಕೆ ಕನ್ನಡಿ ಹಿಡಿಯುವಂತೆ ಮಾತನಾಡುವ ನನ್ನ ಮಾತುಗಳು ಅವನಿಗೆ ಜೀರ್ಣಿಸಿಕೊಳ್ಳಲಾಗದೇ, ಸಹಿಸಲೂ ಆಗದೇ ಅವನು ನನಗೆ ಕಹಿ ಮಾತುಗಳನ್ನಾಡುತಿದ್ದ. ಎಷ್ಟೇ ಆದರೂ ಮಗನೆಂಬ ಮಮಕಾರಕ್ಕೆ ಬಿದ್ದು ಅವನ ಮಾತುಗಳನ್ನು ಗಹನವಾಗಿ ಪರಿಗಣಿಸದೇ ನನಗೆ ಹೇಳಬೇಕಾಗಿದ್ದನ್ನು ಹೇಳಿ ಅವನನ್ನು ಎಚ್ಚರಿಸುವ, ತಿದ್ದುವ ಕೆಲಸ ಮಾಡುತ್ತಲೇ ಇದ್ದೆ. ಹಾಗಾದರೂ ಅವನು ಸರಿಯಾದ ಮಾರ್ಗದಲ್ಲಿ ನಡೆಯಬೇಕೆಂಬುದೇ ನನ್ನ ಉದ್ದೇಶವಾಗಿತ್ತು. ಅದು ಅವನೂ ಬಲ್ಲನಾಗಿದ್ದರಿಂದ ನನ್ನ ಮೇಲೆ ಗೊಣಗುತ್ತಿದ್ದ. ನನಗೂ ಈಗ ಅವೆಲ್ಲಾ ಅಭ್ಯಾಸವಾಗಿತ್ತು.

ವಾಸು ಹೊಸ ವಿದ್ಯಾರ್ಥಿಗಳ ಪ್ರವೇಶಾತಿಯ ಒತ್ತಡದಲ್ಲೇ ಮುಳುಗಿ ಹೋಗಿದ್ದ. ಈ ಸಲವೂ ಆದರ್ಶ ಅಕಾಡೆಮಿಯ ಪ್ರವೇಶಾತಿಗೆ ವಿಪರೀತ ಬೇಡಿಕೆ ಇತ್ತೆಂದು ಸುದ್ದಿ. ವಾಸು ಸಹಜವಾಗಿಯೇ ಸುಪ್ರೀತನಾಗಿದ್ದ. ಬೇಡಿಕೆಗೆ ಅವನು ಮತ್ತಷ್ಟು ವಿಸ್ತರಣೆಯ ಯೋಜನೆಯನ್ನೂ ಹಾಕಿಕೊಂಡಿದ್ದ. ಅದೆಲ್ಲವೂ ಫಲಿಸಿ ಒಂದು ಹಂತಕ್ಕೆ ಬಂದಿತ್ತು. ಕಳೆದ ವರ್ಷದ ವಿದ್ಯಾರ್ಥಿಗಳು ಜಯ ಮಾಲೆಯನ್ನೇ ಧರಿಸಿ ಅಕಾಡೆಮಿಗೆ ದೊಡ್ಡ ಹೆಸರನ್ನು ನೀಡಿದ್ದರು. ನೀಟ್‌ನಲ್ಲಿ ಆದರ್ಶ ಅಕಾಡೆಮಿಯ ವಿದ್ಯಾರ್ಥಿಗೆ ಮೊದಲ ರ್‍ಯಾಂಕ್ ಬಂದಿದ್ದು ವಾಸುವಿಗೆ ಹಿಡಿಸಲಾಗದಷ್ಟು ಹಿಗ್ಗು ಮೂಡಿತ್ತು. ಬಹಳಷ್ಟು ವಿದ್ಯಾರ್ಥಿಗಳು ತಾಂತ್ರಿಕ ಮತ್ತು ವೈದ್ಯಕೀಯ ಈ ಎರಡು ವಿಭಾಗದಲ್ಲೂ ಉನ್ನತ ಶ್ರೇಣಿಯಲ್ಲಿ ಮಕ್ಕಳು ಅಕಾಡಿಮೆಯ ಹೆಸರು ಉತ್ತುಂಗಕ್ಕೇರುವಂಥ ಸಾಧನೆ ಮಾಡಿದ್ದರು.

ಮರುದಿನದ ವೃತ್ತ ಪತ್ರಿಕೆಗಳಲ್ಲಿ ಮಕ್ಕಳ ಈ ಕೀರ್ತಿಯನ್ನು ಪಸರಿಸಲು ಇಡೀ ಪುಟದ ಜಾಹೀರಾತು ನೀಡಿ ಅವರು ಪಡೆದ ಅಂಕಗಳು ಮತ್ತು ಶೇಖಡವನ್ನು ದಾಖಲಿಸಿ ಹೆಮ್ಮೆ ಪಟ್ಟುಕೊಂಡಿದ್ದ.

ಆ ಎಲ್ಲಾ ವಿದ್ಯಾರ್ಥಿಗಳನ್ನು ಕಾಲೇಜಿಗೆ ಕರೆಸಿ ಅವರನ್ನು ಗೌರವಿಸಿದ್ದ.

ಟ್ರಸ್ಟ್‌ನಲ್ಲಿ ನಾನೂ ಒಬ್ಬ ನಿರ್ಜೀವ ಸದಸ್ಯನಾಗಿದ್ದರಿಂದ ಹೊಸ ವರ್ಷದ ಪ್ರವೇಶಾತಿಯ ವರದಿ ನನಗೂ ಬಂದಿತ್ತು. ಹಿಂದಿನ ಸಲಕ್ಕಿಂತ ಹೆಚ್ಚಿನ ಮಕ್ಕಳು ಪ್ರವೇಶ ಪಡೆದಿದ್ದರು. ಎರಡನೇ ಪಿ.ಯು.ಸಿ.ಯ ಮಕ್ಕಳಿಗೆ ತರಗತಿಗಳು ಆಗಲೇ ಬಿರುಸಿನಿಂದ ಆರಂಭಗೊಂಡಿದ್ದವು.

ವಾಸು ಯಾವಾಗ ಮನೆಗೆ ಬರುತ್ತಿದ್ದ, ಯಾವಾಗ ಹೋಗುತ್ತಿದ್ದನೆಂದೇ ಅರಿವಾಗದಷ್ಟು ವ್ಯಸ್ತನಾಗಿರುತ್ತಿದ್ದ.

***

ಅಂದು ಬೆಳಿಗ್ಗೆ ನಾನೆದ್ದು ಹೊರಗೆ ಬರುವ ಹೊತ್ತಿಗೆ ಒಂದಷ್ಟು ಬಿರುಸಿನ ಚಟುವಟಿಕೆಗಳು ಜರಗುತ್ತಿದ್ದವು. ಏನೆಂದು ಅರಿವಾಗಲು ನಿಮಿಷಗಳೇ ಹಿಡಿದವು. ಮನೆಯ ಮುಖ್ಯದ್ವಾರವನ್ನು ಬಂದ್ ಮಾಡಲಾಗಿತ್ತು. ಸುಮಾರು ಏಳೆಂಟು ಅಧಿಕಾರಿಗಳು ವಾಸುವನ್ನು ಸುತ್ತುವರೆದು ಪ್ರಶ್ನಿಸುತ್ತಿದ್ದರು. ಕ್ರಮೇಣ ಅವರೆಲ್ಲರೂ ಆದಾಯ ತೆರಿಗೆಯ ದಾಳಿಗೆ ಬಂದಿದ್ದಾರೆಂದು ನನಗೆ ಹೊಳೆದು ಮೈಯ್ಯ ಶಕ್ತಿ ಉಡುಗಿದಂತಾಗಿತ್ತು. ನಾನು, ಮೀರಾ ಮತ್ತು ಆದರ್ಶ ಪುಸ್ತಕದಲ್ಲಿನ ಬೊಂಬೆಗಳಂತೆ ಚಲನೆಯಿಲ್ಲದೇ ಕುಳಿತಿದ್ದೆವು. ಅವರು ಒಂದೊಂದಾಗಿ ಎಲ್ಲಾ ಕೋಣೆಯನ್ನು ಹೊಕ್ಕಿ ಸಿಕ್ಕಸಿಕ್ಕಲ್ಲಿ ಜಾಲಾಡುತ್ತಿದ್ದರು.

ವಾಸುವಿನ ಫೋನ್ ಅವರ ಕೈಯ್ಯಲ್ಲಿತ್ತು. ಅವನು ಯಾರಿಗೂ ಕರೆ ಮಾಡುವಂತಿರಲಿಲ್ಲ.

"ನೀವೆಲ್ಲರೂ ದಯವಿಟ್ಟು ನಮ್ಮೊಡನೆ ಸಹಕರಿಸಬೇಕು... ಯಾರೂ ಎದ್ದು ಎಲ್ಲೂ ಹೋಗುವಂತಿಲ್ಲ..." ಅವರ ಆದೇಶಕ್ಕೆ ತಲೆ ಬಾಗಿ ನಾವು ಮೌನವಾಗಿ ಅವರ ಕಾರ್ಯಾಚರಣೆಯನ್ನು ನೋಡುತ್ತಾ ಕಳವಳದಿಂದ ಕುಳಿತಿದ್ದೆವು.

ವಾಸುವಿನ ಮುಖ ಕಳಾಹೀನವಾಗಿತ್ತು. ಅನಿರೀಕ್ಷಿತವಾಗಿ ಬಂದೆರಗಿದ ಈ ವಿಪತ್ತು.

"ನನ್ಮಾತು ಕೇಳಿ ಸರ್... ಒಂದು ಫೋನ್ ಕಾಲ್ ಮಾಡಲು ಅವಕಾಶ ಕೊಡಿ... ನಾನು ಮಾತನಾಡಬೇಕು... ಪ್ಲೀಸ್..." ವಾಸು ಅಂಗಲಾಚುತ್ತಿದ್ದರೂ ಅವನ ಮಾತುಗಳು ಅವರ ಕಿವಿಗಳಿಗೆ ಸೋಕದವರಂತೆ ವರ್ತಿಸುತ್ತಿದ್ದರು. ವಾಸುವಿನ ಪಕ್ಕವೇ ಒಬ್ಬ ಅಧಿಕಾರಿ ಕಾವಲುಗಾರನಂತೆ ನಿಂತು ಅವನ ಮೇಲೆ ಕಣ್ಣಿರಿಸಿದ್ದ. ನಮ್ಮ ಮುಂದೆಯೂ ಒಬ್ಬ ಹಿರಿಯ ಅಧಿಕಾರಿ ಕುಳಿತಿದ್ದು ನಮಗೂ ಅಲುಗಾಡದಂತಾಗಿತ್ತು.

ಮನೆಯ ಕೆಳ ಅಂತಸ್ತಿನ ಎಲ್ಲಾ ಕೋಣೆಗಳ ಪರಿಶೀಲನೆ ನಡೆಸುತ್ತ ಸಿಕ್ಕ ಸಿಕ್ಕ ಕಡತಗಳನ್ನು ತಂದು ಆ ಹಿರಿಯಾಧಿಕಾರಿಗಳ ಸಮ್ಮುಖದಲ್ಲಿ ಇರಿಸುತ್ತಿದ್ದರು. ಆ ಕಡತಗಳಲ್ಲೇನಿದೆಯೆಂದು ಪರಿಶೀಲನೆ ನಡೆಯುತ್ತಿತ್ತು. ಆ ಮನೆಯ ಇಂಚಿಂಚೂ ನಮಗಿಂತಲೂ ಅವರೇ ಚೆನ್ನಾಗಿ ಬಲ್ಲವರಂತೆ ಸಲೀಸಾಗಿ ಮನೆಯ ಒಳಗೆಲ್ಲಾ ಅಲೆದಾಡಿ ಏನೋ ಉದ್ದೇಶವಿಟ್ಟುಕೊಂಡು ಶೋಧಿಸುವಂತೆ ವ್ಯವಹರಿಸುತ್ತಿದ್ದರು. ಬಚ್ಚಲು, ಶೌಚ, ಮಲಗುವ ಕೋಣೆ, ಅದರ ಅಂಕಣಗಳು, ಕಡೆಗೆ ಹಾಸಿಗೆಯನ್ನೂ ಬಿಡದೇ ಹರಿದು ಒಳಗೇನಿದೆ ಎಂದು ಪರೀಕ್ಷೆ ಮಾಡುವಾಗ ನಾವೇನೋ ಕದ್ದ ಅಪರಾಧಿಗಳಂತೆ ತಪ್ಪಿತಸ್ಥ ಭಾವನೆಯಲ್ಲಿ ನರಳುವಂತೆ ಮಾಡಿತ್ತು. ನಾನು ವಯಸ್ಸಾಗಿದ್ದರಿಂದ ದೇಹ ಬಾಧೆ ತಡೆಯಲಾರದೇ ಅವರ ಅನುಮತಿ ಕೇಳಿ ಶೌಚಕ್ಕೆ ಹೋಗಿ ಬಂದೆ. ಮೀರಾ ಮತ್ತು ಆದರ್ಶ ಕೂಡಾ ಒಬ್ಬಬ್ಬರಾಗಿ ಹೋಗಿ ಬಂದರು. ನಮ್ಮ ಫೋನ್‌ಗಳು ಕೂಡಾ ಅವರ ಸುಪರ್ದಿಯಲ್ಲೇ ಇದ್ದವು. ವಾಸುವಿನ ಮೊಬೈಲ್ ರಿಂಗ್ ಆದರೂ ಕರೆ ಸ್ವೀಕರಿಸುವಂತಿರಲಿಲ್ಲ. ಆ ಅಧಿಕಾರಿಗಳು ಎಳ್ಳಷ್ಟೂ ನಮ್ಮ ಮೇಲೆ ಕನಿಕರವೇ ಇರದಂತೆ ನಿರ್ಲಿಪ್ತರಾಗಿ ತಮ್ಮ ಕಾರ್ಯಾಚರಣೆಯನ್ನು ನಡೆಸುವಾಗ ವಾಸುವಿನ ಮುಖ ಕಳಾಹೀನವಾಗಿ ಹೋಗಿತ್ತು. ಎದೆಯುಬ್ಬಿಸಿ ದನಿಯೆತ್ತಿ ಮಾತನಾಡುತ್ತಿದ್ದ ವಾಸುವಿನ ಧ್ವನಿ ಅವರ ಮುಂದೆ ಉಡುಗಿ ಹೋಗಿತ್ತು. ಕೆಳಗಿನ ಅಂತಸ್ತನ್ನೆಲ್ಲಾ ಶೋಧಿಸಿ ಅವರು ಮೊದಲ ಮಹಡಿಗೆ ಹೊರಟಾಗ ವಾಸು ದೀನವಾಗಿ, "ಅಲ್ಲೇನೂ ಇಲ್ಲ... ಪ್ಲೀಸ್... ಕೆಳಗೆ ಸಿಕ್ಕಿಲ್ಲವೆಂದರೆ ಮೇಲೇನಿದೆ...?" ಎಂದ.

ಅವರು ಅವನ ಮಾತುಗಳು ತಮಗೆ ಅನ್ವಯಿಸಿದ್ದೇ ಅಲ್ಲವೆಂಬಂತೆ ಕೋಣೆಗಳ ಒಳಗೆ ಹೊಕ್ಕರು.

ಕೆಳಗಿನ ಅಂತಸ್ತಿನಲ್ಲಿ ಏನೂ ಸಿಗದಾಗ ಮೇಲೂ ಏನೂ ಇಲ್ಲವೆಂದು ನಾನೂ ನಿಶ್ಚಿಂತನಾಗಿದ್ದೆ. ಮೇಲೆ ವಾಸುವಿನ ಕೋಣೆ, ಗ್ರಂಥಾಲಯ ಬಿಟ್ಟರೆ ಮತ್ತೊಂದು ಅತಿಥಿಗಳ ಕೋಣೆ, ಒಂದು ಹೋಮ್ ಥಿಯೇಟರ್ ಮತ್ತು ಒಂದು ನಡುಮನೆ.

ಅಲ್ಲೇನು ಸಿಗಲು ಸಾಧ್ಯವಿಲ್ಲವೆಂದೇ ಭಾವಿಸಿದೆ. ಆದರೆ ನನ್ನ ಊಹೆ ಸುಳ್ಳಾಯಿತು.

ಅಧ್ಯಾಯ–13

ಕೆಳಗೆ ಕುಳಿತಲ್ಲಿಂದ ಅವರ ಓಡಾಟಗಳೇ ನೇರವಾಗಿ ಕಾಣುತ್ತಿದ್ದವು. ವಾಸುವನ್ನು ತನ್ನೆದುರು ಕುಳ್ಳಿರಿಸಿ ಆ ಹಿರಿಯ ಅಧಿಕಾರಿ ಪ್ರಶ್ನಿಸತೊಡಗಿದ್ದು, ವಾಸುವಿನ ಗಂಟಲ ದ್ರವ ಆರಿ ಹೋದವನಂತೆ ತಗ್ಗಿದ ದನಿಯಲ್ಲಿ ಉತ್ತರಿಸುತ್ತಿದ್ದ. ನೈತಿಕವಾಗಿ ಸರಿಯಾಗಿದ್ದರೆ ದಿಟ್ಟವಾಗಿ ಉತ್ತರಿಸಬಹುದು. ಅವನೇಕೆ ಅಳುಕುತ್ತಾ ಉತ್ತರಿಸುತ್ತಿದ್ದನೆಂದೇ ನನಗೆ ಅರ್ಥವಾಗಲಿಲ್ಲ. ಮೇಲಿದ್ದ ಎಲ್ಲಾ ಕೋಣೆಗಳು ಮುಗಿಸಿದರೂ ಅವರಿಗೇನೂ ಸಿಗಲಿಲ್ಲ. ಬಹುಶ: ಅವರೂ ಒಂದು ಇತ್ಯರ್ಥಕ್ಕೆ ಬಂದಂತಿತ್ತು. ಅಕಾಡೆಮಿಗೆ ಸಂಬಂಧ ಪಟ್ಟ ಒಂದಷ್ಟು ಕಡತಗಳು, ಮನೆಯ ಆಸ್ತಿಪತ್ರ, ಕೆಲವು ಜಮೀನುಗಳ ಪತ್ರ, ಮದ್ದೂರಿನ ಮನೆಯ ದಾಖಲೆಗಳು, ಮೀರಾ ಮತ್ತು ಆದರ್ಶನ ಹೆಸರಲ್ಲಿದ್ದ ಬ್ಯಾಂಕ್‌ನ ಠೇವಣಿಗಳ ಪತ್ರಗಳು ಸ್ವಲ್ಪ ದೊಡ್ಡ ಮೊತ್ತದ್ದೇ ಇದ್ದವು. ಮಧ್ಯಾಹ್ನದ ನಂತರ ಅವರೊಡನೆ ಇನ್ನಷ್ಟು ಅಧಿಕಾರಿಗಳು ಬಂದು ಸೇರಿಕೊಂಡು ಅವರು ಹೊತ್ತು ತಂದಿದ್ದ ಕಡತಗಳನ್ನು ನೋಡಿದಾಗ ವಾಸು ಬವಳಿ ಬೀಳುವುದೊಂದೇ ಬಾಕಿ. ಆ ಅಧಿಕಾರಿಗಳು ಅಕಾಡೆಮಿಗೂ ಹೋಗಿ ಅಲ್ಲೂ ದಾಳಿ ನಡೆಸಿ ಅಲ್ಲಿನ ದಾಖಲೆಗಳನ್ನೆಲ್ಲಾ ಹೊತ್ತು ತಂದಿದ್ದರು. ಅಲ್ಲೂ ಒಂದಷ್ಟು ನಗದು, ರಸೀದಿಗಳು ಮತ್ತು ಪತ್ರಗಳು ದೊರಕಿದ್ದವು. ಅದೆಲ್ಲದರ ಸ್ಪಷ್ಟನೆಯನ್ನು ವಾಸು ನೀಡಲಾಗದೇ ಸೋತವನಂತೆ ಕುಳಿತಿದ್ದ. ಇದೆಲ್ಲವೂ ವ್ಯವಸ್ಥಿತ ಷಡ್ಯಂತ್ರವೆಂದು ಅರಿವಾಗಿತ್ತು. ಇದು ಕಾನೂನು ರೀತ್ಯಾ ನಡೆದುದ್ದಾಗಿದ್ದರಿಂದ ನಾವು ಸಹಕರಿಸಲೇ ಬೇಕಾದ ಅನಿವಾರ್ಯವಿತ್ತು. ವಾಸು ಆ ಅಧಿಕಾರಿಯನ್ನು ಪುಸಲಾಯಿಸುವ ಎಲ್ಲಾ ವ್ಯರ್ಥ ಪ್ರಯತ್ನ ಮಾಡುತ್ತಿದ್ದ.

"ಸರ್... ನಿಮ್ಮೊಡನೆ ವೈಯುಕ್ತಿಕವಾಗಿ ಮಾತನಾಡಬಹುದಾ...?"

"ಸರ್... ನಿಮ್ಗೇನಾದ್ರೂ ಬೇಕಿತ್ತಾ...?"

"ಸರ್... ಇದನ್ನು ಇಲ್ಲಿಗೇ ಮುಗಿಸಿ... ನಾವು ಮಾತನಾಡೋಣ..."

ವಾಸು ಆ ಅಧಿಕಾರಿಯನ್ನು ತನ್ನ ಸೀಸೆಗೆ ಇಳಿಸಿಕೊಳ್ಳಲು ಎಲ್ಲಾ ಯತ್ನ ನಡೆಸಿದರೂ ಆ ಅಧಿಕಾರಿ ಮಾತ್ರ ಅವನ ಮಾತುಗಳನ್ನು ಲೆಕ್ಕಿಸದವನಂತೆ ಕುಳಿತಿದ್ದ.

ಕಡೆಗೆ ವಾಸು ತಾಳ್ಮೆಗೆಟ್ಟು, "ಸರ್... ನಿಮ್ಗೆ ಬೇಕಾದ್ರೆ ಮಿನಿಸ್ಟರ್ ಕೈಲಿ ಫೋನ್ ಮಾಡಿಸ್ತೀನಿ... ಅವ್ರು ಹೇಳಿದ್ರೆ ನಿಲ್ಲಿಸ್ತೀರಾ...?"

ವಾಸುವಿನ ಮಾತಿಗೆ ಅವರ ಸಂಯಮ ಒಡೆದಿತ್ತು. ತಾಳ್ಮೆಯ ಕಟ್ಟೆ ಸಡಿಲಗೊಂಡಿತ್ತು.

"ನೋಡಿ... ನೀವು ಊರಿನ ದೊಡ್ಡವ್ಯಕ್ತಿ ಎಂದು ಮಾತನಾಡದೇ ಸುಮ್ಮಿದೀನಿ... ನೀವೂ ಸುಮ್ನಿದ್ರೆ ಸರಿ... ನಮಗೆ ನಮ್ಮ ಕೆಲಸ ಮಾಡಲು ಬಿಡಿ... ಯಾರು ಅದು ನಿಮ್ಮ ಮಿನಿಸ್ಟರ್... ಕರೀರಿ ನೋಡೋಣ... ಅವ್ರು ಇದಕ್ಕೆ ತಲೆ ಹಾಕ್ತಾರಾ... ಪರೀಕ್ಷಿಸಿಯೇ ಬಿಡೋಣ... ಹೇಳಿ... ಯಾರದು...?"

ವಾಸು ಹೆಸರು ಹೇಳಲು ಬಾಯಿ ತೆರೆದವನು ಅಲ್ಲಿಗೇ ಸುಮ್ಮನಾದ. ಆ ಸಚಿವನ ಹೆಸರು ಇದಕ್ಕೆ ಎಳೆಯಲು ಮನಸ್ಸಿಲ್ಲದೇ ಮೌನವಹಿಸಿದ.

ಮಹಡಿಯ ಮೇಲಿದ್ದ ಅಧಿಕಾರಿಗಳು ಕಡೆಗೆ ನನ್ನ ಗ್ರಂಥಾಲಯವನ್ನು ಹೊಕ್ಕಾಗ ಅವರು ಎಲ್ಲಿ ಜೋಡಿಸಿದ್ದ ಪುಸ್ತಕಗಳನ್ನು ಹಾಳು ಮಾಡುವರೋ ಎಂಬ ಆತಂಕದಿಂದ,

"ಸರ್... ಅದು ನನ್ನ ಲೈಬ್ರರಿ... ಅಲ್ಲಿ ಪುಸ್ತಕಗಳು ಬಿಟ್ಟರೆ ಬೇರೇನೂ ಇಲ್ಲ... ಪುಸ್ತಕಗಳು ಹಾಳು ಮಾಡದಂತೆ ಹೇಳಿ ನಿಮ್ಮ ಅಧಿಕಾರಿಗಳಿಗೆ... ಅಲ್ಲಿ ಹಳೆಯ ಗ್ರಂಥಗಳೂ ಇವೆ..." ಎಂದು ಬಿನ್ನವಿಸಿಕೊಂಡೆ.

ಆತ ನನ್ನ ಮಾತಿಗೆ ಗೌರವ ನೀಡುವಂತೆ ನನ್ನ ಸಂದೇಶವನ್ನು ಆ ಅಧಿಕಾರಿಗಳಿಗೆ ರವಾನಿಸಲೆಂಬಂತೆ ಎದ್ದು ಹೊರಟ.

"ಅಪ್ಪ... ನಿಮ್ಮ ಮಾತು ಅವರು ಕೇಳ್ತಾರೆ... ಅವರನ್ನು ತಡೆಯಿರಿ... ಪ್ಲೀಸ್..." ವಾಸು ಅಂಗಲಾಚಿದಾಗ ನನಗೆ ಅವನ ವರ್ತನೆ ವಿಚಿತ್ರವಾಗಿ ತೋರಿತು.

"ನಾವು ಶುದ್ಧ ಹಸ್ತದವರೆಂದು ಅವರಿಗೂ ತಿಳಿಯಲಿ ಬಿಡು... ಅವರ ಅನುಮಾನ ಬಗೆ ಹರಿದರೆ ನಮಗೂ ಒಳಿತು... ಇನ್ನು ಯಾವತ್ತೂ ಈ ಕಡೆ ಅವರು ತಲೆ ಹಾಕಬಾರದು..." ಎಂದೆ.

ವಾಸು ಸಿಡುಕುತ್ತಾ, "ಅದೆಲ್ಲಾ ಆಮೇಲೆ... ಮೊದಲು ಹೋಗಿ ತಡೆಯಿರಿ... ಇಲ್ಲವಾದರೆ ನಾನು ಮುಳುಗಿ ಹೋಗ್ತೀನಿ..." ಎಂದು ಕಂಬನಿಯೇ ಮಿಡಿದಾಗ ನಾನು ದಿಗಿಲಿನಿಂದ,

"ಏನು ಹೇಳ್ತಿದ್ದೀಯಾ...?" ಎಂದವನೇ ಅವನ ಉತ್ತರಕ್ಕೂ ಕಾಯದೇ ಮಹಡಿ ಮೆಟ್ಟಿಲುಗಳನ್ನೇರಿ ಗ್ರಂಥಾಲಯದ ಬಾಗಿಲಿಗೆ ಬಂದವನು ತಟಸ್ಥನಾಗಿ ನಿಂತು ಬಿಟ್ಟೆ.

ಆ ಅಧಿಕಾರಿ ಕೂಡಾ ಸ್ತಂಭೀಭೂತನಾಗಿ ನಿಂತಿದ್ದ. ಹಿಂದೆ ಬಂದು ನಿಂತ ವಾಸುವಿನ ಮುಖ ಕೂಡಾ ಕಪ್ಪಡರಿ ಹೋಗಿತ್ತು. ಅವನು ಯಾವ ಕಾರಣಕ್ಕಾಗಿ ಅಂಜುತ್ತಿದ್ದ ಎಂದು ಈಗ ನನಗೆ ಸ್ಪಷ್ಟವಾಯಿತು.

ಹಿಂದಿನ ರ್‍ಯಾಕ್‌ನ ಎತ್ತರದಲ್ಲಿದ್ದ ಪೆಟ್ಟಿಗಗಳನ್ನು ತೆರೆದು ನೋಡಿದಾಗ ಮೇಲೆ ಪುಸ್ತಕಗಳಿದ್ದರೂ ಅದರ ಅಡಿಯಲ್ಲಿ ನೋಟಿನ ಕಂತೆಗಳೇ ಇದ್ದವು.

ಅಂಥ ಅನೇಕ ಪೆಟ್ಟಿಗಗಳು... ಅವನ್ನು ಬೀಳಿಸಿದಂತೆ ರಾಶಿ ರಾಶಿ ನೋಟಿನ ಕಂತೆಗಳನ್ನು ಕಂಡು ನನ್ನ ಉಸಿರೇ ನಿಂತಂತಾಗಿತ್ತು. ನನ್ನ ಮೈ ಮಂಜುಗಡ್ಡೆಯಂತೆ ತಣ್ಣಗಾಗಿತ್ತು. ನನಗರಿವಿಲ್ಲದಂತೆ ಯಾವುದೋ ಒಂದು ವಿಧದ ಸಂಕಟ ಕಾಡಿ ಕಂಬನಿ ತುಂಬಿ ಬಂದಿತ್ತು. ದೇಹ ಸೋತಂತಾಗಿ ನಿಲ್ಲಲಾಗದೇ ವಾಲಿದಾಗ ಹಿಂದೆ ನಿಂತಿದ್ದ ವಾಸು ನನ್ನ ಬಳಸಿ ಹಿಡಿದುಕೊಂಡ. ಅವನ ಹಿಡಿತದಲ್ಲಿರಲು ಇಷ್ಟವಿಲ್ಲದೇ ಬಿಡಿಸಿಕೊಂಡು ಅವನತ್ತ ಚೂಪು ನೋಟ ಬೀರಿದೆ. ಅವನು ಏನೂ ಉತ್ತರಿಸದೇ ತಲೆ ತಗ್ಗಿಸಿದ.

"ಅಪ್ಪಾ... ಅದು ಕದ್ದ ಹಣವಲ್ಲ... ನಮ್ಮದೇ ಹಣ..."ಎಂದ ನನಗೆ ಮಾತ್ರ ಕೇಳಿಸುವಂತೆ.

"ಹಾಗಾದರೆ ಹೀಗೇಕೆ ಇಲ್ಲಿ ಮುಚ್ಚಿಟ್ಟಿದ್ದೀಯಾ...? ತೆರೆದಿಟ್ಟು ಲೆಕ್ಕ ಕೊಡಬೇಕು ತಾನೇ...?" ನಾನು ಖಾರವಾಗಿ ನುಡಿದಾಗ ವಾಸು ತಬ್ಬಿಬ್ಬಾದ.

"ಸರ್..." ಎಂದು ಯಾರೋ ಅಧಿಕಾರಿ ಕೂಗಿದಾಗ ನಮ್ಮೆಲ್ಲರ ನೋಟ ಅತ್ತ ಹೋಯಿತು. ಕೆಲವು ಪುಸ್ತಗಳ ಪುಟಗಳನ್ನು ಚೌಕವಾಗಿ ನಡುವಿನಲ್ಲಿ ಕತ್ತರಿಸಿ ಅದರಲ್ಲಿ ಚಿನ್ನದ ಬಿಲ್ಲೆಗಳನ್ನು ಇರಿಸಲಾಗಿತ್ತು. ಅದನ್ನು ಕಂಡ ಬಳಿಕವಂತೂ ನಾನು ಭೂಮಿಗಿಳಿದು ಹೋದೆ. ವಾಸುವಿನ ಮುಖವನ್ನೂ ನೋಡಲಾರದೇ ನನಗೇ ತಲೆತಗ್ಗಿಸುವಂತಾಗಿತ್ತು. ಅವರು ಇದರಿಂದ ಹುರುಪುಗೊಂಡವರಂತೆ ಎಲ್ಲಾ ಪುಸ್ತಕಗಳನ್ನು ತೆರೆದು ಪರಿಶೀಲಿಸತೊಡಗಿದರು.

ವಾಸು ಪುಸ್ತಕಗಳನ್ನು ತಂದು ಗ್ರಂಥಾಲಯದಲ್ಲಿ ಪೇರಿಸುವಾಗ ಅದರ ಹಿಂದೆ ಇಂಥ ಉದ್ದೇಶವಿದೆ ಎಂದು ನಾನು ಕನಸು ಮನಸಿನಲ್ಲೂ ಊಹಿಸಿರಲಿಲ್ಲ. ನಿಜಕ್ಕೂ ಗರಬಡಿದವನಂತೆ ನಿಂತು ಬಿಟ್ಟೆ.

ನನ್ನ ಬಿನ್ನಹವನ್ನು ಮನ್ನಿಸಿ ಮೇಲೇರಿ ಬಂದಿದ್ದ ಆ ಅಧಿಕಾರಿ ನನ್ನೆಡೆಗೆ ಕುಹಕದ ನಗೆ ಬೀರಿದ. "ಇವೇನಾ ಸರ್... ನಿಮ್ಮ ಹಳೆಯ ಗ್ರಂಥಗಳು...? ನಿಮಗೆ ಇದಕ್ಕೇನಾ ರಾಜ್ಯೋತ್ಸವ ಪ್ರಶಸ್ತಿ ಸಿಕ್ಕಿದ್ದು...?" ಆತ ವ್ಯಂಗ್ಯವಾಗಿ ಪ್ರಶ್ನಿಸಿದಾಗ ನಾನು ತಲೆಯೆತ್ತಲಾಗದೇ ಅಪರಾಧಿಯಂತೆ

ನಿಂತು ಬಿಟ್ಟೆ. ಮೈ ಮೇಲೆ ಬಿಸಿ ನೀರು ಚೆಲ್ಲಿಸಿಕೊಂಡಷ್ಟು ಭೀಕರವಾಗಿತ್ತು ಅವನ ಮಾತು.

"ನಿಮ್ಮಂಥ ಹಿರಿಯರ ಮಾತಿಗೆ ಗೌರವ ನೀಡಬಾರದು ಇದಕ್ಕೆನೇ... ನಿಮ್ಮ ಈ ಮುಗ್ಧ ಮಾತು, ಮುಖಕ್ಕೆ ಮೋಸ ಹೋಗಿ ನಾನು ತಡೆದಿದ್ದರೆ ಇದೆಲ್ಲಾ ಸಿಗುತ್ತಿತ್ತಾ...? ನಿಮ್ಮಂಥವರಿಗೆ ಇದೆಲ್ಲಾ ಶೋಭಿಸುವುದಿಲ್ಲ... ನಿಮ್ಮ ಬಗ್ಗೆ ಬಹಳ ಗೌರವ ಇತ್ತು... ಆದರೆ ನೀವೂ ಕೂಡಾ ಮಗನ ಜೊತೆ ಶಾಮೀಲಾಗಿದ್ದೀರಿ ಎಂದು ಭಾವಿಸಿರಲಿಲ್ಲ... ಬಹಳ ನಿರಾಶೆ ಆಯ್ತು ಸರ್..." ಎಂದ.

"ಅಯ್ಯೋ... ನನಗೆ ಇದರ ಬಗ್ಗೆ ಏನೂ ಗೊತ್ತಿರಲಿಲ್ಲ..." ಎಂದರೆ ಆತ ನಂಬಲೇ ಇಲ್ಲ.

"ನಿಮ್ಮ ಮಾತು ಇನ್ನಂತೂ ನಂಬುವ ಸಾಧ್ಯತೆನೇ ಇಲ್ಲ... ನೀವೇ ತಾನೇ ಹೇಳಿದ್ದು... ಇದು ನಿಮ್ಮ ಲೈಬ್ರರಿ ಅಂತ... ಪವಿತ್ರವಾದ ಪುಸ್ತಕ ಇಡುವ ಜಾಗದಲ್ಲಿ ನಿಮ್ಮ ಕಳ್ಳ ದಂಧೆಯ ನೋಟುಗಳನ್ನು ಇಟ್ಟಿದ್ದೀರಿ... ಇನ್ನೂ ಹುಡುಕ್ರಪ್ಪಾ... ಇಲ್ಲೇನೋ ಸರಿಯಿಲ್ಲ ಅಂತ ನನ್ನ ಆರನೇ ಇಂದ್ರಿಯ ತೀವ್ರವಾಗಿ ಹೇಳುತ್ತಿದೆ... ಇನ್ನೂ ಏನೋ ಇದೆ..." ಎಂದು ಆದೇಶಿಸಿದ. ವಾಸುವಿನ ಮೇಲೆ ಅಳಿದುಳಿದಿದ್ದ ನಂಬಿಕೆಯೂ ಕುಸಿದು ಹೋಗಿತ್ತು. ನಾನು ಅಲ್ಲೇ ಬಾಗಿಲಿಗೊರಗಿ ಗರ ಬಡಿದವನಂತೆ ನಿಂತೇ ಇದ್ದೆ. ಅವರು ಪುಸ್ತಕಗಳನ್ನೆಲ್ಲಾ ನೆಲಕ್ಕೆ ಕೆಡವಿ ಹಾಕಿ ಪ್ರತೀ ಪುಸ್ತಕದ ಪುಟಗಳನ್ನೂ ತಿರುವಿ ಹಾಕಿ ಅದರಲ್ಲೇನಾದರೂ ಅಡಗಿಸಿಟ್ಟಿರಬಹುದೇ ಎಂದು ಪರಿಶೀಲಿಸುತ್ತಿದ್ದರು.

ಎಲ್ಲಾ ರ್‍ಯಾಕುಗಳು ಮುಗಿದ ಬಳಿಕ ಅವರ ದೃಷ್ಟಿ ರ್‍ಯಾಕುಗಳ ಹಿಂಬದಿಯ ಗೋಡೆಯ ಮೇಲೆ ನೆಟ್ಟಿತ್ತು. ಅದನ್ನು ಕೈಯ್ಯಿಂದ ಕುಟ್ಟುತ್ತಾ ಅದರಿಂದ ಉಂಟಾಗುವ ಸದ್ದನ್ನು ಪರಿಶೀಲಿಸತೊಡಗಿದರು. ನಾನೂ ಅವರ ಕ್ರಿಯೆಯನ್ನು ಬಿಟ್ಟ ಕಂಗಳಿಂದ ನೋಡುತ್ತಲೇ ಇದ್ದ. ಗೋಡೆಗೆ ಬಡಿದ ಸದ್ದು ಘನವಾಗಿ ಆಲಿಸಿದರೆ, ಮರದ ಹಲಗೆಗೆ ಬಡಿದ ಸದ್ದು ಪೊಳ್ಳಾಗಿ ಬೇರೆಯೇ ರೀತಿಯಲ್ಲಿ ಆಲಿಸಿತ್ತು. ಅವರು ಅದನ್ನು ಮತ್ತೆ ಮತ್ತೆ ಅಧಿಕೃತವಾಗಿ ಪರಿಶೀಲಿಸಿದಾಗ ವಾಸು ಹೌಹಾರಿದ.

"ಇದು ಬಾಗಿಲು ಇದ್ದ ಹಾಗಿದೆ... ತೆಗೀರಿ... ಇದಕ್ಕೆ ಬೀಗದ ಕೈ ಇರಬೇಕು..." ಎಂದಾಗ ನಾನು ಬೆಚ್ಚಿದೆ.

'ಇನ್ನೂ ಮುಗಿಯಲಿಲ್ಲವೇ...? ಇದರೊಳಗೊಂದು ಬಾಗಿಲಿದ್ದು ಅದರ ಹಿಂದೆ ಕೋಣೆ ಇದೆ ಎಂದು ನನಗೇ ತಿಳಿದಿರಲಿಲ್ಲ...!' ನಾನು ಮರಗಟ್ಟಿದವನಂತೆ ನಿಂತಿದ್ದೆ. ಇದೆಲ್ಲವೂ ಸಿನಿಮೀಯ ಮಾದರಿಯಲ್ಲಿ ಜರಗುತ್ತಿರುವುದು ನನ್ನ ಊಹೆಗೂ ನಿಲುಕದ ಸಂಗತಿಯಾಗಿತ್ತು.

"ಇದರ ಡಿಜಿಟಲ್ ನಂಬರ್ ಹೇಳಿ ಬಾಗಿಲಿನದ್ದು..." ಎಂದ.

ವಾಸು ನೀಡಲು ಹಿಂಜರಿದ.

"ನೀವು ಕೊಡದಿದ್ದರೆ ನಾವು ಬಾಗಿಲು ಒಡೆಸಬೇಕಾಗುತ್ತದೆ... ಕ್ವಿಕ್..." ಅಧಿಕಾರಿ ಆದೇಶಿಸುವಂತೆ ನುಡಿದ.

ವಾಸು ಒಲ್ಲದ ಮನಸ್ಸಿನಿಂದ ಅತ್ತ ಹೆಜ್ಜೆ ಹಾಕುತ್ತ ಹೋಗಿ, ಸೂಕ್ಷ್ಮವಾಗಿ ಕಾಣುವಂತಿದ್ದ ಡಿಜಿಟಲ್ ಲಾಕ್‌ನ ಸಂಖ್ಯೆಗಳನ್ನು ಒತ್ತುತ್ತಿದ್ದಂತೆ ಅ ಬಾಗಿಲು ತೆರೆದುಕೊಂಡಿತು. ನಾನು ಕಣ್ಣಗಲಿಸಿ ದಂಗಾಗಿ ನೋಡಿದೆ. ಆ ಕವಾಟಿನ ಹಿಂದೆ ಹೀಗೊಂದು ರಹಸ್ಯ ಕೋಣೆ ಇದೆಯೆಂದೇ ತಿಳಿದಿರಲಿಲ್ಲ. ವಾಸು ಇದನ್ನೆಲ್ಲಾ ಏನು ನಡೆಸುತ್ತಿದಾನೆ...? ಇದರ ಉದ್ದೇಶವೇನು...? ವಾಸುವಿನ ಹೊರ ರೂಪ ನಾನು ಕಾಣುವಂಥದ್ದು ಕೇವಲ ಮುಖವಾಡವೇ...? ಒಳಗಿನ ಮುಖ ಬೇರೆಯದ್ದೇ. ವಾಸು ಅಷ್ಟು ದೀನವಾಗಿ ಮೇಲಿನ ಕೋಣೆಗೆ ಹೋಗದಂತೆ ತಡೆಯುತ್ತಿದ್ದ ಹಿನ್ನಲೆ ಈಗ ಅರಿವಾಗಿತ್ತು. ನನಗೆ ನಿಲ್ಲಲೂ ಆಗದೇ ಈ ಕಹಿಸತ್ಯವನ್ನು ಜೀರ್ಣಿಸಿಕೊಳ್ಳಲೂ ಆಗದೇ ಆಘಾತಭಾವದಿಂದ ಅಲ್ಲೇ ಕುಸಿದು ಕುಳಿತೆ. ಆ ಗುಪ್ತ ಕೋಣೆಯೊಳಗೆ ಏನಿರಬಹುದೆಂದು ಪ್ರತ್ಯೇಕವಾಗಿ ತಿಳಿಸಬೇಕಾಗಿರಲಿಲ್ಲ.

ಅಲ್ಲಿದ್ದ ಅಧಿಕಾರಿಗಳೆಲ್ಲರೂ ಬೆಕ್ಕಸ ಬೆರಗಾಗುವಂತೆ ಕಂಡು ಬಂದರು.

"ಬನ್ನಿ ನೋಡಿ... ನಿಮ್ಮ ಲೈಬ್ರರಿಯನ್ನು..." ಆ ಹಿರಿಯ ಅಧಿಕಾರಿ ಬಿಡದೇ ನನ್ನನ್ನು ಎಬ್ಬಿಸಿಕೊಂಡು ನೆಲದ ಮೇಲೆ ಹರಡಿಕೊಂಡಿದ್ದ ಪುಸ್ತಕಗಳನ್ನೆಲ್ಲಾ ದಾಟಿಸಿಕೊಂಡು ಆ ಕೋಣೆಯ ಬಾಗಿಲಿಗೆ ಕರೆದೊಯ್ದು ತೋರಿಸಿದರು. ನಾನು ನನ್ನ ಕಣ್ಣುಗಳನ್ನೇ ನಂಬಲಾರದವನಂತೆ ಧಿಗ್ಮೂಢನಾಗಿ ನಿಂತುಬಿಟ್ಟೆ. ನೆಲದ ಮೇಲೆ ಹಾಸಿಗೆ ಹಾಸಿ ಅದರ ಮೇಲೆ ಪೇರಿಸಿಟ್ಟ ನೋಟಿನ ಕಂತೆಗಳು. ಎಷ್ಟೆಂದು ಅಂದಾಜಿಸಲೂ ಆಗದಷ್ಟು...!

ಅವರೆಲ್ಲರೂ ಹಣದ ಕಂತೆಗಳನ್ನು ಎಣಿಸುತ್ತಾ ಲೆಕ್ಕ ಮಾಡುತ್ತಾ ಚೀಲದಲ್ಲಿ ತುಂಬಿಸಿಕೊಳ್ಳ ತೊಡಗಿದರೆ ನನಗೆ ಅಲ್ಲಿ ನಿಲ್ಲಲಾಗಲಿಲ್ಲ. ಸೋತ ಹೆಜ್ಜೆಗಳನ್ನಿರಿಸುತ್ತಾ ಅಲ್ಲಿಂದ ಹೊರ ಬಂದು ಮೆಟ್ಟಿಲುಗಳನ್ನಿಳಿದು ಬಂದು ಗುಬ್ಬಚ್ಚಿಯಂತೆ ಕುಳಿತಿದ್ದ ಆದರ್ಶನ ಪಕ್ಕ ಕುಳಿತುಕೊಂಡೆ.

ಮೀರಾ ಆತಂಕದಿಂದ, "ಅವ್ರೆಲ್ಲ...ಇಷ್ಟು ಹೊತ್ತು ಅಲ್ಲಿ ಲೈಬ್ರರೀಲಿ ಏನು ಮಾಡ್ತಾ ಇದ್ದಾರೆ ಮಾವ...?" ಎಂದು ತಗ್ಗಿದ ದನಿಯಲ್ಲಿ ಕೇಳಿದರೆ ಮಾತೇ ಹೊರ ಬಾರದವನಂತೆ ಖಿನ್ನತೆಯಲ್ಲಿ ಕುಳಿತುಬಿಟ್ಟೆ.

'ಇದೆಲ್ಲವೂ ಏನು...? ತನ್ನ ಸುತ್ತ ಏನಾಗುತ್ತಿದೆ...? ವಾಸುವಿನ ಬಳಿ ಇಷ್ಟೊಂದು ಹಣ ಬಂದದ್ದು ಹೇಗೆ...? ಮೂಲ ಯಾವುದು...? ತನಗೆ ತೀರಿಸಲು ಬೆಟ್ಟದಷ್ಟು ಸಾಲವಿದೆ ಎಂದು ಹೇಳಿಕೊಂಡು ತಿರುಗುತ್ತಿದ್ದ ವಾಸುವಿನ ಬಳಿ ಇಷ್ಟೊಂದು ಹಣ ಬಂದದ್ದಾದರೂ ಹೇಗೆ...? ರಾತ್ರೆ ತನಗೆ

ನಿದ್ದೆ ಬರುವುದಿಲ್ಲ ಎಂದು ಹೇಳಿದ್ದು ಈ ಕಾರಣಕ್ಕೇ...? ಮನೆಯಲ್ಲಿ ಇಷ್ಟು ಕಪ್ಪು ಹಣವನ್ನು ಏಕೆ ಇರಿಸಿಕೊಂಡಿದ್ದಾನೆ...?'

ನನ್ನ ಹಿಂದೆಯೇ ವಾಸು ಕೂಡಾ ಬಂದು ಸೋಫಾದ ಮೇಲೆ ಕುಸಿದು ಕುಳಿತ. ಅವರಿಗೆ ಇನ್ನು ಅರಸಲು ಏನೂ ಉಳಿದಿರಲಿಲ್ಲ ಎಂದು ಅವನ ಮುಖವೇ ಹೇಳುತ್ತಿತ್ತು.

"ಯಾವುದು ಆ ಹಣ...? ಅಲ್ಲಿ ಏಕೆ ಕೂಡಿ ಇಡ್ತಿದ್ದೆ...? ಪುಸ್ತಕಗಳ ನಡುವೆ ಚಿನ್ನದ ಬಿಲ್ಲೆಗಳು... ನಿನ್ನಿಂದ ಇಂಥ ಹೇಯ ಕೃತ್ಯ ನಾನು ನಿರೀಕ್ಷಿಸಿರಲಿಲ್ಲ... ನೀನು ನನ್ನ ಮಗನಾಗಲು ಹೇಗೆ ಸಾಧ್ಯ...? ನನ್ಗೆ ನಂಬಿಕೆಯೇ ಬರುತ್ತಿಲ್ಲ... ನನ್ನೊಳಗೆ ಏನು ಆಗ್ತಿದೆ ಅಂತ ಹೇಳಲೂ ಆಗ್ತಿಲ್ಲ ನನಗೆ..." ನನ್ನ ಮೈಯ್ಯಿಡೀ ನಡಗುತ್ತಿತ್ತು.

ವಾಸು ಕನಲುತ್ತಾ, "ಈ ಹೊತ್ತಲ್ಲಿ ಸ್ವಲ್ಪ ಸುಮ್ನಿರ್ತೀರಾ... ನನ್ನ ಹೊಟ್ಟೆ ಉರೀತಿದೆ ಇಲ್ಲಿ... ಮತ್ತೆ ನಿಮ್ಮ ನಾಟಕ ಬೇರೆ..."

"ಸಾಧಿಸಿದೆ ಅಂತ ಬೀಗ್ತಿದ್ದದ್ದು ಇದೇ ಏನು...?" ನನ್ನ ಕೊಂಕು ಮಾತು ಸಹಿಸಲಾಗಲಿಲ್ಲ ಅವನಿಗೆ.

"ನೀವು ನನ್ನ ಅಪ್ಪ ಆಗಿದ್ದರೆ ನನ್ನ ಏಳಿಗೆಯನ್ನು ಸಂತೋಷಿಸಬೇಕು... ಅದು ಬಿಟ್ಟು ಮಾತು ಮಾತಿಗೆ ಚುಚ್ಚುವುದಲ್ಲ..." ಎಂದ.

ನಾನು ವ್ಯಂಗ್ಯ ನಗೆ ನಕ್ಕೆ. "ಇದೇ ತಾನೇ ನಿನ್ನ ಏಳಿಗೆ... ನಿನ್ನ ಏಳಿಗೆ ಕುರಿತು ಪತ್ರಿಕೆಗಳಲ್ಲಿ ಜಾಹೀರಾತು ಹಾಕ್ತಿದ್ದೆ... ಅಲ್ಲವೇ...? ನಾಳೆ ಉಚಿತವಾಗಿ ಅವರೇ ಇದರ ವರದಿ ಹಾಕುತ್ತಾರೆ... ನಿನಗೆ ಪಬ್ಲಿಸಿಟಿಗೆ ಒಂದು ಪೈಸೆಯೂ ಖರ್ಚಿಲ್ಲ..." ಎಂದು ಜರಿದೆ.

"ಅಪ್ಪಾ... ಪ್ಲೀಸ್..." ಎಂದು ಸಹಿಸದವನಂತೆ ಎದ್ದು ಹೋದ. ನನಗಂತೂ ಮೈಯ್ಯೆಲ್ಲಾ ಕುದಿಯುತಿತ್ತು.

ಆ ಕೋಣೆಯಲ್ಲಿ ಇಡೀ ದಿನವನ್ನು ಪುಸ್ತಕಗಳ ಮಧ್ಯೆ ಕಳೆಯುತ್ತಿದ್ದೆನಲ್ಲಾ... ಅಲ್ಲಿ ಪುಸ್ತಗಳ ನಡುವೆ ಮನ:ಶಾಂತಿ ಅರಸುವ ಯತ್ನ ಮಾಡುತ್ತಿದ್ದೆನಲ್ಲಾ... ವಾಸು ನನಗೆ ನಂಬಿಕೆದ್ರೋಹ ಮಾಡಲು ಹೇಗೆ ಸಾಧ್ಯ...? ಅವನಿಂದ ಇದನ್ನು ನಿರೀಕ್ಷಿಸಿರಲಿಲ್ಲ. ಅಕಾಡೆಮಿಯಲ್ಲಿ ಪೋಷಕರಿಂದ ವಿದ್ಯಾರ್ಥಿಗಳ ವಾರ್ಷಿಕ ಶುಲ್ಕವಾಗಿ ಪಡೆವ ಹಣ ಇಷ್ಟೊಂದು ಮೊತ್ತದ್ದಾಗಿರುತ್ತದೆಯೇ...? ಇದನ್ನು ದಂಧೆಯಾಗಿ ಅವನು ಹೇಗೆ ಮಾರ್ಪಡಿಸಿಕೊಂಡ...? ಮಕ್ಕಳ ಭವಿಷ್ಯದ ಶ್ರೇಯೋಭಿಲಾಷೆಗಿಂತಲೂ ಇವನ ಉದ್ದೇಶವಿದ್ದದ್ದು ಈ ರೀತಿಯ ಕಾಳದಂಧೆ ಮಾತ್ರ. ಅಂಗೈ ಹುಣ್ಣಿಗೆ ಕನ್ನಡಿಯ ಅಗತ್ಯವಿರುವುದಿಲ್ಲ. ಇದಂತೂ ಕಣ್ಣಿಗೆ ಕಾಣುವ ನಿಚ್ಚಳ ಸತ್ಯ. ಇವನು ನೈತಿಕವಾಗಿ ಇಷ್ಟು ಕುಸಿದಿದ್ದಾನೆಂಬ ಕಲ್ಪನೆ ತನಗಿರಲಿಲ್ಲ. ಮಗನೆಂಬ ಮಮಕಾರದ ಪೊರೆ ಕಣ್ಣಿಗಂಟಿಸಿಕೊಂಡು

ತಾನೂ ಕುರುಡಾಗಿ ಇಲ್ಲೇ ಇವರೊಡನೇ ಹೀಗೆ ಕಳೆದು ಹೋದೆ. ಆದರೆ ಇಷ್ಟೊಂದು ಕರಾಳತೆ ಇವನ ವ್ಯವಹಾರದಲ್ಲಿದೆ ಎಂಬುದು ತನ್ನ ಪಾಲಿಗೆ ನಿಜಕ್ಕೂ ಆಘಾತಕಾರಿ.

ಯಾವ ಶಿಕ್ಷಣವನ್ನು ತಾನು ಸೇವಾ ಮನೋಭಾವದಿಂದ ತಪಸ್ಸು ಎಂಬಂತೆ ಆಚರಿಸಿಕೊಂಡು ಬಂದೆನೋ, ಅದೇ ಶಿಕ್ಷಣವನ್ನು ನನ್ನ ಮಗ ವಾಸು ದಂಧೆಯಾಗಿ ಪರಿವರ್ತಿಸಿಕೊಂಡಿದ್ದು ಒಂದು ವಿಪರ್ಯಾಸವೇ ಸರಿ. ನನ್ನ ಚಾರಿತ್ರ್ಯಕ್ಕೆ ಎಂದೂ ಒಂದು ಕಪ್ಪು ಚುಕ್ಕೆಯನ್ನು ತಗುಲಿಸಿಕೊಳ್ಳದ ತನಗೆ ತನ್ನ ಮಗನೇ ಒಂದು ಕಪ್ಪುಚುಕ್ಕೆಯಾಗಿ ಹೋದನಲ್ಲಾ.

ಆ ಸಾತ್ವಿಕ ಸಜ್ಜನ ವಾಸು ತನ್ನ ಆರೋಹಣದ ಹಾದಿಯಲ್ಲೇ ಹೀಗೆ ತನ್ನ ಮೌಲ್ಯಗಳನ್ನೇ ಗಾಳಿಗೆ ತೂರಿದನೇ...? ಮಹತ್ವಾಕಾಂಕ್ಷೆಗಳು ಮನುಷ್ಯನನ್ನು ಹೀಗೆ ಅಧಃಪತನದ ಹಾದಿ ಹಿಡಿಸಬಹುದೇ...? ಏನೋ ಸಾಧಿಸುತ್ತೇನೆಂದು ಭ್ರಮೆಯಲ್ಲಿದ್ದ ವಾಸು ನಿಜಕ್ಕೂ ಸಾಧಿಸಿದ್ದು ಏನು...? ಅವನು ಸಾಧಿಸಿದನೋ ಅಥವಾ ಕಳೆದುಕೊಂಡನೋ...? ಅವನನ್ನು ಅವನೇ ಕಳೆದುಕೊಂಡನೋ.

ಅದರಿಂದ ನೆಮ್ಮದಿಯಾದರೂ ದೊರೆಯಿತೇ...? ಶಿಕ್ಷಣವೊಂದೇ ತನ್ನ ಜೀವನದ ಉಸಿರೆಂಬಂತೆ ಧ್ಯಾನಿಸಿಕೊಂಡು ಬಂದ ತನ್ನ ಮಗ ಹಣದ ಹಪಹಪಿಕೆ ರೂಢಿಸಿಕೊಂಡದ್ದು ಹೇಗೆ... ತನ್ನ ಬದುಕಿನ ಮೌಲ್ಯಗಳು ಅವನೇಕೆ ಸ್ವೀಕರಿಸಲಿಲ್ಲ...? ಅವನೇಕೆ ಹೀಗೆ ಅಡ್ಡ ಹಾದಿ ಹಿಡಿದ...? ಸಮಾಜದಲ್ಲಿ ತೋರಿಕೆ, ಪ್ರತಿಷ್ಟೆ ಅಷ್ಟು ದೊಡ್ಡ ಸಂಗತಿಯೇ...?.

ಚೆದುರಿ ಹೋದ ಆಲೋಚನೆಗಳು ದಿಕ್ಕಿಗೊಂದರಂತೆ ಮನಸ್ಸಿಗೆ ಧುಮುಕಿ ವ್ಯಗ್ರಗೊಳಿಸುತ್ತಿದ್ದರೆ ಒಳಗೆ ಘಟಸ್ಫೋಟವಾದರೂ ಸಂಯಮ ಧರಿಸಿ ಕುಳಿತಿದ್ದೆ. ವಾಸು ಕೂಡಾ ಎಲ್ಲಾ ಮುಗಿಯಿತೆಂಬಂತೆ ಒಂದು ಮೂಲೆಯಲ್ಲಿ ಎಲ್ಲಾ ಕಳೆದುಕೊಂಡ ಖಾಲಿತನದಲ್ಲಿ ತಲೆಯ ಮೇಲೆ ಕೈ ಹೊತ್ತು ಕುಳಿತಿದ್ದ. ಮೀರಾ ಮತ್ತು ಆದರ್ಶನಿಗೆ ಏನೂ ಅರ್ಥವಾಗದೇ ಹೋದರೂ ಮುಖ ನೋಡಿಕೊಂಡು ಸುಮ್ಮನೆ ಇದ್ದರು. ಹಸಿವು, ಬಾಯಾರಿಕೆ ಮುಚ್ಚಿ ಹೋಗಿತ್ತು. ಸಮಯ ಕಳೆದಂತೇ ಅವರು ಹಣದ ಮೂಟೆಗಳನ್ನು ಹೊತ್ತು ಕೆಳಗೆ ತಂದರು. ವಶೀಕರಿಸಿದ ಅಷ್ಟೂ ಸಾಮಾನುಗಳನ್ನು ತಂದು ಮುಂದಿರಿಸಿ ಅದರ ಲೆಕ್ಖವನ್ನು ವಾಸುವಿಗೊಪ್ಪಿಸಿ ಬರೆದುಕೊಳ್ಳತೊಡಗಿದರೆ ವಾಸು ಕೊನೆಯ ಪ್ರಯತ್ನವೆಂಬಂತೆ ಅವರೊಡನೆ ಸಂಧಾನಕ್ಕೆ ಇಳಿದಿದ್ದ.

"ಸರ್... ಇಲ್ಲೇ ಇದನ್ನು ಬಗೆ ಹರಿಸೋಣ... ಇದೆಲ್ಲಾ ಹೊರಗೆ ಹೋಗುವುದು ಬೇಡಾ... ಪ್ಲೀಸ್... ನಿಮ್ಮ ಪಾಲು..."

ಅವರು ತಮ್ಮ ಕೆಲಸವನ್ನು ಮುಂದುವರೆಸಿದರು. ಇನ್ನು ತನ್ನಾಟ ನಡೆಯದು ಎಂದು ವಾಸುವಿಗೂ ದಿಟವಾಗಿ ಶರಣಾಗತ ಭಾವದಲ್ಲಿ

ಕುಳಿತುಬಿಟ್ಟ. ಅವರೆಲ್ಲರೂ ಲೆಕ್ಕಾಚಾರ ಮುಗಿಸಿ ವಾಸುವಿನ ಸಹಿ ಪಡೆದುಕೊಂಡರು.

'ಇದೆಲ್ಲದರ ಲೆಕ್ಕ ನೀವು ಕೊಡಬೇಕು... ಪ್ರತಿಯೊಂದರದ್ದು... ಮಕ್ಕಳಿಂದ ಫೀಸ್ ಪಡೆದು ನಕಲಿ ರಶೀದಿ ನೀಡಿ ಹಣವನ್ನೆಲ್ಲಾ ಹೀಗೆ ಜಮೆ ಮಾಡಿದ್ದೀರೆಂಬ ಗುಮಾನಿ ಇದೆ... ಪಕ್ಕಾ ರಶೀದಿ ಯಾವುದು... ನಕಲಿ ಯಾವುದು... ನಿಮ್ಮ ಎಲ್ಲಾ ಅಕೌಂಟೂ ಸದ್ಯಕ್ಕೆ ನಿರ್ಜೀವಗೊಳಿಸಲಾಗಿದೆ... ಇದೆಲ್ಲವೂ ಒಂದು ಹಂತಕ್ಕೆ ಬರುವ ತನಕ ನಿಮ್ಮ ಈ ಖಾತೆಗಳು ಚಲಾವಣೆಗೊಳಿಸಲು ಸಾಧ್ಯವಿಲ್ಲ... ಟ್ರಸ್ಟ್‌ದು ಮೊದಲು ಕೈಗೆತ್ತಿಕೊಳ್ಳುತ್ತೇವೆ... ಅದು ನಿಮಗೆ ಬಾಧೆಯಾಗದಂತೆ ನೋಡಿಕೊಳ್ತೇವೆ... ಈ ಹಣಕ್ಕೆ ಲೆಕ್ಕ ರೆಡಿ ಮಾಡಿಕೊಳ್ಳಿ..." ಇಂಥ ಅನುಭವಗಳು ಅವರಿಗೆ ಸಹಜವೆಂಬಂತೆ ಅವರು ನುಡಿದು ಅಲ್ಲಿಂದ ಹೊರಟರು.

ಅವರೆಲ್ಲ ತೆರಳಿದ ಬಳಿಕವೂ ಚಾಲನೆಯಿಲ್ಲದೇ ಎಷ್ಟೋ ಹೊತ್ತು ಹಾಗೇ ಕುಳಿತಿದ್ದೆವು.

ನಾನು ಎದ್ದು ನನ್ನ ಕೋಣೆಗೆ ಹೋಗಿ ಬಾಗಿಲು ಹಾಕಿಕೊಂಡೆ. ಸ್ವಲ್ಪ ಹೊತ್ತು ಮೌನ ಬೇಕಿತ್ತು.

ನನ್ನ ಒಳಗಿನ ಹೋರಾಟವನ್ನು ನಾನು ನಿಲ್ಲಿಸಬೇಕಿತ್ತು. ಒಳಗೆ ಕುದಿವ ಲಾವಾರಸ ಹೊರಗೆ ಸ್ಫೋಟಗೊಳ್ಳದಂತೆ ತಡೆ ಹಿಡಿಯಬೇಕಿತ್ತು. ನನ್ನನ್ನು ನಾನು ಸಂಭಾಳಿಸಿಕೊಳ್ಳಬೇಕಿತ್ತು.

ಇದೆಲ್ಲವೂ ಒಂದು ಕೆಟ್ಟ ಕನಸಾಗಲಿ ಎಂದೇ ಬಯಸಿದ್ದೆ. ಆದರೆ ಅವರು ಏನೋ ಹುಡುಕುವ ಭರದಲ್ಲಿ ಇಡೀ ಕೋಣೆಯನ್ನು ಅಸ್ತವ್ಯಸ್ತಗೊಳಿಸಿದ್ದು ಕಣ್ಣಿಗೆ ಸತ್ಯ ರಾಚುವಂತೆ ಇತ್ತು.

ಅವರು ನಿಜಕ್ಕೂ ಹುಡುಕಿ ಕೊಟ್ಟದ್ದು ವಾಸು ಶೇಖರಿಸಿಟ್ಟ ಕಪ್ಪು ಹಣವಲ್ಲ... ಅವರು ಹುಡುಕಿ ನನ್ನೆದುರು ಅವನ ಅಸಲಿ ಚಹರೆಯನ್ನು ತೋರಿಸಿಕೊಟ್ಟರು. ಅವನ ನಿಜ ಬಣ್ಣ ಬಯಲು ಮಾಡಿದರು.

'ನಿನ್ನ ಮಗ ನೀನಂದುಕೊಂಡಂತೆ ಅಲ್ಲ... ಇದು ಅಸಲಿ ಮುಖ' ಎಂದು ಅನಾವರಣಗೊಳಿಸಿದರು.

ಮೊನ್ನೆ ಹಳೆ ವಿದ್ಯಾರ್ಥಿ ಸಂಘದ ಒಟ್ಟುಗೂಡಿದಾಗ ಅಲ್ಲಿ ಸೇರಿದ್ದ ವಿದ್ಯಾರ್ಥಿಗಳು ಸಮಾಜದ ಎಲ್ಲಾ ವರ್ಗಕ್ಕೆ ಸೇರಿದವರೆಂದು ಹೆಮ್ಮೆ ಪಟ್ಟಿದ್ದೆ. ಒಂದು ಶಾಲೆ ಸಮಾಜಕ್ಕೆ ಒಬ್ಬ ವೈದ್ಯನನ್ನೋ, ಇಂಜಿನಿಯರ್‌ನನ್ನೋ, ಒಬ್ಬ ಕಲಾವಿದನನ್ನೋ, ಶಿಕ್ಷಕನನ್ನೋ... ಸಮಾಜದ ಒಳಿತಿಗೆಂದೇ ಪ್ರಯತ್ನ ಪಡುತ್ತದೆ.

ಆದರೆ... ವಾಸು...?

ಅವನ ಈ ಕೃತ್ಯಕ್ಕೆ ಏನು ಹೆಸರಿಡಲಿ...?

ಏನಿದ್ದರೂ ಅದರ ನೈತಿಕ ಹೊಣೆ ತನ್ನದು.

ಅವನ ಅಪ್ಪನಾಗಿ, ಅವನ ಗುರುವಾಗಿ ಇದು ತನ್ನ ಸೋಲು...!

ಅಸಹಾಯಕತೆಯಿಂದ ಹೃದಯ ಬಿರಿದು ಬರುವ ತನಕ ಚೀರಿ ಅಳಬೇಕೆನಿಸಿದರೂ ಹೃದಯ ಭಾರ...!

ಬಾಗಿಲು ತಟ್ಟಿದ ಸದ್ದಿನ ಹಿಂದೆ ಮೀರಾಳ ಧ್ವನಿ, "ಮಾವ... ಪ್ಲೀಸ್... ಬನ್ನಿ... ಹೊಟ್ಟೇಗೇನಾದರೂ ತಗೊಳ್ಳಿ..."

ನನಗೆ ಉತ್ತರಿಸಬೇಕೆಂದೂ ಅನ್ನಿಸಲಿಲ್ಲ. ಎದ್ದು ಸ್ವಿಚ್ ಅದುಮಿ ದೀಪ ಆರಿಸಿದೆ. ಒಳಗಿನ ಕತ್ತಲೆಯೇ ಹಿತವೆನಿಸಿತ್ತು.

ಬೆಳಕಿನಲ್ಲಿ ಇನ್ನೂ ಏನೇನು ಸತ್ಯ ಅಡಗಿದೆಯೋ...? ಅಲ್ಲಿನ ನಿಷ್ಠೂರ ಸತ್ಯಕ್ಕಿಂತಲೂ ಈ ಸುಳ್ಳಿನ ಕತ್ತಲು ಹಿತವೆಂದು ಮೊದಲ ಬಾರಿ ಅನ್ನಿಸಿತು.

ಅಧ್ಯಾಯ–14

ಆ ರಾತ್ರಿ ತೀರಾ ದೀರ್ಘವೆನಿಸಿತ್ತು. ಸಂಕಟವನ್ನು ಭರಿಸುವ ಶಕ್ತಿ ಇಲ್ಲದಾಗ ಪ್ರತೀ ಕ್ಷಣವೂ ಹಾಗೇ, ದೀರ್ಘ ಮತ್ತು ಭಾರ. ಮನೋಭೂಮಿಕೆಯ ಆ ಕದನಗಳಲ್ಲಿ ಹೋರಾಡುತ್ತಾ ನಮ್ಮೊಂದಿಗೆ ನಾವು ಸೆಣಸಾಡುವುದು, ಸಾಯುತ್ತಾ ಬದುಕುವುದು, ಬದುಕುತ್ತಾ ಸಾಯುವುದು ಅಲ್ಲಿ ಮಾತ್ರ. ಬದುಕಿನ ಅಂತಿಮ ಕ್ಷಣದವರೆಗೂ ಇದು ನಿರಂತರ.

ಕತ್ತಲು ಕೋಣೆಯೊಳಗೆ ಮಾತ್ರವಲ್ಲ, ಮನಸ್ಸಿಗೂ ಕವಿದಿತ್ತು.

ದಿನದ ಈ ಅನಿರೀಕ್ಷಿತ ಘಟನೆಗಳು ಮನಸ್ಸನ್ನು ತೀವ್ರವಾಗಿ ವಿಚಲಿತಗೊಳಿಸಿತ್ತು.

'ಈ ಎಲ್ಲಾ ಸಂಪಾದನೆ ನ್ಯಾಯ ಮಾರ್ಗದಲ್ಲಿ ಗಳಿಸಿದ್ದೇ...? ಹೌದಾಗಿದ್ದರೂ ಕೂಡಾ ಇಷ್ಟೊಂದು ಗಳಿಕೆ ಎಲ್ಲಿಂದ...? ವಿದ್ಯಾರ್ಥಿಗಳ ಶುಲ್ಕವನ್ನು ಕಡಿಮೆಗೊಳಿಸಿ ಪೋಷಕರ ಬೆಂಬಲಕ್ಕೆ ನಿಲ್ಲಬಾರದೇ...? ಎಷ್ಟೋ ಪೋಷಕರು ಇಲ್ಲಿನ ಶುಲ್ಕ ಕಟ್ಟಲು ಏನೇನೋ ಕಷ್ಟ ಪಡುತ್ತಾರೆ. ಮಕ್ಕಳ ಭವಿಷ್ಯವೊಂದು ನೆಲೆಗೊಳ್ಳಲಿ ಎಂಬ ಉದ್ದೇಶಕ್ಕೆ ಹೇಗೋ ಹಣ ಹೊಂದಿಸಿ ಇಲ್ಲಿಗೆ ಸೇರಿಸುತ್ತಾರೆ. ಇದೆಲ್ಲದರ ಅರಿವಿದ್ದೂ ಕೂಡಾ ವಾಸು ಆ ಪೋಷಕರ ಕಷ್ಟವನ್ನು ಏಕೆ ಪರಿಗಣಿಸಿ ಶುಲ್ಕವನ್ನು ಕಡಿತಗೊಳಿಸಬಾರದು...? ಅಂಕಗಳು ಗಳಿಸಿದ ಕೀರ್ತಿಯೊಂದಿಗೆ ಇದರ ಪುಣ್ಯವೂ ದೊರಕಬಹುದಲ್ಲವೇ...? ಆದರೆ ವಾಸು ಕೀರ್ತಿ ಶನಿಯ ಜೊತೆಗೆ ಧನದ ಮೋಹಕ್ಕೂ ಬಿದ್ದಿದ್ದಾನೆ. ದುರಾಸೆ ಎಂದಿಗೂ ಹಾನಿಕಾರಕವೇ.

ಬೆಳಗಾಗುತ್ತಲೇ ಎದ್ದು ನಿತ್ಯ ಕರ್ಮಗಳನ್ನು ಮುಗಿಸಿದವನು ಅಭ್ಯಾಸ ಬಲದಂತೆ ಮಹಡಿ ಏರಿದವನು ಹಾಗೇ ನಿಂತುಬಿಟ್ಟೆ. ಅಲ್ಲಿ

ಕಂಡ ಸನ್ನಿವೇಶಗಳು ಮತ್ತೆ ಮನಪಟಲದ ಮೇಲೆ ಮೂಡಿ ಹೆಜ್ಜೆಗಳನ್ನು ತಟಸ್ಥಗೊಳಿಸಿದವು.

ಇನ್ನು ಆ ಕೋಣೆಗೆ ನಾನೆಂದೂ ಕಾಲಿಡಬಾರದು ಎನಿಸಿತು. ಮತ್ತೆ ಕೆಳಗಿಳಿದು ಬಂದಾಗ ಮೀರಾ ಚಹಾ ಹಿಡಿದು ಮೌನವಾಗಿ ನಿಂತಿದ್ದಳು. ಅವಳು ಮಾತನಾಡಬೇಕೆಂದು ಸದಾ ಬಯಸುತ್ತಿದ್ದ ನಾನು ಇಂದು ಅವಳು ಮೌನವಾಗೇ ಉಳಿಯಲಿ ಎಂದು ಅಪೇಕ್ಷಿಸಿದೆ. ಮಾತೇ ಬೇಡವೆನಿಸುವಷ್ಟು ಭಾವಗಳ ಉಬ್ಬರ. ನೋವು, ಹತಾಶೆ... ಮಂಕು...!

ವಾಸು ಬಂದು ಎದುರು ಕುಳಿತು ಪತ್ರಿಕೆಯನ್ನು ತಿರುವಿ ಹಾಕಿದವನು ಸಿಟ್ಟಿನಿಂದ ಮುದ್ದೆ ಮಾಡಿ ಬಿಸಾಡಿದ.

ಕುಳಿತಲ್ಲೇ ಯಾರಿಗೋ ಕರೆ ಮಾಡಿದ.

'ನಾನೇನು ಮಾಡಲಿ ಸರ್...? ನೀವು ಸಚಿವರು ತಾನೇ...? ನಿಮ್ಮ ಮೂಗಿನಡಿಯಲ್ಲೇ ಇದು ಆದರೂ ನೀವು ಗೊತ್ತಿಲ್ಲ ಅಂತೀರಾ... ಹೇಗೆ ಸಾಧ್ಯ...? ನಾನಂತೂ ಇದಕ್ಕೆ ಹೊಣೆಗಾರನಲ್ಲ... ನನ್ಗೇನೂ ಕೇಳಬಾರದು ನೀವು... ನೀವುಂಟು...ಅವರುಂಟು... ಮಾತನಾಡಿಕೊಳ್ಳಿ..." ಎಂದು ಬಿಟ್ಟ.

ಅವನು ಪರೋಕ್ಷವಾಗಿ ಹಣದ ಪ್ರಸ್ತಾಪವೇ ಮಾಡುತ್ತಿದ್ದನೆಂದು ಅರಿವಾಗಿತ್ತು. ಸ್ವಲ್ಪ ಹೊತ್ತು ಮಾತನಾಡಿದವನು ನನ್ನೆದುರು ನಿಂತ. ನಾನು ಮಾತನಾಡಬಹುದೇನೋ ಎಂದು ಕಾದವನಿಗೆ ನಿರಾಸೆ ಆಗಿರಬೇಕು. ಕುಳಿತಲ್ಲೇ ಚಡಪಡಿಸುತ್ತಿದ್ದ. ನಾನು ಕಡೆಗಣ್ಣಿನಿಂದಲೂ ಅವನತ್ತ ನೋಡಲಿಲ್ಲ.

ಅವನೇ ಸೋತು ಮಾತಿಗಿಳಿದ, "ಅಪ್ಪ... ನೀವೇನೂ ಬೇಸರ ಮಾಡಬೇಡಿ... ಅದು ನನ್ನ ಹಣ ಅಲ್ಲ... ಕಚೇರಿಯ ಹಣ... ಡಿಪಾಸಿಟ್ ಮಾಡಲಾಗದೇ ಇಲ್ಲಿಟ್ಟಿದ್ದೆ..." ಎಂದಾಗ ಅವನೆಡೆಗೆ ದೀರ್ಘ ನೋಟ ಬೀರಿದೆ.

ಅವನೆದೆಯನ್ನೇ ಬಗೆಯುವಂತೆ ನೋಡಿದೆ. ಅವನಲ್ಲಿ ನನ್ನನ್ನು ನೇರವಾಗಿ ನೋಡುವ ಶಕ್ತಿ ಇರಲಿಲ್ಲ. ನನ್ನ ಕಣ್ಣಿನ ಸತ್ಯದ ಪ್ರಖರತೆಗೆ ಅವನ ಸುಳ್ಳು ಸೋತಿರಬೇಕು.

"ಅದೂ..." ಎಂದು ತಡಬಡಾಯಿಸಿದ.

"ಮಾತು ತೊದಲುತ್ತಿದೆ... ಕಣ್ಣೋಟ ನೇರವಾಗಿ ಎದುರಿಸಲಾಗುತ್ತಿಲ್ಲ ಎಂದರೆ ಏನರ್ಥ ವಾಸು...? ನಾಲಗೆ ಸುಳ್ಳು ಹೇಳಿದರೂ ನಿನ್ನ ಮುಖ ಬೇರೇನೇ ಹೇಳ್ತಿದೆ... ಎಷ್ಟು ಅಂತ ನಂಬಿಸಬಹುದು ನೀನು ನನಗೆ...? ಕಡೆಗೊಂದು ದಿನ ಸತ್ಯ ಬಯಲಾಗಲೇಬೇಕು..." ಎಂದೆ. ನನ್ನ ದನಿ ನನಗರಿವಿಲ್ಲದೇ ಭಾರವಾಗಿತ್ತು.

"ಅದೇನು ಮಹಾ ಅಪರಾಧ ಎನ್ನುವಂತೆ ಬಿಂಬಿಸುತ್ತೀರಿ ಅಪ್ಪ... ಅದೆಲ್ಲಾ ಈಗ ಕಾಮನ್... ಇಷ್ಟು ವ್ಯವಹಾರ ಮಾಡುವಾಗ ಅಷ್ಟು ಹಣ

ಇದ್ದೇ ಇರುತ್ತದೆ... ನಾನು ಲೆಕ್ಕ ತೋರಿಸಿ ನನ್ನ ಹಣವನ್ನು ಹಿಂದೆ ಪಡೆದೇ ಪಡೆಯುತ್ತೇನೆ... ಆದರೆ ಕೈಗೆ ಬರಲು ಸ್ವಲ್ಪ ಸಮಯ ಹೋಗಬಹುದು... ಅಷ್ಟೇ... ನೀವು ವರ್ತಿಸುವುದು ನೋಡಿದರೆ ನಾನೇನೋ ಕಳ್ಳತನ ಮಾಡಿ ಮನೇಲಿ ಬಚ್ಚಿಟ್ಟಿರುವ ಹಾಗಿದೆ..." ಎಂದ.

"ಇಷ್ಟು ಮಾಡಿಯೂ ಸಮರ್ಥಿಸಿಕೊಳ್ಳುತ್ತೀಯಲ್ಲ ನೀನು...? ಕಳ್ಳತನ ಅಲ್ಲದಿದ್ದರೆ ಬಚ್ಚಿಟ್ಟದ್ದೇಕೆ...? ಅದೂ ಗ್ರಂಥಾಲಯದಲ್ಲಿ... ಪುಸ್ತಕಗಳ ನಡುವೆ...? ನಾನು ಇಷ್ಟು ದಿನ ಅಲ್ಲಿ ಧ್ಯಾನ ಮಾಡುತ್ತಿದ್ದೆ... ಇಡೀ ದಿನ ಅಲ್ಲೇ ಕಳೆಯುತ್ತಿದ್ದೆ... ನನಗೆ ನನ್ನ ಬಗ್ಗೆನೇ ಹೇಸಿಗೆ ಮೂಡುತ್ತಿದೆ... ನನ್ನ ಮನಸ್ಸಿಗೆ ಹಿಂಸೆ ಆಗ್ತಿದೆ ವಾಸು... ಇದು ನನಗೆ ಸ್ವೀಕರಿಸಲೂ ಆಗದಂಥ ಪರಿಸ್ಥಿತಿ..." ನಾನು ಸಾತ್ವಿಕವಾಗಿಯೇ ಪ್ರತಿಭಟಿಸಿದೆ.

ವಾಸು ಸಿಡಿದೆದ್ದ. "ಹೊರಗಿನವರು ಸಾಲದು ಅಂತ ನೀವೂ ಪ್ರಾಣ ತಿಂತೀರಲ್ವಾ... ನಾನು ನಿಮ್ಮ ಸ್ವಂತ ಮಗನೋ ಅಥವಾ ಸಾಕು ಮಗನೋ ಹೇಳಿ... ಆಗದಿದ್ದರೆ ಏನು ಮಾಡ್ತೀರಾ... ಹೇಳಿ...? ಅಷ್ಟು ಹಣ ಕಳ್ಕೊಂಡಿರುವ ಚಿಂತೇಲಿ ನಾನು ಒದ್ದಾಡ್ತಿದ್ದೇನೆ... ನಿಮಗೆ ನಿಮ್ಮ ಆದರ್ಶ, ಮೌಲ್ಯ... ಅದನ್ನು ತಗೊಂಡು ಬದುಕಲು ಸಾಧ್ಯನಾ...?"

ನಾನು ಉತ್ತರಿಸಲಿಲ್ಲ. ಉತ್ತರಿಸಲೂ ಏನೂ ಇರಲಿಲ್ಲ. ಒಳಗಿನ ಪ್ರಶ್ನೆಗಳಿಗೆ ಉತ್ತರವನ್ನು ನಾನೇ ಕಂಡುಕೊಳ್ಳಬೇಕಿತ್ತು. ಅವನು ಹೊರಡಿಸಿದ ಪ್ರಶ್ನೆ ಅಗಲೇ ನನ್ನೊಳಗೆ ಎದ್ದಿತ್ತು. ಆಗದಿದ್ದರೆ ಮುಂದೇನು...?

ಇಲ್ಲಿ ಈ ಹದಗೆಟ್ಟ ವಾತಾವರಣದಲ್ಲಿ ಇರಲು ಸಾಧ್ಯವೇ...? ಎಲ್ಲಾ ಸತ್ಯ ಕಣ್ಮುಂದೆ ಅನಾವರಣಗೊಂಡ ಬಳಿಕವೂ ಇಲ್ಲಿ ಶೇಷವೇನು ಉಳಿದಿದೆ...?

ಈ ಮನೆ, ಈ ಭವ್ಯತೆ, ಈ ಗೋಡೆಗಳಲ್ಲಿ ಮಕ್ಕಳ ಪೋಷಕರ ದುಡಿದ ಹಣವಿದೆ... ಎಲ್ಲೋ ಜಮೀನು, ಆಭರಣ ಅಡವಿಟ್ಟೋ, ಮಾರಿಯೋ ತಂದ ಹಣವಿರಬಹುದು... ಅಥವಾ ಅವನ ಧನಿಕ ಸ್ನೇಹಿತರ ಕಪ್ಪು ಹಣವಿರಬಹುದು... ಈ ಗಾಳಿ ಕಲುಷಿತವಾಗಿದೆ... ಮನಸ್ಸುಗಳು ರೋಗಗ್ರಸ್ತವಾಗಿದೆ... ಬದುಕು ಹಾದಿ ತಪ್ಪಿದೆ... ಇನ್ನೂ ಇಲ್ಲಿರಲು ತನಗೆ ಸಾಧ್ಯವೇ ಇಲ್ಲ. ನನ್ನ ಆತ್ಮವೇ ಇಲ್ಲಿರಲು ಧಿಕ್ಕರಿಸುತ್ತಿದೆ. ಕುಳಿತಲ್ಲಿ ಕುಳಿತಿರಲಾರದೇ, ನಿಂತಲ್ಲಿ ನಿಲ್ಲಲಾರದೇ ಚಡಪಡಿಸಿದೆ. ಮನದಲ್ಲಿ ಮೂಡಿದ್ದ ಅಸ್ಪಷ್ಟ ನಿರ್ಧಾರಕ್ಕೆ ಮೀರಾಳ ಮಮತೆ, ಆದರ್ಶನ ಮೋಹ ತಡೆ ಹಿಡಿಯುತಿತ್ತು. ಅವರಿಬ್ಬರನ್ನು ತೊರೆದು ನಡೆಯುವುದು ಸ್ವಲ್ಪ ಕಷ್ಟವೆನಿಸುತಿತ್ತು.

ವಾಸುವಿನಲ್ಲಿ ಕಡೆಯ ಪಕ್ಷ ನಾನು ಒಂದು ಅಪರಾಧಿ ಪ್ರಜ್ಞೆಯ ಭಾವವನ್ನು ನಿರೀಕ್ಷಿಸಿದ್ದೆ. ಅವನಲ್ಲಿ ಅದರ ಲವಲೇಶವೂ ಕಾಣಲಿಲ್ಲ. ಬದಲಿಗೆ

ಅವನು ಅದನ್ನು ಸರಿಯೆಂದು ಸಮರ್ಥಿಸಿಕೊಳ್ಳುವುದೇ ನೋವು ತರುವ ಸಂಗತಿಯಾಗಿತ್ತು.

"ನಾನು ಎಲ್ಲಾ ಮಾತನಾಡಿದ್ದೀನಿ... ಎಲ್ಲಾ ಸರಿ ಹೋಗುತ್ತೆ..." ಎಂದು ಹೇಳಿದ್ದು ನನಗೋ ಅಥವಾ ತನಗೆ ತಾನೇ ಸಮಾಧಾನ ಮಾಡಿಕೊಂಡದ್ದೋ ಅರಿವಾಗಲಿಲ್ಲ.

ಅಲ್ಲಿ ಕಳೆಯುವ ಪ್ರತೀ ಕ್ಷಣವೂ ಭಾರವೆನಿಸುತ್ತಿತ್ತು. ಎಷ್ಟೇ ನನ್ನನ್ನು ನಾನು ಬಂಧಿಸಿಟ್ಟುಕೊಳ್ಳಲು ಯತ್ನಿಸಿದರೂ ಮನಸ್ಸು ಬಿಡುಗಡೆ ಬಯಸುತ್ತಿತ್ತು. ಕಳಚಿಕೊಳ್ಳುವುದನ್ನು ಮನಸ್ಸಿಗೆ ಬಲವಂತವಾಗಿ ಹೇರಬೇಕಿತ್ತು. ವಾಸುವಿಗೆ ಆ ತಪ್ಪಿತಸ್ಥ ಮನೋಭಾವ ಕಾಡಬೇಕು. ಅದಕ್ಕಾಗಿ ನಾನು ಈ ಹೆಜ್ಜೆ ಇಡಲೇ ಬೇಕು. ನನ್ನ ಅಂತರಾತ್ಮದ ಕಟಕಟೆಯಲ್ಲಿ ನನಗಾದರೂ ನಾನು ಸತ್ಯ ಹೇಳಬೇಕು. ಅಲ್ಲಿ ಆತ್ಮವಂಚನೆ ಮಾಡಿಕೊಳ್ಳಬಾರದು.

ಮಧ್ಯಾಹ್ನದ ಹೊತ್ತಿಗೆ ಗಟ್ಟಿ ನಿರ್ಧಾರ ಮಾಡಿದ್ದೆ. ಆದರ್ಶ ಅಂದು ಕಾಲೇಜಿಗೆ ಹೋಗಿರಲಿಲ್ಲ. ನಾನು ಕಡೆಯದಾಗೆಂಬಂತೆ ಅವರೊಡನೆ ಕುಳಿತು ಊಟ ಮಾಡಿದವನು ನನ್ನ ನಿರ್ಧಾರ ಪ್ರಕಟಿಸಿದೆ.

"ಇನ್ನು ನಾನು ಈ ಮನೆಯಲ್ಲಿ ಇರುವುದಿಲ್ಲ... ನಾನು ಮದ್ದೂರಿಗೆ ಹೋಗಿ ಇರುತ್ತೇನೆ..."

ನನ್ನ ನಿರ್ಧಾರ ಅವರೆಲ್ಲರಿಗೆ ಅನಿರೀಕ್ಷಿತವಾಗಿದ್ದರಿಂದ ಎಲ್ಲರೂ ದಂಗಾದರು.

"ಅಪ್ಪ... ನೀವು ಮಾಡೋದು ಸರಿಯಿಲ್ಲ... ಹಾಗೆಲ್ಲಾ ಏನೂ ಆಗಿಲ್ಲ..." ವಾಸುವಿಗೆ ಮುಂದೆ ಹೇಗೆ ಸಮರ್ಥಿಸಿಕೊಳ್ಳಬೇಕೆಂದು ತೋಚಲಿಲ್ಲ.

"ಇಷ್ಟು ಆಗಿರುವುದು ಸಾಕು ನನಗೆ... ಇನ್ನೂ ಏನೂ ಆಗುವುದೂ ಬೇಡ... ಅದನ್ನು ನೋಡುವ ಶಕ್ತಿ ನನಗಿಲ್ಲ... ಇಂಥ ಬದುಕು ನನಗೆ ಬೇಡ... ನೀನು ಯಾವ ಮರೀಚಿಕೆಯ ಹಿಂದೆ ಓಡುತ್ತಿದ್ದೀಯೋ... ನಿನ್ನ ಜೊತೆ ನನಗೆ ಓಡಲಾಗದು... ನಾವಿಬ್ಬರೂ ಸಮನಾಂತರ ರೇಖೆಗಳು... ಹೊಂದಿಕೆಯಾಗುವುದಿಲ್ಲ... ನಿನ್ನ ಈ ಬದುಕು ನಿನಗೇ ಇರಲಿ... ನಾನು ಪ್ರಾಮಾಣಿಕವಾಗಿ ಬದುಕಿಕೊಂಡು ಬಂದವನು... ನೆಮ್ಮದಿಯ ನಿದ್ದೆ ಬಯಸುವವನು... ಹಾಗೇ ಸಾವು ಕೂಡ ಬಯಸುತ್ತೇನೆ... ಅದಕ್ಕಾದರೂ ಒಂದು ಘನತೆ ಇರಲಿ... ನನ್ನನ್ನು ತಡೆಯಬೇಡಿ ಯಾರೂ... ಕಷ್ಟವಾಗುತ್ತದೆ..." ಸೊಸೆ ಮತ್ತು ಮೊಮ್ಮಗನ ಮುಖವೆದುರಿಸಲಾರದೇ ಹೋದೆ.

ಮೀರಾ ವಾಸುವಿನ ಕಡೆಗೆ ಅಸಡ್ಡೆಯ ನೋಟ ಚೆಲ್ಲಿ, "ಮಾವ ನಿಮಗಾದರೂ ಹೋಗಿ ಇರಲು ಒಂದು ಮನೆ ಇದೆ... ಸ್ವತಂತ್ರರು ನೀವು...

ನಿರ್ಧಾರ ಮಾಡಿಯೇ ಬಿಟ್ಟಿದ್ದೀರಿ... ನಾವೇನು ಮಾಡಬೇಕು...? ನಾವೆಲ್ಲಿಗೆ ಹೋಗಬೇಕು ಹೇಳಿ..." ಎಂದಳು.

ವಾಸು ಸಿಟ್ಟಿನಿಂದ ಅದರುತ್ತ ತಟ್ಟೆ ದೂರ ತಳ್ಳಿದ. "ಎಲ್ಲರಿಗೂ ಹುಚ್ಚು ಹಿಡಿದಿದೆ ಈ ಮನೇಲಿ..." ಎಂದವನೇ ಎದ್ದು ಹೋದ.

ನಾನು ಕೋಣೆಗೆ ಹೋಗಿ ನನ್ನ ಕೈ ಚೀಲ ಹೊಂದಿಸಿಕೊಂಡೆ. ಬಟ್ಟೆ ಬರೆಗಳನ್ನು ತುಂಬಿದೆ.

"ಡ್ರೈವರ್ ಇಲ್ಲ ಇವತ್ತು... ಇವರು ಹೋಗಿ ಬಿಡೋದು ಅನುಮಾನ... ನಾಳೆ ಹೋಗಬಹುದಲ್ಲವೇ...?" ಮೀರಾ ಅನುನಯದ ಸ್ವರದಲ್ಲಿ ನುಡಿದಳು.

"ನಿಮಗೆ ಇಲ್ಲಿ ಇರುವುದು ಕಷ್ಟವೆಂದು ನನಗೆ ಗೊತ್ತು ಮಾವ... ತಡೆಯಲು ಮನಸ್ಸಿದೆ... ಆದರೆ ನಿಮ್ಮನ್ನು ಅರ್ಥ ಮಾಡಿಕೊಂಡಿರುವ ಕಾರಣ ನನಗೆ ಬಾಯಿಲ್ಲ... ನಿಮ್ಮ ಮನಸ್ಸಿಗೆ ಇದರ ಮೈಲಿಗೆ ತಟ್ಟುವುದು ಬೇಡ... ಆ ಹಿಂಸೆ ನಮಗಿರಲಿ..." ಎಂದಳು.

"ಪರವಾಗಿಲ್ಲ ಮೀರಾ... ನನಗೆ ಇನ್ನು ಎಲ್ಲವೂ ಅಭ್ಯಾಸ ಆಗಬೇಕು ತಾನೇ...? ಮತ್ತೆ ನನ್ನ ಬದುಕು ಹೊಂದಿಸಿಕೊಳ್ಳಬೇಕು... ಇಂದಿನಿಂದಲೇ ಅದು ಆರಂಭವಾಗಲಿ..." ಎಂದೆ.

"ಅಂತೂ ಹೋಗಲೇ ಬೇಕೆಂದು ನಿರ್ಧರಿಸಿ ಆಗಿದೆ ನೀವು..."

ನನ್ನ ಮೌನವೇ ಉತ್ತರವಾಯಿತು. ಆದರ್ಶ ಬಂದು ಅಪ್ಪಿಕೊಂಡ. "ಅಜ್ಜ... ದಿನಾ ಕಾಲ್ ಮಾಡ್ತೀನಿ... ಸರೀನಾ...?"

"ಚೆನ್ನಾಗಿ ಓದು ಕಂದ... ನಾನು ಹೇಳಿದ್ದು ನೆನಪಿರಲಿ..." ಎಂದು ಅವನ ಹಣೆಗೆ ಮುತ್ತಿಟ್ಟೆ. ಅಗಲಿಕೆ ನಿಜಕ್ಕೂ ಮನಸ್ಸಿಗೆ ಭಾರ. ಹೃದಯಕ್ಕೆ ಹೊರೆ. ಅದೆಲ್ಲದಕ್ಕೂ ಮೀರಿದ ಒಂದು ಒಳ ಪ್ರಜ್ಞೆ, ಸತ್ಯದ ಹಾದಿ. ನಾನು ಅಳವಡಿಸಿಕೊಂಡ ಮೌಲ್ಯಗಳು. ಅವು ನನ್ನೊಳಗಿನ ಬೆಳಕು, ನನ್ನ ಶಕ್ತಿ. ಅದನ್ನು ಮೀರಿದ್ದು ಯಾವುದೂ ಅಲ್ಲ ನನಗೆ. ಸಂಬಂಧಗಳೂ ಕೂಡಾ. ಪ್ರತಿಭಟನೆಯ ಮೊದಲ ಹೆಜ್ಜೆ ಎಂಬಂತೆ ನಾನು ಮನೆಯಿಂದ ಆಚೆಗೆ ಹೊರಟಿದ್ದೆ. ವಾಸು ನೋಡುತ್ತ ನಿಂತರೂ ಅವನಿಗೆ ನನ್ನನ್ನು ತಡೆಯುವ ಧೈರ್ಯ ಮಾಡಲಿಲ್ಲ.

ನನಗೂ ಏನೂ ಮಾತನಾಡಬೇಕೆಂದೂ ಅನ್ನಿಸಲಿಲ್ಲ. ಮಾತಿಗಿಂತ ಮೌನವೇ ಹೆಚ್ಚು ಮಾತನಾಡುತ್ತದೆ. ಆಡದೇ ಉಳಿದ ಮಾತುಗಳು ಸಹ ಅವನಿಗೆ ಹೊಳೆಯಬಹುದು. ಅದೇ ಹೆಚ್ಚು ಪರಿಣಾಮಕಾರಿ. ಮೌನದ ಬಿಸಿ ತಟ್ಟಿ ಅವನಿಗೊಂದು ಅಂತರ್ಮಥನಕ್ಕೆ ಇದು ದಾರಿಯಾಗಲಿ ಅನ್ನಿಸಿತು.

ಬಾಗಿಲು ದಾಟಿ ಗೇಟಿನವರೆಗೂ ಬಂದಾಗ ವಾಸು ತಡೆಯದೇ ಓಡಿ ಬಂದ.

"ನಾನೇ ಬಿಡ್ತೀನಿ... ಇರಿ..." ಎಂದಾಗ ತಲೆಕೊಡವಿ ನಿರಾಕರಿಸಿದೆ.

"ಈ ಹಠ ಒಳ್ಳೆಯದಲ್ಲ... ನಿಮಗೆ ವಯಸ್ಸಾಗಿದೆ... ಒಬ್ಬರಿಗೇ ನಿಭಾಯಿಸಲು ಕಷ್ಟವಾಗಬಹುದು... ಈಗ ಮನಸ್ಸು ಒಡೆದಿದೆ... ಸಮಯ ಕಳೆದರೆ ಸರಿ ಹೋಗುತ್ತದೆ... ನನಗೂ ನೋವಿದೆ... ಆದರೆ ಏನು ಮಾಡಲಿ...?" ಎಂದು ನನ್ನ ಮನ ಬದಲಿಸಲು ನೋಡಿದ.

"ನಿನಗೆ ನೋವು ಯಾವುದರದ್ದು... ಹಣ ಕಳೆದುಕೊಂಡ ನೋವು ತಾನೇ...? ನನಗೆ ನಿನ್ನನ್ನು ಕಳೆದುಕೊಂಡ ನೋವು ಕಾಡುತ್ತಿದೆ... ಆ ನೋವು ಒಳಗೇ ನನ್ನ ಸುಡುತ್ತಿದೆ... ನಿನ್ನ ನೋಡಿದರೆ ಅದರ ತೀವ್ರತೆ ಜಾಸ್ತಿಯಾಗುತ್ತದೆ... ಅದಕ್ಕೇ ಇಲ್ಲಿಂದ ಓಡುತ್ತಿದ್ದೇನೆ... ನನಗೆ ಮನಶಾಂತಿ ಬೇಕು... ನಿನ್ನಲ್ಲಿ ಪಾಪಪ್ರಜ್ಞೆ ಮೂಡುವ ತನಕ ನೀನು ನನ್ನನ್ನು ನೋಡಲು ಬರಬೇಡ... ನಾನು ಹೇಗಿದ್ದರೂ ಬದುಕಿರುತ್ತೇನೆ... ನನ್ನ ಚಿಂತೆ ಮಾಡಬೇಡ... ನಿನಗೆ ಈಗ ಚಿಂತಿಸಲು ಬೇಕಾದಷ್ಟು ಕಾರಣಗಳಿವೆಯಲ್ಲ... ಅದರ ಕಡೆ ಗಮನ ಹರಿಸು..." ಎಂದವನೇ ಚೀಲ ಹಿಡಿದು ರಸ್ತೆಗಿಳಿದೆ. ಬರುತ್ತಿದ್ದ ಖಾಲಿ ಆಟೋವನ್ನು ಅಡ್ಡ ಹಾಕಿ ಕುಳಿತುಕೊಂಡೆ. ಹಿಂತಿರುಗಿ ನೋಡಬೇಕೆನಿಸಿದರೂ ಮನಸ್ಸು ಗಟ್ಟಿ ಮಾಡಿಕೊಂಡು ಕುಳಿತುಬಿಟ್ಟೆ.

***

ವೃತ್ತ ಎಲ್ಲಿಂದ ಶುರುವಾಗಿತ್ತೋ, ಅದೇ ಆರಂಭಿಕ ಬಿಂದುವಿಗೆ ತಂದು ನಿಲ್ಲಿಸಿತ್ತು. ಆದರೆ ಒಂದು ಪರಿಪೂರ್ಣ ಪರಿಭ್ರಮಣದ ನಂತರ ಬಂದು ಅದೇ ಬಿಂದುವಿಗೆ ಸೇರಿಕೊಂಡಾಗ ಈಗ ನಾನು ನಾನಾಗಿ ಉಳಿದಿಲ್ಲ. ಮನಸ್ಸು, ದೇಹಗಳೆರೆಡೂ ಹಣ್ಣಾಗಿದೆ. ಬದುಕು ನನಗೇ ಬಹಳಷ್ಟು ಪಾಠ ಕಲಿಸಿದೆ. ಮನುಷ್ಯ ಕೊನೆಗಾಲದ ತನಕವೂ ಕಲಿಯುವುದು ಇದ್ದೇ ಇರುತ್ತದೆ.

ಮದ್ದೂರಿನ ಆ ಪುಟ್ಟ ಮನೆಯ ಮುಂದೆ ಚೀಲ ಹಿಡಿದು ನಿಂತಾಗ ಆ ಮನೆಗೆ ಕಾಲಿಟ್ಟ ಮೊದಲ ದಿನ ನೆನಪಾಗಿತ್ತು. ಆಗ ಬದುಕು ಕಟ್ಟಿಕೊಳ್ಳುವ ಹುಮ್ಮಸ್ಸು ಇತ್ತು. ಈಗ ಬದುಕು ಕಳೆವ ಚೈತನ್ಯ ಉಳಿಸಿಕೊಳ್ಳಬೇಕಿದೆ. ಅಲ್ಲಿದ್ದರೆ ಬಹುಶ: ನಾನು ಅದನ್ನು ಕಳೆದುಕೊಳ್ಳುವೆನೇನೋ...! ನನ್ನ ಅಸ್ತಿತ್ವದ ಕುರುಹೇ ಇಲ್ಲದಂತೆ ಕಳೆದು ಹೋಗಿದ್ದೆ ನಾನು. ಬದುಕುತ್ತಿದ್ದೇನೆ ಎಂದು ಕೂಡಾ ಅನ್ನಿಸಿರಲಿಲ್ಲ. ಪ್ರೀತಿಯ ಹಂಬಲವೊಂದೇ ಅರಸಿ ಅಲ್ಲಿಗೆ ಹೋಗಿ ಇದ್ದದ್ದಾಯಿತು. ಸಿಕ್ಕಿದ್ದೆಷ್ಟು... ಕಳೆದುಕೊಂಡದ್ದೆಷ್ಟು...?!

ಈಗ ಹೊಸದಾಗಿ ಮತ್ತೆ ಹುಟ್ಟು ಪಡೆಯಬೇಕಿದೆ. ಇದೇ ಮಣ್ಣಿನಲ್ಲಿ. ಇಲ್ಲೇ ಮತ್ತೆ ಅಂಕುರಿಸಿ ಸ್ಥಾಪಿಸಿಕೊಳ್ಳಬೇಕು. ಇದೇ ಬೇರು ನನ್ನದು... ಇಲ್ಲೇ ಮತ್ತೆ ಬೇರೂರಬೇಕು. ಮತ್ತೆ ಇದೇ ಗಾಳಿಯಲ್ಲಿ ಉಸಿರಾಡಬೇಕು.

ಮನಸ್ಸಿಗೆ ಏನೋ ರೆಕ್ಕೆ ಬಂದಷ್ಟು ಹರುಷದಲ್ಲಿ ತೇಲಾಡುವಂತಾಗಿದೆ. ಬಿಟ್ಟು ಬಂದ ಎಲ್ಲಾ ಘಟನೆಗಳು ಹಿಂದಿಕ್ಕಿ ಹೋದಂತೆ ಹೊಸ ಪಯಣದ ಹರುಷವಷ್ಟೇ ಉಳಿಯಿತು. ನೋವು ಹಚ್ಚುವುದು ಕೂಡಾ ಮನಸ್ಸೇ. ಮುಲಾಮು ಹಚ್ಚುವುದು ಕೂಡಾ ಅದೇ ಮನಸ್ಸು. ಎಲ್ಲವೂ ಹೊಸದಾಗಿ ಸಿದ್ಧತೆ ಮಾಡಿಕೊಳ್ಳಬೇಕಿತ್ತು. ಮನೆ ಶುಚಿಯಾಗಿದ್ದರೂ ಕೂಡಾ ಮತ್ತೊಮ್ಮೆ ಕಸ ಗುಡಿಸಿ ಶುಭ್ರ ಮಾಡಿಕೊಂಡೆ. ಬದುಕನ್ನು ಮತ್ತೆ ಹೊಸದಾಗಿ ಕಟ್ಟಿಕೊಳ್ಳುವ ಮಾನಸಿಕ ಸಿದ್ಧತೆಯ ಮೊದಲ ಹಂತ ಅದು.

ಎಲ್ಲವನ್ನೂ ಯೋಜನಾ ಬದ್ಧವಾಗಿ ಹೇಗೆ ಸಾಗಬೇಕು ಎಂದು ಕುಳಿತು ಯೋಚಿಸಿದೆ.

ಮನೆಯ ತುಸು ಅಂತರದಲ್ಲಿ ಒಂದು ಉಪಹಾರ ಗೃಹವಿತ್ತು. ಅಲ್ಲಿ ಹೋಗಿ ಕುಳಿತಾಗ ಅದರ ಮಾಲೀಕ ಓಡಿ ಬಂದು ಮಾತನಾಡಿಸಿದ, "ಮೇಷ್ಟ್ರೇ... ನಮ್ಮ ಹೋಟೆಲ್‌ಗೆ ಎಷ್ಟು ವರ್ಷಗಳ ನಂತರ ಬಂದ್ರಿ... ನಿಮ್ಮನ್ನು ಕಂಡು ಬಹಳ ಖುಷಿಯಾಯಿತು..." ಎಂದು ಹರ್ಷ ವ್ಯಕ್ತ ಪಡಿಸಿದ.

"ಸ್ವಲ್ಪ ದಿನ ಇಲ್ಲೇ ಇರಬೇಕು ಎಂದುಕೊಂಡಿದ್ದೀನಿ..." ಎಂದೆ.

"ಒಬ್ರೇನಾ... ಅಥವಾ ಎಲ್ರೂ ಬಂದ್ರಾ...? ಮನೇಗೆ ರೈಡ್ ಆಯ್ತು ಅಂತ ಪೇಪರ್‌ನಲ್ಲೆಲ್ಲಾ ಬಂದಿದೆ... ಇವತ್ತು" ಎಂದಾಗ ಗಂಟಲಲ್ಲಿ ಏನೋ ಸಿಲುಕಿಕೊಂಡಂತೆ ಭಾಸ. ಅವನಿಗೆ ನನ್ನ ತಳಮಳ ಅರ್ಥವಾಗಿರಬೇಕು, "ಇರಿ... ಬಿಸಿಬಿಸಿ ಟೀ ತರ್ತೀನಿ...ನಿಮಗೆ..." ಎಂದು ಸರಿದು ಹೋದ.

ಸದಾ ಸುದ್ದಿಯಲ್ಲಿರಲು ಬಯಸಿದ ವಾಸು ಇಂದು ನಿಜಕ್ಕೂ ಹೀಗೆ ಸುದ್ದಿಯಾಗಿದ್ದ. ಅವನಲ್ಲಿ ಬಹಳಷ್ಟು ಹಣವಿದೆ ಎಂದು ಜಗತ್ತಿಗೆ ತೋರಿಸಿಕೊಳ್ಳಲು ಅವನಿಗೆ ಈ ರೈಡು ಕೂಡಾ ಒಂದು ಹೆಮ್ಮೆಯ ಘಟನೆಯಾಗಿಯೇ ಅವನು ಪರಿಗಣಿಸಿರಲೂ ಬಹುದು. ಇನು ಅದಕ್ಕೂ ತನಗೂ ಯಾವ ಸಂಬಂಧವೂ ಇಲ್ಲ. ಇನ್ನು ಇದೇ ತನ್ನ ಬದುಕು. ಇದೇ ಪ್ರಪಂಚ. ಮೀರಾ ಮತ್ತು ಆದರ್ಶ ಎಳೆಯರಲ್ಲ. ತಮ್ಮ ಬದುಕನ್ನು ತಮಗೆ ಬೇಕಂತೆ ರೂಪಿಸಿಕೊಳ್ಳಬಹುದು. ನಾನಿದ್ದು ಅಲ್ಲಿ ಯಾವ ಪಾತ್ರ ನಿರ್ವಹಿಸಬೇಕಾದ ಅವಶ್ಯಕತೆ ಇರಲಿಲ್ಲ. ಅವರಿಗೆ ನನ್ನ ಹಂಗೂ ಬೇಕಿಲ್ಲ. ಬಾಂಧವ್ಯದ ಬಂಧ ಕಳೆದುಕೊಂಡ ಮೇಲೆ ಮತ್ತೆ ಆ ಅವಲಂಬನೆ ಇಲ್ಲದೇ ಕಳೆಯುವುದನ್ನು ಕಲಿಯಬೇಕು. ಅದೇ ಬದುಕು.

ನನ್ನ ನಿತ್ಯದ ಉದರೋಪಾಯಕ್ಕೆ ಅಲ್ಲಿ ವ್ಯವಸ್ಥೆ ಆಯಿತು. ಆ ಹೋಟೆಲ್ ಮಾಲಕ ಮೂರು ಹೊತ್ತು ಆಹಾರದ ಏರ್ಪಾಟು ಮಾಡಿದ. ಅವನ ನಂಬರ್ ತೆಗೆದುಕೊಂಡು ಬಂದ ಬಳಿಕ ಸ್ವಲ್ಪ ಹೊತ್ತು ಮನೆಯಲ್ಲಿ ಅಡ್ಡಾಡಿದೆ. ನಿರ್ಜೀವ ಮನೆಗೆ ಮತ್ತೆ ಜೀವಂತಿಕೆ ತುಂಬಬೇಕಿತ್ತು. ಮುಚ್ಚಿದ ಬಾಗಿಲೊಳಗೆ ಕಟ್ಟಿಕೊಂಡ ಗಾಳಿಯನ್ನು ಬಿಡುಗಡೆಗೊಳಿಸಿದೆ. ಹೊಸ ಗಾಳಿ ಸಂಚಾರಕ್ಕೆ ಅನುವು ಮಾಡಿದೆ. ದೀರ್ಘ ಶ್ವಾಸ ತೆಗೆದುಕೊಂಡೆ. ಮನೆ ತುಂಬಾ ಓಡಾಡಿದೆ. ಇದನ್ನೇ ಮನಸ್ಸು ಇಷ್ಟು ದಿನಗಳಿಂದ ಹಾತೊರೆಯುತಿತ್ತೇ...?

ಅಷ್ಟು ದೊಡ್ಡ ಮನೆಯಲ್ಲಿದ್ದೂ ಕಾಡುತ್ತಿದ್ದ ಆ ಅನಾಥ ಭಾವ ಈಗ ಇಲ್ಲಿ ಒಂಟಿಯಾಗಿದ್ದೂ ಕೂಡಾ ಮರೆಯಾಗಿದೆ. ಬಣ್ಣ ಮಾಸಿದ ಗೋಡೆಗಳೂ ಹಳತೇನೋ ಪಿಸುಗುಟ್ಟಿ ಹೇಳುತ್ತಿರುವಂತೆ ಭಾಸ.

ಹಿಂದೆ ಇದ್ದ ಸಣ್ಣ ಹಿತ್ತಲಿನಲ್ಲಿ ಹೊಸದಾಗಿ ಏನೋ ನೆಡಬೇಕು... ಗಿಡ ಚಿಗುರೊಡೆಯಬೇಕು... ಅಲ್ಲಿ ಹಣ್ಣು, ಹೂ ಬಿಡಬೇಕು. ಮತ್ತೆ ಕ್ರಿಯಾಶೀಲನಾಗಬೇಕು... ದೊರಗು ಮಣ್ಣಿನಿಂದ ಮತ್ತೆ ಸತ್ವ ಪಡೆಯಬೇಕು... ನಾನೂ ಬದುಕಬೇಕು...!

***

ರಾತ್ರಿ ನಿದ್ದೆ ಆವರಿಸಿದ್ದೇ ತಿಳಿಯಲಿಲ್ಲ. ಮೀರಾ ಎರಡು ಬಾರಿ ಕರೆ ಮಾಡಿದ್ದಳು. ಅವಳಿಗೆ ಮತ್ತೆ ಕರೆ ಮಾಡಿ ಮಾತನಾಡಿಸಿದೆ.

"ಮಾವ... ದೂರ ಹೋದ ತಕ್ಷಣ ಸಂಬಂಧ ಕಡಿಯುವುದಿಲ್ಲ... ನಿಮ್ಮ ಈ ಮುನಿಸು ಸ್ವಲ್ಪ ದಿನಕ್ಕೆ ಇರಲಿ... ನೀವಿಲ್ಲದೇ ಈ ಮನೆ ಮನೆಯಲ್ಲ ಅನ್ನಿಸುತ್ತಿದೆ... ಮನಸ್ಸು ಬದಲಿಸಿ ಬನ್ನಿ..." ಎಂದು ಕಣ್ಣೀರು ಮಿಡಿದಳು. ಮಗಳ ಅಂತ:ಕರಣವದು. ನನಗೂ ಕಣ್ಣು ಮಂಜಾಗಿತ್ತು. ಆದರೆ ತೋರಿಸಿಕೊಳ್ಳಲಿಲ್ಲ. ಇಬ್ಬರೂ ಹೀಗೆ ಬದುಕುವುದನ್ನು ರೂಢಿ ಮಾಡಿಕೊಳ್ಳಬೇಕು.

"ಆಗಲಿ ಬಿಡು..." ಎಂದೆ ಅವಳ ಸಮಾಧಾನಕ್ಕೆ. ಊಟ, ತಿಂಡಿಯ ಬಗ್ಗೆ ವಿಚಾರಿಸಿದಳು.

"ಅಗತ್ಯ ಬಿದ್ದರೆ ಹೇಳಿ... ಬಂದು ಹೋಗುತ್ತೇನೆ..." ಎಂದಳು. ನಾನೇ ನಿರಾಕರಿಸಿದೆ. ಆದರ್ಶನನ್ನು ವಿಚಾರಿಸಿಕೊಂಡೆ. ಎಲ್ಲವೂ ಒಂದು ಹಂತಕ್ಕೆ ಬಂದು ನಿಂತಾಗ ನನ್ನ ಶಾಲೆ ಮತ್ತೆ ನನ್ನ ಕೈ ಬೀಸಿ ಕರೆದಿತ್ತು. ಊರು ಸುತ್ತು ಹಾಕಲು ಅದರ ಸ್ವರೂಪವೇ ಬದಲಾಗಿತ್ತು. ಕಳೆದು ಹೋದ ಹೆಜ್ಜೆಗುರುತುಗಳನ್ನು ಹುಡುಕಬೇಕಿತ್ತು. ಅಷ್ಟು ಮಾರ್ಪಾಟಾಗಿತ್ತು. ಎಲ್ಲೋ ನನ್ನ ಊರಿಗೆ ನಾನೇ ಅಪರಿಚಿತನೇನೋ ಎನ್ನುವ ಭಾವ. ಆದರೂ ರಸ್ತೆಯ

ಬದಿಯಲ್ಲಿ ಪ್ರಾಯಾಸದಿಂದ ಹೆಜ್ಜೆ ಹಾಕುತ್ತಾ ಏನೇನೋ ಗುರುತು ಹಿಡಿದು ನಾನು ಕಲಿಸಿದ ಸರಕಾರಿ ಶಾಲೆಯ ಹಾದಿ ಹಿಡಿದು ಬಂದು ತಲುಪಿದೆ.

ಕಳೆದ ಸಲ ಬಿಟ್ಟು ಹೋದಾಗ ಹೇಗಿತ್ತೋ, ಹಾಗೇ ಇತ್ತು. ಅದನ್ನು ನೋಡಿ ಅತೀವ ನಿರಾಸೆಯಾಗಿತ್ತು. ವಿದ್ಯಾರ್ಥಿ ಎಂದು ಹೇಳಿಕೊಂಡು ಬಂದ ಶ್ರೀನಿವಾಸನ ಆಶ್ವಾಸನೆಯನ್ನು ನಂಬಿದ್ದೇ ಬಂದಿತು.

ಅದು ಹೇಗಿತ್ತೋ, ಹಾಗೇ ಉಳಿದು ಹೋಗಿತ್ತು.

ನಾನು ಆವರಣ ದಾಟಿ ಒಳಗೆ ಹೆಜ್ಜೆ ಹಾಕುತ್ತಾ ಪ್ರಾಂಶುಪಾಲರ ಕೊಠಡಿಯತ್ತ ಬಂದೆ. ಅವರು ತಲೆ ಕೆಳಗೆ ಹಾಕಿ ಏನೋ ಬರೆದುಕೊಳ್ಳುತ್ತಿದ್ದರು. ನನ್ನನ್ನು ಕಂಡು ಗುರುತು ಹಿಡಿದು ನಸುನಗು ಬೀರಿ ಆಸನ ತೋರಿಸಿದರು.

ನಾನು ನಿರಾಸೆಯಿಂದಲೇ ಅಲ್ಲಿನ ಖುರ್ಚಿಯಲ್ಲಿ ಕುಳಿತುಕೊಂಡೆ. ಮಕ್ಕಳ ಸದ್ದೇ ಇರಲಿಲ್ಲ.

ಅಧ್ಯಾಯ–15

ನಂತರ ಅವರು ಶ್ರೀನಿ ಆಸಕ್ತಿ ತೋರಿದರೂ ಆಡಳಿತ ವ್ಯವಸ್ಥೆ ಅವರ ಅಭಿವೃದ್ಧಿಯ ನಿರ್ಣಯವನ್ನು ಪ್ರೋತ್ಸಾಹಿಸಲಿಲ್ಲ ಎಂದಷ್ಟೇ ಕಾರಣ ತಿಳಿಸಿದರು. ನನಗೆ ಅವರ ಉತ್ತರದಿಂದ ಸಮಾಧಾನವಾಗಲಿಲ್ಲ. ನಾನೇ ಶ್ರೀನಿಯ ನಂಬರ್ ಪಡೆದು ಅವನಿಗೆ ಕರೆ ಮಾಡಿದೆ. ಅವನು ನನ್ನ ನಂಬರ್ ಗುರುತಿಸಿ ವಂದಿಸಿದ.

"ನಮಸ್ತೆ ಗುರುಗಳೇ... ನೀವು ಕರೆ ಮಾಡಿದ್ದು ಕಂಡು ಖುಷಿಯಾಯಿತು..."

"ನಮ್ಮ ಶಾಲೆ ಬಗ್ಗೆ ಬಹಳಷ್ಟು ಹೇಳಿದ್ದೆ ನೀನು... ಏನಾಯಿತು...?" ಎಂದು ಪ್ರಶ್ನಿಸಿದೆ.

"ಸರ್... ನಾವು ಖಾಸಗಿಯವ್ರು, ಸರಕಾರಿ ಶಾಲೆ ಮುಟ್ಟಬೇಕಾದರೆ ಅನುಮತಿ ಪಡೆಯಬೇಕು... ನಾನು ಅನುಮತಿ ಪತ್ರ ಬರೆದು ಹಾಕಿದ್ದೆ... ಆದರೆ ಅದನ್ನು ವಜಾ ಗೊಳಿಸಲಾಯಿತು... ಆ ಶಾಲೆಯಲ್ಲಿ ಮಕ್ಕಳು ಕಮ್ಮಿ ಇರುವ ಕಾರಣ... ಎರಡು ಶಾಲೆಗಳನ್ನು ಒಟ್ಟು ಗೂಡಿಸುತ್ತಾರಂತೆ... ಈ ಶಾಲೆ ಕಟ್ಟಡವಿರುವ ಜಾಗದಲ್ಲಿ ಬೇರೇನೋ ಯೋಜನೆ ಹಾಕಿಕೊಂಡಿದ್ದಾರಂತೆ... ಹಾಗಾಗಿ ಅದು ಈಡೇರಲಿಲ್ಲ..." ಎಂದು ಕಾರಣ ತಿಳಿಸಿದ.

"ನಾನು ಖರ್ಚು ಮಾಡಲು ಸಿದ್ಧ... ನನಗೆ ಯಾರ ಸ್ಮರಣಾರ್ಥಕ್ಕೂ ಅಲ್ಲಿ ಹೆಸರು ಬೇಡ... ನನ್ನ ಟ್ರಸ್ಟ್ ಹೆಸರು ಬೇಡ... ನಾನು ನನ್ನ ವೈಯುಕ್ತಿಕ ಖುಷಿಗೆ ಅಲ್ಲಿ ಖರ್ಚು ಮಾಡಲು ಸಿದ್ಧ... ಆದರೆ ವ್ಯವಸ್ಥೆ ಒಪ್ಪುತ್ತಿಲ್ಲ... ನೀವು ಒಪ್ಪಿಸುವುದಾದರೆ ನಾನು ಈಗಲೂ ನನ್ನ ಮಾತಿಗೆ ಬದ್ಧನಾಗಿದ್ದೇನೆ... ನಿಮ್ಮ ಜೊತೆ ನಾನೂ ಇದ್ದೇನೆ...ಏನು ಮಾಡಬೇಕೆಂದು ಹೇಳಿ ಗುರುಗಳೇ..." ಎಂದ.

"ಇದನ್ನು ಮೊದಲೇ ಹೇಳಬಹುದಿತ್ತಲ್ಲವಾ ಶ್ರೀನಿ...? ಇಷ್ಟು ಸಮಯ ಯಾಕೆ ಪೋಲು ಮಾಡಿದೆ...?" ಎಂದೆ ನಿರಾಸೆಯಿಂದ.

ಅವನು ಮೊದಲು ಮಾತನಾಡಲಿಲ್ಲ. ನಂತರ, "ನಿಮ್ಮ ಮಗ ವಾಸು ಕರೆ ಮಾಡಿದ್ದ ಒಮ್ಮೆ... ನಮ್ಮ ವೀಡಿಯೋ ವೈರಲ್ ಆಗಿತ್ತಲ್ಲ... ಆಗ...! ಕರೆ ಮಾಡಿ, ಇದೆಲ್ಲಾ ವಿಷಯಕ್ಕೆ ನಮ್ಮ ತಂದೇನ್ನ ಬಳಸಬೇಡ... ಶಾಲೆ ಮಾಡಿದರೆ ಹೆಸರು ನಿನಗೆ ಬರೋದು... ಏನು ಬೇಕಾದರೂ ಮಾಡಿಕೋ... ಅವರಿಗೆ ವಯಸ್ಸಾಗಿದೆ... ತೊಂದರೆ ಕೊಡಬೇಡ'...ಎಂದ... ಹಾಗಾಗಿ ನಿಮ್ಮನ್ನು ಸಂಪರ್ಕಿಸಲಿಲ್ಲ..." ಎಂದು ಅಸಲಿ ಕಾರಣ ತಿಳಿಸಿದಾಗ ನನಗೆ ಆಘಾತವಾಗಿತ್ತು.

ವಾಸು ನನ್ನ ಬೆನ್ನ ಹಿಂದೆ ಹೀಗೆಲ್ಲಾ ಮಾಡಬಹುದೇ...? ಅವನಿಗೂ ಇದಕ್ಕೂ ಯಾವ ಸಂಬಂಧವೂ ಇಲ್ಲ... ಮತ್ತೇಕೆ ಅವನು ನಮ್ಮ ನಡುವೆ ಅಡ್ಡಗೋಡೆಯಾಗಲು ಯತ್ನಿಸಿದ...? ಇದರಿಂದ ಅವನಿಗಾಗುವ ಲಾಭವಾದರೂ ಏನು...?

ಅದೇ ಗೊಂದಲದಿಂದ ಕೇಳಿದೆ. "ನಮ್ಮ ವಾಸು ಯಾಕೆ ಹಾಗೆ ಹೇಳ್ತಾನೆ...?"

"ವಾಸುಗೆ ನಾನು ನನ್ನ ವೈಯುಕ್ತಿಕ ಹಿತಾಸಕ್ತಿ ಇಟ್ಕೊಂಡು ಇದಕ್ಕೆ ಕೈ ಹಾಕಿದೀನಿ... ಹೆಸರಿಗೆ ಮಾಡ್ತಾ ಇದೀನಿ ಅಂದುಕೊಂಡು ಹೀಗೆ ಹೇಳಿರಬಹುದು..." ಎಂದ.

"ಮುಂದೆ ಏನು ಮಾಡಬಹುದು...?" ನಾನು ದಿಕ್ಕು ತೋಚದೇ ಅವನನ್ನೇ ಕೇಳಿದೆ.

ಅವನ ಉತ್ಸಾಹ ಕುಗ್ಗಿದಂತಾಗಿತ್ತೆಂದು ಅವನ ಧ್ವನಿಯಲ್ಲೇ ವ್ಯಕ್ತವಾಯಿತು.

"ಏನು ಮಾಡಲು ಸಾಧ್ಯ...? ನಮಗೆ ಯಾರದೋ ಕಟ್ಟಡವನ್ನು ಅಲ್ಲಿನ ಅಧಿಕಾರಿಗಳ ಅನುಮತಿ ಇಲ್ಲದೇ ಮುಟ್ಟುವಂತಿಲ್ಲವಲ್ಲವೇ... ನೀವೇ ಹೇಳಿ..."

"ಸರಿ... ತಿಳಿಸುತ್ತೇನೆ..." ಎಂದು ಸಂಪರ್ಕ ಕಡಿದೆ.

ಇದೆಲ್ಲವನ್ನೂ ಕುಳಿತು ಆಲಿಸುತ್ತಿದ್ದ ಪ್ರಾಂಶುಪಾಲರು, "ಶಿಕ್ಷಣ ಸಂಸ್ಥೆ ಕಮಿಶನರ್ ಹತ್ರ ಮಾತನಾಡಬೇಕು ಸರ್... ಬೇಂಗಳೂರಿಗೆ ಹೋಗಬೇಕು..." ಎಂದರು.

ನಾನು ಅದಕ್ಕೂ ಸಿದ್ಧನಿದ್ದೆ. ಅ ಶಾಲೆಯೊಂದಿಗೆ ಭಾವನಾತ್ಮಕ ಸಂಬಂಧವಿದೆ ಎಂಬ ಕಾರಣಕ್ಕೆ ಅಲ್ಲ, ಇಷ್ಟು ವರ್ಷಗಳಿಂದ ಊರ್ಜಿತವಾಗಿರುವ ಒಂದು ಕನ್ನಡ ಮಾಧ್ಯಮ ಶಾಲೆ ಯಾವ ಕಾರಣಕ್ಕೂ ನೆಲಸಮ ಆಗುವುದು ನನಗೆ ಇಷ್ಟವಿರಲಿಲ್ಲ.

"ಸರ್... ಇಲ್ಲಿ ಈಗ ಶಾಲೆಗೆ ಬರ್ತಿರೋದು ಕೇವಲ ಇಪ್ಪತ್ತು ಮಕ್ಕಳು... ಹಾಗಾಗಿ... ಇಲ್ಲಿರುವ ಇನ್ನೊಂದು ಸರಕಾರಿ ಶಾಲೆ ಜೊತೆ ಇದನ್ನು ಸೇರಿಸಿ

ಈ ಕಟ್ಟಡ ಬೀಳೋ ಹಂತದಲ್ಲಿರುವ ಕಾರಣ ಒಡೆದು ಇಲ್ಲಿ..." ಆತನ ಮಾತು ಅಲಿಸುವ ಆಸಕ್ತಿ ನನಗೆ ಇರಲಿಲ್ಲ.

"ನೋಡೋಣ..." ಎಂದು ಹೇಳಿ ಎದ್ದು ಬಂದೆ.

ಮನೆಗೆ ಬಂದ ಬಳಿಕವೂ ನನಗೆ ನೆಮ್ಮದಿಯಿಂದ ಕೂರಲಾಗಲಿಲ್ಲ. ಮನಸ್ಸು ಕದಡಿ ಹೋದಂತಾಗಿತ್ತು. ವಾಸು ಶ್ರೀನಿಗೆ ಕರೆ ಮಾಡಿ ಅವನ ಉತ್ಸಾಹ ಕುಗ್ಗಿಸಲೆತ್ನಿಸಿದ್ದು ಒಂದು ಕಾರಣವಾದರೆ, ಹೇಗಾದರೂ ಮಾಡಿ ಆ ಶಾಲೆ ಮತ್ತೆ ತನ್ನ ಚಟುವಟಿಕೆ ಪುನರ್ ಆರಂಭಿಸಬೇಕು ಎಂಬ ಅಪೇಕ್ಷೆ ಇತ್ತು. ನಿರ್ಮಾಣದ ಕೆಲಸಗಳು ಶ್ರೀನಿ ವಹಿಸಿಕೊಳ್ಳುವವನಾದರೂ ಸರಕಾರದ ಕಡೆಯಿಂದ ಇರುವ ತೊಡಕನ್ನು ನಿವಾರಿಸಿಕೊಳ್ಳಲು ಬೇಕಾದ ಅಗತ್ಯ ಕೆಲಸಗಳ ಕಡೆಗೆ ನಾನು ಮುತುವರ್ಜಿ ವಹಿಸಬೇಕಿತ್ತು.

ಇಲ್ಲಿ ಬಂದ ಬಳಿಕ ನನಗೆ ಒಂದು ಧ್ಯೇಯ ದೊರಕಿದಂತಾಗಿತ್ತು. ಬದುಕಿಗೆ ಒಂದು ಉದ್ದೇಶ ದೊರೆತಂತಾಗಿತ್ತು. ಹಳೆಯ ಚೈತನ್ಯ ಮರಳಿ ದೊರಕಿದಂತಾಗಿತ್ತು. ಎಲ್ಲೋ ಕಳೆದು ಹೋದಂತಾಗಿದ್ದ ನಾನು ಮರಳಿ ನನ್ನನ್ನು ಪಡೆದುಕೊಂಡಂತಾಗಿತ್ತು. ಮಕ್ಕಳ ಅಭ್ಯುದಯದ ವಿಷಯ ಬಂದಾಗ ನಾನು ಹೆಚ್ಚು ಶಕ್ತಿ ಮತ್ತು ಪ್ರೇರಣೆ ಪಡೆಯುತ್ತೇನೆ ಮತ್ತು ಶಿಕ್ಷಣ ಯಾವತ್ತೂ ನನ್ನ ಮೊದಲ ಆದ್ಯತೆ ಆಗಿ ನಿಲ್ಲುತ್ತದೆ. ಏಕೋ ಈ ಶಾಲೆಯ ಋಣವಿರುವ ಕಾರಣಕ್ಕೇ ಬದುಕು ತನ್ನನ್ನು ಮತ್ತೆ ಇಲ್ಲಿಗೆ ಕರೆ ತಂದಿದೆ ಎಂದು ಭಾವಿಸಿದೆ.

ತಣ್ಣಗಿನ ಮನಸ್ಸಿನಲ್ಲಿ ಮುಂದಿನ ಹೆಜ್ಜೆಗಳ ಯೋಜನೆ ಹಾಕಿದೆ.

ಅದೇ ದಿನ ರಾತ್ರಿ ಬೆಂಗಳೂರಿಗೆ ಹೋಗಲು ನಿರ್ಧರಿಸಿದೆ. ಅದೇನೂ ನನಗೆ ಹೊಸದಾಗಿರಲಿಲ್ಲ. ಮೊದಲು ನೌಕರಿಯಲ್ಲಿದ್ದಾಗ ಬೋರ್ಡ್‌ಗೆ ಹೋಗಿ ಬರುವ ಕೆಲಸ ಸರ್ವೇ ಸಾಮಾನ್ಯವಾಗಿತ್ತು ಮತ್ತು ಅಗಿನ ಕಮೀಶನರ್ ನನ್ನ ಬಗ್ಗೆ ಹೆಚ್ಚೇ ವಿಶ್ವಾಸ ಹೊಂದಿದ್ದರು.

ಅದೇ ಭರವಸೆಯಲ್ಲಿ ಇನ್ನು ಮುಂದೆ ತಳ್ಳಿ ಹಾಕುವುದು ಬೇಡ ಎಂಬ ಕಾರಣಕ್ಕೆ ಮನಸ್ಸು ಮಾಡಿ ಹೊರಟೇ ಬಿಟ್ಟೆ.

ರಾತ್ರಿ ಮದ್ದೂರಿನಿಂದ ಬೆಂಗಳೂರಿಗೆ ನೇರ ಬಸ್ಸು ಸಂಪರ್ಕವಿತ್ತು.

ಅಲ್ಲಿ ಒಂದು ತಾಸಿನ ಕೆಲಸ. ಶಿಕ್ಷಣ ಮಂಡಳಿ ಕಚೇರಿ ತಲುಪಿ ಅಲ್ಲಿ ಅಧಿಕಾರಿಯನ್ನು ಕಾಯುತ್ತಾ ಕುಳಿತೆ. ಈಗಿನ ಅಧಿಕಾರಿ ಮಹಿಳೆಯಾಗಿದ್ದರಿಂದ ಆಕೆ ವಿನಂತಿಸಿದರೆ ಒಪ್ಪಬಹುದು ಎಂಬ ಭರವಸೆ ಇತ್ತು.

ಆದರೆ ಹಾಗಾಗಲಿಲ್ಲ.

ಆಕೆ ಆಗಮಿಸಿದೊಡನೆ ಅನುಮತಿಯ ಮೇರೆಗೆ ಆಕೆಯ ಕೊಠಡಿಯನ್ನು ಪ್ರವೇಶಿಸಿದೆ.

ಆಕೆ ಸ್ವಲ್ಪ ಒಣ ಪ್ರತಿಷ್ಠೆಯಿಂದಲೇ ಕೂರಲೂ ತಿಳಿಸದೇ "ಏನ್ರೀ... ಬಂದದ್ದು...? ಯಾರು ನೀವು...?" ಎಂದು ಕೇಳಿದರು.

ನಾನು ಬಂದ ಕಾರಣ ವಿವರಿಸುತ್ತಲೇ ಆಕೆ ಉದಾಸೀನತೆ ತೋರಿದರು.

"ಅದು ಈಗಾಗಲೇ ಮುಚ್ಚುವ ಶಾಲೆಗಳ ಪಟ್ಟಿಯಲ್ಲಿದೆ... ಇನ್ನೇನೂ ಮಾಡಲಾಗದು... ಮೊನ್ನೆ ಯಾರೋ ಮುಂಬೈಯ್ಯಿಂದ ಕೂಡ ಬಂದಿದ್ದರು... ಆಗಲ್ಲ ಅಂತ ಹೇಳಿ ಕಳಿಸಿದ ಮೇಲೆ ಮತ್ತೆ ಮತ್ತೆ ಬಂದು ಯಾಕೆ ತಲೆ ತಿಂತೀರಾ...? ಶಾಲೆ ಕಟ್ಟಿ ಕೊಟ್ಟರೆ ಮುಗೀತಾ...? ವಿದ್ಯಾರ್ಥಿಗಳನ್ನು ಎಲ್ಲಿಂದ ತರ್ತೀರಾ...?"

ನನಗೆ ಆಕೆ ಮಾತನಾಡಿದ ಧಾಟಿ ಇಷ್ಟವಾಗಲಿಲ್ಲ.

"ನಿಮ್ಮಂಥ ಅಧಿಕಾರಿಗಳೇ ಹೀಗೆ ಹಗುರವಾದ ಭಾವ ತೋರಿದರೆ ನಮ್ಮ ಶಿಕ್ಷಣ ವ್ಯವಸ್ಥೆಯ ಗತಿ ಏನಾಗಬೇಕು...? ನೀವು ಬೀಗದ ಕೈ ತೆಗೆದುಕೊಂಡು ಮುಚ್ಚಲು ಸಿದ್ಧರಿರುವಂತೆ ಮಾತನಾಡ್ತೀರಲ್ಲ...? ಒಬ್ಬ ಮಹಿಳಾ ಅಧಿಕಾರಿಯಾಗಿ ನಿಮಗೆ ಶಿಕ್ಷಣದ ಮಹತ್ವ ಏನು ಅಂತ ಹೆಚ್ಚು ಗೊತ್ತಿರಬೇಕು... ಇಂಥ ಸ್ಥಾನದಲ್ಲಿ ಕೂತು ನೀವು ಹೀಗೆ ಮಾತನಾಡುವುದು ಎಷ್ಟು ಸರಿ...?" ಎಂದು ಅಸಮಾಧಾನ ಹೊರ ಹಾಕಿದೆ.

"ನನಗೆ ಬುದ್ಧಿ ಹೇಳಲು ಬರಬೇಡಿ... ನಮ್ಮ ಕೈಲೂ ಏನೂ ಇಲ್ಲ... ಅದೆಲ್ಲಾ ಸಚಿವರ ನಿರ್ಧಾರ... ಪಟ್ಟಿ ನಾವು ಮಾಡಿದ್ದಲ್ಲ... ಹೋಗಿ ಅಲ್ಲಿ ಮಾತನಾಡಿ..." ಎಂದು ನಿಷ್ಠೂರವಾಗಿ ಮಾತು ಮುಗಿಸಿ ಎದುರಿದ್ದ ಕಂಪ್ಯೂಟರ್ ಪರದೆ ಮೇಲೆ ಕಣ್ಣಾಡಿಸಿದಾಗ ಏನು ಮಾಡಬೇಕೆಂದೇ ತೋಚಲಿಲ್ಲ. ಇನ್ನೂ ಹೆಚ್ಚಿನ ನಿರೀಕ್ಷೆ ಮಾಡಲಾಗದೆಂದು ಖಾತ್ರಿಯಾಯಿತು. ಆಕೆ ನನ್ನ ವಯಸ್ಸಿಗಾಗಲೀ ಅಥವಾ ಉದ್ದೇಶವನ್ನು ಅರ್ಥ ಮಾಡಿಕೊಳ್ಳುವುದಕ್ಕಾಗಲೀ ಮನಸ್ಸೇ ಮಾಡಲಿಲ್ಲ. ಬಹುಶ: ಶ್ರೀನಿಗೂ ಆಕೆಯ ಕಡೆಯಿಂದ ಇದೇ ರೀತಿಯ ಅನುಭವ ಆಗಿರಬೇಕೆಂದು ಮನದಟ್ಟಾಯಿತು. ಆದರೆ ಸುಲುಭವಾಗಿ ಇದರ ಕೈ ಬಿಡಲು ನಾನು ಸಿದ್ಧನಿರಲಿಲ್ಲ. ಅಲ್ಲೇ ಇದ್ದ ಉಪಹಾರ ಗೃಹದಲ್ಲಿ ಊಟ ಮುಗಿಸಿ ಮದ್ದೂರಿನ ಬಸ್ಸು ಹಿಡಿದೆ.

***

ಶಿಕ್ಷಣ ಸಚಿವ ಸನತ್ ಪರಿಚಯವಿದ್ದರೂ ಆತನ ದೂರವಾಣಿ ಸಂಪರ್ಕ ಇರಲಿಲ್ಲ. ನಾನು ವಿನಂತಿಸಿಕೊಂಡರೆ ನನ್ನ ಮಾತನ್ನು ತಳ್ಳಿ ಹಾಕುವವನಲ್ಲ ಎಂಬ ನಂಬಿಕೆ ಇತ್ತು. ಅಲ್ಲದೇ ಈಗಾಗಲೇ ನಾನು ಈ ವಿಚಾರವಾಗಿ ಅವನ ಬಳಿ ಪ್ರಸ್ತಾವಿಸಿದ್ದ ಕಾರಣ ಅವನು ನನ್ನ ಮಾತು ತಳ್ಳಿ ಹಾಕನೆಂಬ ಭರವಸೆ ಇತ್ತು. ನಾನು ಆತನ ಬಳಿ ಮಾತನಾಡಬೇಕಾದರೆ ವಾಸುವಿನ ಬಳಿ

ಆತನ ಸಂಪರ್ಕ ಸಂಖ್ಯೆ ತೆಗೆದುಕೊಳ್ಳಬೇಕಿತ್ತು. ಅನ್ಯ ಮಾರ್ಗವೇ ಇರಲಿಲ್ಲ. ಶಾಲೆಯೊಂದು ಉಳಿಯುವುದಾದರೆ ನನ್ನ ಸ್ವಾಭಿಮಾನವನ್ನೂ ಲೆಕ್ಕಿಸಿಯೇನು. ಗಟ್ಟಿ ಮನಸ್ಸು ಮಾಡಿ ಕರೆ ಮಾಡಿದೆ.

"ಏನಪ್ಪಾ...? ಆರಾಮಿದ್ದೀರಾ...?" ಎಂದು ಕೇಳಿದ. ಕನಿಷ್ಟ ಅಷ್ಟಾದರೂ ಕಾಳಜಿ ತೋರಿಸಿದಕ್ಕೆ ಸಮಾಧಾನವಾಯಿತು.

"ಹ್ಞೂಂ ಕಣೋ ವಾಸು... ನನಗೆ ನಿನ್ನಿಂದ ಒಂದು ಕೆಲಸ ಆಗಬೇಕಿತ್ತು..." ಎಂದೆ.

"ಏನು ಹೇಳಿ...?" ಎಂದ.

"ನನ್ಗೆ ಸನತ್ ನಂಬರ್ ಬೇಕು...ಸಚಿವರದ್ದು... ಅರ್ಜೆಂಟು..." ಎಂದೆ.

ಅವನು, "ಯಾಕೆ...? ಅವ್ರ ಹತ್ರ ನಿಮಗೇನು ಕೆಲಸ...?" ಎಂದ.

ವಾಸು ಶ್ರೀನಿಗೆ ಕರೆ ಮಾಡಿ ಕೆಲಸಕ್ಕೆ ತಡೆಯೊಡ್ಡಲು ಯತ್ನಿಸಿದಂತೆ ಈಗ ಸನತ್‌ಗೂ ತಿಳಿಸಿದರೆ...!' ಎಂದುಕೊಂಡು ಹೇಳಲು ತಡಬಡಾಯಿಸಿದೆ. ಅವನು ಜಾಣ. ಕೂಡಲೇ ಅರ್ಥ ಮಾಡಿಕೊಂಡ.

"ಆ ಮುಚ್ಚುವ ಶಾಲೆ ಬಗ್ಗೆ ಮಾತನಾಡಲು ತಾನೇ...?" ಎಂದು ಗ್ರಹಿಸಿ ಕೇಳಿದ. ಸುಳ್ಳು ಹೇಳಲು ಬಾಯಿ ಬರಲಿಲ್ಲ.

"ಹೌದು ಕಣಪ್ಪ... ಪ್ರಯತ್ನ ಮಾಡುವೆ... ಕೂಡಲೇ ಕಳಿಸು... ಅಯ್ತಾ... ಕಾಯ್ತೀನಿ..." ಎಂದು ಹೆಚ್ಚು ಮಾತನಾಡಲು ಅವಕಾಶ ಕೊಡದೇ ಸಂಪರ್ಕ ಕಡಿದೆ. ಆದರೆ ವಾಸು ಕೂಡಲೇ ನನ್ನ ವಿನಂತಿಗೆ ಸ್ಪಂದಿಸಲಿಲ್ಲ. ಎರಡು ಮೂರು ಕರೆ ಮಾಡಿದರೂ ಕರೆಯನ್ನು ಸ್ವೀಕರಿಸಲಿಲ್ಲ. ಅವನ ಇರಾದೆ ನನಗೆ ಅರ್ಥವಾಗಿತ್ತು. ಕಡೆಗೆ ಕರೆ ಮಾಡಿದಾಗ ಸ್ವೀಕರಿಸಿ ಅಸಹನೆ ಹೊರ ಹಾಕಿದ.

"ಅಪ್ಪಾ... ಈ ವಯಸ್ಸಿನಲ್ಲಿ ಇದೆಲ್ಲಾ ಉಸಾಬರಿ ನಿಮಗೆ ಬೇಕಾ...? ಅದರಿಂದ ನಿಮಗೇನು ಸಿಗುತ್ತೆ...?" ಎಂದ.

"ಏನೂ ಸಿಗಬೇಕೆಂದು ನಾನು ಮಾಡುತ್ತಿಲ್ಲ ವಾಸು... ನನಗೆ ಯಾವ ಪ್ರತಿಫಲದ ಅಪೇಕ್ಷೆಯೂ ಇಲ್ಲ... ಅಲ್ಲಿರುವ ಮಕ್ಕಳ ಭವಿಷ್ಯಕ್ಕೆ..." ಅವನು ಅರ್ಧಕ್ಕೆ ಮಾತು ತುಂಡರಿಸಿದ.

"ಇದೆಲ್ಲ ಆದರ್ಶ ಬಿಟ್ಟು ಬಿಡಿ... ಸುಮ್ನೆ ಮನೆಗೆ ಬನ್ನಿ... ವಾಪಸ್ಸು... ನೀವು ನಮ್ಮ ಮನೆ ಬಿಟ್ಟು ಅಲ್ಲಿ ಹೋಗಿ ಕೂತಿದ್ದೀರಾ ಅಂತ ಯಾರಿಗಾದ್ರೂ ಗೊತ್ತಾದ್ರೆ ನನ್ನ ಮರ್ಯಾದೆ ಹೋಗುತ್ತೆ..." ಎಂದ.

ವಾಸು ಪ್ರೀತಿಯಿಂದ ಕರೆಯದೇ ತನ್ನ ಘನತೆಗೆ ಧಕ್ಕೆ ಆಗಬಾರದೆಂಬ ಉದ್ದೇಶಕ್ಕೆ ಕರೆಯುತ್ತಿರುವುದು ನನಗೆ ಗಾಯದ ಮೇಲೆ ಬರೆ ಎಳೆದಂತಾಗಿತ್ತು.

"ಸದ್ಯಕ್ಕೆ ಕರೆಯಬೇಡಾ ವಾಸು... ನನಗೆ ಅಲ್ಲಿ ಬರುವ ಇರಾದೆ ಇಲ್ಲ... ಕಾರಣ ನಿನಗೂ ಗೊತ್ತು..." ಎಂದೆ ಗಡುಸಾಗಿ.

"ಏನು ತಪ್ಪು ಮಾಡಿದ್ದೀನಿ ನಾನು... ನಿಮ್ಮ ಮಗ ಹಣ ಸಂಪಾದಿಸಿ ದೊಡ್ಡ ವ್ಯಕ್ತಿ ಆಗಿರುವುದು ನಿಮ್ಗೆ ಖುಷಿ ಇಲ್ಲವಾ...? ನಿಮ್ಮ ಥರಾ ಬರೀ ಆದರ್ಶ ಮೇಷ್ಟ್ರಾಗಿ ಜೀವನ ವ್ಯರ್ಥವಾಗಿ ಕಳೀಬೇಕಿತ್ತಾ... ನಿಮಗೆ ನನ್ನ ಬಗ್ಗೆ ಸ್ವಲ್ಪವೂ ಹೆಮ್ಮೆ ಇಲ್ಲವಾ...?" ಎಂದ.

ನನಗೆ ನಗಬೇಕೋ ಅಳಬೇಕೋ ಗೊತ್ತಾಗಲಿಲ್ಲ.

"ನೋಡೋ ವಾಸು... ನಾನು ಯಾವತ್ತೂ ಹಣಕ್ಕೆ ಮಹತ್ವ ನೀಡಿದವನೇ ಅಲ್ಲ... ಅಲ್ಪ ತೃಪ್ತ ನಾನು... ಮತ್ತು ಹಣವೊಂದೇ ಹೆಗ್ಗಳಿಕೆಯ ಮಾನದಂಡ ಖಂಡಿತಾ ಅಲ್ಲ... ನೀನು ನ್ಯಾಯದ ಮಾರ್ಗದಲ್ಲಿ ಸಂಪಾದನೆ ಮಾಡಿದರೆ ನಾನು ಒಪ್ಪಿಕೊಳ್ಳುತ್ತಿದ್ದೆ... ಆದರೆ ನೀನು ಹೇಗೆ ಸಂಪಾದಿಸಿದೆ ಎಂದು ನಿನ್ನ ಅಂತರಾತ್ಮಕ್ಕೇ ಕೇಳು... ನೀನಿನ್ನೂ ನೈತಿಕವಾಗಿ ಒಪ್ಪಿಕೊಂಡಿಲ್ಲವೆಂದರೆ ನೀನಿನ್ನೂ ಬದಲಾಗಿಲ್ಲವೆಂದೇ ಅರ್ಥ... ಕೂಡಿಟ್ಟು... ಬಚ್ಚಿಟ್ಟು... ಏನು ಸಾಧಿಸುವೆ...? ನೆಮ್ಮದಿ ಹಾಳಷ್ಟೇ... ಅಂಥ ಬದುಕು ನನಗೆ ಬೇಡ... ಈಗ ನೀನು ಆತನ ನಂಬರ್ ಕಳಿಸುವೆಯೋ ಇಲ್ಲವೋ ನೇರವಾಗಿ ತಿಳಿಸು... ಪದೇ ಪದೇ ಕರೆ ಮಾಡಿ ನಿನಗೆ ತೊಂದರೆ ಕೊಡಲು ನನಗೆ ಇಷ್ಟವಿಲ್ಲ..." ಎಂದೆ.

"ಕೊಡಲ್ಲ..." ಎಂದು ಒರಟಾಗಿ ನುಡಿದು ಸಂಪರ್ಕ ಕಡಿದ.

ನಾನು ಒಂದು ಕ್ಷಣ ತಬ್ಬಿಬ್ಬಾದೆ. ವಾಸುವೇ ಇದಕ್ಕೆ ಅಡ್ಡಿಯಾಗಿ ನಿಲ್ಲುವನೆಂದು ನಾನು ಯೋಚಿಸಿರಲಿಲ್ಲ. ವಾಸ್ತವದಲ್ಲಿ ಶ್ರೀನಿ ಮಾಡಲು ಯೋಜಿಸಿದ್ದ ಕೆಲಸವನು ವಾಸುವೇ ಮಾಡಬಹುದಿತ್ತು. ಜನಬಲ, ಧನಬಲ ಎರಡೂ ಇತ್ತು. ಆದರೆ ಮುಖ್ಯವಾಗಿ ಮನಸ್ಸೇ ಇರಲಿಲ್ಲ. ಅವನಿಗೆ ಲಾಭವಿಲ್ಲದೇ ಹೋದಲ್ಲಿ ಅವನೇನೂ ಮಾಡಲಾರ ಎಂದು ಈಗಾಗಲೇ ನನಗೆ ಮನದಟ್ಟಾಗಿತ್ತು. ಆದರೂ ಅವನು ತನ್ನ ಸಂಕುಚಿತ ಮನೋಭಾವದಿಂದ ಇದನ್ನು ಆಗಲು ಬಿಡುತ್ತಿಲ್ಲ.

ಎರಡು ದಿನಗಳು ಕಳೆದರೂ ವಾಸು ಸನತ್‌ನ ಸಂಖ್ಯೆ ಕಳಿಸುವ ಮನಸ್ಸುಮಾಡದಾಗ ಅವನಿಂದ ಯಾವ ಬೆಂಬಲವೂ ಸಿಗದೆಂದು ಖಾತ್ರಿಯಾಯಿತು. ಪ್ರತೀದಿನ ಶಾಲೆಗೆ ಕಾಲೆಳೆದು ಬಂದು ಆ ಕಟ್ಟಡವನ್ನು ನೋಡುವಾಗ ನನಗೇ ಕೆಡುಕೆನಿಸುತ್ತಿತ್ತು. ಜೀವಕಳೆಯೇ ಇಲ್ಲದೇ ಶಾಲೆಗೆ ಮಕ್ಕಳು ಆಸಕ್ತಿಯಿಂದ ಬರುವುದಾದರೂ ಹೇಗೆ...? ಶಿಕ್ಷಣದ ಮಹತ್ವ, ಹೆಣ್ಣುಮಕ್ಕಳ ಸ್ವಾವಲಂಬನೆ, ಸಮಾನತೆಯ ಬಗ್ಗೆ ಕಹಳೆ ಘೋಷಣೆಗಳು ಕೇವಲ ಪ್ರಚಾರಕ್ಕೆ ಸೀಮಿತವಾಗದೇ ಕಾರ್ಯ ರೂಪಕ್ಕೆ ತರಬೇಕಾದವರೇ ನಿರ್ಲಕ್ಷ್ಯ ತೋರಿದರೆ ಹೋಗುವುದೆಲ್ಲಿಗೆ...?

ಊರಿಗೆ ಮರಳಿರುವ ಸುದ್ದಿ ಕೇಳಿ ಕೆಲವು ಊರಿನ ಹಿರಿಯರು ಮನೆಗೆ ಬಂದು ಮಾತನಾಡಿಸ ತೊಡಗಿದರು.

"ನೀವು ಹೋದ ಮೇಲೆ ಊರು ಮೊದಲಿನಂತಿಲ್ಲ ಬಿಡಿ... ನಮ್ಮ ಊರಿಗೆ ನಾವೇ ಪರಕೀಯರಾಗಿದ್ದೇವೆ... ಶಾಲೆ ಬಿದ್ದು ಹೋಗೋ ಸ್ಥಿತೀಲಿದೆ..." ಎಂದಾಗ ನಾನು ನಡೆಸಿದ ಪ್ರಯತ್ನ ತಿಳಿಸಿದೆ.

"ನೀವು ಹೇಳಿದರೆ ನಾವೂ ನಮ್ಮ ಊರ ಶಾಲೆಗೆ ಏನಾದರೂ ಮಾಡುತ್ತೇವೆ... ನಮ್ಮಿಂದ ಏನಾಗಬೇಕು ಹೇಳಿ..." ಎಂದಾಗ ಅವರ ಬೆಂಬಲ ದೊರೆತರೆ ಏನಾದರೂ ಪ್ರಯತ್ನ ಮಾಡಬಹುದು ಎಂದು ಭರವಸೆ ಮೂಡಿತು.

"ನಾನು ಹೇಳಿದ್ದು ಮಾಡ್ತೀರಾ...?" ಎಂದಾಗ ಅವರೆಲ್ಲರೂ ಸಂತೋಷದಿಂದಲೇ ಒಪ್ಪಿದರು.

"ಏನಿಲ್ಲ... ನೀವು ನನ್ನ ಜೊತೆ ಬಂದು ಕೂತರೆ ಸಾಕು..." ಎಂದೆ. ಆಗಲೇ ನನ್ನ ಮನದಲ್ಲಿ ಸ್ಪಷ್ಟವಾದ ಹಾದಿಯೊಂದು ಗೋಚರಿಸಿತ್ತು. ಅದನ್ನು ಮರುದಿನದಿಂದಲೇ ಜಾರಿಗೆ ತರಲು ನಿರ್ಧರಿಸಿದೆ.

ಮರುದಿನ ಬೆಳಿಗ್ಗೆ ಎಲ್ಲರೂ ಶಾಲೆಯ ಹೊರಗಿದ್ದ ಅಶ್ವತ್ಥ ಮರದ ಕೆಳಗೆ ಒಂದು ಚಾಪೆ ಹಾಸಿ ನಾವೆಲ್ಲರೂ ಕುಳಿತುಕೊಂಡೆವು. ಹಿಂದಿನ ರಾತ್ರಿ ಸಿದ್ಧ ಪಡಿಸಿದ್ದ ಭಿತ್ತಿ ಪತ್ರಗಳನ್ನು ಪ್ರದರ್ಶನದಂತೆ ಹಿಡಿದು ಕುಳಿತೆವು.

"ಈ ಶಾಲೆ ಮುಚ್ಚಬಾರದು..."

"ಯಾವ ಶಾಲೆಯೂ ಮುಚ್ಚಬಾರದು..."

ಆ ಹಾದಿಯಲ್ಲಿ ಅಡ್ಡಾಡುವವರೆಲ್ಲಾ ನಮ್ಮ ಕಡೆ ವಿಚಿತ್ರವಾಗಿ ನೋಡಿ ದಾಟುತ್ತಿದ್ದರು. ಕಡೆಗೂ ಹೇಗೋ ವಿಷಯ ಪತ್ರಿಕೆಯ ವರದಿಗಾರರಿಗೆ ತಲುಪಿತು. ಅವರಿಗೆ ಮೇವು ದೊರಕಿತೆಂದು ಒಡನೆಯೇ ಧಾವಿಸಿ ಬಂದರು.

"ನಿಮ್ಮ ಈ ಧರಣಿಯ ಉದ್ದೇಶ...?"

"ನಮಗೆ ಸಚಿವರನ್ನು ಭೇಟಿಯಾಗಬೇಕು... ಅವರು ಇಲ್ಲಿಗೆ ಬರಬೇಕು... ನಮ್ಮ ವಿನಂತಿ ಸ್ವೀಕರಿಸಬೇಕು..."

ಈಗ ವಿದ್ಯುನ್ಮಾನ ಮಾಧ್ಯಮ ಬಲು ಬೇಗನೇ ಕೆಲಸ ಮಾಡುತ್ತದೆ. ಸನತ್ ಕೂಡಲೇ ಸಂಪರ್ಕಕ್ಕೆ ದೊರೆತರು.

"ಏನು ಮೇಷ್ಟೇ... ಹೀಗೆ ಮಾಡಿ ನನ್ನ ಮಾನ ಕಳೀತಿದ್ದೀರಾ...? ಒಂದು ಮಾತು ನನಗೆ ನೇರವಾಗಿ ತಿಳಿಸುವುದಲ್ವಾ...?" ಎಂದ.

"ನಿಮ್ಮನ್ನು ಸಂಪರ್ಕಿಸಲು ವಾಸು ಒಪ್ಪಲಿಲ್ಲ... ಬೇರೆ ದಾರಿ ಕಾಣಲಿಲ್ಲ... ಕ್ಷಮಿಸಿ..." ಎಂದೆ.

"ನಾಳೆ ಬರುತ್ತೇನೆ... ಆದರೆ ದಯವಿಟ್ಟು ಅಲ್ಲಿ ಹಾಗೆ ಕೂರಬೇಡಿ... ನಿಮ್ಮ ಮನೆಗೆ ಹೋಗಿ... ನಿಮ್ಮನ್ನು ಬಂದು ಕಾಣುತ್ತೇನೆ... ಮಾತು ಕೊಡ್ತೀನಿ..." ಎಂದು ಭರವಸೆ ನೀಡಿದ ಬಳಿಕವೇ ಅಲ್ಲಿಂದ ತೆರಳಿದೆವು.

ಆದರೂ ಸನತ್ ಬರುವ ಬಗ್ಗೆ ನನಗಂತೂ ಅಷ್ಟು ಭರವಸೆ ಇರಲಿಲ್ಲ. ವಾಸು ಆತನಿಗೆ ಏನಾದರೂ ಹೇಳಿ ತಲೆ ಕೆಡಿಸಬಹುದು ಎಂಬ ಆತಂಕವಿತ್ತು. ಆದರೆ ಹಾಗೇನೂ ಆಗಲಿಲ್ಲ. ಸನತ್ ಮಧ್ಯಾಹ್ನ ಒಂದು ಗಂಟೆಯ ಹೊತ್ತಿಗೆ ಮದ್ದೂರಿನ ಶಾಲೆಗೆ ಆಗಮಿಸಿದ.

ನಾವು ನಮ್ಮ ಯೋಜನೆಯನ್ನು ಅವನ ಮುಂದೆ ತೆರೆದಿಟ್ಟೆ. ಜೊತೆಗೆ ಉದ್ದೇಶವೂ ಸಹ.

"ಈ ಶಾಲೆ ಎಂದಲ್ಲ... ಯಾವ ಶಾಲೆಯೂ ಮುಚ್ಚಬಾರದು... ಬದಲಿಗೆ ಇಲ್ಲಿಗೆ ಮಕ್ಕಳು ಭರವಸೆ ಇಟ್ಟು ಮರಳಿ ಬರುವಂತೆ ಇದನ್ನು ಪುನರುತ್ಥಾನ ಗೊಳಿಸಬೇಕು... ನಗರಗಳು ಮಾತ್ರ ಆಧುನೀಕರಣಗೊಳಿಸುವುದಲ್ಲ... ಹಳೇ ಕಟ್ಟಡಗಳು, ಇಲ್ಲಿನ ನಿಯಮಗಳು ಕಾಲಕಾಲಕ್ಕೆ ಬದಲಿಸಿ ನವೀಕರಣಗೊಳಿಸಿದರೆ ಒಳ್ಳೆಯದು... ಕೆಲವು ಕನ್ನಡ ಮಾಧ್ಯಮದ ಖಾಸಗಿ ಶಾಲೆಗಳು ಅದರ ಪಠ್ಯಕ್ರಮಗಳು ಮತ್ತು ವ್ಯವಸ್ಥೆಗಳು ಎಷ್ಟು ಉತ್ತಮವಾಗಿ ನೀಡುತ್ತಿವೆ ಎಂದರೆ ವರ್ಷಕ್ಕೆ ಹತ್ತು ಸಾವಿರ ಅರ್ಜಿಗಳು ಬರುತ್ತವಂತೆ... ಒಂದು ಖಾಸಗಿ ಸಂಸ್ಥೆ ಇದನ್ನು ಮಾಡಬಹುದಾದರೆ ಸರಕಾರಕ್ಕೆ ಏಕೆ ಇದು ಸಾಧ್ಯವಾಗುವುದಿಲ್ಲ...? ನೀವು ಮನಸ್ಸು ಮಾಡಬೇಕಷ್ಟೆ..." ನಾನು ನೇರವಾಗಿ ನನ್ನ ಮನದಾಳ ತೆರೆದಿಟ್ಟೆ.

ಆತ ಸಾವಾಕಾಶವಾಗಿ ಕೇಳಿದ.

"ನಮಗೆ ನಮ್ಮದೇ ಆಂತರಿಕವಾದ ಹಲವಾರು ಮಿತಿಗಳಿವೆ... ಹೇಳಲಾಗದು... ಆದರೆ ಸದ್ಯಕ್ಕೆ ಒಂದು ಮಾಡಬಲ್ಲೆ... ನಿಮ್ಮ ಮುಂಬೈ ಹುಡುಗ ಇದನ್ನು ಕೈಗೆತ್ತಿಕೊಳ್ಳಲಿ... ಅದಕ್ಕೆ ಅನುಮತಿ ಕೊಡಿಸ್ತೇನೆ... ನಿಮ್ಮ ಮೇಲಿನ ಗೌರವಕ್ಕೆ ಈ ಶಾಲೆ ಮುಟ್ಟದಂತೆ ನೋಡಿಕೊಳ್ತೇನೆ..." ಎಂದು ಆಶ್ವಾಸನೆ ನೀಡಿದ.

ನಾನು ಮತ್ತೇನೋ ಹೇಳಲು ಬಾಯ್ತೆರೆವ ಮುನ್ನ,

"ಉಳಿದ ಶಾಲೆಗಳೂ ಮುಚ್ಚದಂತೆ ನೋಡಿಕೊಳ್ತೇನೆ... ಈಗ ಹೋದವನೇ ಈ ಶಾಲೆಯ ನವೀಕರಣಕ್ಕೆ ಅನುಮತಿ ಕೊಡಿಸ್ತೇನೆ... ಸರೀನಾ...?"

ನಾನು ಆತ ನೀಡಿದ ಭರವಸೆಗೆ ಸಂತುಷ್ಟನಾದೆ.

"ತುಂಬಾ ಧನ್ಯವಾದ ಸರ್... ನಿಮ್ಮಂಥ ಸಹೃದಯಿ ಮತ್ತು ಉತ್ಸಾಹಿ, ವಿಚಾರವಂತ ಸಚಿವರಿದ್ದರೆ ನಮ್ಮ ನಾಡು ಪ್ರಗತಿ ಹೊಂದುವುದರಲ್ಲಿ ಯಾವ ಅನುಮಾನವೂ ಇಲ್ಲ..." ಎಂದು ಕೈ ಮುಗಿದೆ ಧನ್ಯತೆಯಿಂದ.

"ನೀವು ಕೈ ಮುಗೀಬಾರದು... ಆಶೀರ್ವಾದ ಮಾಡಬೇಕು... ನಿಮ್ಮ ಕೆಲಸ ಆಗುತ್ತೆ... ಚಿಂತಿಸಬೇಡಿ..." ಎಂದು ಸನತ್ ಶಾಲೆಯನ್ನು ವೀಕ್ಷಿಸಿ ಕೂಡಲೇ

ಶಿಕ್ಷಣ ಮಂಡಳಿಗೆ ಕರೆ ಮಾಡಿ ಅದೇ ಮಹಿಳಾ ಅಧಿಕಾರಿಗೆ ಕರೆ ಮಾಡಿ ಅನುಮತಿ ಪತ್ರ ನೀಡುವಂತೆ ತಿಳಿಸಿದರು.

'ನನಗೆ ಸಂಜೆಯೊಳಗೆ ಇಲ್ಲಿಗೆ ಫ್ಯಾಕ್ಸ್ ಬರಬೇಕು..." ಎಂದು ಆದೇಶ ನೀಡಿದ.

ಆತ ಹೊರಟು ಹೋದ ಒಂದು ತಾಸಿನಲ್ಲಿ ಶಾಲೆಯ ನವೀಕರಣಕ್ಕೆ ಅನುಮತಿ ಪತ್ರದ ಫ್ಯಾಕ್ಸ್ ತಲುಪಿತು.

ಅಲ್ಲಿಗೆ ಒಂದು ಯುದ್ಧ ಗೆದ್ದಂತಾಗಿತ್ತು.

ಶ್ರೀನಿಗೆ ಕರೆ ಮಾಡಿ ಎಲ್ಲಾ ವಿಷಯ ತಿಳಿಸಿದೆ. ಆತ ಎರಡು ದಿನಗಳೊಳಗೆ ಮದ್ದೂರಿಗೆ ಬರುವುದಾಗಿ ತಿಳಿಸಿದ.

ಅಧ್ಯಾಯ–16

ಶ್ರೀನಿ ನುಡಿದಂತೆ ನಡೆದ. ಆತ ಮದ್ದೂರಿಗೆ ಎರಡು ದಿನಗಳಲ್ಲಿ ಬಂದಿಳಿದ. ಅವನೊಂದಿಗೆ ಇನ್ನಿತರ ಅವನ ಸಹಪಾಠಿಗಳೂ ಬಂದರು. ಪ್ರಾಂಶುಪಾಲರು ಮತ್ತು ಶಾಲೆಯ ಕಮಿಟಿ ಜೊತೆ ನಾವೆಲ್ಲರೂ ಕುಳಿತು ಶಾಲೆಯ ನವೀಕರಣದ ರೂಪುರೇಖೆಗಳನ್ನು ಚರ್ಚಿಸಿದೆವು. ಇಡೀ ಕಟ್ಟಡವನ್ನು ಕೆಡವಿ ಹಾಕುವಂತಿರಲಿಲ್ಲ. ವಿದ್ಯಾರ್ಥಿಗಳು ಅಲ್ಲಿ ಕಲಿಯುತ್ತಿದ್ದರಿಂದ ಯಾವ ಅನಾಹುತವೂ ಜರುಗದಂತೆ ಮುನ್ನೆಚ್ಚರಿಕೆಗಳೊಂದಿಗೆ ಇದ್ದುದ್ದರಲ್ಲಿ ಬಲ ಪಡಿಸಿ, ಸರಿಪಡಿಸಿಕೊಂಡು ಹೋಗಬೇಕಿತ್ತು. ಕಮಿಟಿಯ ಪರಿಚಯದ ಒಬ್ಬ ಒಳ್ಳೆಯ ಗುತ್ತಿಗೆದಾರನನ್ನು ನೇಮಿಸಿ ಕೆಲಸವನ್ನು ಆತನಿಗೆ ಒಪ್ಪಿಸಲಾಯಿತು. ಸಮಯದ ಮಿತಿಯನ್ನು ವಿಧಿಸಲಾಯಿತು. ಇಷ್ಟೊಂದು ಸಣ್ಣ ಮುತುವರ್ಜಿ ಆಗಲೇ ವಹಿಸಿದ್ದರೆ ಶಾಲೆಗೆ ಇಂಥ ಪರಿಸ್ಥಿತಿ ಬರುತ್ತಿರಲಿಲ್ಲವೆನಿಸಿತು. ಶ್ರೀನಿ ಎಲ್ಲವನ್ನೂ ಇತ್ಯರ್ಥಗೊಳಿಸಿ ಕೆಲಸದ ಒತ್ತಡದ ನಿಮಿತ್ತ ಮುಂಬೈಗೆ ಮರಳಿದ.

ನನಗೆ ಬಿಡುವಿತ್ತಾದ್ದರಿಂದ ನಾನು ಇಡೀ ದಿನ ಶಾಲೆಯ ಕೆಲಸಗಳತ್ತವೇ ಗಮನ ಹರಿಸಿಕೊಂಡು ಅಲ್ಲೇ ಕಳೆಯುತ್ತಿದ್ದೆ. ನನಗೂ ಹೊತ್ತು ಹೋಗುತ್ತಿರಲಿಲ್ಲವಾದ್ದರಿಂದ ಕೆಲಸಗಳ ಮೇಲ್ವಿಚಾರಣೆ ನಡೆಸುತ್ತಿದ್ದೆ. ನೋಡುನೋಡುತ್ತಿದ್ದಂತೆ ಶಾಲಾ ಕಟ್ಟಡದ ಶಿಥಿಲ, ಬಿರುಕು ಬಿಟ್ಟ ಗೋಡೆಗಳನ್ನು ಬಿಚ್ಚಿ ಹೊಸ ಗೋಡೆಗಳು ಏರಿದವು. ಛಾವಣಿಗೆ ಹೊಸ ಮರದ ರೀಪುಗಳನ್ನು ಹಾಸಿ ಹೆಂಚು ಹೊದೆಸಲಾಯಿತು. ಗೋಡೆಗಳು ಸಾರಣೆಗೊಂಡವು. ಹಂತಹಂತವಾಗಿ ಕಟ್ಟಡದ ಒಂದೊಂದೇ ಕೊಠಡಿಗಳು ಒಂದು ಹಂತಕ್ಕೆ ಬಲಗೊಂಡವು.

ಬಾಗಿಲು, ಕಿಟಕಿ, ವಿದ್ಯುತ್, ಬಣ್ಣ, ಕೆಂಪು ನೆಲ, ಸಣ್ಣ ಬೆಂಚುಗಳು, ಹೊರಗೆ ಕಣ್ಸೆಳೆಯುವಂಥ ಹೂದೋಟ... ಶಾಲೆಯ ಸ್ವರೂಪ ಅಂದವಾಗಿ

ರೂಪುಗೊಂಡಿತು. ಶ್ರೀನಿ ಅಲ್ಲಿಂದ ಹಣದ ಏರ್ಪಾಟು ಮಾಡುತ್ತಿದ್ದನಾದ್ದರಿಂದ ಕೆಲಸಕ್ಕೆ ಯಾವ ತೊಡಕೂ ಆಗಲಿಲ್ಲ. ಆಗಾಗ ಅವನ ಸಹಪಾಠಿಗಳೂ ಬಂದು ಕೆಲಸದ ಗುಣಮಟ್ಟ ನೋಡಿಕೊಂಡು ಶ್ರೀನಿಗೆ ವರದಿ ಒಪ್ಪಿಸುತ್ತಿದ್ದರು. ಪಟ ತೆಗೆದು ಕಳಿಸುತ್ತಿದ್ದರು. ಅವನು ಪೂರ್ಣ ಜವಾಬ್ದಾರಿಯನ್ನು ನನ್ನ ಮೇಲೆ ಹಾಕಿ ನಿರಾಳನಾಗಿದ್ದ. ನನ್ನ ಮನೆಯ ಕೆಲಸವೇ ಮಾಡುವಷ್ಟು ಈ ಕೆಲಸವೂ ನನಗೆ ಪ್ರಿಯವೇ ಆಗಿತ್ತು. ಸಂಪೂರ್ಣವಾಗಿ ಇಡೀ ಕೆಲಸ ಮುಗಿಯಲು ತಿಂಗಳುಗಳೇ ಹಿಡಿದವು. ಮುಂದಿನ ಶಿಕ್ಷಣಿಕ ವರ್ಷ ಆರಂಭವಾಗುವುದರೊಳಗೆ ಕಟ್ಟಡ ಪೋಷಕರನ್ನು ಸೆಳೆಯಲು ಅನುವಾಗಿತ್ತು. ಈ ನಡುವೆ ನಾನೆಂದೂ ವಾಸುವಿನ ಮನೆಗೆ ಕಾಲಿಡಲಿಲ್ಲ. ಮೀರಾ ಎರಡು ಬಾರಿ ಬಂದು ನನ್ನನ್ನು ಶಾಲೆಯ ಬಳಿಯೇ ಕಂಡು ಹೋಗಿದ್ದಳು.

"ಮಾವ... ನೀವು ಅಲ್ಲಿಗೆ ಹಿಂತಿರುಗಬಾರದು ಎಂದು ನಿರ್ಧಾರ ಮಾಡಿದ್ದೀರಾ...? ನಿಮ್ಮ ಅಧ್ಯಾಪಕ ವೃತ್ತಿಯಲ್ಲಿ ಎಂತೆಂಥ ವಿದ್ಯಾರ್ಥಿಗಳನ್ನು ಕ್ಷಮೆ ಮಾಡಿದ್ದೀರಾ... ನಿಮ್ಮ ಮಗನನ್ನು ಕ್ಷಮಿಸಬಾರದೇ...?"

"ತಪ್ಪುಗಳು ಮನವರಿಕೆಯಾದಲ್ಲಿ ಕ್ಷಮೆ ಇರುತ್ತದೆ... ಇಲ್ಲವಾದರೆ ಕ್ಷಮೆಗೂ ಘನತೆ ಇರುವುದಿಲ್ಲ... ನನಗೆ ಅಲ್ಲಿ ಬರಬಾರದು ಎಂದೇನೂ ಇಲ್ಲ... ಅಷ್ಟು ಹಠ, ಅಹಂ ಎರಡೂ ನನಗಿಲ್ಲ... ಆದರೆ ಖಂಡಿತವಾಗಿ ಬೇಸರವಿದೆ... ನೋವಿದೆ...ಅಷ್ಟೇ... ಅದಿನ್ನೂ ಹಸಿಯಾಗಿದೆ..."

ಮೀರಾ ಮಾತನಾಡಲಿಲ್ಲ.

"ನಿನ್ನ ಆಂಗ್ಲ ಪಾಠ ಎಲ್ಲಿಯವರೆಗೂ ಬಂತು...? ಯಾರೋ ಮನೆಗೆ ಕಲಿಸಲು ಬರುತ್ತಿದ್ದರಲ್ಲಾ...?" ಎಂದು ವಿಚಾರಿಸಿದೆ.

"ಅದು ಅಲ್ಲಿಗೇ ನಿಂತು ಹೋಯಿತು... ನನಗೆ ಆಸಕ್ತಿ ಇಲ್ಲವಾಯಿತು... ಯಾರನ್ನೋ ಮೆಚ್ಚಿಸಲು ನಾವೇಕೆ ಬದಲಾಗಬೇಕು... ಸ್ವಂತಿಕೆ ಕಳೆದುಕೊಳ್ಳಬೇಕು...? ನನಗೆ ನಾನಾಗಿ ಉಳಿಯುವುದರಲ್ಲೇ ಖುಷಿ... ನೀವು ಆ ಮನೆಯಿಂದ ಹೋದ ಮೇಲೆ ಮನೆಯಲ್ಲಿ ಕಳೆ ಇಲ್ಲ... ಏನೋ ಖಾಲಿತನ... ಆದರ್ಶನೂ ನಿಮ್ಮನ್ನು ತುಂಬಾ ಮಿಸ್ ಮಾಡ್ಕೋತಾನೆ..." ಎಂದಳು.

"ಇಲ್ಲಿಯ ಜವಾಬ್ದಾರಿಗಳು ಕಳೆದೊಡನೆ ಬರುವೆ... ಬೇಜಾರು ಮಾಡಿಕೊಳ್ಳಬೇಡ..." ಎಂದು ಹೇಳಿ ಅವಳನ್ನು ಕಳಿಸಿದೆ.

ಆದರೆ ಆ ದಿನ ಒಂದು ಆಘಾತಕಾರಿ ಸುದ್ದಿ ಬಂದು ನನ್ನ ತಲುಪಿತ್ತು. ಮೀರಾ ಅಳುತ್ತಾ ಕರೆ ಮಾಡಿ ಸಂಗತಿ ತಿಳಿಸಿದಾಗ ನಾನು ದಿಗ್ಭ್ರಾಂತನಾದೆ. ಸುತ್ತಲಿನ ಪ್ರಪಂಚವೇ ಕತ್ತಲು ಕವಿದಂತಾಗಿ ನಿಂತಲ್ಲೇ ಕುಸಿದು ಬಿದ್ದೆ. ಕೆಲಸದವರು ನನ್ನ ಎತ್ತಿ ಕುಳ್ಳಿರಿಸಿದರು. ನೀರು ಕುಡಿಸಿದರು. ನನಗೆ ಏನಾಗುತ್ತಿದೆ ಎಂಬ ಪ್ರಜ್ಞೆಯೂ ಇಲ್ಲದಷ್ಟು ತಲೆ ಕೆಲಸ ಮಾಡದಂತಾಗಿತ್ತು.

ಆದರ್ಶ ಕಾಣೆಯಾಗಿದ್ದ. ಮೀರಾ ಅಳುತ್ತಾ ಸುದ್ದಿ ತಿಳಿಸಿ ಕಾರು ಕಳುಹಿಸುವುದಾಗಿಯೂ ತುರ್ತಾಗಿ ಮನೆಗೆ ಬರಬೇಕೆಂದೂ ಹೇಳಿದ್ದಳು. ನಾನೂ ಮನೆಗೆ ಬೀಗ ಹಾಕಿ ವಾಸುವಿನ ಮನೆಗೆ ನಿಂತ ಕಾಲಲ್ಲೇ ಹೊರಟೆ.

***

ಅಲ್ಲಿನ ಪರಿಸ್ಥಿತಿ ತೀರಾ ಹದಗೆಟ್ಟಿತ್ತು. ನನಗೂ ಒಳಗೆ ಕಾಲಿರಿಸುತ್ತಲೇ ದು:ಖದ ಕಟ್ಟೆ ಒಡೆದಿತ್ತು. ಮೀರಾಳ ಜೊತೆ ನಾನೂ ಅಳುತ್ತಾ, "ಆದರ್ಶನಿಗೆ ಫೋನ್ ಮಾಡಿದ್ರಾ...?" ಎಂದೆ.

"ಅವನು ಫೋನ್ ಬಿಟ್ಟು ಹೋಗಿದ್ದಾನೆ... ಕಾಲೇಜಿಗೆ ಇವತ್ತು ಹೋಗಿಲ್ವಂತೆ..." ಎಂದು ನಡೆದದ್ದನ್ನು ವಿವರಿಸಿದಳು. ವಾಸು ಮುಖವನ್ನೂ ತೋರಿಸಲಾಗದವನಂತೆ ತಲೆ ತಗ್ಗಿಸಿ ಕುಳಿತಿದ್ದ. ಅವನಿಗೂ ಇದು ಅರಗಿಸಲಾಗದಂಥ ಆಘಾತವೆಂದು ಅವನ ಅಂಗಭಾವವೇ ಸಾರಿ ಹೇಳುತ್ತಿತ್ತು.

"ಏನು ಮಾಡೋದು ವಾಸು...? ಹೇಗೆ ಹುಡುಕೋದು ಈಗ...?" ಎಂದು ವಿಚಾರಿಸಿದೆ. ಸಮಯ ವ್ಯಯ ಮಾಡುವಂತಿರಲಿಲ್ಲ.

"ಸರ್ಕಲ್ ಇನ್‌ಸ್ಪೆಕ್ಟರ್ ಹತ್ರ ಮಾತನಾಡಿದೀನಿ... ಅವರು ಹುಡುಕ್ತಿದ್ದಾರೆ... ಆದರೆ ಹೊರಗೆ ಈ ವಿಷಯ ಸುದ್ದಿ ಆಗಬಾರದು...ಅಷ್ಟೇ... ನನ್ನ ಮಾನ ಹೋಗುತ್ತೆ..." ಎಂದ.

ಆ ಹೊತ್ತಿನಲ್ಲೂ ಅವನು ಈ ರೀತಿ ಮಾತನಾಡುತ್ತಿರುವುದನ್ನು ಕಂಡು ಅವನ ಮನಸ್ಥಿತಿಯ ಬಗ್ಗೆ ತಿರಸ್ಕಾರ ಮೂಡಿತು.

"ನಿನ್ನ ಮಾನದ ಕತೆ ಹಾಳಾಗ್ಲಿ... ಮೊದಲು ಆ ಮಗು ಮನೆಗೆ ಬಂದರೆ ಸಾಕು... ಇಷ್ಟು ದೊಡ್ಡ ನಿರ್ಧಾರ ತಗೋ ಬೇಕಾದರೆ ಅದರ ಮನಸ್ಸಿನ ಮೇಲೆ ನೀನು ಎಷ್ಟು ಒತ್ತಡ ಹೇರಿರಬಹುದು ಯೋಚಿಸಿದ್ದೀಯಾ...? ಆವತ್ತು ಅವನು ಬೇಡ ಎಂದರೂ ನೀನು ಕೇಳಲಿಲ್ಲ... ಈಗ ನೋಡು ಅದರ ಪರಿಣಾಮ..." ಎಂದೆ ಅಸಮಾಧಾನದಿಂದ.

"ಗಾಯದ ಮೇಲೆ ಉಪ್ಪು ಸುರೀಬೇಡಿ ಅಪ್ಪಾ..." ಎಂದನೇ ಹೊರತು ಮಾತು ನಿರಾಕರಿಸಲಿಲ್ಲ.

"ಅನ್ನದೇ ಏನು ಮಾಡಲಿ...? ಹೊಟ್ಟೆ ಉರೀತಿದೆ... ಅವನು ಜೀವಕ್ಕೇನಾದರೂ ಹಾನಿ ಮಾಡಿಕೊಂಡರೆ ಜೀವನ ಪೂರ್ತಿ ಪಶ್ಚಾತ್ತಾಪ ಪಡಬೇಕಾಗುತ್ತದೆ... ನೋಡು... ಅವನು ಎಲ್ಲಿ ಹೋದನೋ... ಏನು ಅನುಭವಿಸುತ್ತಿದ್ದಾನೋ... ಮನೆಯಿಂದ ಅಚೆ ಕಳಿಸುತ್ತಿರಲಿಲ್ಲ ನೀವು... ಪಂಜರದ ಗಿಳಿ ಥರ... ಕಾರಲ್ಲಿ ಹೋಗು... ಬಾ... ಸ್ವತಂತ್ರವಾಗಿ ಎಲ್ಲೂ ತಿರುಗಾಡಿ ರೂಢಿ ಇಲ್ಲ ಅವನಿಗೆ... ಹೊರಗಿನ ಜೀವನದ ಪರಿಚಯ ಇಲ್ಲ...

ದುಡ್ಡು ಇದೆಯೋ ಇಲ್ಲವೋ... ನನಗಂತೂ ದಿಗಿಲಾಗ್ತಿದೆ..." ಎಂದಾಗ ವಾಸುವಿನ ಕಂಗಳಿಂದಲೂ ನೀರಿಳಿದಿತ್ತು.

"ಯಾವಾಗಲೂ ನಮ್ಮ ಮೂಗಿನ ನೇರಕ್ಕೆ ನಾವು ಯೋಚಿಸಬಾರದು ವಾಸು... ಕೆಲವು ಸಲ ಇನ್ನೊಬ್ಬರ ಭಾವನೆಗಳಿಗೂ ಬೆಲೆ ಕೊಡಬೇಕು... ನೀನು ನಿನ್ನ ಆಸೇನ್ನ ಅವನ ಮೇಲೆ ಹೇರಿದೆ... ಅದರ ಪರಿಣಾಮ ಇದು... ಅವನಿಗೆ ಒಲ್ಲದ್ದನ್ನು ಅವನು ಹೇಗೆ ಸ್ವೀಕರಿಸ್ತಾನೆ... ಅದರಲ್ಲಿ ರ್‍ಯಾಂಕ್ ಬರಬೇಕು ಅಂತ ಬೇರೆ ಅಪೇಕ್ಷೆ ಪಡ್ತೀ... ಅವನಿಗೆ ಎರಡೂ ಆಗದೇ ಈ ದಾರಿ ಕಂಡುಕೊಂಡಿದ್ದಾನೆ..." ಎಂದೆ.

ವಾಸು ಮಾತನಾಡಲಿಲ್ಲ. ಅವನ ಮುಖಭಾವ ಕಳಾಹೀನವಾಗಿತ್ತು.

ಅವನು ಪದೇ ಪದೇ ಪೋಲಿಸ್ ಡಿಪಾರ್ಟ್‌ಮೆಂಟ್‌ಗೆ ಕರೆ ಮಾಡುತ್ತಲೇ ಇದ್ದ.

ಮೀರಾಳ ದು:ಖ ಮೇರೆ ಮೀರಿತ್ತು. ಅತ್ತು ಅತ್ತು ಅರ್ಧವಾಗಿ ಹೋಗಿದ್ದಳು.

"ಆದರ್ಶನಿಗೆ ಏನಾದರೂ ಆದರೆ ನಾನು ಜೀವ ಸಹಿತ ಇರಲ್ಲ ಮಾವ... ನನಗಂತೂ ಜೀವನ ಬೇಡ ಎನಿಸಿದೆ... ಅವನಿಗಾಗಿ ಎಲ್ಲಾ ಸಹಿಸಿಕೊಂಡು ಸುಮ್ನಿದ್ದೆ... ನೀವೂ ಇಲ್ಲಿಂದ ಹೋದಿರಿ...ಅವನೂ ಮನೆ ಬಿಟ್ಟು ಹೋದ... ನಾನೂ ಇರಲ್ಲ..." ಮೀರಾಳ ಧ್ವನಿ ಗದ್ಗದಿತಗೊಂಡಿತ್ತು. ಅವಳ ತಾಯಿ ಹೃದಯದ ಕೋಲಾಹಲ ನನಗೆ ಅರ್ಥವಾಗಿತ್ತು. ಆದರ್ಶನ ಚಿಂತೆ ನನಗೂ ತೀವ್ರವಾಗಿ ಕಾಡುತಿತ್ತು. ಕಲಿಕೆಯನ್ನು ನಿರ್ವಹಿಸಲಾಗದೆಯೋ, ಒತ್ತಡವನ್ನು ಸ್ವೀಕರಿಸಲಾಗದೆಯೋ ಆದರ್ಶ ಹೀಗೆ ಹೇಳದೇ ಹೋಗಿದ್ದಾನೆ... ಜೀವಕ್ಕೆ ಏನೂ ಮಾಡಿಕೊಳ್ಳದಿರಲಿ ದೇವರೇ...' ಎಂದು ಬೇಡಿದೆ. ಮನಸ್ಸು ತಲ್ಲಣಿಸುತಿತ್ತು. ವಾಸು ತನ್ನ ವರ್ಚಸ್ಸಿನ ಪೂರ್ಣ ಪ್ರಭಾವ ಬೀರಿದ್ದ. ಸಚಿವರ ಮೂಲಕ ಒತ್ತಡ ಹಾಕಿದ್ದ. ಅರಕ್ಷಕ ತಂಡ ಆದರ್ಶನ ವಿವರ ಕಲೆ ಹಾಕುವ ಎಲ್ಲಾ ಪ್ರಯತ್ನ ಮಾಡುತ್ತಿದ್ದರು. ಮನೆಯಾಚೆಗಿನ ಸಿಸಿಟಿವಿ ವಿವರ ಪಡೆದು ಅವನನ್ನು ಬೆನ್ನಟ್ಟುವ ಯತ್ನ ಮಾಡ ತೊಡಗಿದ್ದರು.

"ಏನಾದ್ರೂ ಮಾಡಿ ಸರ್... ಎಷ್ಟು ದುಡ್ಡು ಬೇಕಾದರೂ ಕೊಡ್ತೀನಿ... ನನಗೆ ನನ್ನ ಮಗನ್ನ ಹುಡುಕಿ ಕೊಡಿ... ಪ್ಲೀಸ್..." ವಾಸು ಪೂರ್ತಿಯಾಗಿ ಕುಗ್ಗಿ ಹೋಗಿ ಅಂಗಲಾಚುವ ಸ್ಥಿತಿಗೆ ಬಂದಿದ್ದ. ಮೀರಾ ಕಣ್ಣೀರು ಹಾಕಿ ಹೃದಯ ಹಗುರ ಮಾಡಿಕೊಂಡರೆ ವಾಸು ಒಳಗೇ ನುಂಗಿ ತನ್ನ ಸಂಕಟವನ್ನು ತಡೆ ಹಿಡಿಯಲು ಯತ್ನಿಸುತ್ತಿದ್ದ. ಕೈ ಮುಗಿದು ಕಾಣದ ದೇವರಿಗೆ ಬೇಡುವ ಹೊರತಾಗಿ ಇನ್ನೇನೂ ಮಾಡಲಾಗುತ್ತಿರಲಿಲ್ಲ. ಎಲ್ಲರೂ ಅಸಹಾಯಕರಾಗಿ ಕುಳಿತಿದ್ದೆವು.

ಇಷ್ಟು ದೊಡ್ಡ ನಗರದಲ್ಲಿ ಅವನನ್ನು ಎಲ್ಲೆಂದು ಹುಡುಕುವುದು...? ಇಲ್ಲೇ ಇರುವನೋ, ಪರ ಊರಿಗೆ ಹೋದನೋ...? ಅವನು ಇಲ್ಲಿಂದ ಹೋಗುವಾಗ ಎಂಥ ಮನಸ್ಥಿತಿ ಅನುಭವಿಸುತ್ತಿರಬಹುದು...? ಅವನೊಳಗೆ ಎಂಥ ಘರ್ಷಣೆ ಎದ್ದಿರಬಹುದು...

ಮಗನ ಯಾವ ಮಾಹಿತಿಯೂ ಲಭ್ಯವಾಗದಾಗ ವಾಸು ಮತ್ತು ಮೀರಾ ಇಬ್ಬರೂ ಕಂಗೆಟ್ಟರು. ಆ ದಿನ ಹಾಗೇ ಕಳೆದು ಹೋಯಿತು. ನಾನು ಅವನ ಕೋಣೆಗೆ ಹೋಗಿ ಅವನ ಇಡೀ ಕಪಾಟು ಮತ್ತು ಪುಸ್ತಕಗಳಿಡುವ ಜಾಗವನ್ನೆಲ್ಲಾ ತಡಕಾಡಿದೆ. ಏನಾದರೂ ಸುಳಿವು ಸಿಗಬಹುದೆನ್ನುವ ಒಂದು ಸಣ್ಣ ಆಸೆ ಇತ್ತು. ಅವನ ಫೋನ್ ಆನ್ ಮಾಡಿ ಅವನು ಸಂಹವನ ನಡೆಸಿದ ಸಂದೇಶಗಳ ಮೇಲೂ ಕಣ್ಣಾಡಿಸಿದರೂ ಯಾವ ಸುಳಿವೂ ಸಿಗಲಿಲ್ಲ. ಆರಕ್ಷಕರು ಮನೆಗೆ ಬಂದು ಒಂದು ಸುತ್ತು ವಿಚಾರಿಸಿ, ಅವನ ಕೋಣೆಯನ್ನೆಲ್ಲಾ ತಡಕಾಡಿ ಹೋಗಿದ್ದರಂತೆ. ಇದು ಅಪಹರಣವೇ ಅಥವಾ ಆದರ್ಶನೇ ಖುದ್ದು ಮನೆ ತೊರೆದು ಹೋಗಿರುವನೇ ಎಂದು ಎರಡೂ ನಿಟ್ಟಿನಲ್ಲಿ ಯೋಚಿಸಿದ್ದರು. ಆದರ್ಶ ಮನೆ ತನ್ನ ಸ್ವ ಇಚ್ಛೆಯಿಂದ ಹೋದ ಅನುಮಾನವೇ ಬಲವಾಗಿತ್ತು. ಅದನ್ನು ವಾಸು ಕೂಡ ಅವರ ಸಮ್ಮುಖದಲ್ಲಿ ಒಪ್ಪಿಕೊಂಡಿದ್ದ. ಸುದ್ದಿ ಆದಷ್ಟೂ ಹೊರಗೆ ಹಬ್ಬದಂತೆ ಎಲ್ಲಾ ಪ್ರಯತ್ನ ಮಾಡಿದ್ದ.

ಮೀರಾ ಒಂದು ಹನಿ ನೀರು ಕುಡಿಯಲಿಲ್ಲ. ವಾಸು ತಲೆಯ ಮೇಲೆ ಕೈ ಹೊತ್ತು ಕುಳಿತ. ನನಗೂ ಮನಸ್ಸಿಗೆ ಮಂಕು ಕವಿದಿತ್ತು. ಆದರ್ಶ ನಮ್ಮೆಲ್ಲರ ಬದುಕಿನ ಕಣ್ಣಾಗಿದ್ದ. ಮನೆಯ ಬೆಳಕಾಗಿದ್ದ. ಅವನಿಲ್ಲದ ಮನೆ ಊಹಿಸುವುದೂ ಕಷ್ಟವಾಗಿತ್ತು. ದಿಕ್ಕೇ ತೋಚದೇ ಮೂಕವಾಗಿ ಸಂಕಟ ಅನುಭವಿಸುವ ಹೊರತಾಗಿ ಏನೂ ಮಾಡಲಾಗಲಿಲ್ಲ. ಇಷ್ಟು ಅಸಹಾಯಕತೆ ಎಂದೂ ಅನುಭವಿಸಿರಲಿಲ್ಲ.

ಬೆಳಕು ಮೂಡಿದರೂ ಮನಸ್ಸು ಕತ್ತಲೆಯ ಗೂಡಾಗಿತ್ತು. ಮೀರಾ ಕೋಣೆಯ ಬಾಗಿಲು ತೆರೆಯದೇ ಹಾಗೇ ಒಳಗೆ ಉಳಿದು ಬಿಟ್ಟಾಗ ಅದು ಇನ್ನೊಂದು ತಲೆ ನೋವಾಯಿತು. ಹೊರಗಿನಿಂದ ಎಷ್ಟೇ ಕೂಗಿ ಕರೆದರೂ ಒಳಗಿನಿಂದ ಯಾವ ಪ್ರತಿಕ್ರಿಯೆಯೂ ಬಾರದಾಗ ನಾವೆಲ್ಲಾ ಚಿಂತಿತರಾದೆವು. ವಾಸುವೇ ಸೋತು ಅವಳಿದ್ದ ಕೋಣೆಯ ಬಾಗಿಲು ತಟ್ಟಿ ಕೂಗಿ ಕರೆದರೂ ಮೀರಾ ಪ್ರತಿಕ್ರಯಿಸಲಿಲ್ಲ. ಅವಳು ಜೀವಕ್ಕೇನಾದರೂ ಹಾನಿ ಮಾಡಿಕೊಂಡಿರಬಹುದೇ ಎಂಬ ಅನುಮಾನ ಮೂಡಿ ಅರಕ್ಷಕರಿಗೆ ವಿಷಯ ತಿಳಿಸಲಾಗಿ, ಕಡೆಗೆ ಅವರು ಆಗಮಿಸಿದ ಬಳಿಕ ಬಾಗಿಲು ಒಡೆಯಲಾಯಿತು. ಮೀರಾ ಮಂಕು ಕವಿದಂತೆ ಹಾಗೇ ಮಲಗಿದ್ದಳು.

ಎಷ್ಟೇ ಮಾತನಾಡಿಸಿದರೂ ಅವಳಿಗೆ ಅದು ತನಗೆ ಅನ್ವಯಿಸಲೇ ಇಲ್ಲವೆನ್ನುವಂತೆ ಅವಳು ಅಡ್ಡಾಗಿದ್ದಳು. ಅವಳ ಸ್ಥಿತಿ ಕಂಡು ನನಗೆ ಭಯವಾಯಿತು.

"ಮಗಳೇ... ಮೀರಾ...ಮೀರಾ..." ಎಂದರೂ ಅವಳದ್ದು ಅದೇ ದಿವ್ಯ ಮೌನ. ಅವಳ ಲೋಕವೇ ಸ್ತಬ್ಧವಾದಂತಿದ್ದು ನಮ್ಮ ಧ್ವನಿಯೂ ಅವಳನ್ನು ತಲುಪದಂತಾಗಿತ್ತು.

ವಾಸು ದಿಕ್ಕು ತೋಚದೇ ಕಂಗಾಲಾಗಿ ನನ್ನತ್ತ ನೋಡಿ, "ಅಪ್ಪ... ಇವ್ಳು ಯಾಕೆ ಹೀಗಿದ್ದಾಳೆ... ನಾನೇನು ಮಾಡ್ಲಿ...?" ಎಂದ.

ನನಗೂ ಮೀರಾಳ ಸ್ಥಿತಿ ಕಂಡು ಗಾಬರಿಯಾಗಿತ್ತು. ಧೈರ್ಯ ಕಳೆದುಕೊಳ್ಳುವ ಸಮಯವಲ್ಲವಾಗಿತ್ತು. ಗಂಭೀರತೆಯ ಸೋಗು ಹಾಕಿ, "ವಾಸು... ಆಸ್ಪತ್ರೆಗೆ ಕರ್ಕೊಂಡು ಹೋಗೋಣ..." ಎಂದೆ. ಅವನು ಕೂಡಲೇ ಅಣಿಯಾದ.

ನಾವು ಎಲ್ಲರೂ ಹೊರಡುವ ಹೊತ್ತಿಗೆ ವಾಸು ನನಗೆ, "ನಾವು ಆ ಕಡೆ ಹೋದಾಗ ಆದರ್ಶ ಬಂದರೆ... ಇಲ್ಲಿ ಯಾರೂ ಇರಲ್ಲವಲ್ಲ..." ಎಂದ.

ಅದೂ ಹೌದೆನಿಸಿ, "ಸರಿಯಪ್ಪಾ... ನೀವು ಹೋಗಿ... ನಾನು ಇಲ್ಲಿ ಇರ್ತೀನಿ..." ಎಂದು ಅವರನ್ನು ಕಳಿಸಿದೆ. ಮೀರಾಳನ್ನು ಅವನೇ ಎತ್ತಿಕೊಂಡು ತನ್ನ ಕಾರಿನ ಹಿಂದಿನ ಸೀಟಿನಲ್ಲಿ ಮಲಗಿಸಿದ. ಮನೆಯ ಸಹಾಯಕಿಯನ್ನು ಜೊತೆಗೆ ಕರೆದೊಯ್ದು ಆಸ್ಪತ್ರೆಯ ಕಡೆಗೆ ಸಾಗಿದರೆ ನಾನು ಆದರ್ಶನ ನಿರೀಕ್ಷೆಯಲ್ಲಿ ಮನೆಯಲ್ಲಿ ಉಳಿದೆ.

ಹೊರಗಿನ ಸಂಕಷ್ಟಗಳನ್ನು ಹೇಗೋ ಎದುರಿಸಿ ಗೆಲ್ಲಬಹುದು... ಆದರೆ ಮನೆಯೊಳಗಿನ ಭಾವುಕ ಹೋರಾಟಗಳು ನಮ್ಮಲ್ಲಿ ಎಷ್ಟೇ ಪಕ್ವತೆ ಇದ್ದರೂ ಕೂಡಾ ಮನುಷ್ಯನನ್ನು ಅಲುಗಾಡಿಸಿ ಬಿಡುತ್ತದೆ. ಎಷ್ಟೇ ದೃಢತೆ ಇದ್ದರೂ ಕೂಡಾ ಸೋಲಿಸಿ ಬಿಡುತ್ತದೆ. ಅನ್ನಲೂ ಆಗದೇ ಅನುಭವಿಸಲೂ ಆಗದಂಥ ಈ ವಿಚಲಿತ ಸ್ಥಿತಿ ಬಹಳ ಕಷ್ಟ. ನಾನಾಗಲೀ, ವಾಸುವಾಗಲೀ ಈಗ ಅದೇ ಹಂತದಲ್ಲಿದ್ದೆವು.

ಇಷ್ಟು ಹೊತ್ತು ಬಿಗಿ ಹಿಡಿದಿದ್ದ ಆತಂಕ ಈಗ ಅಸಹಾಯಕತೆಯ ರೂಪದಲ್ಲಿ ಕಂಬನಿಯಾಗಿ ಹರಿದಿತ್ತು. ಸೊಸೆಯಾಗಿ ಆಯ್ಕೆ ಮಾಡಿ ಕರೆ ತಂದ ಮೀರಾ ಹೆಚ್ಚು ಕಲಿತಿರಲಿಲ್ಲ. ಆದರೆ ಪರಿಸ್ಥಿಗಳನ್ನು ನಿಭಾಯಿಸಿಕೊಂಡು ಹೋಗುವ ಛಾತಿ, ತಿಳುವಳಿಕೆ ಅವಳಲ್ಲಿತ್ತು. ವಾಸುವಿನ ಕೆಲವು ತಿಕ್ಕಲು ವರ್ತನೆಗಳಿಗೆ ಅವಳು ಸಂಯಮದಿಂದಲೇ ಪ್ರತಿಕ್ರಯಿಸುವಾಗ ಅವಳ ಸುಸಂಸ್ಕೃತ ನಡವಳಿಕೆಯ ಬಗ್ಗೆ ಅಭಿಮಾನ ಮೂಡುತಿತ್ತು. ಆಗೆಲ್ಲಾ ವಿದ್ಯೆಯಿಂದ ಮನುಷ್ಯ ಶ್ರೇಷ್ಠನಲ್ಲ, ನಡವಳಿಕೆಯಿಂದ ಎಂದು ನನಗೆ

ಅನ್ನಿಸುವುದಿತ್ತು. ಯಾವ ವಿದ್ಯೆ ಅವಳಲ್ಲಿ ಇಲ್ಲವೆಂದು ವಾಸು ಮೀರಾಳನ್ನು ಅಲಕ್ಷಿಸುತ್ತಿದ್ದನೋ, ಅದು ಅವಳಿಗೆ ಅಗತ್ಯವೇ ಇರಲಿಲ್ಲ. ವಾಸ್ತವದಲ್ಲಿ ಅವಳನ್ನು ನೋಡಿ ವಾಸು ಕಲಿಯಬೇಕಾಗಿದ್ದು ಬಹಳ ಇತ್ತು.

ಇಂಥ ದಿಕ್ಕೆಟ್ಟ ಸ್ಥಿತಿಯಲ್ಲೂ ಅವಳು ವಾಸುವಿಗೆ ಏನೂ ಅನ್ನದೇ ತಾನೇ ನೋವು ನುಂಗಿ ಇಂಥ ಸ್ಥಿತಿ ತಂದುಕೊಂಡಿದ್ದಳು. ಒಂದರ ನಂತರ ಒಂದು ಎಂಬಂತೆ ಘಟಿಸಿದ ಸನ್ನಿವೇಶಗಳಿಂದ ಮನಸ್ಸಿಗೆ ಧಕ್ಕೆಯುಂಟು ಮಾಡಿತ್ತು.

ಶಾಲೆಯ ಕೆಲಸಗಳು ಕೊನೆಯ ಹಂತಕ್ಕೆ ಬಂದು ತಲುಪಿತ್ತು. ಎಲ್ಲವೂ ಗುತ್ತಿಗೆದಾರರಿಗೆ ವಹಿಸಿದ್ದರಿಂದ ಆತ ಮುತುವರ್ಜಿ ವಹಿಸಿ ಕೆಲಸಗಳನ್ನು ನಿಷ್ಠೆಯಿಂದ ಮತ್ತು ಸುಸೂತ್ರವಾಗಿ ಮಾಡಿಕೊಂಡು ಹೋಗುತ್ತಿದ್ದ. ಹಾಗಾಗಿ ತಲೆ ನೋವಿರಲಿಲ್ಲ. ಈಗ ನನ್ನ ಮೊದಲ ಆದ್ಯತೆ ಮನೆಯಾದ್ದರಿಂದ ಬೇರೆ ಯಾವುದೂ ನನ್ನನ್ನು ಕಾಡುತ್ತಿರಲಿಲ್ಲ.

***

ಮೀರಾ ಆಘಾತಕ್ಕೊಳಗಾಗಿದ್ದಳು. ಆದರ್ಶ ಹೇಳದೇ ಮನೆ ಬಿಟ್ಟು ಹೋಗಿದ್ದನ್ನು ಅವಳಿಗೆ ಸಹಿಸಿಕೊಳ್ಳಲಾಗದೇ ಈ ಸ್ಥಿತಿಗೆ ಬಂದಿದ್ದಳು. ಅವಳನ್ನು ಮಾನಸಿಕ ತಜ್ಞರು ಆಪ್ತ ಸಮಾಲೋಚನೆ ನಡೆಸುತ್ತಿದ್ದರೂ ಮೀರಾ ಖಿನ್ನತೆಯಿಂದ ಸಹಜ ಸ್ಥಿತಿಗೆ ಬಂದಿರಲಿಲ್ಲ.

ವಾಸುವಿನ ಮೌನ, ಗಂಭೀರ ಮತ್ತು ಚಿಂತಾಕ್ರಾಂತ ಮುಖಭಾವ ಬಹಳಷ್ಟು ಸಂಗತಿಗಳನ್ನು ಹೇಳಿಯೂ ಹೇಳದಂತಿತ್ತು. ಅವನೇ ಕಟ್ಟಿದ ಮನೆಯಾದರೂ ಈಗ ಪರಿಸ್ಥಿತಿ ಹೇಗಿತ್ತೆಂದರೆ ಅವನೇ ದಿಕ್ಕು ತೋಚದವನಂತೆ ಅಲೆದಾಡುತ್ತಿದ್ದ. ಆ ವಿಶಾಲ ಮನೆಯಲ್ಲಿ ಅನಾಥಭಾವದಿಂದ ಅವನು ತೊಳಲಾಡುತ್ತಿದ್ದ. ಒಳಗಿನ ಭಾವಗಳು ಹೊರಗೆ ತುಳುಕದಂತೆ ತನ್ನನ್ನು ತಾನು ಸಂಭಾಳಿಸಿಕೊಂಡಿದ್ದ. ಅವನ್ನು ಹೊರಗೆ ವ್ಯಕ್ತ ಪಡಿಸಲೂ ಅಗದಷ್ಟು ಅಹಂಭಾವ ಮೇಲುಗೈ ಸಾಧಿಸಿದ್ದು, ಮನುಷ್ಯ ಇಷ್ಟು ಪೊಳ್ಳಾಗಿರಬಾರದೆಂದೇ ಅನ್ನಿಸಿತ್ತು. ಯಾವುದೇ ಮಾತು ಹೇಳಿ ಈಗಾಗಲೇ ನೋವುಂಡ ಮನಸ್ಸಿಗೆ ಘಾಸಿ ನೀಡುವುದು ನನಗೂ ಬೇಕಾಗಿರಲಿಲ್ಲ. ಮನುಷ್ಯ ಪರಿಸ್ಥಿತಿಗಳಿಂದ ಪಾಠ ಕಲಿಯದೇ ಹೋದರೆ ಅವನಲ್ಲಿ ಮಾನವೀಯತೆಯೇ ಇಲ್ಲವೆಂದು ತಾನೇ ಅರ್ಥ.

ಎಷ್ಟೇ ಗುಟ್ಟು ಮಾಡಿದರೂ ವಿಷಯ ಹೊರಗೆ ಹರಡಿತ್ತು. ಪ್ರಮುಖ ಪತ್ರಿಕೆಗಳು ಆದರ್ಶನ ನಾಪತ್ತೆ ಪ್ರಕರಣವನ್ನು ರೋಚಕವಾಗಿ ಬರೆದವು. ಕಲಿಕೆಯ ಒತ್ತಡದ ಬಗ್ಗೆ, ಕೆಲವು ದಿನಗಳ ಹಿಂದೆ ಹಾಸ್ಟೆಲ್‌ನಲ್ಲಿ ಹುಡುಗಿ ಆತ್ಮಹತ್ಯೆ ಮಾಡಿಕೊಂಡ ವಿಷಯವೂ ಈಗ ಮುನ್ನೆಲೆಗೆ ಬಂದಿತು.

ಪಠ್ಯಕ್ರಮಗಳು, ಶಿಕ್ಷಣ ನೀತಿ ಮತ್ತು ಒತ್ತಡ ಇವು ವಿದ್ಯಾರ್ಥಿಗಳನ್ನು ಇಂಥ ನಿಲುವು ತಳೆಯಲು ಪ್ರೇರಕವಾಗುತ್ತಿರುವುದರ ಬಗ್ಗೆ ಚರ್ಚೆಗಳು ನಡೆದವು.

"ಎಲ್ಲಿದ್ದರೂ ಮನೆಗೆ ಹಿಂತಿರುಗಿ ಬಾ... ನೀನಿಲ್ಲದ ಮನೆ ಮನೆಯಲ್ಲ... ಅಮ್ಮ ಆಸ್ಪತ್ರೆಯಲ್ಲಿದ್ದಾಳೆ..."

ವಾಸು ತನ್ನ ಪೊಳ್ಳು ಅಭಿಮಾನವನ್ನು ತೊರೆದು ಪ್ರತೀ ಪತ್ರಿಕೆಯಲ್ಲಿ ಆದರ್ಶನ ಭಾವಚಿತ್ರದೊಂದಿಗೆ ವಿನಂತಿಯನ್ನು ಪ್ರಕಟಿಸಿದ. ಈ ಜಾಹೀರಾತು ಹೇಗಾದರೂ ಆದರ್ಶನ ಕಣ್ಣಿಗೆ ಬೀಳಲಿ ಎಂದೇ ಹಾರೈಸಿದೆ. ಆದರ್ಶನ ಸಂಪರ್ಕದಲ್ಲಿದ್ದವರು ಅವನಿಗೆ ಈ ಜಾಹೀರಾತು ತೋರಿಸಿದರೆ ಆದರ್ಶ ಮನಸ್ಸು ಬದಲಿಸಿ ಮನೆಗೆ ಹಿಂತಿರುಗುವನೇನೋ ಎಂಬ ಆಸೆಯಿತ್ತು.

ಇನ್ಸ್‌ಪೆಕ್ಟರ್ ಮನೆಗೆ ಬಂದಾಗಲಂತೂ ವಾಸು ತಾಳ್ಮೆ ಕಳೆದುಕೊಂಡು ಅವರ ಮೇಲೆ ಕೂಗಾಡಿದ, "ಮೂರು ದಿನಗಳಾಯ್ತು... ನಮ್ಮ ಮಗನನ್ನು ಹುಡುಕಿ ಕೊಡಲಾಗಲಿಲ್ಲ ನಿಮ್ಮ ಕೈಲಿ... ಎಂಥಾ ಡಿಪಾರ್ಟ್‌ಮೆಂಟ್ ನಿಮ್ದು...? ನಿಷ್ಪ್ರಯೋಜಕರು ನೀವೆಲ್ಲ... ನನ್ನ ಮಗನಿಗೆ ಏನಾದರೂ ಅದರೆ ಅದಕ್ಕೆ ನೀವೇ ಹೊಣೆ..." ಎಂದ.

ಅವರು ಶಾಂತರಾಗಿ, "ಸರ್... ನಿಮ್ಮ ನೋವು ನಮಗೆ ಅರ್ಥವಾಗುತ್ತೆ... ನಾವೇನೂ ಕೈ ಕಟ್ಟಿ ಕುಳಿತಿಲ್ಲ... ಎಲ್ಲಾ ಸಾಧ್ಯತೆಗಳಿಂದಲೂ ಅವನನ್ನು ಹುಡುಕುವ ಪ್ರಯತ್ನ ಮಾಡುತ್ತಲೇ ಇದ್ದೇವೆ... ಎಲ್ಲಾ ಊರುಗಳಿಗೆ ಸಂದೇಶ ಮತ್ತು ಫೋಟೋ ಕಳಿಸಿದ್ದೇವೆ... ಸಾಮಾಜಿಕ ಜಾಲತಾಣಗಳಲ್ಲಿ ಹಾಕಿದೀವಿ..."

"ಅಂತೂ ನನ್ನ ಮರ್ಯಾದೆ ಕಳೆಯಲು ಇನ್ನು ಯಾವ ಅವಕಾಶವೂ ಬಿಟ್ಟಿಲ್ಲ ಅನ್ನಿ..." ಎಂದ ವಾಸು ಅವಡುಗಚ್ಚುತ್ತಾ.

ಈಗ ಆ ಅಧಿಕಾರಿಗೆ ರೇಗಿತು,

"ನಿಮಗೆ ಮರ್ಯಾದೆ ಮುಖ್ಯನೋ ಅಥವಾ ಮಗ ಮುಖ್ಯನೋ ಹೇಳಿ ಸರ್... ಈಗ ನಮ್ಮನ್ನು ದೂರುತ್ತೀರಲ್ಲ... ಇಂಥ ಸ್ಥಿತಿ ತಂದುಕೊಂಡದ್ದು ಯಾರು...? ಮತ್ತು ಯಾಕೆ...? ಅವನು ಇಷ್ಟ ಪಟ್ಟ ಆರ್ಟ್ಸ್ ವಿಷಯ ಕಲಿಸಿದ್ರೆ ಅವನು ಖುಷಿಯಿಂದ ಕಲಿಯುತ್ತಿರಲಿಲ್ವಾ ಸರ್...? ಎಲ್ರೂ ಡಾಕ್ಟರ್, ಇಂಜಿನಿಯರ್ ಆಗಬೇಕಂದರೆ ಸಮಾಜದಲ್ಲಿ ಉಳಿದ ಕೆಲಸ ಮಾಡುವವರು ಯಾರು...? ಅವರವರು ಇಷ್ಟ ಪಡುವ ವಿಷಯಗಳಲ್ಲಿ ಅವರು ಏನಾದರೂ ಸಾಧಿಸಲು ಅವಕಾಶ ಕೊಟ್ಟರೆ ಚೆನ್ನ ಸರ್... ನಿಮ್ಮ ಕಾಲೇಜಿನ ಕೀರ್ತಿ ಪತಾಕೆಯನ್ನು ನೀವೇ ಪತ್ರಿಕೆಗಳಲ್ಲಿ ಹಾಕ್ತಿದ್ರಿ... ಆದರೆ ವಾಸ್ತವ ಇದು... ನಿಮ್ಮ ಮನೆಯಲ್ಲೇ ಈ ಘಟನೆ ಜರಗಿರುವುದರಿಂದ ನಿಮ್ಮ ಕಾಲೇಜಿನ ಮಕ್ಕಳು ಯಾವ ಮನಸ್ಥಿತಿಯಲ್ಲಿದ್ದುಕೊಂಡು ಕಲಿಯುತ್ತಿದ್ದಾರೆ ಎಂದು ಅರ್ಥ ಮಾಡಿಕೊಳ್ಳಿ..." ಎಂದರು.

ವಾಸ್ತವಕ್ಕೆ ಕನ್ನಡಿ ತೋರಿಸುವಂತಿತ್ತು ಅವರ ಮಾತು.

ವಾಸು ತಲೆಕೊಡವಿದ, "ಅಯ್ಯೋ ಸರ್... ಸಿಲಬಸ್ ಇರೋದೇ ಹಾಗೇ... ಅದಕ್ಕೆ ತಕ್ಕನಾಗಿ ತರಬೇತಿ ನೀಡುತ್ತಿದ್ದೇವೆ ನಾವು... ಅಷ್ಟೇ... ನಾವು ಹೆಚ್ಚು ಶ್ರಮ ಹಾಕುತ್ತಿದ್ದೇವೆ... ಅದರಿಂದ ವಿದ್ಯಾರ್ಥಿಗಳಿಗೆ ಅನುಕೂಲವಾಗುತ್ತಿದೆ... ಅವರು ಪರಿಶ್ರಮ ಹಾಕಿದರೆ ಅವರ ಭವಿಷ್ಯವೇ ಉಜ್ವಲವಾಗುವುದು ಹೊರತು ನಮ್ಮ ಸ್ವಾರ್ಥವೇನಿಲ್ಲ... ಈ ವ್ಯವಸ್ಥೆ ನಡೆಯುವುದೇ ಹೀಗೆ... ನಾವು ಯಾರನ್ನೂ ನಮ್ಮ ಕಾಲೇಜಿಗೆ ಎಳೆದು ತಂದು ಕಲಿಸುತ್ತಿಲ್ಲ... ವ್ಯವಸ್ಥೆಗೆ ತಕ್ಕಂತೆ ನಾವು ಮಕ್ಕಳನ್ನು ತಯಾರು ಮಾಡುತ್ತಿದ್ದೇವೆ... ಅವರು ಕಷ್ಟ ಪಟ್ಟು ಕಲಿತರೆ ಅವರಿಗೆ ತಾನೇ ಒಳ್ಳೆಯದು... ಬೇಕಾದವರು ಬರುತ್ತಾರೆ... ಇಲ್ಲವಾದರೆ ಇಲ್ಲ... ನಾವೇನೋ ಅವರ ಮೇಲೆ ಅನ್ಯಾಯ ಎಸಗುತ್ತಿರುವಂತೆ ಮಾತನಾಡುತ್ತೀರಲ್ಲ..." ಎಂದ ಆಕ್ಷೇಪದ ದನಿಯಲ್ಲಿ.

ವಾಸುವಿನ ಧೋರಣೆ ಬದಲಾಗದಿರುವುದನ್ನು ಕಂಡು ಆತ ಮಾತು ಮುಂದುವರೆಸಲು ಇಚ್ಛಿಸಲಿಲ್ಲ.

ನಾನು ಹೋಗಿ ಮೀರಾಳನ್ನು ಕಂಡು ಬಂದೆ.

ನನ್ನನ್ನು ಕಂಡು ಮೀರಾ ಕಣ್ಣೀರು ಹಾಕಿದಳೇ ವಿನಹ ಮಾತು ಆಡಲಿಲ್ಲ. ಅವಳಿಗೆ ಜೀವನದ ಮೇಲಿನ ಭರವಸೆಯೇ ಹೊರಟು ಹೋಗಿತ್ತು.

ಅಧ್ಯಾಯ–17

ಅಪರಿಚಿತ ಸಂಖ್ಯೆಯಿಂದ ಕರೆ ಬಂದಾಗ ಅದು ಶಾಲೆಯ ಕೆಲಸದ ಕುರಿತದ್ದಾಗಿರಬಹುದೆಂದು ಭಾವಿಸಿದರೆ ನನ್ನ ಊಹೆ ಸುಳ್ಳಾಗಿತ್ತು.

ಬಂದದ್ದು ಆದರ್ಶನ ಕರೆ. "ಅಜ್ಜ... ನಾನು ಆದಿ... ಹೇಗಿದ್ದೀರಾ...? ಅಮ್ಮ ಹೇಗಿದ್ದಾರೆ...?" ನನಗೆ ಆ ಧ್ವನಿ ಕೇಳಿ ಕಣ್ಣೀರೇ ಬಂದಿತ್ತು.

"ಕಂದ... ಎಲ್ಲಿದ್ದೀಯೋ...? ಯಾಕೆ ಹೀಗೆ ಮಾಡಿದೆ... ನೀನಿಲ್ಲದೇ ಇಲ್ಲಿ ಎಲ್ಲರೂ ಕಂಗಾಲಾಗಿದ್ದಾರೆ... ನಾವೆಲ್ಲರೂ ನಿನ್ನ ಎಷ್ಟು ಪ್ರೀತಿಸ್ತೇವೆ ಎಂದು ಗೊತ್ತಲ್ಲ...? ನಿಮ್ಮಮ್ಮ ಇನ್ನೂ ಆಸ್ಪತ್ರೇಲಿದ್ದಾಳೆ ಕಣೋ... ನಿನ್ನ ನೋಡಲು ಹಂಬಲಿಸುತ್ತಿದ್ದಾಳೆ... ಬಾಪ್ಪಾ ಮನೆಗೆ... ನೀನು ಎಲ್ಲಿದ್ದೀ ಹೇಳು...?" ನಾನು ಮಾತನಾಡುತ್ತಲೇ ವಾಸುವಿದ್ದಲ್ಲಿಗೆ ಹೋಗಿ ಆದರ್ಶನ ಕರೆ ಎಂದು ಸಂಜ್ಞೆ ಮಾಡಿದೆ. ಅವನು ನನ್ನ ಕೈಲಿಂದ ಫೋನ್ ಕಿತ್ತುಕೊಂಡು ಉದ್ವೇಗದಿಂದ, "ಆದಿ... ಪ್ಲೀಸ್... ಮನೆ ಬಾ... ನಾವೆಲ್ಲರೂ ನಿನ್ನ ಹಾದಿ ಕಾಯುತ್ತೇವೆ... ಎಲ್ಲಿದ್ದೀ ಹೇಳು... ನಾನು ಯಾವುದಕ್ಕೂ ನಿನ್ನ ಒತ್ತಾಯ ಮಾಡಲ್ಲ... ಹೀಗೆ ನಮ್ಮನ್ನು ನೋಯಿಸಬೇಡ..." ಎನ್ನುತ್ತ ಕಣ್ಣೀರೇ ಹಾಕಿದ ವಾಸು.

"ಇಲ್ಲ ನಾನು ಬರಲ್ಲ ಆ ಮನೇಗೆ... ಅಲ್ಲಿ ಏನೂ ಸರಿ ಇಲ್ಲ... ಅಲ್ಲಿಗಿಂತ ನಾನು ಈಗ ಇಲ್ಲಿ ಹೊರ ಬಂದ ಮೇಲೆ ಖುಷಿಯಾಗಿದೀನಿ... ಮತ್ತೆ ಅಲ್ಲಿ ಬಂದರೆ ಅದೇ ಜೀವನ...! ನನಗೂ ಸಾಕಾಗಿ ಹೋಗಿದೆ..." ಎಂದ.

ವಾಸುವಿಗೆ ಏನು ಹೇಳಬೇಕೋ ತೋಚದೇ ನನ್ನೆಡೆಗೆ ದೀನನಾಗಿ ನೋಡಿದ.

ಅವನು ಫೋನ್‌ನ ಸ್ಪೀಕರ್ ಆನ್ ಮಾಡಿದ.

"ಕಂದ... ಅಗಿದ್ದು ಅಗಿ ಹೋಯಿತು... ನೋಡು... ನಾನು ಬಂದಿದ್ದೀನಿ... ಎಲ್ಲಾ ಸರಿ ಮಾಡ್ತೀನಿ... ನಿನ್ನಪ್ಪಂಗೆ ಹೇಳ್ತೀನಿ... ನಿನಗೆ ಯಾವ ಸಬ್ಜೆಕ್ಟ್ ಬೇಕೋ ತಗೋ... ಒತ್ತಾಯ ಇಲ್ಲ... ಆ ವಿಜ್ಞಾನ ಬಿಟ್ಟು

ಬಿಡು ಬೇಕಾದರೆ... ಮೊದಲು ಬಂದು ನಿನ್ನ ಅಮ್ಮನ್ನ ನೋಡು... ಅವಳು ನೀನಿಲ್ದೇ ಕಂಗಾಲಾಗಿದ್ದಾಳೆ... ನೀನು ನನ್ನ ಮಾತಿಗೆ ಬೆಲೆ ಕೊಡ್ತೀಯಲ್ವಾ...? ನಾವು ಕೂತು ಮಾತನಾಡೋಣ... ನನಗೆ ನೀನಿರುವ ಜಾಗ ಹೇಳು... ನಾನೇ ಬಂದು ನಿನ್ನ ಕರೆದುಕೊಂಡು ಹೋಗ್ತೀನಿ..." ನಾನು ಆದಷ್ಟು ಅನುನಯದ ಸ್ವರದಲ್ಲೆಂದೆ.

ಸ್ವಲ್ಪ ಹೊತ್ತಿನ ಮೌನದ ನಂತರ, "ಸರಿ... ಲೊಕೇಶನ್ ಕಳಿಸ್ತೀನಿ... ನೀವು ಬನ್ನಿ..." ಎಂದ. ಆದರ್ಶ ಕಳಿಸಿದ ವಿಳಾಸ ಬೆಂಗಳೂರಿನದ್ದಾಗಿತ್ತು.

ವಾಸು ಕೂಡಲೇ ಅರಕ್ಷಕರಿಗೆ ಸುದ್ದಿ ಮುಟ್ಟಿಸಿದ. ನಾನು ಮತ್ತು ವಾಸು ಅವನು ಕಳಿಸಿದ ವಿಳಾಸವನ್ನು ಅರಸಿ ಹೊರಟೆವು. ನಾವು ರಾತ್ರಿಯ ಹೊತ್ತಿಗೆ ಬೆಂಗಳೂರು ತಲುಪಿದೆವು. ವಾಸು ಕಳುಹಿಸಿದ ಲೊಕೇಶನ್ ಮೇರೆಗೆ ಅಲ್ಲಿನ ಪೋಲಿಸ್ ಆದರ್ಶನ ಮೇಲೆ ನಿಗಾ ಇರಿಸಿ ನಿಂತಿದ್ದರು. ಅವನು ಬೇರೆಡೆಗೆ ಹೋಗದಂತೆ ನೋಡಿಕೊಂಡಿದ್ದರು. ಇದರ ಸುಳಿವು ಆದರ್ಶನಿಗೂ ಇರಲಿಲ್ಲ. ನನ್ನ ಕಂಡ ಕೂಡಲೇ ಬಂದು ತೆಕ್ಕೆ ಬಿದ್ದು ಅತ್ತ.

"ಯಾಕೋ ಕಂದ ಹೀಗೆ ಮಾಡಿದೆ...? ನೀನು ಹೀಗೆ ಮಾಡಬಹುದಾ...?" ಎಂದು ಪ್ರೀತಿಯಿಂದ ತಲೆದಡವುತ್ತಾ ಕೇಳಿದೆ.

"ಸಾರಿ ಅಜ್ಜ... ಗೊತ್ತಿಲ್ಲ ನನಗೆ... ನಾನು ಯಾಕೆ ಹೀಗೆ ಮಾಡಿದೆ ಅಂತ... ಬೇಡ ಅನ್ನಿಸಿತು... ಇದು ತಪ್ಪು ಅಂತ ಗೊತ್ತು... ಸಾರಿ..." ಎಂದ. ಅವನಿಗೆ ತನ್ನ ತಪ್ಪಿನ ಮನವರಿಕೆ ಅಗಿದ್ದರಿಂದ ಮತ್ತೆ ಕೆದಕಲು ಹೋಗಲಿಲ್ಲ. ಮಗು ಕ್ಷೇಮವಾಗಿ ಸಿಕ್ಕಿದ್ದೇ ಹೆಚ್ಚು. ವಾಸು ಕೂಡಾ ಮುಂದೆ ಬಂದು ಮಗನನ್ನು ಅಪ್ಪಿ ಕಣ್ಣೀರು ಹಾಕಿದ. ಆದರ್ಶ ತಂದೆಯ ಬಳಿ ಒಂದು ಮಾತೂ ಆಡಲಿಲ್ಲ.

ಅಲ್ಲೇ ಇದ್ದ ಉಪಹಾರ ಗೃಹದಲ್ಲಿ ಉದರ ತುಂಬಿಸಿಕೊಂಡೆವು. ದೊಡ್ಡ ಚಿಂತೆಯೊಂದು ಪರಿಹಾರ ದೊರೆತ ಕಾರಣ ಮನಸ್ಸು ನಿರುಮ್ಮಳವಾಗಿತ್ತು. ಹಿಂತಿರುಗುವಾಗ ಆದರ್ಶ ನಿದ್ದೆ ಮಾಡಿ ಬಿಟ್ಟಿದ್ದ. ಮೂರೇ ದಿನಗಳಲ್ಲಿ ಸೊರಗಿ ಹೋಗಿದ್ದ. ಈ ಮೂರು ದಿನಗಳು ಮನೆ ತೊರೆದು ಇಲ್ಲಿಗೆ ಬಂದು ಏನೇನು ಅನುಭವಿಸಿದನೋ, ಬೆಚ್ಚಗೆ ಗೂಡಲ್ಲಿದ್ದ ಮರಿಯೊಂದು ಹೊರಗೆ ಹಾರಲು ಕಲಿತು ಪ್ರಪಂಚವನ್ನು ತನ್ನ ದೃಷ್ಟಿಕೋನದಿಂದ ನೋಡುತ್ತಾ ಏನೇನು ಅರ್ಥ ಮಾಡಿಕೊಂಡಿತೋ, ಯಾವ ಪಾಠ ಕಲಿಯಿತೋ... ಅವನ ಅನುಭವಕ್ಕೆ ಬಿಟ್ಟದ್ದು. ಅವನು ಎಚ್ಚರಗೊಂಡಾಗಲೂ ಅವನ ಮುಖವನ್ನೇ ದಿಟ್ಟಿಸುತ್ತಿದ್ದೆ. ಏಕೋ ಅವನು ಇದ್ದಕ್ಕಿದ್ದಂತೆ ಅವನು ಬೇರೆಯೇ ವ್ಯಕ್ತಿಯಾಗಿ ಕಂಡಿದ್ದ. ಬದಲಾದಂತೆ ಭಾಸವಾಗಿದ್ದ. ಆ ಮುಗ್ಧತೆ ಕಳೆದು ಗಂಭೀರತೆ ಹೊದ್ದುಕೊಂಡಂತೆ ಕುಳಿತಿದ್ದ. ಅವನೊಳಗೆ ಏನಿತ್ತೋ, ಯಾವ ಸಂಘರ್ಷ ಇತ್ತೋ...? ಅದನ್ನು ಹೇಳಿಕೊಳ್ಳದೇ ಹೋದರೂ ಕಷ್ಟವೇ...! ಲಾವಾರಸ

ಒಳಗೇ ಕುದಿದು ಅದು ಸ್ಫೋಟಗೊಳ್ಳಲೇ ಬೇಕು... ಎಷ್ಟು ದಿನವೆಂದು ಒಳಗೆ ಕುದಿಯುತ್ತ ಬೇಯುವುದು...? ಪರಿಸ್ಥಿತಿಗಳನ್ನು ಎದುರಿಸಲಾರದೇ ಅದನ್ನು ಒಪ್ಪಿಕೊಳ್ಳಲಾರದೇ ಪಲಾಯನವಾದಿಯಾಗಿದ್ದ.

ಮನೆ ತಲುಪುವ ಹೊತ್ತಿಗೆ ನಡುರಾತ್ರಿಯಾಗಿತ್ತು. ಅವನನ್ನು ಮಲಗಲು ಬಿಟ್ಟ ಬಳಿಕ ನಾನು ವಾಸುವನ್ನು ತಡೆದು ಹೇಳಿದೆ, "ಅವನನ್ನು ಏನೂ ಕೇಳಲು ಹೋಗಬೇಡ... ಅವನಾಗಿಯೇ ಏನಾದರೂ ಹೇಳುವ ತನಕ ಕಾಯೋಣ... ಅವನನ್ನು ಯಾವುದಾದರೂ ಆಪ್ತ ಸಮಾಲೋಚಕರ ಹತ್ತಿರ ಮಾತನಾಡಿಸು... ನೀನು ಅಪ್ಪನಾಗಿಯೂ ಅವನು ನಿನ್ನ ಬಳಿ ಬಂದು ಏನನ್ನೂ ಹೇಳುವ ಸೌಹಾರ್ದತೆ ಕಲ್ಪಿಸಿಕೊಳ್ಳಲಿಲ್ಲ... ಅಪರಿಚಿತರ ಬಳಿಯಾದರೂ ಮನ ಬಿಚ್ಚಿ ಹೇಳಿಯಾನು ಅನ್ಸುತ್ತೆ... ಈ ಪರಿಸ್ಥಿತಿ ಇನ್ನೊಮ್ಮೆ ಬರಬಾರದು ಎಂದಾದರೆ ನೀನೇನು ಮಾಡಬೇಕು ಎಂದು ನೀನೇ ಯೋಚಿಸು... ಈ ತಪ್ಪು ಪುನಃ ಮಾಡಬೇಡ... ಈ ವಯಸ್ಸಿನಲ್ಲಿ ಮಕ್ಕಳನ್ನು ಸ್ನೇಹಿತರಂತೆ ಕಾಣಬೇಕಂತೆ... ಏನೇ ವಿಚಾರವಿದ್ದರೂ ಮುಜುಗರವಿಲ್ಲದೇ ಬಂದು ಹೇಳಿಕೊಳ್ಳುವಂಥ ಆರೋಗ್ಯಕರ ವಾತಾವರಣ ನಿರ್ಮಿಸು... ಅದು ಆದರ್ಶನಿಗೂ, ಮೀರಾಗೂ...! ಅದಿಲ್ಲದೇ ಈಗ ಇಬ್ಬರೂ ಅನುಭವಿಸುವಂತಾಗಿದೆ... ನಾವು ಎಲ್ಲವನ್ನೂ ನಮ್ಮ ದೃಷ್ಟಿಕೋನದಿಂದ ನೋಡುತ್ತೇವೇ ಹೊರತು... ಇನ್ನೊಬ್ಬರ ಮನಸ್ಸು ಅರ್ಥ ಮಾಡಿಕೊಳ್ಳಲು ಹೋಗುವುದಿಲ್ಲ... ಸಂಬಂಧಗಳು ಸೋಲುವುದು ಇಲ್ಲೇ... ನಾನೂ ನಿನ್ನ ದೃಷ್ಟಿಯಲ್ಲಿ ಸೋತವನೇ... ಅದಕ್ಕಾಗಿ ಹೇಳುತ್ತಿದ್ದೇನೆ... ಆದರ್ಶ ಪುಣ್ಯಕ್ಕೆ ಆ ಹುಡುಗಿಯಂತೆ ತನ್ನ ಜೀವಕ್ಕೆ ಏನೂ ಮಾಡಿಕೊಳ್ಳಲಿಲ್ಲ... ಇಲ್ಲವಾದರೆ ಪರಿಸ್ಥಿತಿ ಘೋರವಾಗುತ್ತಿತ್ತು... ಈಗಲೂ ಕಾಲ ಮಿಂಚಿಲ್ಲ... ಮಾಡಿದ ತಪ್ಪು ಸರಿ ಪಡಿಸಿಕೋ... ಏನು ಮಾಡುತ್ತೀಯೋ... ನೋಡು..." ಎಂದೆ. ವಾಸು ಈ ಸಲ ನನ್ನ ಉಪದೇಶಕ್ಕೆ ಸಿಡುಕಲಿಲ್ಲ. ಅಸಹನೆ ತೋರಲಿಲ್ಲ. ಮೌನವಾಗಿಯೇ ಆಲಿಸಿಕೊಂಡಿದ್ದ. ಹೇಳಿದ ಮಾತುಗಳೆಲ್ಲವೂ ಅವನು ದಕ್ಕಿಸಿಕೊಂಡನೆಂದೇ ಭಾವಿಸಿದೆ.

***

ಬೆಳಿಗ್ಗೆ ಆದರ್ಶನೇ ಬೇಗ ಎದ್ದು ಬಂದು ನಮ್ಮನ್ನು ಆಸ್ಪತ್ರೆಗೆ ಹೊರಡಿಸಿದ್ದ.

ಮೀರಾ, ಮಗನ ಮುಖ ಕಾಣುತ್ತಲೇ ಎದ್ದು ಓಡಿ ಬಂದು ತಬ್ಬಿಕೊಂಡು ಜೋರಾಗಿ ಅತ್ತಳು.

"ಎಲ್ಲಿ ಹೋಗ್ಬಿಟ್ಟಿದ್ದೆ ನೀನು... ನೀನಿಲ್ದೇ ಈ ಅಮ್ಮ ಇರ್ತಾಳಾ ಹೇಳು... ನನಗಿರೋನು ನೀನೊಬ್ಬ... ನೀನೂ ಬಿಟ್ಟು ಹೋದರೆ ನಾನೇನು ಮಾಡಬೇಕು...?"

ಆದರ್ಶ ತಲೆ ತಗ್ಗಿಸಿ ಕ್ಷಮೆ ಯಾಚಿಸಿದ, "ಸಾರಿ ಅಮ್ಮ... ಇನ್ನು ಇಂಥ ಕೆಲಸ ಮಾಡಲ್ಲ..."

ಆದರ್ಶನೇ ತಾಯಿಗೆ ಆಹಾರವನ್ನು ತನ್ನ ಕೈಯ್ಯಾರೆ ತಿನ್ನಿಸಿದ. ಆದರ್ಶನ ಪ್ರಸ್ತುತಿ ಮೀರಾಳಿಗೆ ರಾಮ ಬಾಣದಂತೆ ಕೆಲಸ ಮಾಡಿತ್ತು. ಯಾವ ಔಷದ, ಸಮಾಲೋಚನೆ ಮಾಡದ ಕೆಲಸ ಮಗನ ಆಗಮನ ಅವಳಲ್ಲಿ ಜೀವಜಲ ತುಂಬಿದಂತೆ ಚೈತನ್ಯ ಒದಗಿಸಿತ್ತು. ಕತ್ತಲಾಗಿದ್ದ ಅವಳ ಲೋಕಕ್ಕೆ ಪುನ: ಬೆಳಕು ತುಂಬಿಸಿತ್ತು. ಅವಳನ್ನು ಮತ್ತೆ ಸಹಜ ಸ್ಥಿತಿಗೆ ತಲುಪಿಸಿತ್ತು. ಮಧ್ಯಾಹ್ನ ವೈದ್ಯರು ಅನುಮತಿ ನೀಡಿದ ಬಳಿಕ ಮೀರಾ ಮನೆಗೆ ಬಂದಳು. ಎಲ್ಲವೂ ಒಂದು ಹಂತಕ್ಕೆ ಬಂದು ತಲುಪಿದ ಬಳಿಕ ನಾನೂ ನಿರಾಳನಾದೆ.

ವಾಸು ಮಗನನ್ನುದ್ದೇಶಿಸಿ ನುಡಿದ, "ಆದಿ... ನಿನಗೆ ಆ ಕಾಲೇಜು ಬೇಡವೆಂದರೆ ಬರಬೇಡ... ನಿನಗೆ ಆರ್ಟ್ಸ್ ತಗೋಬೇಕಾದರೆ ಈ ಎರಡು ವರ್ಷಗಳು ಹಾಳಾದರೂ ಚಿಂತೆಯಿಲ್ಲ... ಮೊದಲ ವರ್ಷ ಸೇರಿಕೋ... ನನ್ನ ಅಭ್ಯಂತರವಿಲ್ಲ..." ವಾಸು ತಪ್ಪಾದ ಹೆಜ್ಜೆಗಳನ್ನು ಸರಿ ಪಡಿಸುವ ನಿಟ್ಟಿನಲ್ಲಿ ಪ್ರಾಮಾಣಿಕ ಪ್ರಯತ್ನ ಮಾಡಿದ್ದ. ಮಾತೂ ಮೃದುವಾಗಿತ್ತು.

ಆದರೆ ಆದರ್ಶನ ಮಾತೇ ಅಚ್ಚರಿ ಮೂಡಿಸಿತ್ತು, "ಇಲ್ಲಾ ಅಪ್ಪ... ನಾನು ಇದರಲ್ಲೇ ಮುಂದುವರೀತೀನಿ... ಮುಂದೆ ನನಗೆ ಬೇಕಾಗಿದ್ದನ್ನು ನನ್ನ ಇಷ್ಟದ ಹವ್ಯಾಸವನ್ನೂ ಬೆಳೆಸಿಕೊಳ್ತೀನಿ... ನನಗೆ ಎರಡೂ ಮಾಡುವ ಕ್ಷಮತೆ ಇದೆ..." ಎಂದ.

ವಾಸು ಮಗನ ಮಾತಿಗೆ ಅಚ್ಚರಿಗೊಂಡ. 'ಮತ್ತೇಕೆ ಮನೆ ಬಿಟ್ಟು ಹೋಗಿದ್ದು...?' ಎಂದು ಅವನಿಗೆ ಕೇಳಬೇಕೆನಿಸಿತ್ತು. ಆದರೆ ಅವನು ಕೇಳದೇ ತಡೆದುಕೊಂಡ. ಆ ಪ್ರಶ್ನೆ ನನ್ನಲ್ಲೂ ಇತ್ತು.

ಆದರ್ಶ ಒಂಟಿಯಾಗಿದ್ದಾಗ ಅವನು ತನ್ನ ಮನವನ್ನು ನನ್ನ ಮುಂದೆ ತೆರೆದುಕೊಂಡ.

ಅವನು ಮನೆಯಿಂದ ಕೈಗೆ ಸಿಕ್ಕ ಹಣವನ್ನು ಹಿಡಿದುಕೊಂಡು ಹೋಗಿದ್ದ. ಬೆಂಗಳೂರು ತಲುಪಿ ಅಲ್ಲಲ್ಲಿ ಅಡ್ಡಾಡಿ ಮೊಬೈಲ್ ಖರೀದಿಸಿದ್ದ. ಉಳಿದ ಹಣ ಬೀಳಿಸಿಕೊಂಡನೋ, ಕದ್ದೋ ಹೋಗಿತ್ತು. ನಂತರ ಮೂರು ದಿನ ಪರದಾಡಿದ್ದ. ಅನ್ನದ ಬೆಲೆ, ಮನೆಯವರ ಬೆಲೆ ಅರ್ಥವಾಗಿತ್ತು. ವಾಸು ಸಿಇಟಿಯಲ್ಲಿ ಉನ್ನತ ರ್ಯಾಂಕ್ ಗಳಿಸಬೇಕೆಂದು ಹೇಳಿದ್ದಕ್ಕೆ ಆದರ್ಶ ಮನೆ ಬಿಟ್ಟು ಹೋಗಿದ್ದನೆಂದು ತಿಳಿಸಿದ.

"ಮತ್ತೆ... ಅಪ್ಪ ನಿನ್ನಿಷ್ಟದ ಆರ್ಟ್ಸ್ ತಗೋ ಎಂದರೆ ಈಗ ಬೇಡ ಎಂದೆಯಲ್ಲಾ...?" ಎಂದು ಅಚ್ಚರಿ ತೋರಿಸಿದೆ.

"ಹೌದು... ನನಗೆ ಚೆನ್ನಾಗಿ ಓದಿ ಗಳಿಸುವ ಸಾಮರ್ಥ್ಯ ಇದೆ... ಹೊರಗೆ ಪ್ರಪಂಚ ನೋಡಿದಾಗ ಎಷ್ಟೋ ಜನರಿಗೆ ಕೆಲಸ ಇಲ್ಲ... ಊಟವಿಲ್ಲ... ನಿದ್ದೆ ಇಲ್ಲ... ಆರೋಗ್ಯವಿಲ್ಲ... ಅಷ್ಟೆಲ್ಲಾ ಇಲ್ಲಗಳ ನಡುವೆ ನನಗೆ ಎಲ್ಲಾ ಇದ್ದೂ ಕೂಡ ಅದಕ್ಕೆ ನಾನು ಬೆಲೆ ಕೊಡುತ್ತಿಲ್ಲ ಎನಿಸಿತು... ಅಪ್ಪ ಹೇಳುವುದು ನನ್ನ ಒಳಿತಿಗೆ ಎಂದು ಅರ್ಥ ಮಾಡಿಕೊಂಡೆ... ನಾನು ಕಲಿತರೆ ನನ್ನ ಭವಿಷ್ಯಕ್ಕಲ್ವಾ...? ಹಾಗಾಗಿ ತಪ್ಪಿಲ್ಲ ಅನ್ನಿಸಿತು..."

ನಾನು ಆದರ್ಶನ ಕಡೆ ಬೆರಗಿನಿಂದ ನೋಡಿದೆ. ಕೆಲವು ಸಲ ಬದುಕು ತಾನೇ ಪಾಠ ಕಲಿಸುತ್ತದೆ ಎನಿಸಿತು. ಈ ಮೂರು ದಿನಗಳ ಹೊರಗಿನ ಬದುಕು ಅವನನ್ನು ಆಂತರಿಕವಾಗಿಯೂ ಬದಲಿಸಿದ್ದು ಮನಗಂಡೆ.

ವಾಸು ಸ್ವಲ್ಪ ಬೇಗನೇ ಮನೆಗೆ ಬರಲು ಆರಂಭಿಸಿದ್ದ. ಮೀರಾಳ ಬಳಿಯೂ ಮನ ಬಿಚ್ಚಿ ಮಾತನಾಡಲು ಆರಂಭಿಸಿದ್ದ. ಮೀರಾ ಕೂಡಾ ಸಂತೃಪ್ತಳಾಗಿದ್ದಳು.

ಇಲ್ಲಿ ಎಲ್ಲವೂ ಸುಗಮವಾಗಿ ಸಾಗುತ್ತಿದೆ ಎಂಬ ಸಂತೃಪ್ತಿ ಮೂಡಿತ್ತು. ಹಾಗಾಗಿ ನನ್ನ ಕರ್ತವ್ಯ ನನ್ನ ಕೈ ಬೀಸಿ ಕರೆದಿತ್ತು.

ನಾನು ಮದ್ದೂರಿಗೆ ಹೊರಟು ನಿಂತಾಗ ವಾಸು ತಡೆದ, "ಅಪ್ಪ... ಈ ವಯಸ್ಸಿನಲ್ಲಿ ಅದೆಲ್ಲಾ ಜಂಜಾಟಗಳು ಯಾಕೆ ನಿಮಗೆ... ಆರೋಗ್ಯನೂ ಹಾಳು... ಹಾಯಾಗಿ ಇಲ್ಲೇ ಇರಿ..." ಎಂದ.

"ಇಲ್ಲ ವಾಸು... ಅರ್ಧಕ್ಕೆ ಬಿಟ್ಟು ಬಂದ ಕೆಲಸ ಇದೆ... ಪೂರ್ಣಗೊಳಿಸಬೇಕು..." ಎಂದು ಹೊರಟು ಬಿಟ್ಟೆ.

***

ಶಾಲೆಯ ಕೆಲಸಗಳು ಒಂದು ಹಂತಕ್ಕೆ ಬಂದು ತಲುಪಿದ್ದವು. ಶ್ರೀನಿಯ ಉದಾರತೆಯಿಂದ ಶಾಲೆ ಪುನರುತ್ಥಾನಗೊಂಡಿತ್ತು. ಆಕರ್ಷಕ ಹೂದೋಟ, ಗೋಡೆಗಳ ಮೇಲೆ ಅಂದವಾದ ಚಿತ್ರಕಲೆ, ಆಟದ ಮೈದಾನ ಈಗ ಹಾಳು ಗಿಡಗಂಟಿಗಳು, ಒಣಗಿದ ಹುಲ್ಲುಗಳಿಂದ ಮುಕ್ತವಾಗಿ ವಿಶಾಲವಾಗಿ ಕಾಣುತ್ತಿತ್ತು. ಚಾವಣಿ, ಕಿಟಕಿ ಬಾಗಿಲುಗಳು, ಸಾರಣೆ, ನೆಲ, ಬೆಂಚುಗಳು ಎಲ್ಲವೂ ಸುವ್ಯವಸ್ಥಿತವಾಗಿ ರೂಪುಗೊಂಡು ವಿದ್ಯಾರ್ಥಿಗಳನ್ನು ಕೈ ಬೀಸಿ ಕರೆಯಲು ಸಜ್ಜಾದವು.

ಎಲ್ಲಕ್ಕೂ ಒಂದು ವಿರಾಮ ಬಿದ್ದ ಮೇಲೆ ತಮ್ಮ ಶಾಲೆಯ ಈ ನವೀಕೃತ ರೂಪ ಕಂಡು ಎಲ್ಲಾ ವಿದ್ಯಾರ್ಥಿಗಳಿಗೂ, ಹಳೇ ವಿದ್ಯಾರ್ಥಿಗಳಿಗೂ ಸಮಾಧಾನ ಮೂಡಿತ್ತು. ಶ್ರೀನಿ ಸಣ್ಣ ಕಾರ್ಯಕ್ರಮ ಮಾಡಿ ಊರಿನವರನ್ನು ಕರೆದು ಊಟ ಹಾಕಿದ. ಊರಿನವರನ್ನು ಸೆಳೆಯುವ ಪ್ರಯತ್ನ ಇದಾಗಿತ್ತು. ಕಾರ್ಯಕ್ರಮಕ್ಕೆ

ವಿಶೇಷ ಆಹ್ವಾನಿತರಾಗಿ ಆಗಮಿಸಿದ ಸಚಿವ ಸನತ್ ಮತ್ತು ಕಮೀಶನರ್ ಮೇಡಮ್ ಕೂಡ ಶಾಲೆಯ ಈ ಪರಿವರ್ತಿತ ರೂಪ ಕಂಡು ಶ್ರೀನಿಯನ್ನು ಬಾಯ್ತುಂಬಾ ಶ್ಲಾಘಿಸಿದರು.

"ಹೆಚ್ಚಿನವರಿಗೆ ಕೇವಲ ಮನಸ್ಸಿರುತ್ತದೆ... ಆದರೆ ಬದಲಾಯಿಸಲು ಯಾರೂ ಕಾರ್ಯರೂಪಕ್ಕೆ ಇಳಿಯುವುದಿಲ್ಲ... ಆ ಯೋಚನೆ ಕೇವಲ ಯೋಚನೆಯಷ್ಟಕ್ಕೇ ಸೀಮಿತವಾಗಿ ಬಿಡುತ್ತದೆ... ಕೆಲವೇ ಕೆಲವರು ಮಾತ್ರ ಈ ಸಾಹಸಕ್ಕೆ ಇಳಿಯುತ್ತಾರೆ... ಅವರೇ ಭವಿಷ್ಯದ ನಾಯಕರಾಗುತ್ತಾರೆ... ಅವರಿಂದ ನಾವು ಪ್ರೇರಣೆ ಪಡೆಯಬೇಕು... ಶ್ರೀನಿಯಂಥವರು ಅಪರೂಪ... ಮತ್ತು ತಾವು ಕಲಿಸಿದ ಶಾಲೆಗೆ ತಮ್ಮ ಜೀವನವನ್ನೇ ಸಮರ್ಪಿಸಿಕೊಂಡ ರಾಘವೇಂದ್ರ ಮೇಷ್ಟ್ರಿಗೂ ಅವರ ಸೇವಾ ಮನೋಭಾವವನ್ನೂ ಈ ಹೊತ್ತಿನಲ್ಲಿ ಗುರುತಿಸಲೇ ಬೇಕು... ಮದ್ದೂರಿನ ಈ ಶಾಲೆ ಇನ್ನು ಸಮಾಜದ ಮಡಿಲಿಗೆ ಒಪ್ಪಿಸಿದ್ದೇವೆ... ಊರಿನವರು ಇನ್ನಾದರೂ ತಮ್ಮ ಮಕ್ಕಳನ್ನು ಈ ಶಾಲೆಗೆ ದಾಖಲಿಸುವ ಮನಸ್ಸು ಮಾಡಬೇಕು... ಆಗಷ್ಟೇ ಇದೆಲ್ಲ ಸೇವೆಗೆ ಒಂದು ಬೆಲೆ... ನಾವು ಕೂಡಲೇ ಇಲ್ಲಿ ಶಿಕ್ಷಕರನ್ನು ನೇಮಕ ಮಾಡಿ ನಮ್ಮ ಕಡೆಯಿಂದ ಆದ ಕೊರತೆಯನ್ನು ನೀಗಿಸುತ್ತೇವೆ..." ಎಂದು ಸನತ್ ಆಶ್ವಾಸನೆ ನೀಡಿದರು. ವಾಸು ಕೂಡಾ ಸಂಸಾರ ಸಮೇತ ಬಂದಿದ್ದ. ಅವನೇನೂ ಹೇಳದೇ ಮೌನ ಧರಿಸಿ ಅತಿಥಿಯಂತೆ ಕುಳಿತಿದ್ದ.

ಶ್ರೀನಿ ಮುಂಬೈಗೆ ಹೊರಟು ನಿಂತಾಗ ಅವನನ್ನು ಪ್ರೀತಿಯಿಂದ ಆಲಂಗಿಸಿದೆ.

"ನೀನು ಸಾರ್ಥಕ ಕೆಲಸ ಮಾಡಿದ್ದೀಯಾ... ನಿನಗೆ ಇನ್ನೂ ಇಂಥ ಅನೇಕ ಸಮಾಜಸೇವೆ ಮಾಡುವ ಬುದ್ಧಿ ಮತ್ತು ಶಕ್ತಿ ಎರಡೂ ದೇವರು ದಯ ಪಾಲಿಸಲಿ..." ಎಂದು ಹೃತ್ಪೂರ್ವಕವಾಗಿ ಹರಸಿದೆ.

ಕಾರ್ಯಕ್ರಮದ ನಂತರ ಅವರೆಲ್ಲರೂ ಮದ್ದೂರಿನ ಹಳೇ ಮನೆಗೆ ಬಂದರು.

"ಮಾವ...ಇಷ್ಟು ದಿನ ಶಾಲೆ ಕೆಲಸ ಅಂತ ನೆಪ ಹೇಳ್ತಿದ್ರಿ... ಇನ್ನು ಅದೂ ಮುಗೀತು... ನಿಮ್ಮ ಜವಾಬ್ದಾರಿ ಕಳೀತು... ಈಗ ನಮ್ಜೊತೆ ನೀವು ಬರ್ತಾ ಇದೀರಾ..." ಎಂದು ಕಟ್ಟುನಿಟ್ಟಾಗಿ ಹೇಳಿದಳು.

ನನಗೆ ಗಂಟಲಲ್ಲಿ ಏನೋ ಸಿಲುಕಿ ಕೊಂಡಂತಾಗಿತ್ತು. ನನಗೆ ಮನಶಾಂತಿ ಕೊಡುವ ಈ ವಾತಾವರಣ ಬಿಟ್ಟು ಮತ್ತೆ ಅಲ್ಲಿಗೆ ಹೋಗಿ ಕಳೆದುಹೋಗುವ ಇರಾದೆ ನನಗಿರಲಿಲ್ಲ. ಈಗಷ್ಟೇ ಎದ್ದು ನಿಂತಂಥ ಶಾಲೆಗೆ ಮರುಜೀವ ತುಂಬಲು ಇಲ್ಲಿ ನಿಲ್ಲಬೇಕಿತ್ತು. ಮತ್ತೆ ಇಲ್ಲಿ ಮಕ್ಕಳ ಕಲರವ ಕೇಳಬೇಕಿತ್ತು. ಇಂದಿನ ಮಕ್ಕಳು ನಾಳಿನ ಉಜ್ವಲ ಭವಿಷ್ಯ... ಅಂಥ ಮಕ್ಕಳಲ್ಲಿ ಒಳ್ಳೆಯ

ಆದರ್ಶ, ನೈತಿಕ ಮೌಲ್ಯಗಳಣ್ಣು ತುಂಬಿ ಭವಿಷ್ಯದ ಸತ್ಪ್ರಜೆಯಾಗಿ ರೂಪಿಸುವಲ್ಲಿ ನನ್ನ ಅಳಿಲು ಸೇವೆ ಮಾಡಬೇಕು...

ಮತಷ್ಟು ಶ್ರೀನಿಗಳನ್ನು ಇಲ್ಲಿ ನಿರ್ಮಿಸಬೇಕಿತ್ತು. ಎಷ್ಟೋ ಕಲ್ಲುಗಳನ್ನು ಶಿಲ್ಪ ಮಾಡಬೇಕಿತ್ತು. ವಿದ್ಯೆಯ ಆಕಾಂಕ್ಷಿಗಳನ್ನು ಹುಡುಕಿ ತಂದು ಇಲ್ಲಿ ದಾಖಲಿಸಬೇಕಿತ್ತು.

ಎಷ್ಟೊಂದು ಗುರಿಗಳಿವೆ... ಆದರೆ ಬದುಕು ಸಣ್ಣದು...! ಉಳಿದ ಬದುಕನ್ನು ಗಮ್ಯವಿಲ್ಲದೇ ಹಾಗೇ ಕಳೆದು ಬಿಡುವುದಕ್ಕಿಂತ ಈ ನಿಶ್ಚಿತ ಹಾದಿಯಲ್ಲಿ ಸಾಗುವುದರಲ್ಲಿ ಸಾರ್ಥಕತೆ ಇದೆ...

ನನ್ನ ದೀರ್ಘ ಆಲೋಚನೆ ಕಂಡೇ ನನ್ನ ಮನದ ಜಾಡನ್ನು ಗ್ರಹಿಸಿದ ಮೀರಾ, "ಮಾವ... ಅಷ್ಟೆಲ್ಲಾ ಆಲೋಚನೆ ಬೇಡ... ಹೊರಡಬೇಕು ಅಷ್ಟೇ... ನಿಮ್ಮ ಅಗತ್ಯ ನಮಗೆ ತುಂಬಾ ಇದೆ..." ಎಂದಳು ದೀನವಾಗಿ.

"ಹೌದು ಅಜ್ಜ... ಬನ್ನಿ ನಮ್ಜೊತೆ..." ಆದರ್ಶ ನುಡಿದಾಗ ವಾಸು ಕೂಡಾ ದನಿಗೂಡಿಸಿದ, "ಬನ್ನಿ ಅಪ್ಪ..."

ಎಂದವನು ನಂತರ ತಡೆದು ಮತ್ತೆ ಹೇಳಲಾರಂಭಿಸಿದ.

"ನಿಮಗೆ ನನ್ನ ಬಗ್ಗೆ ಬಹಳಷ್ಟು ಅಸಮಾಧಾನಗಳಿವೆ... ನನಗೆ ಗೊತ್ತು... ನಾನು ಒಳ್ಳೇ ಮನಸ್ಸು ಉದ್ದೇಶದಿಂದಲೇ ನನ್ನ ಸಂಸ್ಥೆ ಆರಂಭಿಸಿದ್ದೆ... ಆದರೆ ಬರುಬರುತ್ತ ಅಲ್ಲಿನ ವ್ಯವಸ್ಥೆ, ಸುಳಿಯೊಳಗೆ ಸಿಲುಕಿ ನನ್ನತನವನ್ನು ಕಳೆದುಕೊಂಡೆ... ನೀವು ಮನೆಯಲ್ಲಿ ನೋಡಿದ ಹಣ ಪೂರ್ತಿಯಾಗಿ ನನ್ನದೂ ಅಲ್ಲ... ಆ ಕರಾಳ ದಂಧೆಯ ಲೋಕ ಬೇರೆಯೇ ಇದೆ... ನಾನೂ ನನಗರಿವಿಲ್ಲದೇ ಅಲ್ಲಿ ಬೆರೆತು ಹೋಗಿದ್ದೇನೆ... ಹಿಂತಿರುಗಲೂ ಆಗದಷ್ಟು ದೂರ ಬಂದು ಬಿಟ್ಟಿದ್ದೇನೆ... ಈ ಸತ್ಯದೊಂದಿಗೆ ನೀವು ನಮ್ಮನ್ನು ಒಪ್ಪಿಕೊಂಡು ಅಲ್ಲಿಗೆ ಬನ್ನಿ ಅಪ್ಪ..." ಎಂದ.

ಅವನು ಪಾರದರ್ಶಕವಾಗಿ ಮಾತನಾಡಿದ್ದು ಮೆಚ್ಚುಗೆಯಾಯಿತು.

ಆದರೆ ನಾನು ದೃಢ ನಿಶ್ಚಯ ಮಾಡಿದ್ದೆ.

"ಇಲ್ಲ... ನಾನು ಸದ್ಯಕ್ಕೆ ಬರಲ್ಲ... ನಿಮ್ಮ ಜೊತೆ ಮಾನಸಿಕವಾಗಿ ನಾನು ಸದಾ ಇರ್ತೀನಿ... ನಿಮಗೆ ಅಗತ್ಯ ಬಿದ್ದಾಗ ಖಂಡಿತವಾಗಿ ನಾನು ಅಲ್ಲಿ ಇದ್ದೇನೆ... ಆದರೆ ಈಗ ದೇಹದಲ್ಲಿ ಶಕ್ತಿ ಇರುವಾಗ, ಮನಸ್ಸಲ್ಲಿ ನಿಶ್ಚಯ ಇರುವಾಗ ನಾನು ಅಲ್ಲಿ ಹೇಗೆ ಬರಲಿ...? ಅಲ್ಲಿದ್ದರೂ ನನ್ನ ಮನಸ್ಸು ಸದಾ ಇಲ್ಲೇ ಇರುತ್ತದೆ... ಈಗ ಇಲ್ಲಿನ ಮಕ್ಕಳಿಗೆ, ಈ ಶಾಲೆಗೆ, ಆ ಮೂಲಕ ನನ್ನ ಕರ್ಮಭೂಮಿಗೆ ನನ್ನ ಅಗತ್ಯ ಇದೆ... ಕೈಲಾದಷ್ಟು ಕಾಲ ಇಲ್ಲಿ ಸೇವೆ ಮಾಡ್ತೀನಿ... ತೀರಾ ಸೋತು ಹೋದಾಗ ನೀವೇ ತಾನೇ ನನಗೆ ಆಸರೆ...? ಬೇಜಾರು ಮಾಡಬೇಡಿ..." ಎಂದೆ.

ನನ್ನ ಮಾತು ಇನ್ನು ಬದಲಿಸಲಾಗದು ಎಂದು ಅವರಿಗೆ ಮನದಟ್ಟಾಯಿತು. ಅವರೆಲ್ಲರೂ ಅಲ್ಲಿಂದ ತೆರಳಿದರು.

ಯಾವ ಪ್ರತಿಫಲಾಪೇಕ್ಷೆ ಇಲ್ಲದೇ ಆ ಶಾಲೆಯ ಮಕ್ಕಳಿಗೆ ಶಿಕ್ಷಕನಾಗಿ ಸೇವೆ ಸಲ್ಲಿಸಲು ಅವಕಾಶ ನೀಡಬೇಕೆಂದು ನಾನು ಆ ಶಾಲೆಯ ಪ್ರಾಂಶುಪಾಲರಲ್ಲಿ ನಿವೇದನೆಯನ್ನು ಸಲ್ಲಿಸಿದ್ದೆ.

"ನಾನು ಶಾಲೆಯ ಕಮಿಟಿಯಲ್ಲಿ ಈ ನಿಮ್ಮ ಪ್ರಸ್ತಾವನೆಯನ್ನು ಇಡುತ್ತೇನೆ... ಅವರೆಲ್ಲರೂ ಅಂಗೀಕರಿಸ ಬೇಕು... ನಿಮ್ಮ ಬಗ್ಗೆ ಎಲ್ಲರಿಗೂ ಗೊತ್ತೇ ಇದೆ... ನಿಮ್ಮ ಮನವಿಯನ್ನು ತಿರಸ್ಕರಿಸುವ ಪ್ರಶ್ನೆಯೇ ಇಲ್ಲ... ನೀವು ಈ ಶಾಲೆಗಾಗಿ ಏನೆಲ್ಲಾ ಮಾಡಿದ್ದೀರೆಂದು ನಮಗೆಲ್ಲವೂ ತಿಳಿದಿದೆ.. ಆದರೂ ಇದೊಂದು ಔಪಚಾರಿಕ ನಿಯಮವನ್ನು ಪಾಲಿಸಬೇಕು... ಶಾಸಕರನ್ನು ಪ್ರತಿನಿಧಿಸುವ ಉಪಾಧ್ಯಕ್ಷರ ಸಹಿತ ಸಮಿತಿ ಒಪ್ಪಬೇಕು..." ಎಂದಿದ್ದರು. ಈ ವಿಷಯವಾಗಿ ಸಭೆ ಸೇರಿದ್ದು ತಿಳಿದಿತ್ತು. ನಾನೂ ಅವರ ಉತ್ತರಕ್ಕೆ ಕಾತುರದಿಂದ ಕಾಯುತ್ತಿದ್ದೆ.

ಪ್ರಾಂಶುಪಾಲರು ಕರೆ ಮಾಡಿದಾಗ ಸಣ್ಣ ಆತಂಕದಿಂದಲೇ ಕರೆಯನ್ನು ಸ್ವೀಕರಿಸಿದ್ದೆ.

"ನಿಮ್ಮ ಶಾಲೆ ನಿಮ್ಮ ಸೇವೆಗೆ ಕೈ ಬೀಸಿ ಕರೆಯುತ್ತಿದೆ... ಬನ್ನಿ ಮೇಷ್ಟ್ರೇ..." ಎಂದಾಗಲಂತೂ ಧನ್ಯತೆಯಿಂದ ಹೃದಯ ಬಿರಿದು ಬಂದಂತಾಗಿ ಕಂಬನಿ ತಾನಾಗಿಯೇ ಹರಿದು ಬಂದಿತ್ತು.

ರಾತ್ರಿಯಿಡೀ ನನಗೆ ಕಣ್ಣಿಗೆ ನಿದ್ದೆ ಹತ್ತಲಿಲ್ಲ. ಹೊಸತಾಗಿ ಕೆಲಸಕ್ಕೆ ಸೇರಿದ ದಿನ ನೆನಪಾಗಿತ್ತು. ಅದೇ ಶಾಲೆ. ಅದೇ ಆವರಣ...

ಬದುಕು ಮಾತ್ರ ಒಂದು ಸುತ್ತು ಹೊಡೆದಿದೆ...

ಆದರೆ ತನ್ನ ಹಾದಿ, ತನ್ನ ಗುರಿ ಮಾತ್ರ ಅದೇ...!

ನಾನು ಪ್ರಾಂಶುಪಾಲರನ್ನು ಭೇಟಿ ಮಾಡಿ ಅವರ ಅಣತಿಯಂತೆ ನನ್ನ ತರಗತಿಗೆ ಬಂದಾಗ ಅಲ್ಲಿ ಕಂಡಿದ್ದು ಬೆರಳೆಣಿಕೆಯಷ್ಟೇ ಮಕ್ಕಳು. ಅವರ ಶುಭ್ರ ನಗುವಿನಲ್ಲಿ ಇಡೀ ಜಗತ್ತು ಕಂಡಷ್ಟು ಆನಂದವಾಯಿತು.

ಅವರೆಲ್ಲರೂ ಒಕ್ಕೊರಲಿನಿಂದ ವಂದಿಸಿದಾಗ ಅವರ ವಂದನೆ ಸ್ವೀಕರಿಸಿ ಅವರ ಹೆಸರು, ಪರಿಚಯ, ಅವರಿಗೆ ಮುಂದೇನಾಗಬೇಕೆಂದು ಆಸೆ ಇದೆ ಎಂದು ಪ್ರಶ್ನಿಸಿದೆ.

"ನನಗೆ ವೈದ್ಯನಾಗಬೇಕು..."

"ನನಗೆ ಟೀಚರ್ ಆಗಬೇಕು..."

"ನನಗೆ ವಿಜ್ಞಾನಿ ಆಗಬೇಕು..."

ಒಬ್ಬೊಬ್ಬ ಮಕ್ಕಳು ತಂತಮ್ಮ ಆಸೆಯನ್ನು ವ್ಯಕ್ತ ಪಡಿಸಿದರು.

ಈಗಷ್ಟೇ ಮೂಡುತ್ತಿರುವ ಅವರ ರೆಕ್ಕೆಗಳಿಗೆ ಬಲ ತುಂಬ ಬೇಕಿದೆ... ಅವರು ನಡೆವ ಹಾದಿಯಲ್ಲಿ ಎಡವಿ ಬೀಳದಂತೆ ಕೈ ಹಿಡಿದು ನಡೆಸಬೇಕಿದೆ... ಸ್ಪಷ್ಟತೆ ಕೊಡಬೇಕಿದೆ... ಆತ್ಮವಿಶ್ವಾಸ ತುಂಬಬೇಕಿದೆ...

ಮಕ್ಕಳೇ, "ಕವಿ ಸಿದ್ಧಯ್ಯ ಪುರಾಣಿಕರು ಹೇಳಿದ್ದಾರೆ... 'ಏನಾದರೂ ಆಗು...ಮೊದಲು ಮಾನವನಾಗು...' ಎಂದು... ಅಂದರೆ ಮನುಷ್ಯ ಮನುಷ್ಯನಾಗುವುದಕ್ಕಿಂತ ದೊಡ್ಡವನಾಗಬೇಕಿಲ್ಲ...' ಎಂಬಲ್ಲಿಂದ ಪಾಠ ಶುರು ಮಾಡೋಣ ಮಕ್ಕಳೇ..." ಎಂದು ನಾನು ಕಪ್ಪು ಹಲಗೆಯ ಮೇಲೆ ಬಿಳಿ ಸೀಮೆ ಸುಣ್ಣದಿಂದ ಅಕ್ಷರಗಳನ್ನು ಮೂಡಿಸಿದೆ.

–ಮುಗಿಯಿತು–

ವೀರಲೋಕದ ಪ್ರಕಟಣೆಗಳು

1. ಕೈ ಹಿಡಿದು ನೀ ನಡೆಸು ತಂದೆ–ವಿಶ್ವೇಶ್ವರ ಭಟ್ 250/–
2. ವಿಶ್ವಸುಂದರಿ–ಕುಂ. ವೀರಭದ್ರಪ್ಪ....................160/–
3. ನಿಮಗೆಷ್ಟು ಹಣ ಬೇಕು?–ಅನಂತ ಹುದೆಂಗಜೆ....................250/–
4. ಆರ್ಟ್ ಆಫ್ ಸಕ್ಸಸ್–ರಮೇಶ್ ಅರವಿಂದ್....................120/–
5. ಮನಿ ಮನಿ ಎಕಾನಮಿ–ರಂಗಸ್ವಾಮಿ ಮೂಕನಹಳ್ಳಿ....................160/–
6. ಇವರು ಅವರು ದೇವರು–ಜೋಗಿ....................200/–
7. ಲಾಸ್ಟ್ ಡೇಸ್ ಆಫ್ ಲೆಜೆಂಡ್ಸ್–ಗಣೇಶ್ ಕಾಸರಗೋಡು 225/–
8. ಒಳ್ಳೆಯ ಬದುಕಿನ ಸೂತ್ರಗಳು–ರವಿ ಕೃಷ್ಣಾರೆಡ್ಡಿ....................150/–
9. ಸೋಲೆಂಬ ಗೆಲುವು–ದೀಪಾ ಹಿರೇಗುತ್ತಿ....................150/–
10. ಬೆಳ್ಳಿತೆರೆಯ ಬಂಗಾರದ ಗೆರೆ–ಗಣೇಶ್ ಕಾಸರಗೋಡು 150/–
11. ನಟನ ಕಥೆ–ಮಂಡ್ಯ ರಮೇಶ್–ಎನ್. ಧನಂಜಯ 250/–
12. ತ್ಯಾಗಕ್ಕಿಲ್ಲ ನೂಕುನುಗ್ಗಲು–ಡಾ. ಗವಿಸ್ವಾಮಿ ಎನ್. 140/–
13. ಬದುಕೇ ಭಗವಂತ–ಡಾ. ಡಿ.ಎಸ್. ಶ್ರೀನಿವಾಸ ಪ್ರಸಾದ್ 170/–
14. ಮಾದಕ ದೊರೆ–ಸಂತೋಷಕುಮಾರ ಮೆಹೆಂದಳೆ....................375/–
15. ದ್ವೈತ–ರಾಘವ್ 140/–
16. ಹೃದಯದ ಮಾತು ಕೇಳಿ–ಮಂಜುನಾಥ್ ಚಾಂದ್....................150/–
17. ಹಿಂದಿನ ನಿಲ್ದಾಣ–ಶುಭಶ್ರೀ ಭಟ್ಟ....................120/–
18. ಪ್ರೀತ್‌ಸು–ರಾಜೀವ ನಾರಾಯಣ ನಾಯಕ 170/–
19. ಕೃಷಿ ಯಾಕೆ ಖುಷಿ?–ನರೇಂದ್ರ ರೈ ದೇರ್ಲ....................140/–
20. ಕ್ಷಯ–ಡಾ. ವಾಸುದೇವ ಶೆಟ್ಟಿ....................120/–
21. ಅರ್ಧ ಬಿಸಿಲು ಅರ್ಧ ಮಳೆ...–ಸದಾಶಿವ ಸೊರಟೂರು....................120/–
22. ಯಾರೂ ಹೇಳದ ಕಥೆಗಳು–(ಸಂ.) ಸುದರ್ಶನ ಚೆನ್ನಂಗಿಹಳ್ಳಿ....................150/–
23. ಕಥಾ ಸಾಗರಿ–ನಾಗವೇಣಿ ವೆಂ. ಹೆಗಡೆ ಹೆಗ್ಗರ್ಸಿಮನೆ....................120/–
24. ಮೆಮರೀಸ್ ಆಫ್ ಬಾರ್ಸಾ–ರಂಗಸ್ವಾಮಿ ಮೂಕನಹಳ್ಳಿ....................160/–
25. ಮೇರುನಟ–ಡಾ. ಶರಣು ಹುಲ್ಲೂರು....................120/–
26. ನಾ ಸೆರೆಹಿಡಿದ ಕನ್ಯಾಸ್ತ್ರೀ–ಶಶಿಧರ ಹಾಲಾಡಿ 200/–
27. ಟ್ರಾಯ್–ಗಾಯಿತ್ರಿ ರಾಜ್....................200/–
28. ಫಾರೆಸ್ಟರ್ ಪೊನ್ನಪ್ಪ–ನೌಶಾದ್ ಜನ್ನತ್ತ್....................300/–
29. ವಿಶ್ವಯಾನಕ್ಕೆ ಗಣಿತವಾಹನ–ಎಸ್.ವಿ. ಶ್ರೀನಿವಾಸಮೂರ್ತಿ 200/–
30. ಲೆಟ್ಸ್ ಮೇಕ್ ಎ ಶಾರ್ಟ್ ಫಿಲಂ–ಜಯರಾಮಾಚಾರಿ 120/–
31. ಕುಣಿಗಲ್ ಟು ಕಂದಹಾರ್–ಮಂಜುನಾಥ್ ಕುಣಿಗಲ್.................... 260/–
32. ಗದಾಯುದ್ಧಂ–ಡಾ. ಎಂ.ಎ. ಜಯರಾಮ್ ರಾವ್....................350/–
33. ಫೀನಿಕ್ಸ್–ದೀಪಾ ಹಿರೇಗುತ್ತಿ 120/–
34. ಹಿಟ್ಲರ್ ಲವ್ ಪಾಲಿಟಿಕ್ಸ್–ಸತೀಶ ಬಳೆಗಾರ 170/–
35. ಭಾನುಮತಿಯ ಪರಿವಾರ–ಕುಮಾರಸ್ವಾಮಿ ತೆಕ್ಕುಂಜ....................140/–
36. ನೀ ದೂರ ಹೋದಾಗ–ಫೌಝಿಯ ಸಲೀಂ....................220/–
37. ವ್ಯಗ್ರ ಮತ್ತು ಇತರ ಕಾದಂಬರಿಗಳು–ಕುಮಾರ ಬೇಂದ್ರೆ....................180/–
38. ಸತ್ಯದ ಅನಾವರಣ–ಕೆ.ಎಸ್. ರಮಾಸುಂದರಿ 100/–
39. ಅಂತಾರಾಷ್ಟ್ರೀಯ ಕುಂಬಳಕಾಯಿ ಮತ್ತು ಇತರ ಕಥೆಗಳು–ಅಬ್ದುಲ್ ರಶೀದ್........120/–
40. ಅನಾಥ ಪ್ರೀತಿಯ ಅನುಬಂಧ–ಬಿ. ಮಂಜುನಾಥ್ ಕಾಮತ್ ಹಾಲಾಡಿ 140/–
41. ಹಕ್ಕಿ ಮತ್ತು ಹುಡುಗಿ (ಕವನ ಸಂಕಲನ)–(ಸಂ.) ಪ್ರಜಾವಾಣಿ ಬಳಗ....................150/–

42. ಹಾವಿನ ಮನೆ–ಅನು ಬೆಳ್ಳಿ (ರಾಘವೇಂದ್ರ ಬಿ. ರಾವ್)....................250/–
43. ಈಗಲ್ಸ್ ಲೈನ್–ರಾಜೇಶ್ ಕುಮಾರ್ ಕಲ್ಯಾ....................220/–
44. ನಂಬಿಕೆಯೆಂಬ ಗಾಳಿಕೊಡೆ–ಡಾ. ಪ್ರೇಮಲತ ಬಿ. 180/–
45. 10 ಕುಟುಂಬ 18 ಗೋತ್ರದ ಗೌಡ ಪರಂಪರೆ–ಪುತ್ತೂರು ಅನಂತರಾಜ ಗೌಡ......300/–
46. ಗಿಳಿಯು ಬಾರದೆ ಇರದು (ಕಥಾಸಂಕಲನ)–ಪಿ.ಎಸ್. ಶ್ರೀಧರನ್ ಪಿಳ್ಳ (ಅನುವಾದ: ಮೇರಿ ಜೋಸೆಫ್) 85/–
47. ಒಂದು ಆದಿಮ ಪ್ರೇಮ (ಕವನ ಸಂಕಲನ)–ನಂದಿನಿ ಹೆದ್ದುರ್ಗ....................150/–
48. ಮಣ್ಣೇ ಮೊದಲು... (ಕವನ ಸಂಕಲನ)–ಪಾಪುಗುರು....................120/–
49. ಬಿಂಜೆಮುಳ್ಳು (ಕವನ ಸಂಕಲನ)–ಫಾಲ್ಗುಣ ಗೌಡ ಅಚವೆ....................120/–
50. ಅಮೋಘವರ್ಷ–ಡಾ. ಲಕ್ಷ್ಮಣ ಕೌಂಟೆ....................420/–
51. ಗಾಯಗೊಂಡ ಸಾಲುಗಳು (ಕವನ ಸಂಕಲನ)–ಸದಾಶಿವ ಸೊರಟೂರು 110/–
52. ನಿನ್ನ ಧ್ಯಾನದ ನೂರೊಂದು ಹಣತೆ (ಕವನ ಸಂಕಲನ)–ವಾಸುದೇವ ನಾಡಿಗ್ 170/–
53. ತ್ರಿಕೆಟಾಯಣ–ಎಚ್. ಪ್ರೇಮಾನಂದ ಕಾಮತ್ 230/–
54. ಹೂವಿನಕೊಲ್ಲಿ–ಅಬ್ದುಲ್ ರಶೀದ್ 270/–
55. ಕನಸುಗಳ ಶ್ರಾದ್ಧ–(ಅನುವಾದ) ಡಾ. ಗೀತಾ ಸುನಿಲ್ ಕಶ್ಯಪ್....................200/–
56. ವೀರ ಸಿಂಧೂರ ಲಕ್ಷ್ಮಣ–ಕೌಂಡಿನ್ಯ....................190/–
57. ಸಹಭಾಷಿಕರ ಕನ್ನಡ ಪ್ರೇಮ–ಡಾ. ಡಿ.ಎಸ್. ಶ್ರೀನಿವಾಸ ಪ್ರಸಾದ್....................400/–
58. ಚಿತ್ರ–ವಿಚಿತ್ರ–ರವೀಂದ್ರ ವೆಂಶಿ....................220/–
59. ಜನಮಿತ್ರ ಅರಸು–ಡಾ. ಡಿ.ಎಸ್. ಚೌಗಲೆ 80/–
60. ಹಂಸಾಕ್ಷರ–ಜಯರಾಮಾಚಾರಿ 165/–
61. ನದಿಯೊಂದು ಕಡಲ ಹುಡುಕುತ್ತಾ–ಸಂತೆಬೆನ್ನೂರು ಫೈಜ್ನಟ್ರಾಜ್ 180/–
62. ನೀಲಿ ಮತ್ತು ಸೇಬು–ಸುಧಾ ಆಡುಕಳ....................180/–
63. ಕಾಗೆ ಮೇಷ್ಟ್ರು–ವಿಕ್ರಮ ಹತ್ವಾರ....................125/–
64. ಪರಿಮಳದ ಪಡಸಾಲೆ (ಎಸ್. ದಿವಾಕರ್ ಪ್ರಪಂಚಕ್ಕೊಂದು ಪ್ರವೇಶಿಕೆ)....................190/–
65. ಈ ಹೊತ್ತಿನ ಕಥೆಗಳು–(ಸಂ) ವಿಜಯ ಕರ್ನಾಟಕ....................250/–
66. ನಿಶ್ಚಲವ ಕಲಕಿದ ಹಕ್ಕಿ–ವಿಕ್ರಮ ಹತ್ವಾರ....................100/–
67. ಹರಿವ ಕನ್ನಡಿ–ಸ್ವಯಂಪ್ರಭಾ ಮಹೇಶ....................120/–
68. ನರಕದ ಕೆನ್ನಾಲಿಗೆಯಂಥ ನಿನ್ನ ಬೆನ್ನಹುರಿ–ಅಬ್ದುಲ್ ರಶೀದ್ 130/–
69. ಚಿಕ್ಕಪುಟ್ಟಮ್ಮನವರ ಗೃಹನ್ಯಾಯ–ಕೆ. ಸತ್ಯನಾರಾಯಣ 140/–
70. ಹಕ್ಕಿ ಅಟೆಂಡೆನ್ಸ್–ಡಾ. ಲೀಲಾ ಅಪ್ಪಾಜಿ....................495/–
71. ದಡ ಸೇರದ ದೋಣಿಗಳು–ಬೇಲೂರು ರಾಮಮೂರ್ತಿ....................275/–
72. ನಿಷಿತೆ–ಪ್ರೀತಿನಿ ಧನಂಜಯ....................250/–
73. ಮಲೆನಾಡ ಅಜ್ಜಿ–ಶೋಭಾ ರಾವ್ 175/–
74. ಮಲ್ಲಿಮಲ್ಲಿಗಿ–ಎಂ.ಎಲ್. ಪ್ರಸನ್ನ....................210/–
76. ಆರೋಹಣ–ವಿವೇಕಾನಂದ ಕಾಮತ್ 190/–

www.ingramcontent.com/pod-product-compliance
Lightning Source LLC
LaVergne TN
LVHW100838051026
849519LV00006B/2348
* 9 7 8 9 3 9 4 9 4 2 9 5 0 *